ಮೇದಿನಿ ಕೆಸವಿನಮನೆ

ಶಿವಮೊಗ್ಗ ಜಿಲ್ಲೆಯ ಸಾಗರ ತಾಲ್ಲೂಕಿನ ಶರಾವತಿ ಹಿನ್ನೀರಿನ ಕೆಸವಿನಮನೆಯ ಶ್ರೀನಿವಾಸ ರಾವ್ ಮತ್ತು ಶಾಂತಲಾ ಇವರ ಪುತ್ರಿಯಾಗಿದ್ದು ಪ್ರಸ್ತುತ ಆಯನೂರಿನ ಸಮೀಪದ ಕಲ್ಲುಕೊರ್ಪ್ಪಯಲ್ಲಿ ಸರ್ಕಾರಿ ಶಾಲೆಯ ಶಿಕ್ಷಕಿಯಾಗಿದ್ದಾರೆ. ಶಿಕ್ಷಕರಿಗೆ ತರಬೇತಿ ಕೊಡುವ ಸಂಪನ್ಮೂಲ ವ್ಯಕ್ತಿಯಾಗಿಯೂ ಗುರುತಿಸಿಕೊಂಡಿದ್ದಾರೆ. ಕನ್ನಡದಲ್ಲಿ ಸ್ನಾತಕೋತ್ತರ ಪದವಿ ಗಳಿಸಿದ್ದು, ಬರೆವಣಿಗೆಯನ್ನು ಹವ್ಯಾಸವಾಗಿಸಿಕೊಂಡಿರುತ್ತಾರೆ. ಶೈಕ್ಷಣಿಕ ಲೇಖನಗಳು, ಲಲಿತ ಪ್ರಬಂಧಗಳು, ಕವಿತೆಗಳು ವಿಕ್ರಮ, ಹೊಸದಿಗಂತ, ವಿಜಯ ಕರ್ನಾಟಕ, ಉದಯವಾಣಿ, ಪ್ರಜಾವಾಣಿ, ಕ್ರಾಂತಿದೀಪ, ಮಲೆನಾಡು ಮಿತ್ರ, ಸಂಹಿತ, ಶಾಲ್ಮಡಿ ಇತ್ಯಾದಿ ನಾಡಿನ ಅನೇಕ ಪತ್ರಿಕೆಗಳಲ್ಲಿ ಪ್ರಕಟವಾಗಿವೆ.

ಷಟ್ಪದಿ, ಕಂದಪದ್ಯ ಇತ್ಯಾದಿ ಛಂದೋಬದ್ಧ ಕವಿತೆಗಳ ರಚನೆಯನ್ನು ಮಾಡುತ್ತಿದ್ದು, ಇವರ 'ಅಸ್ತಿತ್ವ' ಕವಿತೆಗೆ ಚೆನ್ನವೀರ ಕಣವಿ ಕಾವ್ಯ ಪುರಸ್ಕಾರ ದೊರೆತಿದೆ. ಪ್ರಜಾವಾಣಿ-ವೀರಲೋಕ ಸಹಯೋಗದ ಸಂಕ್ರಾಂತಿ ಕವನ ಸ್ಪರ್ಧೆಯ ತೀರ್ಪುಗಾರರ ಮೆಚ್ಚಿನ 50 ಕವಿತೆಗಳ ಸಂಕಲನದಲ್ಲಿ ಇವರ 'ಸೇತುವೆಯಾ, ಗೋಡೆಯಾ?' ಕವಿತೆಯೂ ಇದೆ.

'ಮಿಸ್ಸಿನ ಡೈರಿ'-ಮೊದಲ ಕೃತಿ.

ಮಿಸ್ಸಿನ ಡೈರಿ

ಮೇದಿನಿ ಕೆಸವಿನಮನೆ

ವೀರಲೋಕ
207, 2ನೇ ಮಹಡಿ, 3ನೇ ಮೇನ್
ಚಾಮರಾಜಪೇಟೆ, ಬೆಂಗಳೂರು-560018
ಮೊಬೈಲ್: 70221 22121, 88612 12172
ಇಮೇಲ್: veeralokabooks@gmail.com
ವೆಬ್‌ಸೈಟ್: www.veeralokabooks.com

MISSINA DIARY
A book written by **Medini Kesavinamane**

Published by:
VEERALOKA BOOKS PVT. LTD.
207, 2nd Floor, 3rd Main
Chamarajpet, Bengaluru-560018

Mobile:	+91 7022122121, 8861212172
E-mail:	veeralokabooks@gmail.com
Website:	www.veeralokabooks.com

Price:	Rs. 200/-
Pages:	xii + 152 = 164
First Impression:	May 2024
Paper used:	70 GSM NS Maplitho
Book size:	1/8th Demy
ISBN:	978-81-972006-1-8

Cover page illustration by:
Raju Vishnu

Inner pages design by:
Vijaya Vikram

Printer:
Regal Print Service
Bengaluru-560026

ವೀರಲೋಕ crew

Anand Rach
Anantha Kunigal
Raju Vishnu
Govind Vishnu
Vishwajith
Mamatha
Parvathi
Punith

ಅರ್ಪಣೆ

ಬದುಕನ್ನು ಕೊಟ್ಟ
ಅಪ್ಪ **ಶ್ರೀನಿವಾಸ,** ಅಮ್ಮ **ಶಾಂತಲಾ** ಹಾಗೂ
ಕನಸಿನಲ್ಲೂ ನಾನು ಸದಾ ಧ್ಯಾನಿಸುವ ನನ್ನ **ಕೆಸವಿನಮನೆ**ಗೆ,
ಬದುಕನ್ನು ಪೂರ್ತಿ ಆವರಿಸಿರುವ ಒಲವಿನ **ವಿಶು,**
ಪ್ರೇಮದ ಹೂವು **ಅದ್ವಿತಾ**ಳಿಗೆ,
ಇದಿಷ್ಟನ್ನೂ ಅಕ್ಷರ ರೂಪದಲ್ಲಿ ಸಾಧ್ಯವಾಗಿಸಿದ ನನ್ನ
ಕಲ್ಲುರ್ಬಿಯ ಮಕ್ಕಳಿಗೆ

ಮುನ್ನುಡಿ

ನಾನು ನಿಗದಿತವಾಗಿ ಫೇಸ್‌ಬುಕ್ಕನ್ನು ಗಮನಿಸುತ್ತೇನೆ. ಆತ್ಮ ಪ್ರಶಂಸೆ ಇಲ್ಲವೆಂದಾದರೆ ಪ್ರತಿಕ್ರಿಯಿಸುತ್ತೇನೆ. ಹೀಗೆ ನೋಡುವಾಗ ತರಗತಿ ಕೋಣೆಯ ವ್ಯವಹಾರಗಳನ್ನು ಚಿತ್ರಿಸುವ ಪೋಸ್ಟುಗಳನ್ನು ಗಮನಿಸುತ್ತಿದ್ದೆ. ಅವುಗಳಲ್ಲಿ ಮಕ್ಕಳಲ್ಲಿ ಬಾಲ್ಯವನ್ನು ಯಥಾವತ್ತಾಗಿ ಗಮನಿಸುವ ಮತ್ತು ಅದನ್ನು ಪೋಷಿಸುವ ಇರಾದೆಯ ಪೋಸ್ಟುಗಳು ನನ್ನ ಗಮನ ಸೆಳೆದಿದ್ದವು. ಅವುಗಳನ್ನು ಬರೆಯುತ್ತಿದ್ದವರು ಶ್ರೀಮತಿ ಮೇದಿನಿ ಕೆಸವಿನಮನೆ ಅವರ ಬರವಣಿಗೆಯ ವಿಷಯಗಳನ್ನು ಗಮನಿಸಿದಾಗ ಅವರು ಪ್ರಾಥಮಿಕ ಶಾಲಾ ಶಿಕ್ಷಕರೆನಿಸಿತ್ತು. ಸಾಮಾನ್ಯವಾಗಿ ಒಂದಷ್ಟು ವರ್ಷಗಳಾದ ಮೇಲೆ ಶಿಕ್ಷಕರಿಗೆ, "ಎಷ್ಟನೇ ಪುಟ, ಯಾವ ಪಾಠ, ಮಕ್ಕಳು ಪಾಠ ಮಾಡುವಾಗ ಯಾವೆಲ್ಲಾ ಪ್ರಶ್ನೆಗಳನ್ನು ಕೇಳಬಹುದು ಎಂಬುದೆಲ್ಲಾ ಗೊತ್ತಾಗಿ ಹೋಗುತ್ತದೆ" ಆದ್ದರಿಂದ ಅಲ್ಲಿ ಏಕತಾನತೆ ಆವರಿಸಿ ತರಗತಿಯಲ್ಲಿ ಹೊಸತನವಿಲ್ಲ ಎಂಬ ತೀರ್ಮಾನಕ್ಕೆ ಬರುವ ಶಿಕ್ಷಕರಿಗೆ ವಿದ್ಯಾರ್ಥಿ ಗೌಣವಾಗಿ ವಿಷಯವೇ ಆದ್ಯತೆಯಾಗಿ ಮಗು ಸತ್ತು ಹೋಗುತ್ತದೆ.

ಆದರೆ ಈ ಶಿಕ್ಷಕಿ ತನ್ನ ಹೊಸತನವನ್ನು ಹೇಗೆ ಕಾಯ್ದುಕೊಂಡಿದ್ದಾರೆ ಎಂಬುದು ಅಚ್ಚರಿಯ ವಿಷಯವಾಗಿತ್ತು. ನಂತರ ಒಂದೆರಡು ಬಾರಿ ದೂರವಾಣಿಯ ಮೂಲಕ ಮಾತಾಡಿದ್ದರು. ಮತ್ತೆ ಕರೆ ಮಾಡಿ ನನ್ನ ಲೇಖನಗಳನ್ನು ಸಂಕಲಿಸುತ್ತಿದ್ದೇನೆ ಸರ್, ಒಂದು ಮುನ್ನುಡಿ ಬರೆದುಕೊಡಿ ಎಂದರು. ಲೇಖನಗಳನ್ನು ಕಳಿಸಿ ಎಂದಾಗ ಕಳಿಸಿದರು. ಓದಿದೆ, ಬರೆದೆ. ಆದರೆ ನಾನು ಸಾಮಾನ್ಯವಾಗಿ ಮುನ್ನುಡಿ, ಬೆನ್ನುಡಿ ಬರೆಯುವುದಿಲ್ಲ. ಏಕೆಂದರೆ ನಾವು ಬರೆದಿದ್ದು ಅಲ್ಲಿ ಇರುವುದಿಲ್ಲ. ಕೇವಲ ಹೆಸರು ಮಾತ್ರಾ ನಮ್ಮದಾಗುವುದೇ ಹೆಚ್ಚು. ಆದರೆ ಈ ಲವಲವಿಕೆಯ ಶಿಕ್ಷಕರಿಗೋಸ್ಕರ ಬರೆಯಲೇಬೇಕು.

"ಮಿಸ್ಸಿನ ಡೈರಿಯ ಪುಟಗಳು" ಎಂಬ ಶೀರ್ಷಿಕೆಯಲ್ಲಿ ಪ್ರಶ್ನೆಗೆ ಉತ್ತರವಿದೆಯೆ? ಅಥವಾ ಪಶ್ಚಾತ್ತಾಪವಿದೆಯೇ? ಎಂದು ಹುಡುಕಬೇಕಿತ್ತು

ನಾನು. ಆದರೆ ಕೊನೆಯಲ್ಲಿ ಉತ್ತರವಿದೆ ಎಂಬ ಉತ್ತರ ಸಿಕ್ಕಿತು. ಇದು ಕೇವಲ ಶಿಕ್ಷಕರಾದ ಮೇಲಿನ ಅನುಭವಗಳು ಮಾತ್ರವಲ್ಲ. ಇಲ್ಲಿ ಲೇಖಕರ ಬಾಲ್ಯವೂ ಧಾರಾಳವಾಗಿ ಇಣುಕುತ್ತದೆ. ಆದರೆ ಆತ್ಮ ಪ್ರಶಂಸೆಯ ಗಂಧ ಇರುವುದಿಲ್ಲ. ಸುದೀರ್ಘ ವಿವರಣೆಯ ತೀರ್ಪು ಇರುವುದಿಲ್ಲ. ಅದೇ ನನಗಿಷ್ಟವಾಗುವುದು. ಲೇಖನಗಳನ್ನು ಓದುತ್ತಾ ಹೋದಂತೆ ಅಲ್ಲಿನ ಹಲವು ಅಭಿಪ್ರಾಯಗಳು ನಮ್ಮವೇ ಏನೋ ಅನ್ನಿಸುತ್ತದೆ. ಇವುಗಳಲ್ಲಿ ಕೆಲವನ್ನಾದರೂ ಉದ್ಧರಿಸದಿದ್ದರೆ ಇವನ್ನು ನಾನು ಓದಿಲ್ಲ ಅಂದುಕೊಳ್ಳಬಹುದು. ಆದ್ದರಿಂದ ಕೆಳಗಿನ ಸಾಲುಗಳು.

"ಮಾತಾಡೋಕೆ ಬಿಡದಿರುವುದೂ ಒಂದು ಶಾಲೆಯಾ?" ಮಗುವಿನ ಮನದೊಳಗೆ ಮೂಡುವ ಪ್ರಶ್ನೆಗೆ ಶಿಕ್ಷಕರು ಧ್ವನಿಯಾದರೆ ಎಷ್ಟು ಚೆನ್ನ ಅಲ್ಲವೇ? "ಟೀಚರ್ ಹೇನು ತೆಗೆಯುತ್ತಾರಲ್ಲ, ಪಾಪ ಎಂದು ಮಕ್ಕಳ ಕಡೆ ಗಮನ ಕೊಟ್ಟರು, ಇದು ಅವರ ಮರ್ಯಾದೆಯ ಪ್ರಶ್ನೆಯಾಯಿತು" ಒಂದು ಮೌನ ಬದಲಾವಣೆ ಶಿಕ್ಷಕರಿಂದ ಸಾಧ್ಯವಾಗುತ್ತದೆ ಎಂದು ನಮ್ಮಿಂದ ಹೇಳಿಸುತ್ತಾರೆ. "ಅಧಿಕಾರಿ ಬಂದಾಗ ತೆಂಗಿನ ಗರಿಯ ವಾಚು, ಕನ್ನಡಕ ಹಾಕಿ ಕೂತಿದ್ದೆ, ಮುಜುಗರವಾಯಿತು, ಹಾಗಂತ ಇದನ್ನೆಲ್ಲ ಮಾಡದೇ ಇರಲಾದೀತೇ?" ಎಂತಹಾ ಧೈರ್ಯ.

"ನಾನು ಮಾಮೂಲಿಯಾಗಿ ಕೇಳಿಬಿಟ್ಟರೆ ಮಕ್ಕಳಿಗೆ ಬೇಸರವಾಗಿಬಿಡುತ್ತದೆ" ಎಂತಹ ಔದಾರ್ಯ. ಶಿಕ್ಷಕರು ಬೇಸ್ತು ಬಿದ್ದಂತೆ ವರ್ತಿಸುತ್ತಾರೆ. "ಹಂಚಿ ತಿನ್ನುವ, ಎಲ್ಲರನ್ನೂ ಕಾಳಜಿ ಮಾಡುವ ಧೈರ್ಯ ತೋರುವ, ಪ್ರೀತಿ ಕೊಡುವ ಅಭಿಮಾನದಿಂದ ಕಾಣುವ ಶಿಕ್ಷಕರಾದರೆ ಎಷ್ಟು ಚಂದ!?!" ಇದು ಲೇಖಕರ ನುಡಿಯಷ್ಟೇ ಅಲ್ಲ. ಮಗುವೊಂದರ ತಾಯಿಯೊಬ್ಬಳ ಒಳ ಮನಸ್ಸು. "ಇಂತಹ ವಿಪರೀತದ ಯೋಚನೆಗಳನ್ನೆಲ್ಲ ಈ ಮಕ್ಕಳಿಗೆ ಏಕೆ ತುಂಬಬೇಕು?" ಎಂತಹ ಆತ್ಮ ಸಂಯಮ ನೋಡಿ. ಮಕ್ಕಳ ಕೈಗೆ ಬ್ಯಾಗನ್ನು ಕೊಟ್ಟಾಗ ಉಂಟಾಗುವ ಕಲಿಕೆ ಏನು ಎಂಬುದೂ ಒಂದು ಓದುವ ವಿಷಯವೇ.

ಶಿಕ್ಷಕರು ಕಾಪಿ ಬರೆಸುತ್ತಾರೆ. "ನಾನು ಕೆಲಸಕ್ಕೆ ಸೇರಿದ ದಿನದಿಂದ ಇಲ್ಲಿಯವರೆಗೆ ಕಾಪಿ ಪುಸ್ತಕದ ಮೊದಲ ಸಾಲನ್ನು ಬರೆದುಕೊಡುವುದನ್ನು ನಿಲ್ಲಿಸಿಲ್ಲ, ಇದರಿಂದಾದ ಪ್ರಯೋಜನವೆಂದರೆ, ನಾನು ದಿನಕ್ಕೆ ನಲವತ್ತರಿಂದ ನಲವತ್ತೈದು ಸಾಲುಗಳನ್ನು ಬರೆದಂತಾಗಿದೆ" ಎಂತಹ ಅರ್ಪಣಾ ಭಾವ ನೋಡಿ. ಇನ್ನೂ ಹೊಸದಾಗಿ ನಾವು ನಾಲಿಗೆಗೆ ಬಜೆ ಬೇರು ನೆಕ್ಕಿಸುವ ಅಗತ್ಯವಾದರೂ ಏನಿದೆ? ಹೌದು, ತರಗತಿಯೊಳಗೆ ಕಲಿಕೆಯಲ್ಲಿ ಅನುಕೂಲಿಸುವಿಕೆ ಎಂಬ ಮೂಲಭೂತ ತತ್ತ್ವವನ್ನು ಎಷ್ಟು ಜನ ಅರ್ಥ ಮಾಡಿಕೊಂಡಿದ್ದಾರೆ? ನಾವು ಮಗುವಿನ ಮನಸ್ಸಿನ ಬಣ್ಣಗಳನ್ನು ಏಕೆ

ಅಳಿಸುತ್ತೇವೆ? ಎಂಬುದು ಇನ್ನು ಮುಂದೆ ತರಗತಿಗೆ ಹೋಗುವಾಗ ನನ್ನ ಮನದಲ್ಲಿಯೂ ಧ್ವನಿಸುತ್ತದೆ.

ಅದು ಡಿಮ್ ಡಿಮ್ ವೇ ಅಥವಾ ಡಿಣ್ಡಿಮವೇ ಎಂಬ ವಿವರಣೆ ನೀಡುವಾಗ ತನ್ನ ಅನುಭವ ಕಥನಿಸುತ್ತಿದ್ದ ಲೇಖಕರು ಒಮ್ಮೆಲೇ ಕನ್ನಡ ಮೇಷ್ಟ್ರಾಗಿ ಬಿಡುತ್ತಾರೆ. ಅನುನಾಸಿಕಗಳನ್ನು ಅನುಸ್ವಾರವಾಗಿ ಹೇಗೆ ಬಳಸಬೇಕು ಎಂದು ವಿವರಿಸುತ್ತಾ 40 ನಿಮಿಷಗಳ ಒಂದು ತರಗತಿ ನೀಡುತ್ತಾರೆ. ಪ್ರತೀ ಶಿಕ್ಷಕನಿಗೆ ಭಾಷೆಯ ಬಗ್ಗೆ ಸ್ಪಷ್ಟ ಅರಿವಿರಬೇಕು ಎಂಬ ಲೇಖಕರ ನಿಲುವು ಇಷ್ಟವಾಗುತ್ತದೆ. ಈ ಲೇಖನದಲ್ಲಿ ಬರುವ "ಅಲ್ಲಾ ಮಿಸ್, ಕೈ ಅಗಾ...ಲ ಮಾಡಿದ್ರೆ ದೀಪ ಬಿದ್ದು ಎಣ್ಣೆ ಚೆಲ್ಲಿ ಹೋತತಲ, ಅದ್ಕೆ ಗುಂಡಗೆ ಹಿಡ್ಕ ಅಂದೆ ಮಿಸ್" ಸಾಲಿಗೆ ಎಷ್ಟೊಂದು ನಕ್ಕೆನೋ ನನಗೇ ಗೊತ್ತು. ಇದಕ್ಕೆ ಎಂತಹ ಸೂಕ್ಷ್ಮ ಪ್ರಜ್ಞೆ ಬೇಕು ಅಲ್ಲವೇ.

ಹೀಗೆ ಪ್ರತಿ ಪುಟದಲ್ಲಿಯೂ ತರಗತಿ ಶಿಕ್ಷಕರಿಗೆ ಮಾರ್ಗದರ್ಶನ ನೀಡುತ್ತಾ ಹೋಗುವ ಸಾಲುಗಳನ್ನು ಓದುತ್ತಾ ಹೋದಹಾಗೆ ನಾನೇಕೆ ಶಿಕ್ಷಕಿಯಾದೆ? ಎಂಬ ಲೇಖಕರ ಪ್ರಶ್ನೆಗೆ ಉತ್ತರ ದೊರೆಯುತ್ತಾ ಹೋದರೆ, ನಾನೇಕೆ ಶಿಕ್ಷಕನಾಗಿಲ್ಲ ಎಂಬ ನನ್ನ ಪ್ರಶ್ನೆಗೂ ಉತ್ತರ ಸಿಗುತ್ತದೆ. ಓದಿನುದ್ದಕ್ಕೂ ಓದುಗನನ್ನು ಆವರಿಸಿ ತನ್ನೊಡನೆ ಹೊತ್ತೊಯ್ಯಬಲ್ಲ ಓದಿನ ಪ್ರವಾಹ, ತುಂಗೆಯ ನದಿಯಗುಂಟ ಸಿಗುವ ಕಲ್ಲುಗಳಿಗೆ ಮಥಿಸಿ ರುಚಿಯಾದ ಬೆಣ್ಣೆಯನ್ನು ನೀಡುತ್ತದೆ.

ಓದು ಮುಗಿದ ಮೇಲೆ ಈ ಕೃತಿಯನ್ನು ಓದಿದ ಪ್ರತಿಯೊಬ್ಬ ಶಿಕ್ಷಕರು ಮತ್ತು ಪಾಲಕರು ಮಗುವನ್ನು ಮಗುವಾಗಿ ಗಮನಿಸುತ್ತಾರೆ ಎನ್ನಿಸಿತು ನನಗೆ.

–ದಿವಾಕರ ಶೆಟ್ಟಿ
ಪ್ರವಾಚಕರು ಮತ್ತು
ನಿಕಟಪೂರ್ವ ಉಪ ನಿರ್ದೇಶಕರು
ಶಿಕ್ಷಣ ಇಲಾಖೆ

ಪ್ರಕಾಶಕರ ನುಡಿ

ಕನ್ನಡ ಸಾಹಿತ್ಯಕ್ಕಿರುವ ಬಹುದೊಡ್ಡ ಕೊರತೆ ಅಂದರೆ, ಓದುವ ಸುಖವನ್ನು ಓದುಗ ದೊರೆಗೆ ತಲುಪಿಸೋದು ಹೇಗೆ ಎನ್ನುವುದು. ಸಮೃದ್ಧ ಸಾಹಿತ್ಯದ ತವರೂರು ಕನ್ನಡ. ಇಲ್ಲಿ ಲೇಖಕರೂ ಹೇರಳ. ಒಂದೊಳ್ಳೆ ಓದಿಗೆ, ಓದುಗ ದೊರೆ ಕಾಯುತ್ತಾನೆ ಎಂಬುದಕ್ಕೆ ವೀರಲೋಕ ಪುಸ್ತಕಗಳೇ ಸಾಕ್ಷಿಯಾಗಿವೆ. ಆದರೂ, ನಮ್ಮಲ್ಲಿ ಪುಸ್ತಕಗಳ ವಿತರಣಾ ಜಾಲವಿಲ್ಲ ಎಂಬುದು ಅತ್ಯಂತ ಖೇದಕರ. ಪುಸ್ತಕ ವಿನ್ಯಾಸ, ಮುಖಪುಟ, ಕರಡು ತಿದ್ದುವಿಕೆಯಾಗಿ ಸರ್ವಾಂಗ ಸುಂದರವಾಗಿ ಮುದ್ರಣಗೊಂಡು ಬಿಡುಗಡೆಗೊಳ್ಳುವ ತನಕದ ಪುಸ್ತಕ ಲೋಕದಲ್ಲಿ ಪ್ರತಿ ಕೆಲಸವೂ ಅತ್ಯಂತ ವೃತ್ತಿಪರತೆಯಿಂದ ನಡೆಯುತ್ತದೆ. ಆದರೆ ಅಲ್ಲಿಂದಾಚೆಗೆ ಅದು ಯಾರನ್ನು ತಲುಪಬೇಕು ಎಂಬ ವಿಷಯದಲ್ಲಿ ಇಂದಿಗೂ ಸ್ಪಷ್ಟಮಾರ್ಗಗಳಿಲ್ಲ. ರಾಜ್ಯದಾದ್ಯಂತ ಸಾವಿರಾರು ಪ್ರಕಾಶಕರಿದ್ದರೂ ಪುಸ್ತಕ ಮಾರಾಟ ಕೇಂದ್ರಗಳು ಬೆರಳೆಣಿಕೆ. ಅವರುಗಳೂ ಬಿಡುಗಡೆಗೊಳ್ಳುವ ಎಲ್ಲಾ ಕನ್ನಡ ಪುಸ್ತಕಗಳನ್ನು ಖರೀದಿಸುವುದಿಲ್ಲ. ಹಾಗಾದರೆ ಕನ್ನಡ ಪುಸ್ತಕಗಳು ಓದುಗರನ್ನು ತಲುಪುವ ಬಗೆ ಹೇಗೆ? ಅಚ್ಚರಿ ಎಂದರೆ ಪುಟ್ಟದೊಂದು ಚಾಕೋಲೇಟ್, ಶಾಂಪೂ, ಗೋಲಿ ಸೋಡಾಗಿರುವ ನೆಟ್‌ವರ್ಕ್ ಕನ್ನಡ ಪುಸ್ತಕಗಳಿಗಿಲ್ಲ. ಡಿಸ್ಟ್ರಿಬ್ಯೂಶನ್ ಜಾಲವೇ ಇಲ್ಲದ ಏಕೈಕ ಪ್ರಭಾವಿ ಕ್ಷೇತ್ರವೆಂದರೆ ಅದು ಸಾಹಿತ್ಯಲೋಕ. ಹೀಗೆ ಹೇಳೋಕೆ ಅತ್ಯಂತ ನೋವಾಗತ್ತೆ. ಇಂಥದ್ದೊಂದು ನೋವೇ ಪುಸ್ತಕ ಸಂತೆ ಆಯೋಜನೆಗೆ ಕಾರಣವಾಗಿತ್ತು. ವೀರಲೋಕ ಆಯೋಜಿಸಿದ ಪುಸ್ತಕ ಸಂತೆ ಒಂದಷ್ಟು ಹೊಸ ಭರವಸೆ ಮೂಡಿಸಿದ್ದು ಸುಳ್ಳಲ್ಲ. ವೀರಲೋಕದ ಇದುವರೆಗಿನ ಎಲ್ಲಾ ಕೆಲಸಗಳದ್ದೂ ಒಂದು ತೂಕವಾದರೆ ಪುಸ್ತಕಸಂತೆಯದ್ದೇ ಪ್ರತ್ಯೇಕ ತೂಕ. ಕನ್ನಡೇತರರು ಹೆಚ್ಚಿರುವ ಹೆಚ್‌ಎಸ್‌ಆರ್ ಬಡಾವಣೆಯಲ್ಲಿ ಆಯೋಜಿಸಿದ್ದಂತಹ ಈ ಪುಸ್ತಕ ಸಂತೆಯಲ್ಲಿ ಎಪ್ಪತ್ತೈದಕ್ಕೂ ಹೆಚ್ಚು ಪುಸ್ತಕ ಮಳಿಗೆಗಳು ಇದ್ದವು, ಇಪ್ಪತ್ತು ಸಾವಿರಕ್ಕೂ ಹೆಚ್ಚು ಸಾಹಿತ್ಯಾಸಕ್ತರು ಭಾಗವಹಿಸಿದ್ದರು ಎನ್ನುವುದು ಹೆಗ್ಗಳಿಕೆ.

ಪುಸ್ತಕ ಸಂತೆಯ ಮಹಾನ್ ಯಶಸ್ಸು, ಪುಸ್ತಕ ಮಾರಾಟವನ್ನು ಹೆಚ್ಚಿಸುವ ಮತ್ತು ಎಲ್ಲಾ ಓದುಗರನ್ನು ತಲುಪುವಂತಹ ಭರವಸೆ ಮೂಡಿಸಿದೆ. ಅದು ನೀಡಿದ ಸ್ಫೂರ್ತಿಯಿಂದಾಗಿ ರಾಜ್ಯದಾದ್ಯಂತ ಪ್ರತಿ ಎರಡು ತಿಂಗಳಿಗೊಮ್ಮೆ ಪುಸ್ತಕ ಸಂತೆಯನ್ನು ಆಯೋಜಿಸುವ ಪ್ರಯತ್ನಕ್ಕೆ ವೀರಲೋಕ ಮುಂದಾಗಿದೆ. ಈ ವರ್ಷ ಬೀದರ್ ಮತ್ತು ಬೆಂಗಳೂರಿನಲ್ಲಿ ಎರಡು ಪುಸ್ತಕ ಸಂತೆಗಳು ನಡೆಯಲಿವೆ. ಓದುಗ, ಲೇಖಕ ಮುಖಾಮುಖಿಯಾಗಿ ಅದು ಪುಸ್ತಕ ಕೊಳ್ಳಲು ಪ್ರೇರಣೆಯಾಗಲಿ ಎನ್ನುವುದು ಅದರ ಹಿಂದಿರುವ ಉದ್ದೇಶಗಳಲ್ಲೊ ಒಂದು.

ಈ ಪುಸ್ತಕ ಸಂತೆಯನ್ನು ಅಂದಗೊಳಿಸೋದು ಮತ್ತದೇ ಪುಸ್ತಕಗಳು. ಹೊಸ ಹೊಸ ಪುಸ್ತಕಗಳನ್ನು ಕೊಡುವ ನಮ್ಮ ಜವಾಬ್ದಾರಿ ಮುಂದುವರೆದಿದೆ. ಇದರ ಭಾಗವಾಗಿ ವೀರಲೋಕವು ಶಿಕ್ಷಕಿ ಮೇದಿನಿ ಕೆಸವಿನಮನೆ ಅವರ 'ಮಿಸ್ಸಿನ ಡೈರಿ' ಕೃತಿಯನ್ನು ಹೊರತರುತ್ತಿದೆ. ಒಂದು ಕಾಲಕ್ಕೆ ಸಾಹಿತ್ಯಲೋಕದಲ್ಲಿ ಶಿಕ್ಷಕರದ್ದೇ ಸಿಂಹಪಾಲು. ಆದರೆ ಈಗ ಕಾಲ ಬದಲಾಗಿದೆ. ನಮ್ಮ ಶಿಕ್ಷಕರಿಗೆ ಬರೆಯುವಷ್ಟು ಸಮಯ ಪಕ್ಕಕ್ಕಿಡಿ, ಓದಲೂ ಸಮಯವಿಲ್ಲದಂತಾಗಿದೆ. ಶಿಕ್ಷಕವರ್ಗವೇ ಓದಿನಿಂದ ವಿಮುಖರಾಗಿರುವ ವ್ಯವಸ್ಥೆಯಲ್ಲಿ ನಾವಿದ್ದೇವೆ. ಈ ನಡುವೆ ಓದು ಅಂಕಗಳಿಕೆಗೆ ಮಾತ್ರ ಬಳಕೆಯಾಗುತ್ತಿರುವುದು ಹೊಸ ಸಂಗತಿ ಏನಲ್ಲ. ದೇಶದ ಪಿತಾಮಹರಂತಹ ದೊಡ್ಡ ಪ್ರಶ್ನೆಗಳನ್ನು ಬಿಡಿ, ದೇಶದ ರಾಷ್ಟ್ರಪತಿ, ರಾಜ್ಯಪಾಲರು ಯಾರೆಂಬುದು ಗೊತ್ತಾಗದಂತಹ ಶಿಕ್ಷಣವನ್ನು ನಾವು ಮಕ್ಕಳಿಗೆ ನೀಡುತ್ತಿದ್ದೇವೆ. ಇಂತಹ ಸ್ಥಿತಿಯಲ್ಲಿ ಇಲ್ಲೊಂದು ಶಾಲೆ, ಶಿಕ್ಷಕಿ ಮತ್ತವರ ದಿನಚರಿ ತುಸು ವಿಭಿನ್ನ ಮತ್ತು ಮಾದರಿಯಂತಿದೆ. ಚೂರು ಹೊಸ ಭರವಸೆಯನ್ನು ಮೂಡಿಸುತ್ತಿದೆ. ಆ ಸಂಗತಿಗಳು ಎಲ್ಲರಿಗೂ ತಲುಪಲೆಂಬ ಕಾರಣಕ್ಕೆ ಈ ಕೃತಿಯನ್ನು ವೀರಲೋಕ ಪ್ರಕಟಿಸುತ್ತಿದೆ.

ಈ ಕೃತಿಯನ್ನು ಓದುವ ಸುಖ ನಿಮ್ಮದಾಗಲಿ..

ವೀರಕಪುತ್ರ ಶ್ರೀನಿವಾಸ
ಪ್ರಕಾಶಕ, ವೀರಲೋಕ ಬುಕ್ಸ್

ಪರಿವಿಡಿ

1

ತೊತ್ತೋಚಾನ್

ಯಾರಿಗೆ ಪಂಜರದ ಬದುಕು ಇಷ್ಟವಿರುತ್ತದೆ? ಯಾರಾದರೂ ನಾಲ್ಕು ಗೋಡೆಗಳ ನಡುವೆ ಕೂರಲು ಬಯಸುವರೆ? ಯಾರಿಗಾದರೂ ಒಂಟಿತನವು ಸಹ್ಯವಾಗುವುದೆ? ಇಲ್ಲ. ಎಲ್ಲರಿಗೂ ಸ್ವಾತಂತ್ರ್ಯ ಬೇಕು. ಸಂತೋಷ ಬೇಕು. ಆದರೆ ಈ ಸ್ವಾತಂತ್ರ್ಯವನ್ನು ತಾವು ಅನುಭವಿಸುವ ಹಾಗೆ ಬೇರೆಯವರಿಗೂ ಕೊಡಬೇಕೆಂದು ಬಯಸುವವರು ಎಷ್ಟು ಜನರಿದ್ದಾರೆ?

ಶಾಲೆಗಳಲ್ಲಿ ಪಾಠ ಮಾಡುವ ನಾವು ಅಂದರೆ ಶಿಕ್ಷಕರು ನಮ್ಮ ಮಕ್ಕಳಿಗೆ ಕೊಡುವ ಸ್ವಾತಂತ್ರ್ಯ, ಸಲಿಗೆ ಎಷ್ಟಿರಬಹುದು? ಸರಪಳಿ ಇಲ್ಲದೆ ಬಂಧಿಯಾಗುವ ಮಕ್ಕಳ ಮನಸ್ಸು, ಆಡದೇ ಉಳಿದು ಹೋದ ಮಾತುಗಳು, ಈಡೇರದ ಕನಸುಗಳು ಇವುಗಳನ್ನು ಕುರಿತು ಸ್ವಲ್ಪವಾದರೂ ಯೋಚಿಸಬಹುದೆ?

ಇಂಥದ್ದೊಂದು ಆಲೋಚನೆ ನನ್ನಲ್ಲಿ ಸದಾ ಜಾಗೃತವಾಗಿರುತ್ತದೆ. ಶಾಲೆಯಲ್ಲಿ ಮಕ್ಕಳು ಕಿರುಚಿ, ಕುಣಿದು, ನನ್ನೊಂದಿಗೆ ಮಾತನಾಡುತ್ತಾ, ಚರ್ಚಿಸುತ್ತಾ, ಆಟವಾಡುತ್ತಾ ಕಾಲ ಕಳೆವಾಗಲೂ ನನಗೆ ಅನ್ನಿಸುವುದು ಇದೇ ವಿಚಾರ. ನಾವು ಮಕ್ಕಳಿಗೆ ಕೊಡಬೇಕಾದ ಬಂಧಮುಕ್ತ ವಾತಾವರಣವನ್ನು ಕಲ್ಪಿಸಿದ್ದೇವೆಯೇ? ನಾವು ಹಾಕಿದ ಚೌಕಟ್ಟು ಅವರ ವಿಕಸನಕ್ಕೆ ಅಡ್ಡಿಯಾದ ಬೇಲಿಯಾಗಿದೆಯೆ? ಅಥವಾ ರಕ್ಷಣೆಯಾಗಿ ನಿಂತಿದೆಯೆ? ಎಂದು.

ಹೀಗೆ ಯೋಚಿಸಲು ಪ್ರಮುಖ ಕಾರಣ ಎಂದರೆ ನಾನು ಡಿಇಡಿ ತರಬೇತಿ ಪಡೆಯುವಾಗ ಓದಿದ 'ತೊತ್ತೋಚಾನ್' ಪುಸ್ತಕ. ತೆತ್ಸುಕೊ ಕೊರೊಯಾನಾಗಿ ಎಂಬ ಮಹಿಳೆ ಬರೆದ ವೈಯಕ್ತಿಕ ಅನುಭವದ ಕಾದಂಬರಿ.

ಮೂಲ ಜಪಾನಿ ಭಾಷೆಯಲ್ಲಿದ್ದುದು ಕನ್ನಡಕ್ಕೆ ವಿ. ಗಾಯತ್ರಿಯವರಿಂದ ಅನುವಾದಗೊಂಡಿದೆ.

ವಿದ್ಯಾರ್ಥಿಯಾಗಿ ಕಲಿಯುತ್ತಾ ಶಿಕ್ಷಕರಾಗಿ ಬದಲಾಗುವ ಹಂತದಲ್ಲಿ ಅಂದರೆ ತರಬೇತಿ ಪಡೆಯುವ ಹಂತದಲ್ಲಿ ಓದಿದ ಈ ಪುಸ್ತಕ ನನಗೆ ಶಿಕ್ಷಣದ ಕುರಿತ ಕಲ್ಪನೆಯನ್ನು ವಿಶಾಲವಾಗಿಸಿತು. ಪ್ರತಿಯೊಬ್ಬರೂ ಈ ಪುಸ್ತಕವನ್ನು ಓದಬೇಕು ಎಂದು ಕೂಡಾ ಅನಿಸಿತು. ಏಕೆಂದರೆ ಶಿಕ್ಷಕರ ಕೆಲಸ ಪಾಠ ಹೇಳಿ, ಪರೀಕ್ಷೆ ಬರೆಸಿ ಮಕ್ಕಳು ಹೆಚ್ಚು ಅಂಕ ಗಳಿಸುವಂತೆ ಮಾಡುವುದಲ್ಲ, ಅದಕ್ಕಿಂತ ಹೆಚ್ಚಿನದು ಬಹಳಷ್ಟಿದೆ ಅಲ್ಲವೆ? ಹಾಗಾಗಿ ಈ ಪುಸ್ತಕ ನನ್ನ ತರಬೇತಿ ಅವಧಿಯಲ್ಲಿ ಒಂದು ಮೈಲುಗಲ್ಲಾಗಿ ನಿಂತಿತು.

ತೊತ್ತೋಚಾನಳನ್ನು ಅಪಾರ ತುಂಟಿ ಎಂಬ ಕಾರಣಕ್ಕಾಗಿ ಶಾಲೆಯಿಂದ ಹೊರಹಾಕಿದ ನಂತರ ಅವಳು ತನ್ನ ಆಸಕ್ತಿಗೆ ಅನುಗುಣವಾಗಿ ಆಯ್ಕೆಮಾಡಿಕೊಂಡ ಶಾಲೆ, ಅಲ್ಲಿನ ಮುಖ್ಯ ಶಿಕ್ಷಕರು ಹಾಗೂ ಶಿಕ್ಷಣ ವಿಧಾನದ ಕುರಿತ ಆಸಕ್ತಿಕರ ಘಟನೆಗಳ ಜೋಡಣೆಯೇ ಈ ಕಾದಂಬರಿ.

ಶಾಲೆಯ ಮುಖ್ಯ ಶಿಕ್ಷಕರಾದ 'ಸೋಸಾಕು ಕೊಬಾಯಾಶಿ'ಯವರು ಪ್ರಾಯೋಗಿಕವಾಗಿ ತೆರೆದ ಶಾಲೆ–'ತೊಮೆಯೆ ಗಾಕುಯೆನ್'. ಇಲ್ಲಿನ ಚಟುವಟಿಕೆಗಳು, ಪಾಠ ವಿಧಾನ ಎಲ್ಲವೂ ಅದ್ಭುತ. ನಿಂತ ರೈಲುಬಂಡಿಯೊಳಗೆ ತರಗತಿ, ಊಟ ಮಾಡುವಾಗಲೂ ಮಕ್ಕಳಿಗೆ ಅರಿವಿಲ್ಲದಂತೆ ಕಲಿಸುವುದು, ಸಂಗೀತದೊಡನೆ ವ್ಯಾಯಾಮ, ಟ್ರಿಪ್ ಕರೆದುಕೊಂಡು ಹೋದಾಗ ಅಲ್ಲಿ ಅವರು ನೀಡುವ ಸ್ವಾತಂತ್ರ್ಯ, ಆ ಮೂಲಕ ಕಲಿಕೆ–ಇಂತಹ ಅನೇಕ ಚಟುವಟಿಕೆ ಹಾಗೂ ಘಟನೆಗಳು ಮಕ್ಕಳ ಮಾನಸಿಕ ವಿಕಾಸಕ್ಕೆ ಎಷ್ಟು ಕೊಡುಗೆಯಾಯಿತೆಂಬುದು ಈ ಕಾದಂಬರಿಯಲ್ಲಿ ವ್ಯಕ್ತವಾಗಿದೆ.

ಮೊದಲ ದಿನ ತೊತ್ತೋಚಾನ್ ಶಾಲೆಗೆ ಹೋದಾಗ ಮುಖ್ಯ ಶಿಕ್ಷಕರು ಅವಳೊಂದಿಗೆ ನಾಲ್ಕು ತಾಸು ಮಾತನಾಡುತ್ತಾರೆ. ಒಂದನೇ ತರಗತಿಯ ಮಗು ನಾಲ್ಕು ತಾಸು ಮಾತನಾಡಲು ಸಾಧ್ಯ ಎಂದು ಹೇಳಿದರೆ ಯಾರಾದರೂ ಒಪ್ಪಿಕೊಳ್ಳುತ್ತಾರೆಯೆ? ಹೋಗಲಿ, ಮಕ್ಕಳೊಂದಿಗೆ ಎಷ್ಟು ಶಿಕ್ಷಕರು ಪಾಠದ ವಿಚಾರ ಬಿಟ್ಟು ವೈಯಕ್ತಿಕ ಸಂವಹನ ನಡೆಸುತ್ತಾರೆ? 'ಮಕ್ಕಳಿಗೆ ಬಾಯಿ ಕೊಟ್ಟಿಲ್ಲ, ಶಿಕ್ಷಕರಿಗೆ ಕಿವಿ ಕೊಟ್ಟಿಲ್ಲ' ಎಂಬಂತಹ ವಾತಾವರಣವೇ ಹೆಚ್ಚಿರುವಾಗ ಈ ಅನುಭವ ಉಂಟಾಗುವುದು ಕಡಿಮೆಯೇ. ಶಿಕ್ಷಕರು ಹೆಚ್ಚು ಆಲಿಸಬೇಕೊ, ಹೆಚ್ಚು ಮಾತನಾಡಬೇಕೋ ಎಂಬುದನ್ನು ನಾವು ಯೋಚಿಸಬೇಕಾಗುತ್ತದೆ.

ತೊತ್ತೋಚಾನಳಂತಹ ಮಕ್ಕಳು ನಮ್ಮ ಶಾಲೆಯಲ್ಲಿ ಇರುತ್ತಾರೆ. ಅದಕ್ಕೆ ವ್ಯತಿರಿಕ್ತವಾಗಿ ಅಂತರ್ಮುಖಿಗಳಾದ ಮಕ್ಕಳು ಕೂಡಾ ಇರುತ್ತಾರೆ. ಇಬ್ಬರನ್ನೂ ಒಂದೇ ರೀತಿ ನಿಭಾಯಿಸುವುದು ತಪ್ಪಾಗುತ್ತದೆ. ಈ ಅರಿವು ನಮಗೆ ಇರಬೇಕು.

ಪಠ್ಯಪುಸ್ತಕವೊಂದನ್ನೇ ಆಧಾರವಾಗಿಟ್ಟುಕೊಂಡು ಅದರಿಂದಾಚೆ ಕಲಿಕೆಯೇ ಇಲ್ಲ ಎಂದು ಸ್ವಘೋಷಣೆ ಮಾಡಿಕೊಂಡ ಶಿಕ್ಷಕರು ಇದನ್ನು ಓದಿ ಅರ್ಥೈಸಿಕೊಳ್ಳಬೇಕು. ಇಲಾಖೆ ಈ ಪುಸ್ತಕವನ್ನು ಎಲ್ಲಾ ಶಾಲೆಗಳಿಗೆ ನೀಡಿತ್ತು. ಓದಿದವರೆಷ್ಟು, ಅನುಸರಿಸಿದವರೆಷ್ಟು ಎಂಬುದು ಮಾತ್ರಾ ತರ್ಕ, ಬುದ್ಧಿ ಎರಡಕ್ಕೂ ನಿಲುಕದ್ದು.

ಮಕ್ಕಳು ಪರೀಕ್ಷೆ ಬರೆದು ಪಾಸಾಗಲು ಶಾಲೆಗೆ ಬರುತ್ತಾರೆಂಬ ಬದಲು, ಅವರು ಕೌಶಲಗಳನ್ನು ಕಲಿತು ಬದುಕನ್ನು ಸ್ವಯಂ ಕಟ್ಟಿಕೊಳ್ಳುವವರಾಗಲು ಬರುತ್ತಾರೆ ಎಂಬುದೇ ಮುಖ್ಯವಾಗಬೇಕು. ಈ ನಿಟ್ಟಿನಲ್ಲಿ ಶಿಕ್ಷಕರು ಈ ಪುಸ್ತಕವನ್ನು ಒಮ್ಮೆಯಾದರೂ ಓದುವುದು ಒಳಿತು.

ಜೊತೆಗೆ ಈ ಪುಸ್ತಕವನ್ನು ಪ್ರತಿಯೊಬ್ಬ ತಾಯ್ತಂದೆಯರೂ ಓದಲೇಬೇಕು. ಮಗುವಿನ ವರ್ತಮಾನವನ್ನು ಭವಿಷ್ಯದೊಂದಿಗೆ ಸಮೀಕರಿಸಿ ಅವರ ಬಾಲ್ಯವನ್ನು ತಿನ್ನುವ ಪೋಷಕರು ಹಾಗೂ ಶಿಕ್ಷಕರು ಇದರಿಂದ ಸ್ವಲ್ಪವಾದರೂ ಬದಲಾಗಬಹುದು. ಕನಸು ಕಾಣಬೇಕು, ಅದರ ಈಡೇರಿಕೆಗಾಗಿ ಅವಿರತ ಪ್ರಯತ್ನ ಮಾಡಬೇಕು. ಆದರೆ ಯಾರ ಕನಸಿನ ಈಡೇರಿಕೆ ಎಂಬುದು ಮುಖ್ಯವಲ್ಲವೆ? ಮಗುವಿಗೆ ಇಷ್ಟವಿಲ್ಲದ, ಅವರ ಸಾಮರ್ಥ್ಯಕ್ಕೆ ಹೆಚ್ಚಾಗುವ ಯಾವುದೋ ವಿಷಯವನ್ನು ಬಲವಂತವಾಗಿ ಕಲಿಸುವುದು, ತಾಯ್ತಂದೆಯರು ತಾವು ಮಾಡಲಾಗದ್ದನ್ನು ಮಕ್ಕಳಿಗೆ ಒತ್ತಡ ಹೇರಿ ನೆರವೇರಿಸಿಕೊಳ್ಳುವುದು, ತಮ್ಮ ಅಹಮ್ಮಿನ ತೃಪ್ತಿಗಾಗಿ ಮಕ್ಕಳು ಹೆಚ್ಚು ಅಂಕ ಪಡೆಯುವಂತೆ ಬಲವಂತ ಮಾಡುವುದು–ಇಂತಹ ಸ್ವಭಾವದ ತಾಯ್ತಂದೆಯರು ಈ ಪುಸ್ತಕವನ್ನು ಓದಬೇಕು.

ಬೆಳಗ್ಗೆ ಆರು ಗಂಟೆಗೆ ಎದ್ದು ಕಣ್ಣುಜ್ಜುತ್ತಲೇ ತಯಾರಾಗಿ, ಇಂಗ್ಲೆಂಡಿನಲ್ಲಿ ಚಳಿ ಇದೆ ಎಂಬ ಕಾರಣಕ್ಕೆ ಭಾರತದಲ್ಲಿ ಟೈ ಕಟ್ಟಿ ಶಾಲೆಗೆ ಹೋಗುವ ಮಗುವನ್ನು ಯಾವಾಗಲಾದರೂ ಅವರ ವೈಯಕ್ತಿಕ ಕನಸು, ಆಸೆ ಏನೆಂಬುದನ್ನು ಕೇಳುತ್ತೇವೆಯೆ? ಶಾಲೆಗೆ ಬಣ್ಣ, ಯೂನಿಫಾರ್ಮಿಗೆ ಬಣ್ಣ, ಬ್ಯಾಗು, ಪುಸ್ತಕ ಪೆನ್ನುಗಳಿಗೆ ಬಣ್ಣ ಬಳಿಯುವ ನಾವು ಮಗುವಿನ ಮನಸ್ಸಿನ ಬಣ್ಣಗಳನ್ನು ಏಕೆ ಅಳಿಸುತ್ತೇವೆ? ಒಮ್ಮೆಯಾದರೂ ಯೋಚಿಸಬೇಕಲ್ಲವೆ?

ತೊತ್ತೋಚಾನ್ ಪಡೆದ ಶಿಕ್ಷಣ, ಅವಳು ಸೇರಿದ ಕೊಬಾಯಾಶಿಯವರ ಶಾಲೆಯಂತಹ ವಾತಾವರಣ ನಮ್ಮ ಶಾಲೆಗಳಲ್ಲಿ ಉಂಟಾಗಬೇಕು. ಪ್ರತಿಯೊಬ್ಬ ಶಿಕ್ಷಕರೂ ಕೊಬಾಯಾಶಿಯವರ ತಾಳ್ಮೆ, ವಿಶಾಲ ಹೃದಯ ಹಾಗೂ ಶಿಕ್ಷಣದ ಪರಿಕಲ್ಪನೆಯನ್ನು ಬೆಳೆಸಿಕೊಳ್ಳಬೇಕು. 'ಗೋಡೆ ಕಟ್ಟುವ ಶಿಕ್ಷಣಕ್ಕಿಂತ ಸೇತುವೆ ಕಟ್ಟುವ ಶಿಕ್ಷಣ ನಮಗೆ ಬೇಕು'.

2

ಮಿಸ್ಸು ಕೋಳಿ ಸಾಕಬೇಕು

ಕೊರೋನಾ ಲಾಕ್ಡೌನಿನ ನಂತರ ಶಾಲೆ ಶುಭಾರಂಭಗೊಂಡ ಈ ವರ್ಷ ನಾವು ರೆಗ್ಯುಲರ್ ಪಠ್ಯವನ್ನು ಕಲಿಸುತ್ತಿಲ್ಲ. ಕೋವಿಡ್ಡಿನಲ್ಲಿ ಉಂಟಾದ ಕಲಿಕಾ ಅಂತರವನ್ನು ಹೋಗಲಾಡಿಸಲು ಘನ ಸರ್ಕಾರವು ಕಲಿಕಾ ಚೇತರಿಕೆ ಎಂಬ ಹೊಸ ಉಪಕ್ರಮವನ್ನು ಅನುಷ್ಠಾನಕ್ಕೆ ತಂದಿದೆ. ಅದನ್ನು ಅನುಕೂಲಿಸುತ್ತಿದ್ದೇವೆ. (ಕಲಿಸುವುದು, ಬೋಧನೆ ಎಂಬುದು ಈಗಿಲ್ಲ, ಏನಿದ್ದರೂ ಕಲಿಯುವಂತೆ ಪ್ರೇರೇಪಿಸುವುದು, ಕಲಿಕೆಯ ವಾತಾವರಣವನ್ನು ಸೃಷ್ಟಿಸುವುದು, ಅನುಕೂಲಿಸುವುದು ಮಾತ್ರಾ ನಮ್ಮ ಕೆಲಸ) ಯಾವ ಪಾಠ, ಎಷ್ಟನೇ ಪುಟ, ಮಕ್ಕಳು ಪಾಠ ಮಾಡುವಾಗ ಯಾವೆಲ್ಲಾ ಪ್ರಶ್ನೆಗಳನ್ನು ಕೇಳಬಹುದು ಎಂಬುದೆಲ್ಲ ಇಷ್ಟು ವರ್ಷದಲ್ಲಿ ಗೊತ್ತಾಗಿಹೋಗಿದೆ. ಅದೇ ಪಾಠ, ಅದೇ ಊರಿನಮಕ್ಕಳು, ಹೆಚ್ಚೂಕಡಿಮೆ ಒಂದೇ ಮನಸ್ಥಿತಿಯವರು.

ಆದರೆ ಈ ಬಾರಿ ಬೋಧಿಸುವ ಪ್ರಕ್ರಿಯೆ ಕಡಿಮೆ. ಚಟುವಟಿಕಾ ಆಧಾರಿತ ಕಲಿಕೆಗೆ ಹೆಚ್ಚು ಅವಕಾಶ. ಅನಿರೀಕ್ಷಿತ ಪ್ರಶ್ನೆಗಳು ಜಾಸ್ತಿ. ಪಾಠ ಎಲ್ಲಿಂದ ಎಲ್ಲಿಗೋ ಡೈವರ್ಟಾಗಿ ಬಿಡುತ್ತದೆ. ಪಾಠ ಶುರು ಮಾಡಿದ ನನಗೇ, ನಾನು ಎಲ್ಲಿದ್ದೆ? ಎಂಬುದು ಮರೆತೇ ಹೋಗುತ್ತದೆ.

ವಿಷಯ ಬಹಳ ಸೀರಿಯಸ್ಸು,

ಮೊನ್ನೆ ಪ್ರಾಣಿಗಳ ಜೀವಿತಾವಧಿಯ ಬಗ್ಗೆ ಚರ್ಚೆ ಮಾಡಬೇಕಿತ್ತು. ನಾಯಿ, ಬೆಕ್ಕು, ಮನುಷ್ಯ, ಹದ್ದು, ಹುಲಿ ಇತ್ಯಾದಿಗಳ ಜೊತೆಗೆ ಕತ್ತೆ ಹಾಗೂ ಕೋಳಿಯ ಜೀವಿತಾವಧಿಯನ್ನು ಬರೆಯಬೇಕಿತ್ತು. ನಾನು ಸಾಮಾನ್ಯವಾಗಿ ಗೊತ್ತಿರುವುದನ್ನು

ಬರೆಸಿ ವಿವರಿಸಿದೆ. ಅತಿ ಹೆಚ್ಚು ಜೀವಿತಾವಧಿ ಹೊಂದಿರೋದು, ಆಮೆ ಎಂದೆ. ಅವರು ಬೇರೆ ಬೇರೆ ಪ್ರಾಣಿಗಳ ಬಗ್ಗೆ ಮಾತಾಡೋಕೆ ಶುರು ಮಾಡಿದರು.

ಫೈನಲೀ...ಕೋಳಿಯ ಜೀವಿತಾವಧಿಯು ಎಷ್ಟು ಹುಡುಕಿದರೂ ಸಿಗಲಿಲ್ಲ. ಮಕ್ಕಳಿಗೆ ಕೇಳಿದೆ. "ನೀವು ಸಾಕ್ತೀರಲ್ವಾ? ಅದು ಎಷ್ಟು ವರ್ಷ ಬದುಕತ್ತೆ?"

"ಮಿಸ್ ಅದ್ನ ದೊಡ್ಡಕಾದ ಕೂಡಲೇ ಕೊಯ್ತೀವಲ... ಮಿಸ್, ಅದ್ನ ಹೇಗೆ ಹೇಳಕಾಗತ್ತೆ?"

"ಕೋಳಿಜ್ವರ ಬಂದು ಸತ್ತೋತಾವೆ ಮಿಸ್..."

"ನಮ್ಮನೆ ನಾಯಿ ಕೋಳಿ ಕಂಡ್ರೆ ಸಾಕು, ಇಡದ್ದೇ.. ಇಲ್ಲ"

"ನಮ್ಮನೆ ಹ್ಯಾಂಟೆ ಮೈಮೇಲೆ ಮೊನ್ನೆ ಒಬ್ಬ ಬೈಕ್ ಹತ್ಸಕ್ಯಂಡು ಹೋದ..."

"ಅಲ್ಲ ಕಣ್ರೋ, ಪಾಪ... ಅದು."

"ಸುಮ್ನಿರಿ ಮಿಸ್, ಎಲ್ಲಾ ಕೋಳೀನೂ ಹಂಗೇ ಬಿಟ್ರೆ, ಮನೆ ತುಂಬಾ ಪಿಷ್ಟಿ ಹಾಕ್ತಾವೆ..." ಮುಂದುವರೆಯುತ್ತಲೇ ಇತ್ತು.

"ಹೋಗಲಿ, ಈಗ ಕೋಳಿಯ ಆಯಸ್ಸು ಹೇಗೆ ಕಂಡುಹಿಡಿಯೋದು?"

"ಮಿಸ್ ಒಂದು ಕೆಲಸ ಮಾಡಿ, ನೀವು ಹೆಂಗೂ ತಿನ್ನಲ್ವಲ್ಲ, ನೀವೇ ಒಂದು ಕೋಳಿ ಸಾಕಿ ಮಿಸ್, ಅದು ಬದುಕಿದಷ್ಟು ದಿನ ಬದುಕಲಿ. ನೋಡೋಣ."

"ಹೇ ಸುಮ್ನಿರು, ಮೇದಿನಿ ಮಿಸ್ ಮನೆ ನಾಯಿ ಈ ಕೋಳಿನ ಉಳ್ಸಲ... ಜೋರೈತೆ ಅದು.."

"ಮಿಸ್ ಕೋಳಿ ಸಾಕದಲ್ದೆ, ಅದು ಸಾಯತಂಕ ಕಾಯ್ತ ಕೂರ್ಬೇಕನಾ..."

ಚರ್ಚೆ ಭಯಂಕರ ಸಾಗ್ತಾ ಇತ್ತು, ಒಂದು ಟೀಮಿನವರು ಹೇಗಾದರೂ ಮಾಡಿ ಟೀಚರು ಕೋಳಿ ಸಾಕಲಿ ಅಂತ, ಮತ್ತೊಂದು ಟೀಮಿನವರಿಗೆ ಅದು ಬೇಡ ಅಂತ... ನಾನು ವೆಟರ್ನರಿ ಡಾಕ್ಟ್ರು ಯುವರಾಜರವರಿಗೆ ಕರೆ ಮಾಡಿದೆ. ಯಾವುದೋ ಪ್ರಾಣಿಗೆ ಆಪರೇಶನ್ ಮಾಡುತ್ತಿದ್ದಾರೆಂದು ಅವರ ಅಸಿಸ್ಟೆಂಟ್ ಹೇಳಿದರು, ಆದರೂ ನಮ್ಮ ಮಕ್ಕಳ ಗಲಾಟೆ ಕೇಳಿಸಿತೋ ಏನೋ, ಎರಡೇ ನಿಮಿಷಗಳಲ್ಲಿ ಉತ್ತರಿಸಿದರು. ಕೋಳಿಯ ಜೀವಿತಾವಧಿ 10–15 ವರ್ಷ ಎಂದು ತಿಳಿದುಕೊಂಡು ಬೋರ್ಡಿನ ಮೇಲೆ ಬರೆದದ್ದಷ್ಟೆ.

ಓದಿದ ಮಕ್ಕಳದ್ದು ಒಂದೇ ಉವಾಚ. "ಈ ಕೋಳಿಪಿಳ್ಳೆಗಳನ್ನು ಅಷ್ಟೆಲ್ಲ ವರ್ಷ ಬದುಕೋಕೆ ಯಾರ್ ಬಿಡ್ತಾರೆ? ಕಡ್ಕು ತಿಂತಾರೆ." "ಆಹಾರ ಅವರವರ ಇಷ್ಟ ಕಣ್ರೋ..." ನನ್ನ ಪಾಠ ಮುಂದುವರೆಯಲಿಲ್ಲ.

3

ದೊಡ್ಡವರಾದ ಮೇಲೆ ಏನಾಗುವಿರಿ?

ದೊಡ್ಡವರಾದ ಮೇಲೆ ಏನಾಗ್ತೀರಿ? ಇದು ಸಾಮಾನ್ಯವಾಗಿ ನಾವು ಶಾಲೆಯಲ್ಲಿ ಕೇಳುತ್ತಲೇ ಇರುವ ಪ್ರಶ್ನೆ. ಜನವರಿ ಒಂದನೇ ತಾರೀಖು ಹೊಸ ಕ್ಯಾಲೆಂಡರಿನ ದಿನವನ್ನು ಹೊಸ ವರ್ಷವೆಂದು ಆಚರಿಸಿ, ಸಿಹಿಯೂಟ ಬಡಿಸಿ, ನಲಿದು ಸಂಭ್ರಮಿಸುತ್ತಾ ಮಕ್ಕಳಿಗೆ ಈ ಪ್ರಶ್ನೆ ಕೇಳುತ್ತೇನೆ. ಇದಲ್ಲದೆ ಪಾಠದ ನಡುವಲ್ಲಿ ಅಗತ್ಯವಿದ್ದಾಗಲೂ ಈ ಪ್ರಶ್ನೆ ಬಂದೇ ಬರುತ್ತದೆ. ಮೈ ನೇಬರ್ ಹುಡ್, ಪ್ರೊಫೆಷನ್ಸ್, ವಿವಿಧ ವೃತ್ತಿಗಳು–ವಿಷಯಗಳ ಕಲಿಕೆಯಲ್ಲಿ ಮುಂದೆ ನೀನು ಏನಾಗುವೆ? ಎಂಬ ಪ್ರಶ್ನೆಯೊಂದು ಕಡ್ಡಾಯವಾಗಲೇಬೇಕಲ್ಲವೇ?

ಮಕ್ಕಳ ಉತ್ತರ ಮಾತ್ರಾ ಬಹಳ ಸೊಗಸಾಗಿರುತ್ತದೆ. ಹೆಣ್ಣುಮಕ್ಕಳಂತೂ, ಮೊದಲು ಉತ್ತರಿಸುವುದೇ "ನಾನು ಟೀಚರ್ ಆತ್ನಿ ಮಿಸ್". ನಂತರ ಉಳಿದ ಉತ್ತರ. ನಾನು ಡೀಸಿ, ನಾನು ಡಾಕ್ಟರ್, ನಾನು ಲಾಯರ್, ನಾನು ಪೊಲೀಸ್, ನಾನು ಅದು, ನಾನು ಇದು... ಹೀಗೆ ಪೈಪೋಟಿಯಲ್ಲಿ ಉತ್ತರ ಬರುತ್ತದೆ. ನಾನು ನಗುತ್ತಲೇ ಉತ್ತರ ಕೊಡುತ್ತೇನೆ. ಅಮೀಷಾ ನೀನು ಡಿಸಿಯಾದರೆ, ನಮ್ಮದೇನಾದರೂ ಸಮಸ್ಯೆ ಇದ್ದರೆ ನಿನ್ನ ಹತ್ರ ಬರ್ತೀನಿ, ಸರಿಮಾಡಿಕೊಡಬೇಕು ಆಯ್ತಾ? ನೀನು ಲಾಯರಾದ್ರೆ, ನಮ್ ಕೇಸನ್ನು ನೀನೇ ವಾದ ಮಾಡಿ ಗೆದ್ದುಕೊಡಬೇಕು ಆಯ್ತಾ? ಸುದೀತಿ, ನೀನು ಡಾಕ್ಟರ್ ಆದರೆ, ನಾನೇ ನಿನ್ನ ಮೊದಲ ಪೇಷಂಟು ಆಯ್ತಾ? ಎಂದು ಉತ್ತರಿಸುತ್ತಾ ಸಂಭಾಷಣೆ ಮುಂದುವರೆಸುತ್ತೇನೆ. ಇವರೆಲ್ಲರೂ ಹೈಫೈ ಯೋಚನೆ ಮಾಡುವ ಹೆಣ್ಣುಮಕ್ಕಳು.

ಇನ್ನಷ್ಟು ಮಕ್ಕಳು ಇರುತ್ತಾರೆ, ಅವರನ್ನು ಕಿರಾತಕರು ಎಂದೇ ಕರೆಯುವುದು ನಾನು. ಇವರೆಲ್ಲರೂ ಗಂಡು ಹೈಕಳು. "ನಾನು ದೊಡ್ಡಾದಮೇಲೆ ಜೆಸಿಬಿ ಡ್ರೈವರ್ ಆಗ್ತೀನಿ, ಬೈಲೂರು ಬಸ್ಸಿಗೆ ಕಂಡಕ್ಟರ್ ಆಗ್ತೀನಿ, ಅಪ್ಪನ ಟಿಲ್ಲರನ್ನು ಬಾಡಿಗೆಗೆ ತಗುಹೋತ್ನಿ, ಟ್ಯಾಕ್ಟ್ರಿ ಡ್ರೈವರ್ ಆಗ್ತೀನಿ"–ಹೀಗೆ ಡ್ರೈವರ್ ಆಗುವ ಕನಸನ್ನು ಕಾಣುತ್ತಾ, ಕೈಯಲ್ಲಿ ಸ್ಟೇರಿಂಗ್ ಹಿಡಿದು ಜುಂಯ್ ಎಂದು ಗಾಡಿ ಬಿಡುತ್ತಾರೆ. ಇದರದ್ದೇ ಮಜಾ. ಮೊದಲು ಬೈಕನ್ನು ಸ್ಟಾರ್ಟ್ ಮಾಡುವಂತೆ ಕಾಲಿನಿಂದ ಒದೆಯುತ್ತಾರೆ. ಅದು ಫಕ್ಕನೆ ಸ್ಟಾರ್ಟ್ ಆಗುವುದಿಲ್ಲವಂತೆ, ನಾಲ್ಕಾರು ಬಾರಿ ಒದ್ದ ನಂತರ ಸ್ಟಾರ್ಟ್ ಆಗುತ್ತದೆ. ನಂತರ ಪಿಲಿಲ್ಲಿಲ್ಲಿ ಎಂದು ಬಾಯಲ್ಲಿ ಹಾರನ್ ಮಾಡುತ್ತಾ ತಮ್ಮ ಬೆಂಚಿನಿಂದ ಎದ್ದು ನನ್ನ ಟೇಬಲ್ಲಿಗೆ ಬರುತ್ತಾರೆ. ಕೂತಲ್ಲೇ ಉತ್ತರ ಹೇಳ್ರೋ ಎಂದಕೂಡಲೇ, ಬಸ್ಸಿನ ಸ್ಟೇರಿಂಗನ್ನು ಹಿಡಿದವರಂತೆ ತಿರುಗಿಸುತ್ತಾ ಓಡುತ್ತಾರೆ. ಯಾವ ಮಾಯಕದಲ್ಲಿ ಬೈಕು, ಬಸ್ಸಾಗಿ ಬದಲಾಯ್ತೋ ಗೊತ್ತಿಲ್ಲ. ಅಷ್ಟೂ ವರ್ಷದಿಂದಲೂ ಇದನ್ನೇ ನೋಡಿದ್ದು ನಾನು.

ಕೆಲವರಂತೂ ಬಹಳ ಮಜ. "ನಾನು ದೊಡ್ಡಾದಮೇಲೆ ಅಪ್ಪ ಆತ್ನಿ, ಅಮ್ಮ ಆತ್ನಿ". ನಾನು ಬಿದ್ದೂ ಬಿದ್ದು ನಗುತ್ತೇನೆ. "ಅಪ್ಪ–ಅಮ್ಮ ಆಗೋದು ಇದ್ದದ್ದೇ. ಉದ್ಯೋಗ ಏನು ಮಾಡ್ತೀರೋ?"

"ಅದೇ ಮಿಸ್, ಅಪ್ಪನ ತರ ತ್ವಾಟದ ಕೆಲಸ ಮಾಡ್ತೀನಿ, ಗದ್ದೆಗೆ ಹೋಗ್ತೀನಿ, ದನಕ್ಕೆ ಹುಲ್ಲು ತರ್ತೀನಿ. ಸಂಜೆ, ಹಾಲು ತಗೊಂಡು ಡೈರಿಗೆ ಹಾಕಿ ಬೈಕಲ್ಲಿ ಜುಂಯ್ ಅಂತ ಮನೆಗೆ ಬರ್ತೀನಿ..."

"ನಾನೂ ಅಷ್ಟೇ ಮಿಸ್, ಅಡ್ಕೆ ಸುಲಿಯದು, ಹಾಲು ಕರೆಯದು, ದನಕ್ಕೆ ಹಿಂಡಿ, ಮುರ ಕೊಡದು, ಮನೆ ಸಾರ್ಸಿ ಗಿಂಡಿ ಬೆಳಗಿ ಊದುಬತ್ತಿ ಬೆಳಗದು ಇರ್ತತಲ ಮಿಸ್, ಎಲ್ಲದ್ನೂ ಮಾಡ್ತ್ನಿ."

"ಹೋಗತ್ಲಗೆ, ನಾನು ಇಷ್ಟು ಹೊತ್ತು ಶಂಖ ಊದಿದ್ದಾ? ಯಾವ ಉದ್ಯೋಗ ಮಾಡ್ತೀರಿ ಅಂದ್ರೆ...?"

"ಅಲ್ಲ, ಮಿಸ್ ಎಲ್ಲರೂ ಕೆಲಸಕ್ಕೆ ಹೋದ್ರೆ ಮನೆಯಲ್ಲಿ ಯಾರು ಮಿಸ್? ನೀವೇ ಹೇಳ್ತೀರಲ ಮಿಸ್, ದೇಶಕ್ಕೆ ರೈತ ಬಹಳ ಮುಖ್ಯ, ಅನ್ನದಾತ ಅಂತ..." ಮುಂದೆ ನನಗೆ ಅವರ ಮಾತುಗಳು ಕೇಳಿಸುವುದಿಲ್ಲ. ಯೋಚನೆ ಬೇರೆಡೆ ಹೋಗುತ್ತದೆ. ನಾನು ಕೆಲವೊಮ್ಮೆ ಅವರಿಂದಲೇ ಪಾಠ ಕಲಿಯುತ್ತೇನೆ. ಎಲ್ಲರೂ ಡಾಕ್ಟರ್, ಎಂಜಿನಿಯರ್, ಸರ್ಕಾರಿ ಕೆಲಸದವರೇ ಆದರೆ ನಮಗೆ ಅನ್ನ ಹಾಕೋರು ಯಾರು?

ಈಗೀಗ ನನ್ನ ಪಾಠದ ಪ್ರಭಾವವೋ ಎಂಬಂತೆ, ನಾನು ಸೈನಿಕ ಆಗ್ತೀನಿ, ನಾನು ರೈತ ಆಗ್ತೀನಿ ಎಂದು ಹೇಳುವವರ ಸಂಖ್ಯೆ ಹೆಚ್ಚಾಗಿದೆ.

ನನಗೆ ಬಾಲ್ಯದಿಂದಲೂ ಸೈನಿಕರ ಮೇಲೆ ಗೌರವ ಹಾಗೂ ಪ್ರೀತಿ ಜಾಸ್ತಿ. ಅವರ ತ್ಯಾಗ, ಬಲಿದಾನಗಳನ್ನು ಕಂಡು ಕಣ್ಣೀರಾದದ್ದಿದೆ. ನಮ್ಮ ಬಂಧುಗಳಾದ ಸತ್ಯನಾರಾಯಣ ಹಾಗಲಗೋಡು ಎನ್ನುವವರೊಬ್ಬರು ಸೈನ್ಯದಲ್ಲಿ ಇದ್ದು ಬಂದವರು. ಅವರೆಂದರೆ ನನಗೆ ತುಸು ಜಾಸ್ತಿಯೇ ಪ್ರೀತಿ, ಅಭಿಮಾನ. ಹಾಗೆಯೇ ನಮ್ಮ ಪಕ್ಕದ ಹೈಸ್ಕೂಲಿನ ಟೀಚರ್ ಗಂಡ ಈಗಲೂ ಸೈನ್ಯದಲ್ಲಿ ಇದ್ದಾರೆ. ಈ ದಂಪತಿಯ ಬಗೆಗೂ ನನಗೆ ಗೌರವ. ನಮ್ಮಿಂದಾಗದ ಕೆಲಸವನ್ನು ಅವರು ಮಾಡಿದ್ದಾರೆ, ಮಾಡುತ್ತಿದ್ದಾರೆ ಎಂದರೆ ಅದರ ಬಗ್ಗೆ ಗೌರವ ಹಾಗೂ ಮೆಚ್ಚುಗೆ ಬಿಟ್ಟರೆ ನಮ್ಮಿಂದ ಏನು ಮಾಡಲು ಸಾಧ್ಯ?

ಸೈನಿಕರ ಕರ್ತವ್ಯವನ್ನು ನಾವು ಮಾಡಲಾಗುತ್ತದೆಯೇ? ಅಥವಾ ಅವರು ಇರುವ ಜಾಗಗಳನ್ನು ನಾವು ಯಾವಾಗೆಂದರೆ ಆಗ ಹೋಗಿ ನೋಡಲಾದರೂ ಸಾಧ್ಯವಿದೆಯೇ? ಹಾಗಾಗಿ ಅವರ ಜೀವನ, ಸಾಧನೆಗಳ ಕುರಿತು, ಹಿಮ ಪ್ರದೇಶ, ಮರುಭೂಮಿ ಪ್ರದೇಶದಲ್ಲಿ ಅವರ ಕಷ್ಟಗಳನ್ನು ವೀಡಿಯೋ ಮೂಲಕ ನೋಡುತ್ತಾ, ಮಕ್ಕಳಿಗೂ ತೋರಿಸಿದ್ದೆ. ನಮ್ಮ ದೇಶದ ಋಣವನ್ನು ಸ್ವಲ್ಪವಾದರೂ ತೀರಿಸಬೇಕೆಂದರೆ, ಸೈನಿಕರಾಗಬೇಕು ಎಂಬುದು ನನ್ನ ಅಭಿಮತ. ಇದು "ಓವರ್ ಥಿಂಕಿಂಗ್" ಎಂದು ಕೆಲವರಿಗೆ ಅನ್ನಿಸಬಹುದು. ಆದರೆ ನನಗೆ ಸೈನಿಕರಷ್ಟು ಪವಿತ್ರವಾದ ಸೇವೆ ಬೇರೆ ಯಾವುದೂ ಇಲ್ಲ ಎಂಬ ಭಾವನೆ ಇದೆ. ಇದನ್ನೇ ಮಕ್ಕಳಿಗೂ ಹೇರಿದ್ದೇನೆ ಅನಿಸುತ್ತದೆ.

ಇರಲಿ, ಒಮ್ಮೆ ಹೀಗಾಯಿತು.

ನಮ್ಮ ಶಾಲೆ ಇರುವ ಪುಟ್ಟ ಊರಿನಲ್ಲಿ ಕನ್ನಡ ರಾಜ್ಯೋತ್ಸವ ಬಹು ಜೋರು. ಬಹಳ ಸಂಭ್ರಮ. ಹೆಚ್ಚು ವಿಜೃಂಭಣೆ! ಒಂದು ವರ್ಷ ಧ್ವಜಾರೋಹಣಕ್ಕೆ ಒಬ್ಬ ವಿಶೇಷ ವ್ಯಕ್ತಿಯನ್ನು ಕರೆಸಿದರು. ಈ ಊರಿನ ಅಳಿಯ, ಪಂಜಾಬಿನ ಸುತ್ತಮುತ್ತಲಿನಲ್ಲಿ ದೇಶ ಕಾಯುವ ಕೆಲಸ. ಸೈನಿಕರು ಧ್ವಜಾರೋಹಣ ಮಾಡುತ್ತಾರೆಂಬ ಸುದ್ದಿ ಊರೆಲ್ಲಾ ಹರಡಿತು. ನಾವು ನಮ್ಮ ಮರಿ ಸೈನ್ಯವನ್ನು ಕರೆದುಕೊಂಡು ಧ್ವಜ ಸ್ತಂಭದತ್ತ ಬಂದೆವು. ದಾರಿಯಲ್ಲಿ ನನ್ನ ಪಾಠ, ಪುನರುಚ್ಚಾರವಾಯಿತು.

ಕಾರ್ಯಕ್ರಮ ಮುಗಿಯಿತು, ಒಂದೆರಡು ಮಾತುಗಳಲ್ಲಿ "ರಾಜ್ಯೋತ್ಸವದ ಶುಭಾಶಯಗಳನ್ನು" ಕೋರಲಾಯಿತು. ಅಷ್ಟರಲ್ಲಿ ಈ ಮೂರ್ನಾಲ್ಕು ಮಕ್ಕಳು ಆ ಸೈನಿಕರ ಕೈ ಹಿಡಿದುಕೊಂಡು ಏನೋ ಹೇಳುತ್ತಿದ್ದಾರೆ, ನಾನು ಗಲಿಬಿಲಿಗೊಂಡು ಅಲ್ಲಿಗೆ ಧಾವಿಸಿದೆ. ಆಗ ಇವರದ್ದು ಭಯಂಕರ ಉತ್ಸಾಹದಿಂದ ಅವರಿಗೆ ಸೆಲ್ಯೂಟ್! "ನಮ್ ಮಿಸ್ ನಿಮ್ಮ ಬಗ್ಗೆ ತುಂಬಾ ಹೇಳಿದಾರೆ, ನೀವು ದೇಶ ಕಾಯ್ತೀರಂತೆ, ಅದರಿಂದಾಗಿ ನಾವು ಆರಾಮಾಗಿ ಇದೀವಂತೆ, ಹಾಗಾಗಿ ನಿಮಗೆ

ನಮ್ಮ ಕಡೆಯಿಂದ ಸೆಲ್ಯೂಟ್!" ಪಾಠಗಳು ಯಾವಾಗ, ಹೇಗೆ ಸಾರ್ಥಕತೆ ಪಡೆಯುತ್ತವೆಯೋ?!

ನಾನು ಯಾವಾಗಲೂ ಹೇಳುವ ಡೈಲಾಗ್ ಅದು. "ರೈತರು ಹಾಗೂ ಸೈನಿಕರನ್ನು ಮರೆತ ದಿನ, ಗೌರವಿಸುವುದನ್ನು ಬಿಟ್ಟ ದಿನ ನಮ್ಮ ದೇಶಕ್ಕೆ ಅಸ್ತಿತ್ವ ಇರುವುದಿಲ್ಲ. ಯಾವುದೇ ಉದ್ಯೋಗಿಗಳು ತಾವು ಮಾಡುವ ಕೆಲಸವನ್ನು ನಿಲ್ಲಿಸಿದರೂ ಚಿಂತೆ ಇಲ್ಲ, ಆದರೆ ರೈತ ಮತ್ತು ಸೈನಿಕ ತಮ್ಮ ಕೆಲಸವನ್ನು ನಿಲ್ಲಿಸಿದರೆ, ನಾವು ಖತಂ ಗಯಾ, ಉಳಿದವರದ್ದೆಲ್ಲ ಉದ್ಯೋಗ, ಇವರಿಬ್ಬರದ್ದು ಸೇವೆ" ಇಂತಹ ಮಾತುಗಳನ್ನು ಅದೆಷ್ಟೋ ಉದಾಹರಣೆಗಳ ಮೂಲಕ ಮಕ್ಕಳ ಕಿವಿ ತುಂಬಿಸುವ ಕೆಲಸ ಮಾಡುತ್ತೇನೆ.

ಅದರ ಪರಿಣಾಮವಾಗಿ "ಮಿಲ್ಟ್ರಿಗೆ ಹೋಕ್ತಿ ಮಿಸ್" ಎನ್ನುವ ಮಕ್ಕಳಿದ್ದಾರೆ. ಈಗ ಕನಸು ಕಾಣುವ ಮಕ್ಕಳು ಮುಂದೆ ಯಾವ ಉದ್ಯೋಗಕ್ಕೆ ಹೋಗುತ್ತಾರೋ, ಖಂಡಿತಾ ಗೊತ್ತಿಲ್ಲ. ಆದರೆ ಅವರಲ್ಲಿ ಆ ಕುರಿತು ಗೌರವ ಮೂಡಿಸಬೇಕೆಂಬುದು ನನ್ನ ಅಪೇಕ್ಷೆ. ಹಿಂದೆ ಯಾರೋ ಒಬ್ಬ ಮಹನೀಯರು ಹೇಳಿದ್ದರಂತೆ, ಹೊಟ್ಟೆಪಾಡಿಗಾಗಿ ಸೈನ್ಯಕ್ಕೆ ಸೇರುತ್ತಾರೆ ಎಂದು. ಆ ಕಾರಣವನ್ನು ನಾನು ಪುರಸ್ಕರಿಸಲಾರೆ. ಆದರೆ, ಸೈನ್ಯಕ್ಕೆ ಸೇರಬೇಕೆಂದರೆ, ಕೇವಲ ಹೊಟ್ಟೆಪಾಡೊಂದೇ ಕಾರಣವಲ್ಲ. ಅಭಿಮಾನ, ದೇಶಭಕ್ತಿ ಇಲ್ಲದೆ ನಿಗದಿಪಡಿಸಿದ ಕನಿಷ್ಠ ಕಾಲಮಿತಿಯನ್ನು ಪೂರೈಸಿಕೊಂಡು ಬರಲು ಯಾರಿಗೂ ಸಾಧ್ಯವಿಲ್ಲ. ಅದರಲ್ಲೂ ಪ್ರಾಣಕ್ಕೆ ಯಾವ ಗ್ಯಾರೆಂಟಿ ಇಲ್ಲದೆ.

ನಾವಿಲ್ಲಿ ಕೂತು ಸಾವಿರ ಮಾತನಾಡಬಹುದು. ದೊಡ್ಡ ದೊಡ್ಡ ಪಾಠ ಮಾಡಬಹುದು. ಹಾಗೆ ನೆಮ್ಮದಿಯಾಗಿ ಕುಳಿತಿದ್ದೇವೆಂದರೆ, ಅದಕ್ಕೆ ಕಾರಣ ಸೈನಿಕರೇ ಹೊರತೂ, ಈ ದೊಡ್ಡ ದೊಡ್ಡ ಮಾತನಾಡುವವರಲ್ಲ. ಜೊತೆಗೆ ಮಾತನಾಡಿ, ಕಿರುಚಾಡಿ ಸುಸ್ತಾದಾಗ, ಹಸಿವಾದಾಗ ರೈತ ಬೆಳೆಯುವ ಆಹಾರ ಬೇಕೇ ಹೊರತೂ ದುಡ್ಡಿನ ಮದದ ಮಾತುಗಳಲ್ಲ.

ಇದನ್ನೆಲ್ಲ ಹೇಳುವಾಗ, ಮಕ್ಕಳು ಒಂದು ಪ್ರಶ್ನೆ ಕೇಳುತ್ತಾರೆ, "ಮಿಸ್ ನಾನು ದೊಡ್ಡಾದಮೇಲೆ ಏನಾಗ್ಲಿ?" "ಏನು ಬೇಕಾದ್ರೂ ಆಗ್ರೋ, ಎಲ್ಲಾ ಕೆಲಸವೂ ಒಂದೇ. ಯಾವುದೂ ಹೆಚ್ಚಲ್ಲ, ಯಾವುದೂ ಕಡಿಮೆ ಅಲ್ಲ. ಶ್ರದ್ಧೆ ಹಾಗೂ ಪ್ರಾಮಾಣಿಕತೆಯಿಂದ ಮಾಡುವ ಎಲ್ಲಾ ಉದ್ಯೋಗಗಳೂ ಒಳ್ಳೆಯದೇ ಆಗಿರುತ್ತದೆ, ಜೊತೆಗೆ ಗೌರವವನ್ನೂ ತಂದುಕೊಡುತ್ತದೆ. ನಾವು ಯಾವತ್ತೂ ಯಾರಿಗೂ ಮೋಸ ಮಾಡಬಾರದು, ತೊಂದರೆ ಕೊಡಬಾರದು. ಅಂತಹಾ ಕೆಲಸ ಯಾವುದಾದರೇನು? ಕಷ್ಟಪಟ್ಟು ದುಡಿದು ತಿನ್ನಬೇಕೇ ಹೊರತೂ ಇನ್ನೊಬ್ಬರಿಗೆ ಮೋಸ ಮಾಡಿ ದುಡ್ಡು ಮಾಡಬಾರದು, ಅದು ತಪ್ಪು".

ಮಕ್ಕಳು ಮುಂದೆ ಏನಾಗುತ್ತಾರೋ, ಈಗ ಹೇಳಲು ಹೇಗೆ ಸಾಧ್ಯ? ಆದರೂ ಅವರು ದೇಶ ಕಟ್ಟುವ ಇಟ್ಟಿಗೆಯಾಗಬೇಕೇ ಹೊರತೂ ಒಡೆಯುವ ಸುತ್ತಿಗೆಯಾಗದಿದ್ದರೆ ಸಾಕು. ತರಗತಿಯ ಕೊನೆಯಲ್ಲಿ ಒಂದು ಕಾಮನ್ ಡೈಲಾಗು. "ಲೇ ಮಕ್ಕಳ್ರಾ, ನೀವು ಯಾವುದೇ ಓದ್ರೀ, ಏನೇ ಕೆಲಸ ಮಾಡ್ರೀ, ಆದರೆ ಅದರಲ್ಲಿ ಯಾವಾಗಲೂ ಫಸ್ಟ್ ಬರಬೇಕು. ನಂಬರ್ ಒನ್ ನೀವೇ ಆಗಬೇಕು. ಕಳ್ಳ ಆದ್ರೂ ನಂಬರ್ ಒನ್ ಕಳ್ಳನೇ ಆಗಬೇಕು, ಡಿಸಿ ಆದರೂ ನಂಬರ್ ಒನ್ನೇ ಆಗಬೇಕು. ಹಾಗಂತ ಯಾರೂ ಕಳ್ಳರಾಗಬೇಡಿ".

"ಉದ್ಯೋಗ, ವೃತ್ತಿ, ಕೆಲಸ, ಜಾಬ್, ಎಲ್ಲವೂ ಗಳಿಕೆ ನೀಡುವಂಥದ್ದೇ. ಸೇವೆ ಮಾತ್ರಾ ಅದರಲ್ಲಿ ಭಿನ್ನ. ಸೇವೆಯು ಹಣ-ಹೆಸರಿನ ಜೊತೆಗೆ ಆತ್ಮವಿಶ್ವಾಸ, ತೃಪ್ತಿಯನ್ನು ಕೊಡುತ್ತದೆ. ಉದ್ಯೋಗವೆಂಬುದು ಹಣ ಸಂಪಾದನೆಯ ಮಾರ್ಗವಾಗಬಾರದು, ಬದಲಿಗೆ ಸೇವೆಯಾಗಬೇಕು. ಕರ್ತವ್ಯವಾಗಬೇಕು. ತೆಗೆದುಕೊಳ್ಳುವ ಸಂಬಳ ಕೇವಲ ಹಕ್ಕಲ್ಲ. ಅದು ಸೇವೆಗೆ ತಕ್ಕನಾಗಿ ಸಿಗುವ ಪ್ರತಿಫಲ. ಹಾಗಾದಾಗ ಮಾತ್ರಾ ಖುಷಿ ಹಾಗೂ ನೆಮ್ಮದಿಯ ಬದುಕು ನಮ್ಮದಾಗುತ್ತದೆ" ಎಂದೆಲ್ಲಾ ಹೇಳಿದೆ. ಎಷ್ಟು ಅರ್ಥವಾಯಿತೋ ಇಲ್ಲವೋ...

4

ಗ.ಮಾ.ಹೆ.

ಏಯ್, ಯಾರ್ರೋ ಲೀಡ್ರು? ಗಲಾಟೆ ಮಾಡಿದವರ ಹೆಸರು ಬರಿರೋ...

ಆಯ್ತು ಸಾ...

ಜೋರಾಗಿ ಗಲಾಟೆ ಮಾಡುತ್ತಾ, ಕಿರುಚುತ್ತಾ ಹೆಂಚು ಹಾರಿಹೋಗುವ ತರಗತಿ ಕ್ಷಣಮಾತ್ರದಲ್ಲಿ ನಿಶ್ಶಬ್ದವಾಗುತ್ತಿತ್ತು. ಬೋರ್ಡಿನ ಮೇಲಿರುವ ಹೆಸರಿನವರಿಗೆ ಯಾವ ಶಿಕ್ಷೆಯಪ್ಪಾ ಇವತ್ತು? ಹೆಡ್ಮೇಷ್ಟ್ರು ರೂಲ್ ದೊಣ್ಣೆಯಲ್ಲಿ, ಇಂಗ್ಲೀಷ್ ಮೇಷ್ಟ್ರು ಲಕ್ಕಿ ಕೋಲಿನಲ್ಲಿ ಹೊಡೆಯುತ್ತಾರೆ, ಕನ್ನಡ ಮೇಷ್ಟ್ರು ಬಗ್ಗಿ ಕಿವಿ ಹಿಡಿಸ್ತಾರೆ, ಜಯಂತಿ ಟೀಚರು ಬೆಂಚಿನ ಮೇಲೆ ಹತ್ತಿ ನಿಲ್ಲಿಸ್ತಾರೆ, ನಮ್ಮಷ್ಟಕ್ಕೆ ನಾವು ಮಾತಾಡುವ ಹಾಗೂ ಇಲ್ಲಪ್ಪ, ಇದೆಂಥಾ ಶಾಲೆ? ಚೂರೂ ಇಷ್ಟವಾಗುವುದಿಲ್ಲ. ಮಾತಾಡೋಕೆ ಬಿಡದಿರುವುದೂ ಒಂದು ಶಾಲೆಯಾ? ಇದು ನಾನು ಮಿಡಲ್ ಸ್ಕೂಲಿಗೆ ಹೋಗುವಾಗಿನ ಕತೆ.

ಈ ತರಗತಿಯನ್ನು ಶಾಂತವಾಗಿರಿಸಬೇಕಾದುದು ಲೀಡರಿನ ಹೊಣೆ. ತಿಂಗಳಿಗೊಬ್ಬ ಮಾನೀಟರ್ ಬದಲಾಗುತ್ತಿದ್ದರು. ಕೆಲವೊಮ್ಮೆ ವಿಷಯವಾರು ನಾಯಕರು. ಇಂತಿಪ್ಪ ಲೀಡರ್ರಿಗೆ ಖುಷಿಯೋ ಖುಷಿ, ತಾನು ಮಾತ್ರಾ ಯಾರ ಬಳಿಯಾದರೂ ಹೋಗಬಹುದು, ಎಷ್ಟಾದರೂ ಮಾತಾಡಿಸಬಹುದು. ಲೀಡರಿನ ಫ್ರೆಂಡ್ಸಿಗೆ ಇನ್ನೂ ಖುಷಿ, ಮಾತಾಡಿದರೆ ಹೆಸರು ಬರೆಯುವುದಿಲ್ಲ, ಹೆಸರು ಬರೆಯದಿದ್ರೆ ಸತೀಶಣ್ಣನ ಅಂಗಡಿಯಲ್ಲಿ ಏನಾದರೂ ಕೊಡಿಸುವುದಾಗಿ ಒಳ ಒಪ್ಪಂದವಾಗಿರುತ್ತಿತ್ತು. ನಾನಂತೂ ಯಾವ ಆಮಿಷಗಳನ್ನು ಒಡ್ಡುವವಳಲ್ಲ, ಅದಕ್ಕೆ ಬಲಿಯಾಗುವವಳೂ ಅಲ್ಲ. ಲೀಡರ್ರಾದಾಗ ಎಲ್ಲರ ಹೆಸರು ಬರೆದು

ಹೊಡೆತ ತಿನ್ನಿಸುತ್ತಿದ್ದೆ. ಅವರು ಅದನ್ನು ನೆನಪಿಟ್ಟುಕೊಂಡು, ಎಂದೂ ಬಾಯಿ ಮುಚ್ಚದ ನನ್ನ ಹೆಸರನ್ನು ಬರೆದು ಪ್ರತೀಕಾರ ತೀರಿಸಿಕೊಳ್ಳುತ್ತಿದ್ದರು.

ನಮ್ಮ ಗ್ರಹಚಾರ. ನಮ್ಮ ಹೆಸರು ಬೋರ್ಡಿನ ಮೇಲೆ ಗ್ಯಾರೆಂಟಿ.

ಒಂದು ಬಾರಿ ಮಾತಾಡಿದರೆ ಹೆಸರು. ಎರಡನೇ ಬಾರಿ ಮಾತಾಡಿದರೆ ಹೆಸರಿನ ಮುಂದೆ ಎಚ್ ಅಥವಾ ಪ್ಲಸ್. ಎಚ್ ಎಂದರೆ, ಹೆಚ್ಚು ಮಾತಾಡಿದವರು ಎಂದರ್ಥ. ಹೆಸರು ಬರೆಯಲಾರಂಭಿಸಿದ ಮೊದಲ ಹತ್ತು ನಿಮಿಷ ಕ್ಲಾಸು ಬಹಳ ಗಂಭೀರವಾಗಿರುತ್ತಿತ್ತು. ಒಬ್ಬಿಬ್ಬರ ಹೆಸರು ಬೋರ್ಡಿನ ಮೇಲೆ ಬಿದ್ದ ನಂತರ, ಎಲ್ಲರದ್ದೂ ಗುಸುಗುಸು ಶುರುವಾಗುತ್ತಿತ್ತು. ಆಮೇಲೆ ಬೆಂಚಿನಿಂದ ಬೆಂಚಿಗೆ ದಾಟುವುದು, ಹಾರುವುದು, ಕೂತಲ್ಲಿಯೇ ಹೊಡೆದಾಡುವುದು, ಚೂಟಿಕೊಳ್ಳುವುದು, ಜಗಳವಾಡುವುದು ನಡೆಯುತ್ತಿತ್ತು.

ಹಾಗೆ ನಡೆದ ಎಲ್ಲವನ್ನೂ, ಲೀಡರ್ರು ಬೋರ್ಡಿನ ಮೇಲೆ ಸಾಧ್ಯಂತವಾಗಿ ಸ್ಪೆಲಿಂಗ್ ಮಿಸ್ಟೇಕಿನೊಂದಿಗೆ ಬರೆಯುತ್ತಿದ್ದ. ಮಹೇಶ–ಪ್ರಭಾತನಿಗೆ ಚೂಟಿದ, ಸವಿತ–ಪುಸ್ತಕ ತೆಗೆಯುವಾಗ ರೂಪಳ ಜೊತೆ ಮಾತಾಡಿದ್ದು, ಮೇದಿನಿ–ಮೈತ್ರಿಯ ಜೊತೆಗೆ ಗುಟ್ಟು ಹೇಳಿದ್ದು, ಮಾನಸ–ಬಾಯಿಮುಚ್ಚಿ ನಕ್ಕಿದ್ದು–ಹೀಗೆ ಎಲ್ಲವೂ ಎರಡು–ಮೂರು ಅಂಕದ ವಾಕ್ಯಗಳು. ಆ ಬ್ರಹ್ಮಲಿಪಿ ಓದಲು ಮೇಷ್ಟ್ರು ಮತ್ತೊಮ್ಮೆ ಹುಟ್ಟಿ ಬರಬೇಕಿತ್ತು. ಎಡಭಾಗದಲ್ಲಿ ಶುರುವಾದ ಸಾಲು ಬರೆದೂ ಬರೆದು, ಬಲಭಾಗದ ಮೇಲಿನ ಮೂಲೆಗೆ ತಲುಪಿರುತ್ತಿತ್ತು. ಅಥವಾ ಕೆಳ ಮೂಲೆಯನ್ನು ಮುಟ್ಟುತ್ತಿತ್ತು.

ಗಲಾಟೆ ಮಾಡಿದವರ ಹೆಸರು ಎಂಬುದನ್ನು ಚಿಕ್ಕದಾಗಿ ಗ. ಮಾ. ಹೆ ಶೀರ್ಷಿಕೆಯಲ್ಲಿ ಬರೆದುಕೊಂಡು ಅದರ ಕೆಳಗೆ ಮಕ್ಕಳ ಹೆಸರು, ಅವರ ಗಲಾಟೆಯ ವಿವರವನ್ನು ಬರೆಯುವ ಪರಿಪಾಠ ಎಲ್ಲಾ ಶಾಲೆಯಲ್ಲೂ ಇತ್ತು ಅನಿಸುತ್ತದೆ. ಈ ಗ. ಮಾ. ಹೆ ಎಂಬುದಕ್ಕೆ ನಾವು "ಗಣೇಶ ಮಾಡಿದ ಹೇ..." ಎಂದು ಅಣಕಿಸುತ್ತಿದ್ದೆವು. ತರಗತಿಯಲ್ಲಿದ್ದ ಗಣೇಶ, ಗಣಪತಿ ಎಂಬುವವರಿಗೆ ನಮ್ಮ ಪ್ರಾಣ ತೆಗೆಯುವಷ್ಟು ಸಿಟ್ಟು ಬರುತ್ತಿತ್ತೇನೋ. ನಾವಂತೂ ಅಸಾಧ್ಯ ಕಿತಾಪತಿಯವರು. ಅವಕಾಶ ಸಿಕ್ಕರೆ ಯಾರನ್ನೂ ಅಣಕಿಸದೆ ಬಿಡುವ ಪೈಕಿ ಅಲ್ಲವೇ ಅಲ್ಲ.

ನಂತರ ತರಗತಿಗೆ ಬಂದ ಮೇಷ್ಟ್ರು ಕೆಲವೊಮ್ಮೆ ಚಚ್ಚುತ್ತಿದ್ದರು. ಕೆಲವೊಮ್ಮೆ ಜೋಡಿಮಗ್ಗಿ, ಕಾಗುಣಿತವನ್ನು ಹತ್ತು ಬಾರಿ ಬರೆಯಿರಿ ಎನ್ನುತ್ತಿದ್ದರು. ಹಲವು ಬಾರಿ, ಹೆಸರು ತಪ್ಪು ತಪ್ಪಾಗಿ ಬರೆದ ಕಾರಣಕ್ಕೆ ಲೀಡರ್ರಿಗೇ ಹೊಡೆತ ಬೀಳುತ್ತಿದ್ದ ಘಟನೆಗಳೂ ಇತ್ತು. ಆಗೆಲ್ಲಾ ನಮಗೆ ಹೇಳತೀರದ ಖುಷಿ. ಅವನು ಅವನ ಫ್ರೆಂಡ್ಸ್ ಹೆಸರು ಬರೆಯಲ್ಲ ಸರ್, ಮೋಸ ಮಾಡ್ತಾನೆ ಸಾ... ಎಂದೆಲ್ಲಾ ಹೇಳುತ್ತಿದ್ದೆವು. ಕೆಲವೊಮ್ಮೆ ಅದು ನಿಜವೂ ಇರುತ್ತಿತ್ತು. ಬೇಕಾದವರನ್ನು

ರಕ್ಷಿಸಿಕೊಳ್ಳುವ ಪರಿಪಾಠ ಇವತ್ತಿನದ್ದೇನಲ್ಲ. ಯಾವತ್ತೂ ಇದ್ದದ್ದೇ.

ಕೆಲವೊಮ್ಮೆ ಕ್ಲಾಸ್ ಕಂಟ್ರೋಲ್ ಮಾಡಿಲ್ಲ ಎಂಬ ಕಾರಣಕ್ಕೆ ಲೀಡರ್ರಿಗೆ ಜೋರಾಗಿ ಒದೆ ಬೀಳುತ್ತಿತ್ತು. ನಾವು ಆಗೆಲ್ಲಾ ಬಹಳ ಖುಷಿ ಪಡುತ್ತಿದ್ದೆವು. "ನಮಗೆ ಹೊಡೆಸ್ತಾನೆ ಅಲ್ವಾ? ಇವತ್ತು ಇವ್ನಿಗೇ ಸಮ್ಮ ಬಿದ್ವು" ಎಂದು ಸಂಭ್ರಮಿಸುತ್ತಿದ್ದೆವು. ಜೊತೆಗೆ ಮಾನಿಟರ್ ಚೇಂಜ್ ಆಗಲಿ ಎಂದು ಮೇಷ್ಟ್ರ ಬಳಿ ದೂರು ಕೊಂಡೊಯ್ಯುತ್ತಿದ್ದೆವು.

ನಾಯಕನಿಗೆ ಶಿಕ್ಷೆ ಸಿಕ್ಕಾಗ ಖುಷಿಪಡುವ ಮನಸ್ಥಿತಿ ನಮಗೆಲ್ಲ ಅವಾಗಿಂದಲೇ ಇತ್ತು. ಛೀ. ವಿಕಾರದ ಮನದವರು ನಾವು. ತರಗತಿಯಲ್ಲಿ ಏನೂ ಗಲಾಟೆ, ಘರ್ಷಣೆಗಳಾಗದಂತೆ ನೋಡಿಕೊಳ್ಳುವವನಿಗೆ, ಹೊಡೆತ ಬಿದ್ದಾಗ ಖುಷಿಪಟ್ಟವರು. ಈಗಲೂ ಹಾಗೆಯೇ ಅಲ್ಲವಾ? ದೇಶ ರಕ್ಷಿಸುವ ಹೊಣೆ ಹೊತ್ತವರು, ಒಂದಷ್ಟು ಸ್ಟ್ರಿಕ್ಟ್ ಮಾಡಿದಾಗ, ನಮ್ಮ ಸ್ವೇಚ್ಛೆಗೆ ಅಡ್ಡಿಯಾಯಿತೆಂದು ನಾಯಕನನ್ನೇ ಕಿತ್ತೆಸೆಯಬೇಕು ಎಂಬ ದುಷ್ಟರು ನಾವು. ಗಲಾಟೆ ಮಾಡಿದವರಿಗೆ ಚಚ್ಚುವುದು ಬಿಟ್ಟು, ಕಾವಲಿಗೆ ನಿಂತವರನ್ನೇ ಶಿಕ್ಷಿಸುವುದು.

ಕೆಲವರು ಏನೂ ಹೇಳದೇ, ಬೋರ್ಡ್ ಅಳಿಸಲು ಹೇಳಿ, ಪಾಠ ಶುರು ಮಾಡುತ್ತಿದ್ದರು. ನಮ್ಮ ಕಿತಾಪತಿಗಳೆಲ್ಲವೂ ಒಂದೇ ಕ್ಷಣದಲ್ಲಿ ಡಸ್ಟರಿನ ಕೃಪೆಯಿಂದ ಅಳಿಸಿಹೋಗುತ್ತಿತ್ತು. ಬದುಕಿನ ಎಲ್ಲಾ ಗಲಾಟೆಗಳನ್ನೂ, ತಪ್ಪುಗಳನ್ನೂ ನಿವಾರಿಸಲು, ಆ ಮೂಲಕ ಮತ್ತೆ ಹೊಸದಾಗಿ ಆರಂಭಿಸಲು ಒಂದು ಡಸ್ಟರ್ ಬೇಕಲ್ವಾ?

ಗಲಾಟೆ ಮಾಡಿದವರ ಹೆಸರನ್ನು ಬೋರ್ಡಿನ ಮೇಲೆ ಬರೆಯುವ ಪರಿಪಾಠ ಈ "ಶಾಲೆ" ಎಂಬ ಪರಿಕಲ್ಪನೆ ಆರಂಭವಾದ ದಿನದಿಂದಲೂ ಇದೆ ಅನಿಸುತ್ತದೆ. ಜೋರಾಗಿ ಗಲಾಟೆ ಮಾಡುವವರನ್ನು ಏಕ ಕ್ಷಣದಲ್ಲಿ ಹಿಡಿತಕ್ಕೆ ತರಲು ಶಿಕ್ಷಕರಾದ ನಮಗೆ ಕಲಿತ ವಿದ್ಯೆಗಳು ಸಾಕಾಗುವುದಿಲ್ಲ. ಬಹಳ ಕಿತಾಪತಿಯ, ತುಂಟ ಮಕ್ಕಳು ಕೆಲವೊಮ್ಮೆ ಹೊಡೆತಕ್ಕೆ ಹೆದರುವುದಿಲ್ಲ. ಬೋರ್ಡ್ ಮೇಲಿರುವ ಹೆಸರಿಗೆ ಯೋಚಿಸುತ್ತಾರೆ, ಮರ್ಯಾದೆ ಹೋಗುತ್ತದೆ ಎಂದು ಅಂಜುತ್ತಾರೆ.

ಶಾಲೆಯಲ್ಲಿ ಯಾವಾಗಲೂ ಹೀಗೆಯೇ. ಒಬ್ಬರೇ ಶಿಕ್ಷಕರು ಇರುವಾಗ ಎರಡೂ ಕೊಠಡಿಗಳ ಐದು ತರಗತಿಯನ್ನು ನಿಭಾಯಿಸಬೇಕಾಗುತ್ತದೆ. ಒಂದು ಕೊಠಡಿಯ ಮಕ್ಕಳಿಗೆ ಕಾರ್ಯ ಹಂಚಿಕೆ ಮಾಡಿ ಮತ್ತೊಂದು ಕೊಠಡಿಗೆ ಹೋಗುವಾಗ ಕಡ್ಡಾಯವಾಗಿ ಹೆಸರು ಬರೆಯಲು ತಿಳಿಸಿಯೇ ಹೋಗಬೇಕು. ಇಲ್ಲದಿದ್ದರೆ, ಪಕ್ಕದ ಕೊಠಡಿಯಲ್ಲಿ ಪಾಠ ಮಾಡಲು ಇವರ ಕೂಗಾಟ, ಚಾಡಿ, ಹೊಡೆದಾಟಗಳು ಬಿಡುವುದಿಲ್ಲ. ಜೊತೆಗೆ ನಿಮಿಷಕ್ಕೊಮ್ಮೆ ಬಂದು ಕೇಳುವ,

"ಶಲ್ ಐ ಗೋ ಟು ಟಾಯ್ಲೆಟ್, ಶಲ್ ಐ ಡ್ರಿಂಕ್ ವಾಟರ್" ಎಂಬ ಎರಡು ಸಾಲುಗಳು ನನ್ನ ತಲೆಯಲ್ಲಿ ಇರುವ ಎಲ್ಲವನ್ನೂ ಕ್ಷಣಾರ್ಧದಲ್ಲಿ ಮರೆಸುತ್ತವೆ. ಯಾಕಾದರೂ ಈ ಎರಡು ಇಂಗ್ಲೀಷ್ ವಾಕ್ಯಗಳನ್ನು ಕಲಿಸಿದ್ದೇನೆಯೋ ಎಂದು ನನ್ನ ಹೆಸರನ್ನು ನಾನೇ ಬೋರ್ಡ್ ಮೇಲೆ ಬರೆದುಕೊಂಡು ಹೊಡೆತ ತಿನ್ನುವಷ್ಟು ಸಿಟ್ಟು ಬರುತ್ತದೆ. ಹಾಗಾಗಿ ಈ ಗಲಾಟೆ ತಪ್ಪಿಸಲು ಹೆಸರು ಬರೆಯಲು ಹೇಳುವುದು ಅನಿವಾರ್ಯ. ಇದೊಂದು ರಕ್ಷಣಾ ತಂತ್ರ.

ಅಲ್ಲಿ ಪಾಠ ಮುಗಿಸಿ ಮತ್ತೆ ಈ ತರಗತಿಗೆ ಹಿಂದಿರುಗುವಷ್ಟರಲ್ಲಿ ಬೋರ್ಡಿನ ಮೇಲೆ ಚುಕ್ಕಿ ಇಡಲೂ ಜಾಗವಿಲ್ಲದಷ್ಟು ದೂರುಗಳು. ಒಮ್ಮೆ ನೋಡಿ, ನಕ್ಕು ಬಿಡುತ್ತೇನೆ. ಜೊತೆಗೆ ಸಾಧ್ಯವಾದಷ್ಟು ಬೋರ್ಡಿನ ಮೇಲೆ ಹೆಸರು ಬೀಳದಂತೆ ಬದುಕಬೇಕು ಕಣ್ರೋ ಎಂದು ಹೇಳುತ್ತೇನೆ.

"ಅದು ಹೇಗಾಗತ್ತೆ ಮಿಸ್? ಮೇ ಐ ಟೇಕ್ ಯುವರ್ ಎರೇಸರ್ ಅಂದೆ. ಅದ್ಕೆ ಇವಳು ಹೆಸರು ಬರೆದ್ಲು"

"ಟೇಕ್ ಇಟ್ ಎಂದೆ ಮಿಸ್ ಅದಕ್ಕೆ ನನ್ನ ಹೆಸರನ್ನೂ ಬರೆದಳು", ಇನ್ನೊಬ್ಬನ ಉತ್ತರ.

"ಟಾಯ್ಲೆಟ್‌ಗೆ ಹೋಗಕೆ ಮಿಸ್ ಹತ್ರ ಕೇಳಕೆ ಹೋಬರ್ಲಾ ಅಂದೆ ಮಿಸ್, ಇವ್ಳು ಹೆಸರು ಬರೆದೇಬಿಟ್ಲು..." ಈ ದೂರುಗಳು ಮುಗಿಯುವುದೇ ಇಲ್ಲ. ತರಗತಿ ಮತ್ತಷ್ಟು ಗಿಜಿಗಿಜಿ.

"ಮಕ್ಕಳೇ..."

"ಏನು ಗುರುಗಳೇ"

"ಸ್ಟಾಪ್ ರೈಟಿಂಗ್, ಲುಕ್ ಎಟ್ ಮಿ, ಸ್ಟ್ರೈಟ್ ಯುವರ್ ಬ್ಯಾಕ್, ಕ್ಲೋಸ್ ಯುವರ್ ಬುಕ್ಸ್, ಲಿಸನ್ ಟು ಮಿ" ಎನ್ನುತ್ತಲೇ ಎಲ್ಲಾ ಮಕ್ಕಳೂ ದೇವರಾಗುತ್ತಾರೆ.

"ಗಲಾಟೆ ಮಾಡಬಾರದು ಕಣ್ರೋ, ಓದಿದ್ದು, ನೋಡಿದ್ದು ಏನೂ ನೆನಪಿರಲ್ಲ, ಸೈಲೆಂಟಾಗಿ ಎಲ್ಲವನ್ನೂ ಗಮನಿಸಿ ತಿಳ್ಕೊಬೇಕು, ಬೋರ್ಡಿನ ಮೇಲೆ ಹೆಸರು ಬರೆಸ್ಕೊಳೋದು ಅಂದ್ರೆ ದೊಡ್ಡ ಬಹುಮಾನ ಅನ್ಕೊಂಡಿದೀರಾ? ಒಳ್ಳೆಯ ವಿಚಾರಕ್ಕೆ ಹೆಸರು ಬರಬೇಕು, ಈ ರೀತಿಯ ಗಲಾಟೆಗಳಿಂದಲ್ಲ. ಬೋರ್ಡ್ ಮೇಲಿರೋ ಈ ಹೆಸರಿನಿಂದ ನಿಮಗೆ ಸಿಗೋದು ಶಿಕ್ಷೆಯೇ ಹೊರತೂ ಮತ್ತೇಂತ ಇದೆ? ನಿಮ್ಮ ಹೆಸರು ಇರಬೇಕು ಅಂದ್ರೆ, ಚಂದ ಓದಿರೋ ಮಕ್ಕಳ ಪಟ್ಟಿಯಲ್ಲಿ, ಒಳ್ಳೆಯ ಕೆಲಸ ಮಾಡಿರೋರ ಪಟ್ಟಿಯಲ್ಲಿ ನಿಮ್ಮ ಹೆಸರು ಇರಲಿ. ಇಲ್ಲಿ ಬರೆದ ಹೆಸರು ಒಂದು ಕ್ಷಣದಲ್ಲಿ ಅಳಿಸಬಹುದು. ದೇವರ ಲೆಕ್ಕದ ಬೋರ್ಡಿನಲ್ಲಿಯೂ ನಮ್ಮ ಹೆಸರು ಅನ್ಯಾಯದ ಪಟ್ಟಿಯಲ್ಲಿ ಬೀಳಬಾರದಲ್ವಾ? ಅಲ್ಲಿ ಒಂದೇ ಬಾರಿಗೆ ಅಳಿಸುವ ಡಸ್ಟರ್ ಇದೆಯೋ, ಇಲ್ಲವೋ ಗೊತ್ತಿಲ್ಲ. ಪ್ರಾಮಾಣಿಕರು,

ಕರ್ತವ್ಯಪರರು, ಮೌಲ್ಯವಂತರ ಪಟ್ಟಿಯಲ್ಲಿ ಇರುವ ಹೆಸರಿಗೆ ಬಹಳ ಬೆಲೆ. ಅಲ್ಲಿ ನಮೂದಾಗುವುದು ಬಹಳ ಕಷ್ಟ. ಆ ಹೆಸರಿಗೆ ಸುವರ್ಣಾಕ್ಷರದಷ್ಟು ಬೆಲೆಯಿದೆ, ಈಗಲೇ ನಿಮಗೆ ಅರ್ಥವಾಗುವುದಿಲ್ಲ, ಈಗ ಆಟಕ್ಕೆ ನಡೆಯಿರಿ. ಅಲ್ಲೂ ಗಲಾಟೆ ಮಾಡಿ ಹೆಸರು ತಗೊಂಡು ಬರಬೇಡಿ ಮತ್ತೆ" ಎಂದು ಆಟಕ್ಕೆ ಕಳಿಸಿದೆ. ಬೋರ್ಡಿಗೆ ಬಿದ್ದ ಹೆಸರು ಅಳಿಸಿಹೋಗುವುದು ಸುಲಭವಲ್ಲ.

5

ಹೇನುಗಳೆಂಬ ಮಾಯಾಮೃಗ

ನನಗೊಂದು ಕೆಟ್ಟಾತಿಕೆಟ್ಟ ಅಭ್ಯಾಸವಿದೆ. ನನ್ನ ಮುಂದೆ ಯಾರಾದರೂ ನಿಂತಿದ್ದರೆ ಅಥವಾ ಕೂತಿದ್ದರೆ, ಅವರ ತಲೆಯನ್ನು ನೋಡುವುದು. ಒಂದಾದರೂ ಹೇನು ಕಾಣುತ್ತದಾ? ಎಂದು ಹುಡುಕುವುದು.

ಇದೊಂದು ಅಭ್ಯಾಸ ನನಗೆ ಯಾಕೆ ಉಂಟಾಯಿತೆಂದೇ ಅರ್ಥವಾಗುವುದಿಲ್ಲ. ಶಾಲೆಯಲ್ಲಿ ಮಕ್ಕಳ ಹಿಂದೆ ಪ್ರಾರ್ಥನೆಗೆ ನಿಂತಾಗಲೂ ಕಣ್ಣು ಅವರ ತಲೆಯ ಮೇಲೆಯೇ ಇರುತ್ತದೆ. ಯಾರಿಗೂ ಕಾಣದ ಹೇನು ನನ್ನ ಕಣ್ಣಿಗೆ ಬಿದ್ದೇ ಬೀಳುತ್ತದೆ. ತೆಗೆದು ಅವರ ಕೈಗೆ ಕೊಡುತ್ತೇನೆ. ಒಂದು ಕ್ಷಣ ನಗು ಬಂದುಬಿಡುತ್ತದೆ ಎಲ್ಲರಿಗೂ. "ಸೈನಿಕರು ಸಿಕ್ಕಿದ್ರಾ ಮಿಸ್?" ಎಂದು ಒಬ್ಬ ಕೇಳುತ್ತಾನೆ. ಕರಿ, ಬಿಳಿ ಬಣ್ಣದ ಚುರುಕಾಗಿ ಓಡುವ ಹೇನುಗಳನ್ನು ಹೆಕ್ಕಿಕೊಡಲು ಒಂಥರಾ ಮಜವಿರುತ್ತದೆ. ಕೆಲವೊಮ್ಮೆ ಅವು ಕೈಗೇ ಸಿಗದೇ, ಮಾಯಾಮೃಗದಂತೆ ಓಡಿಬಿಡುತ್ತವೆ. ಎಷ್ಟು ಹುಡುಕಿದರೂ ಸಿಗುವುದೇ ಇಲ್ಲ. ಹಾಗಂತ ಅದನ್ನು ಸಾಯಿಸಲು ನನಗೆ ಹೇಸಿಗೆಯಾಗುತ್ತದೆ. ಸಾಯಿಸಲು ಅಸಿಸ್ಟೆಂಟ್ ಇರುತ್ತಾರೆ ಬಿಡಿ. ಈ ಮಕ್ಕಳೂ ಅಂಥವರೇ, ಹೇನು ತೆಗೆದ ಕೂಡಲೇ ನಂಕೊಡಿ ಮಿಸ್, ನಂಗೆ ಬೇಕು ಎನ್ನುವ ಹೇನಿನ ಅಭಿಮಾನಿ ಬಳಗ ಬಹಳ ದೊಡ್ಡದಿದೆ. ಅವರದನ್ನು ಡಬ್ಬಿಯಲ್ಲಿ ಇಡುವುದು, ನೀರಿನಲ್ಲಿ ಮುಳುಗಿಸಿ ಇಟ್ಟು ನೋಡುವುದು, ಎಷ್ಟು ದಿನ ಬದುಕಿತ್ತು ಎಂದು ವೀಕ್ಷಿಸುವುದು ಹೀಗೆ ಎಲ್ಲವನ್ನೂ ಮಾಡುತ್ತಾರೆ. ಇಷ್ಟು ಸಾಲದೆಂಬಂತೆ, "ಮಿಸ್ ಇವಳ ತಲೆಯಲ್ಲಿ ಒಂದ್ರಾಶಿ ಸೈನಿಕರು ಇದಾರೆ, ಯಾವಾಗ ತೆಗೀತೀರಿ ಮಿಸ್?"

ಎಂದು ಪ್ರಶ್ನಿಸುವ ಮಟ್ಟಿಗೆ ಇವರು ತಯಾರಾಗಿದ್ದಾರೆ. ಹೇನು ನೋಡುವಾಗ ಹೇಳುತ್ತೇನೆ. "ಹೇನು ಇದ್ದವರಿಗೆ ಓದಿದ್ದು ನೆನಪಿನಲ್ಲಿ ಇರುವುದಿಲ್ಲ, ಹಾಗಾಗಿ ತಲೆಯನ್ನು ಸ್ವಚ್ಛವಾಗಿ ಇಟ್ಟುಕೊಳ್ಳಿ. ತಲೆಯ ಮೇಲುಭಾಗ ಮಾತ್ರಾ ಸ್ವಚ್ಛವಿದ್ದರೆ ಸಾಕಾ? ಒಳಭಾಗ ಹೇಗಿರಬೇಕು? ಇಲ್ಲ ಸಲ್ಲದ ಚಿಂತೆ, ಬೇಡದ ಯೋಚನೆ, ಕೆಟ್ಟ ಬುದ್ಧಿಗೆ ಜಾಗ ಕೊಡಬೇಕಾ? ಅಂತಹ ಕ್ರಿಮಿಗಳನ್ನೂ ತಲೆಯಿಂದ ತೆಗೆದುಹಾಕಬೇಕು. ನೋಡಿ, ಹೇನುಗಳೇ ನಿಮ್ಮನ್ನು ಹೊತ್ಗೊಂಡು ಹೋಗಿ, ಜೋಗದ ಗುಂಡಿಗೆ ಹೊತ್ತಾಕ್ತಾವಂತೆ, ಹುಷಾರಾಗಿರ್ರೋ".

ಈ ತಲೆ ನೋಡುವುದು ನನ್ನ ಬಾಲ್ಯದಿಂದಲೂ ಇದ್ದ ಅಭ್ಯಾಸವೇ. ಶಾಲೆಯಲ್ಲಿ ಪ್ರಾರ್ಥನೆಗೆ ನಿಂತಾಗ ಮುಂದಿನವಳ ಮಂಡೆಯನ್ನು ನೋಡುವುದು. ತರಗತಿಯಲ್ಲಿ ಕೂತಾಗ ಮುಂದಿನ ಬೆಂಚಿನವಳ ತಲೆಯಲ್ಲಿ ಶೋಧನಾಕಾರ್ಯವನ್ನು ಮುಂದುವರೆಸುವುದು. ಹೈಸ್ಕೂಲಿನಲ್ಲಿ ಇರುವಾಗ ನನ್ನ ಮುಂದೆ ಒಬ್ಬಳು ಕೂರುತ್ತಿದ್ದಳು. ಅವಳ ತಲೆಯಲ್ಲಿ ಅಸಂಖ್ಯ ಹೇನುಗಳು! ನನಗೆ ಕಂಡೊಡನೆ, ಪಕ್ಕದಲ್ಲಿ ಕೂತ ಮೈತ್ರಿಗೆ ತೋರಿಸಿ ನಗುತ್ತಿದ್ದೆ. ಕೆಲವೊಮ್ಮೆ ತೆಗೆದು ಅವಳ ನೋಟ್ಸ್ ಮೇಲೆ ಬಿಡುತ್ತಿದ್ದೆ. ಅವಳು ಶಾಲೆಗೆ ಬಾರದ ದಿನ ನನಗೆ ಪರಮ ಬೇಜಾರು.

ಈ ಕೆಟ್ಟ ಹವ್ಯಾಸ ವೃತ್ತಿಗೆ ಸೇರಿದ ನಂತರವೂ ಸಾಧ್ಯಂತವಾಗಿ ಮುಂದುವರೆಯಿತು. ಅಲ್ಲಿ ಬಿಡಬೇಕಿತ್ತು ನಾನು. ಆದರೆ ಅದು ಹೇಗೋ ಅಭ್ಯಾಸವಾಗಿಬಿಟ್ಟಿತು. ಶಾಲೆಯಲ್ಲಿ ಕೆಲಸ ಇಲ್ಲದಾಗ ಮಕ್ಕಳ ಜುಟ್ಟು, ಜಡೆಯನ್ನು ಬಿಚ್ಚಿ ಹೇನು ನೋಡುವುದೊಂದು ಮಾಮೂಲಿ ಪ್ರಕ್ರಿಯೆಯಾಗಿಬಿಟ್ಟಿತು. ಇದಕ್ಕೆ ಕಾರಣವೂ ಇದೆ. ನಾನು ಕೆಲಸಕ್ಕೆ ಸೇರಿದ ಹೊಸದರಲ್ಲಿ ಅಮ್ಮ ಜೊತೆಗಿಲ್ಲದ ಮಗುವೊಂದು ತಲೆ ತುಂಬಾ ಹೇನು ಮಾಡಿಕೊಂಡು ಶಾಲೆಗೆ ಬರುತ್ತಿತ್ತು. ಅದನ್ನು ನೋಡಿ ಬೇಸರವಾಯಿತು. ಹಾಗಾಗಿ ಮಗುವನ್ನು ಕೂರಿಸಿಕೊಂಡು ಬಾಚಣಿಗೆ ತಂದು, ತಲೆಯನ್ನು ಕೆರೆದೂ ಕೆರೆದು ಬಾಚಿ ಹೇನು ತೆಗೆದೆ. ಮೆಡಿಕೇರ್ ತಂದುಕೊಟ್ಟೆ. ಅವಳ ತಲೆಯಲ್ಲಿ ಹೇನು ತೆಗೆದ ನಂತರ ತುಂಬಾ ಮಕ್ಕಳ ತಲೆಯಲ್ಲಿ ಹೇನು ಇರುವುದು ಕಾಣಿಸಿತು. ಅವರ ಅಮ್ಮಂದಿರನ್ನು ಬೈಯುತ್ತಲೇ ತೆಗೆದು ಕೊಡುತ್ತಿದ್ದೆ. ಹೀಗೆ ಮಾಡಿದ್ದರಿಂದ ಅವರ ಅಮ್ಮಂದಿರು, "ಟೀಚರ್ ಹೇನು ತೆಗೆಯುತ್ತಾರಲ್ಲ ಛೇ, ಪಾಪ" ಎಂದು ಮಕ್ಕಳ ಕಡೆ ಗಮನ ಕೊಟ್ಟರು, ಇದು ಅವರ ಮರ್ಯಾದೆಯ ಪ್ರಶ್ನೆಯಾಯಿತು. ಅದಕ್ಕಿಂತ ಹೆಚ್ಚಾಗಿ ತಲೆ ಬಾಚಿಸಿಕೊಳ್ಳಲು ಕೈಗೆ ಸಿಗದೇ ಓಡುತ್ತಿದ್ದ ಮಕ್ಕಳು ಅನಿವಾರ್ಯವಾಗಿ ಅಮ್ಮನ ಬಳಿ ಕೂತರು. ಕೂತರಷ್ಟೇ, "ಅಮ್ಮನಿಗಿಂತ ಮಿಸ್ಸೇ ನೀಟಾಗಿ ತಲೆ ಬಾಚುತ್ತಾರೆ" ಎಂದು ಮಕ್ಕಳು ನನಗೆ ಪ್ರಶಸ್ತಿ ಕೊಟ್ಟರು. ಅವರಮ್ಮಂದಿರು, "ಮಿಸ್ಸಿಗೆ ಚೂರೂ ನಾಚಿಕೆ–ಹೇಸಿಗೆ ಇಲ್ಲ" ಎಂದರು.

ಒಮ್ಮೆ ನನ್ನ ಶಿಷ್ಯನೊಬ್ಬ ಒಂದು ಪರಿಹಾರ ಕೊಟ್ಟ. "ಹೇನನ್ನು ತೆಗೆದು ವೀಳ್ಯದೆಲೆಯ ಮೇಲೆ ಇಟ್ಟು ನೀರಿನಲ್ಲಿ ಬಿಡಬೇಕು, ಹಾಗೆ ಬಿಟ್ಟರೆ ಹೇನು ಮತ್ತೆ ಬರುವುದಿಲ್ಲ". ಒಂದು ದಿನ ಸಾವಿರ ಸಂಖ್ಯೆಯ ಹೇನಿನ ಒಡತಿಯನ್ನು ಕೂರಿಸಿಕೊಂಡು ನೂರು ಹೇನು ತೆಗೆದು, ಅಳಿಸುವ ರಬ್ಬರಿನ ಚಿಕ್ಕ ಬಾಕ್ಸಿಗೆ ಹಾಕಿಕೊಟ್ಟೆವು. ಅವಳಿಗೆ ಹೇಳಿದ್ದೆ. "ಇದನ್ನು ಎಲೆಯಲ್ಲಿ ಇಟ್ಟು, ನೀರಿನಲ್ಲಿ ಬಿಡು".

ಹಾಗೆಯೇ ಮಾಡಿದಳಂತೆ, ಆದರೆ ಹೇನು ಕಡಿಮೆಯಾಗಲಿಲ್ಲ. ಐಡಿಯಾ ಕೊಟ್ಟ ಮಹಾನುಭಾವವನ್ನು ಕೇಳಿದರೆ, ಪುಣ್ಯಾತ್ಮ ಹೇಳುತ್ತಾನೆ, "ಅದರ ಜೊತೆ ಒಂದ್ರುಪಾಯಿ, ಅಡಕೆ ಇಟ್ಟು ಪೂಜೆ ಮಾಡ್ಬಕು ಮಿಸ್". "ಹೇನುಗಳಷ್ಟೂ ನಿನ್ನ ತಲೆಗೇ ಬರಲಿ" ಎಂದು ನಾನು ಅವನಿಗೆ ವರ ಕೊಟ್ಟೆ.

ಈ ಹೇನು ತೆಗೆಯುವ ಪ್ರಕ್ರಿಯೆ ಇನ್ನೊಂದು ಹೆಜ್ಜೆ ಮುಂದೆ ಹೋಗಿ, ಕೂದಲು ಕತ್ತರಿಸುವ ಮಟ್ಟಕ್ಕೆ ಹೋಯಿತು. ಇಲಿ ಬಾಲದಂತಹ ಚುಪುರು ಕೂದಲಿನ ಮಕ್ಕಳನ್ನು ಸಾಲಾಗಿ ನಿಲ್ಲಿಸಿ, ಕೂದಲನ್ನು ಲೆವೆಲ್ ಕಟ್ ಮಾಡಿಬಿಡುತ್ತೇನೆ. ಅದನ್ನು ನೋಡಿ ಈ ಗಂಡುಮಕ್ಕಳು, "ಮಿಸ್ಸಿನ ಚೌರದಂಗಡಿ ಓಪನ್ನಾತು, ಬಾರಾ ನಾವೊಂಚೂರು ಕಟಿಂಗ್ ಮಾಡ್ಸ್ಕ್ಯಂಡು ಬಂದ್ರಾತಿತು" ಎಂದು ತಮಾಷೆ ಮಾಡುತ್ತಾರೆ. ಕಟ್ ಮಾಡಿದ ನಂತರ ಅವರ ಕೂದಲಿಗೆ ಹೊಂದುವ ಹಾಗೆ ಹೇರ್ ಸ್ಟೈಲ್ ಮಾಡುವುದು. ಇದು ಸಾಮಾನ್ಯವಾಗಿ ಶನಿವಾರ ನಡೆಯುವ ಪ್ರಕ್ರಿಯೆ. ಏಕೆಂದರೆ ಶನಿವಾರ ಎಲ್ಲರೂ ತಲೆಸ್ನಾನ ಮಾಡಿಕೊಂಡು ಬಂದಿರುತ್ತಾರೆ, ಕೂದಲಿನಲ್ಲಿ ಎಣ್ಣೆಯ ಜಿಡ್ಡು ಇರುವುದಿಲ್ಲ. ಕಟ್ ಮಾಡುವಾಗ ಕೂದಲು ಅಡ್ಡಾದಿಡ್ಡಿಯಾಗುವುದಿಲ್ಲ. ಹೀಗಾಗಿ ಶನಿವಾರ ಬಿಸಿಬಿಸಿ ತಿಂಡಿ ತಿಂದ ನಂತರ ಶೌಚಾಲಯದ ಎದುರು ನನ್ನ ಬ್ಯೂಟಿ ಪಾರ್ಲರ್ ತೆರೆಯಲ್ಪಡುತ್ತದೆ.

ಕೂದಲು ಕತ್ತರಿಸುವಾಗ ಮಕ್ಕಳೆದುರು ನನ್ನ ಬಾಲ್ಯವನ್ನು ಬಿಚ್ಚುತ್ತೇನೆ. ಮಕ್ಕಳು ಖುಷಿಯಿಂದ, ಕುತೂಹಲದಿಂದ ಆಲಿಸುತ್ತಾರೆ, "ನಾನು ಚಿಕ್ಕವಳಿದ್ದಾಗ ನನ್ನ ತಲೆಯಲ್ಲೂ ರಾಶಿ ಹೇನುಗಳಿದ್ದವು. ಆದರೆ ನಾನು ಹೇನು ತೆಗೆಸಿಕೊಳ್ಳಲು ಅಮ್ಮನ ಬಳಿ ಕೂರುತ್ತಲೇ ಇರಲಿಲ್ಲ. ಓಡುವುದೇ ನನ್ನ ಕಾಯಕ. ಆಗ ಅಮ್ಮ ಒಂದು ಕತೆ ಹೇಳುತ್ತಿದ್ದಳು. ತುಂಬಾ ಹೇನಿದ್ದರೆ ತೆಗೆಯಲು ಮಂಗನನ್ನು ಕರೆಸುತ್ತಾರಂತೆ, ಹೇನು ತೆಗೆಯಲು ಕೂತ ಮಂಗ, ತೆಗೆದ ಹೇನುಗಳನ್ನು ಬಾಯಿಗೆ ಹಾಕಿಕೊಂಡು ಖಾಲಿ ಮಾಡುತ್ತದೆಯಂತೆ, ಕೊನೆಯಲ್ಲಿ ಒಂದೂ ಹೇನು ಸಿಗಲಿಲ್ಲ ಎಂದು ಮಂಡೆಗೆ ಹೊಡೆದು, ಮೈಯನ್ನು ಪರಚುತ್ತದೆಯಂತೆ, ನಾನು ಮಂಗನನ್ನು ಕರೆಸ್ಲಾ? ಎನ್ನುತ್ತಿದ್ದಳು. ನಾನು ಹೆದರಿ ಮಂಡೆ ಕೊಟ್ಟು ಕೂರುತ್ತಿದ್ದೆ. ನಂತರದ ದಿನಗಳಲ್ಲಿ ನನ್ನ ಆತ್ಮೀಯ ಗೆಳತಿ ಮಾನಸಾ, ಹೇನು

ತೆಗೆದು ಕೊಡುತ್ತಿದ್ದಳು." ಹೀಗೆ ಕತೆ ಹೇಳುವಾಗ ಮಕ್ಕಳಿಗೆ ತುಂಬಾ ನಗು ಮತ್ತು ನನ್ನ ಬಾಲ್ಯದ ಬಗ್ಗೆ ಅತೀವ ಕುತೂಹಲ.

ಒಮ್ಮೆ ಹೀಗಾಯಿತು. ನಾನು ಶುಭ ಶನಿವಾರದಂದು ಕತ್ತರಿ, ಬಾಚಣಿಗೆ ಇತ್ಯಾದಿ ಶಸ್ತ್ರಗಳೊಂದಿಗೆ ಶೌಚಾಲಯದ ಎದುರು ನಿಂತಿದ್ದೆ. ಆಗ ನಾನು ಏಕೋಪಾಧ್ಯಾಯ ಶಾಲೆಯ ಮುಖ್ಯೋಪಾಧ್ಯಾಯಿನಿ. ಕೆಲವು ಮಕ್ಕಳು ನನ್ನೆದುರು ತಲೆ ಕೂದಲು ಬಿಚ್ಚಿಕೊಂಡು ದ್ರೌಪದಿ, ಚಂದ್ರಮತಿ ಇತ್ಯಾದಿ ರೂಪದಲ್ಲಿ ನಿಂತಿದ್ದರು. ಉಳಿದ ಕೆಲವರು ನನ್ನ ಕೈಚಳಕವನ್ನು ನೋಡುತ್ತಾ ನಿಂತಿದ್ದರು. ಇನ್ನುಳಿದವರಿಗೆ ಆಟದ ಸಂಭ್ರಮ. ಈ ತಲೆಕೂದಲು ಕತ್ತರಿಸುವ ಗಲಾಟೆಯಲ್ಲಿ ಶಾಲೆಯ ಗೇಟಿನೆದುರು ಜೀಪು ಬಂದು ನಿಂತಿದ್ದಾಗಲೀ, ಅದರಿಂದ ಒಂದಿಬ್ಬರು ಇಳಿದು ಬಂದಿದ್ದಾಗಲೀ ಗೊತ್ತಾಗಲಿಲ್ಲ. ಅವರು ಸೀದಾ ಹುಡುಕಿಕೊಂಡು ಒಳ ಬಂದಿದ್ದಾರೆ, ನಾನು ಕಂಡಿಲ್ಲ. ಅಡುಗೆ ಕೋಣೆಗೆ ಬೀಗ ಹಾಕಿತ್ತು. ಮಕ್ಕಳ ಗಲಾಟೆ ಬಿಟ್ಟರೆ, ನಾನಿಲ್ಲ. ಶಾಲೆಯ ಹಿಂಭಾಗದಲ್ಲಿರುವ ಶೌಚಾಲಯದೆದುರು ನಾನು ಅಂಗಡಿಯಿಟ್ಟು ಕೆಲಸ ಶುರು ಮಾಡಿದ್ದೆ.

ಬಂದ ಅಧಿಕಾರಿಗಳಿಗೆ ಏನೆನಿಸಿತೋ ಗೊತ್ತಿಲ್ಲ. ನನಗೆ ಮಾತ್ರಾ ಹೃದಯ, ಕರುಳು, ಜಠರ, ಕಿಡ್ನಿ ಎಲ್ಲವೂ ಬಾಯಿಗೆ ಬಂದಿತ್ತು. "ನಮಸ್ತೇ ಸರ್" ಎನ್ನಲು ಗಂಟಲು ಅವಕಾಶವನ್ನೇ ಕೊಡುತ್ತಿಲ್ಲ. ಉಳಿದ ಕೂದಲನ್ನು ಲೆವೆಲ್ ಮಾಡಬೇಕಾ? ಹಾಗೆಯೇ ಬಿಡಬೇಕಾ? ಗೊತ್ತಾಗದೇ ಪೆಕರು ಪೆಕರಾಗಿ ನಿಂತೆ. ಇದ್ದುದರಲ್ಲಿ ಅವರ ಡ್ರೈವರ್ ಅಧಿಕಾರಿಯ ಪರಿಚಯ ಮಾಡಿಸಿದರು, ಚೂರು ಧೈರ್ಯ ಬಂತು, "ನಮಸ್ಕಾರ ಸರ್" ಎಂದು ಇನ್ನೊಮ್ಮೆ ಗಟ್ಟಿಯಾಗಿ ಹೇಳಿ, ಕತ್ತರಿ ಅಲ್ಲಿಯೇ ಬಿಟ್ಟು ಕೈ ತೊಳೆದು ತರಗತಿಯೊಳಗೆ ಬಂದೆ. ಅವರು ಆ ದಿನ ಒಂದೇ ಒಂದು ಫೈಲು, ಪಾಠ ಟಿಪ್ಪಣಿ, ಟಿ.ಎಲ್.ಎಮ್. ದಾಖಲೆಗಳನ್ನು ಕೇಳಲಿಲ್ಲ. "ಶಾಲೆ ಚೆನ್ನಾಗಿದೆ, ಒಳ್ಳೆಯದಾಗಲಿ" ಎಂದು ಹೇಳಿ ಹೋದರು. ಅವರು ಹೋದ ಮೇಲೂ ಭಯದಿಂದ ನಡುಗುತ್ತಿದ್ದೆ.

ನನಗೆ ಹೆದರಿಕೆಯಾಗಲು ಕಾರಣವಿತ್ತು. ಆಗ ತಾನೇ ಆರ್.ಟಿ.ಇ. ಸೀಟ್ ಎಂದು ಹೊಸ ಯೋಜನೆ ಶುರುವಾಗಿತ್ತು. ಪ್ರತಿಷ್ಠಿತ ಖಾಸಗಿ ಶಾಲೆಗಳಲ್ಲಿ, ಶುಲ್ಕ ನೀಡುವ ಮಕ್ಕಳ ಸರಿಸಮವಾಗಿ ಬಡ ಮಕ್ಕಳಿಗೆ ಉಚಿತ ಪ್ರವೇಶ ನೀಡಲಾಗುತ್ತಿತ್ತು. ಈ ಶುಲ್ಕವನ್ನು ಸರ್ಕಾರವೇ ನೀಡುತ್ತಿತ್ತು. ಆದರೆ ಕೆಲವು ಶಾಲೆಯಲ್ಲಿ ಆರ್.ಟಿ.ಇ. ಮಕ್ಕಳನ್ನು ಗುರುತಿಸಲು ಅವರ ತಲೆ ಕೂದಲನ್ನು ವಿಚಿತ್ರವಾಗಿ ಕತ್ತರಿಸಿಟ್ಟಿದ್ದ ಸುದ್ದಿ ಪೇಪರಿನಲ್ಲಿ ಬಂದಿತ್ತು. ಇದು ವಿಕೃತಿಯಲ್ಲದೆ ಮತ್ತೇನು? ಇದನ್ನು ನೋಡಿದ ಅಧಿಕಾರಿಗಳು ನನ್ನ ಕೆಲಸವನ್ನು ಅದೇ ರೀತಿಯ ವಿಕಾರವೆಂದು ಬಗೆದು, ನನ್ನನ್ನು ನೀರು-ನೆಲೆ ಇಲ್ಲದ ಊರಿಗೆ ಎತ್ತಂಗಡಿ ಮಾಡಿದರೆ? ಹಾಗಂತ ನಮ್ಮದೇನೂ ಹೈಫೈ ಖಾಸಗಿ ಶಾಲೆಯಲ್ಲ, ಇಲ್ಲಿ

ಆರ್ಟಿಈ ಸೀಟೂ ಇಲ್ಲ. ಜೊತೆಗೆ ಮಕ್ಕಳನ್ನಷ್ಟೇ ಅಲ್ಲದೆ, ಅವರ ವಂಶವನ್ನೇ ಗುರುತಿಸುವಷ್ಟು ಸಾಮರ್ಥ್ಯವೂ ನನಗಿತ್ತು. ಅದಕ್ಕೆ ಕೂದಲು ಕತ್ತರಿಸಿ ಗುರುತು ಮಾಡಿಡುವ ಅಗತ್ಯವಿಲ್ಲ. ಆದರೂ ಮುಜುಗರ ಮಿಶ್ರಿತ ಭಯವಿದ್ದದ್ದು ನಿಜ. ಆಗಿನ ಭಯವನ್ನು ಈಗ ನೆನಪು ಮಾಡಿಕೊಂಡರೆ, ನಗು ಉಕ್ಕಿ ಬರುತ್ತದೆ. ಆ ದಿನದ ಘಟನೆಯ ನಂತರ ನಾನು ಕೂದಲು ಕತ್ತರಿಸುವುದನ್ನು ಬಿಟ್ಟೆ ಎಂದು ಅಂದುಕೊಳ್ಳಬೇಡಿ. ಹುಟ್ಟು ಗುಣ, ಚಟ್ಟ ಹತ್ತುವ ತನಕವೇ ಇರುತ್ತದೆಯಂತೆ, ಇನ್ನು ಘಟ್ಟ ಹತ್ತಿದರೆ ಬಿಡುತ್ತದಾ?

ಇದೊಂದು ಅತ್ಯದ್ಭುತ ಸಂಗತಿ, ನಾನೊಬ್ಬಳು ಅಸಾಮಾನ್ಯ ಶಿಕ್ಷಕಿ ಎಂದು ತುಂಬಾ ಜನರು ಹೊಗಳುತ್ತಾರೆ, ಟೀಚರಿಗೆ ಹೇಸಿಗೆಯೇ ಇಲ್ಲ, ಹೊಲಸು ಎಂದು ಜುಗುಪ್ಸೆ ಪಟ್ಟವರೂ ಇದ್ದಾರೆ. ನನಗೆ ಒಂದು ದಿನಕ್ಕೂ ಈ ಎರಡು ಭಾವವೂ ಕಾಡಿಲ್ಲ. ಪಾಠ ಮಾಡುವಷ್ಟೇ ಸಲೀಸಾಗಿ ಹೇನು ತೆಗೆಯುವುದು, ತಲೆ ಬಾಚುವುದು, ಕೂದಲು ಕತ್ತರಿಸುವುದು ಮಾಡುತ್ತೇನೆ. ಕೆಲವೊಮ್ಮೆ ನನ್ನ ಮೇಲೆಯೇ ನನಗೆ ಅನುಮಾನ ಕಾಡಿದೆ. ನನಗೇನಾದರೂ ಗೀಳು ಅಥವಾ ಮನೋರೋಗ ಇದೆಯಾ? ಹೇನು ತೆಗೆಯುವುದೊಂದು ಚಟ ಅಂಟಿಕೊಂಡಿರಬಹುದಾ? ಅತಿಯಾದ ಸ್ವಚ್ಛತೆಯೂ ಒಂದು ವ್ಯಸನ ಎಂದು ಎಲ್ಲೋ ಓದಿದ್ದೆ. ಮೊಬೈಲ್ ಗೇಮ್ಸ್, ಫೇಸ್‌ಬುಕ್, ವಾಟ್ಸಾಪ್, ಕುದುರೆ ರೇಸ್ ಇದ್ದ ಹಾಗೆ ನನಗೆ ಈ ಹೇನು ಹುಡುಕುವುದು ಚಟವಾ? ರೋಗವಾ? ಮಾನಸಿಕ ಕಾಯಿಲೆಯಾ? ಎಂದು ತುಂಬಾ ದಿನಗಳ ಕಾಲ ಯೋಚಿಸಿದ್ದೇನೆ.

ಈ ಮಕ್ಕಳ ತಲೆಯಲ್ಲಿ ಹೇನು ತೆಗೆಯಲು ಕಾರಣವಿದೆ. ಈ ಮಕ್ಕಳು ಚಿಕ್ಕವರು. ನನಗೆ ಅಂಟಿಕೊಂಡೇ ಇರುತ್ತಾರೆ. ಒರಗಿಕೊಂಡು ಕೂರುತ್ತಾರೆ. ಮೊಬೈಲಿನಲ್ಲಿ ವೀಡಿಯೋ ತೋರಿಸುವಾಗ ತಲೆಗೆ ತಾಗುತ್ತಾರೆ. ಹೀಗಾದಾಗ ಅವರ ತಲೆಯ ಹೇನು ಯಾವುದೋ ಮಾಯಕದಲ್ಲಿ ನನ್ನ ತಲೆಗೆ ಹಾರಿ, ನಾನು ತಲೆ ಕೆರೆದುಕೊಳ್ಳುವ ಪ್ರಸಂಗ ಎದುರಾಗಿತ್ತು. ಅದನ್ನು ತಪ್ಪಿಸಿಕೊಳ್ಳಲು ಈ ಕೆಲಸವನ್ನು ಮಾಡಿದ್ದಿದೆ. ಹಾಗಾಗಿ ಇದು ಕಾಯಿಲೆಯಲ್ಲ ಎಂದು ನನಗೆ ನಾನೇ ಸಮಾಧಾನ ಮಾಡಿಕೊಂಡೆ.

ಒಮ್ಮೆ ಆಗುಂಬೆ ಘಾಟಿಯಲ್ಲಿ ಸೂರ್ಯಾಸ್ತ ನೋಡಲು ಕಾರು ನಿಲ್ಲಿಸಿದ್ದೆವು. ಅಲ್ಲೊಂದು ಮಂಗ ಇನ್ನೊಂದು ಮಂಗದ ತಲೆಯಲ್ಲಿ ಹೇನು ನೋಡುತ್ತಿತ್ತು. ಅದನ್ನು ನೋಡಿದ ಯಜಮಾನರು, ಮಗಳಿಗೆ ಹೇಳುತ್ತಿದ್ದುದು ಬೇಡವೆಂದರೂ ಕಿವಿಗೆ ಬಿತ್ತು, "ಚಿನ್ನು ಅಲ್ಲಿ ನೋಡು, ನಿನ್ನ ಅಮ್ಮ ಮತ್ತು ಅವಳ ಸ್ಟೂಡೆಂಟ್ಸು!"

ಮಗಳು ಶಾಲೆಗೆ ಹೋಗಲಾರಂಭಿಸಿದಾಗ ಅವಳ ತಲೆಯಲ್ಲೂ ಹೇನು. ಸಂಜೆ ಅವಳ ತಲೆ ಕೆರೆಯುವುದು. ಮನೆಯಲ್ಲೂ, ಶಾಲೆಯಲ್ಲೂ ಪಾಠ

ಮಾಡುವುದು, ಅವರ ಅನುಮಾನಗಳನ್ನು ಪರಿಹರಿಸುವುದು, ಪ್ರಶ್ನೆಗಳಿಗೆ ಉತ್ತರಿಸುವುದು ಸಾಲದು ಎಂಬಂತೆ ಹೇನು ತೆಗೆಯುವುದು. ಸಾಕಪ್ಪಾ ಸಾಕು, ಇದರ ಸಹವಾಸ. ಮಗಳು ಯಾಕೋ ನಿದ್ರೆಯಲ್ಲಿ ತಲೆಯನ್ನು ತುರಿಸಿಕೊಳ್ಳುತ್ತಿದ್ದಾಳೆ. ಈಗಲೇ ಒಮ್ಮೆ ನೋಡಿಬಿಡುತ್ತೇನೆ. ಇಲ್ಲದಿದ್ದರೆ ನನಗೆ ರಾತ್ರಿಯೆಲ್ಲಾ ನಿದ್ರೆ ಬಾರದೇ ತಲೆ ತುರಿಸಿಕೊಳ್ಳಬೇಕಾಗುತ್ತದೆ.

6

ಕತ್ತರಿ ಮತ್ತು ಬಣ್ಣದ ಪೇಪರು

ನನಗೆ ಮೊದಲಿನಿಂದಲೂ ಕ್ರಾಫ್ಟ್ ಮಾಡುವುದೆಂದರೆ ಬಹಳ ಇಷ್ಟ. ಉಲನ್, ಪ್ಲಾಸ್ಟಿಕ್ ವೈರುಗಳನ್ನು ಬಳಸಿ ಹೂ ಮಾಡುವುದು, ಬಾಟಲ್ ಪೇಂಟಿಂಗ್, ಪಿಸ್ತಾ ಸಿಪ್ಪೆಯನ್ನು ಬಳಸಿ ಹೂವು ಮಾಡುವುದು, ಪೆನ್ಸಿಲ್ ಹೆರೆದಿದ್ದನ್ನು ಅಂಟಿಸಿ ಏನಾದರೂ ಚಂದದ ಚಿತ್ರ ಮಾಡುವುದು ಇತ್ಯಾದಿ ಇತ್ಯಾದಿ. ಫೇಸ್‌ಬುಕ್ಕಿನಲ್ಲಿ ಈ ಮನಸ್ವಿನಿ ಅಕ್ಕ, ಮೋಹಿನಿ ದಾಮ್ಲೆ ಅಕ್ಕನನ್ನು ನೋಡಿದಾಗಲೆಲ್ಲಾ ಎಷ್ಟೆಲ್ಲಾ ತಲೆ ಓಡಿಸುತ್ತಾರಲ್ಲ ಎಂದು ಆಶ್ಚರ್ಯಪಟ್ಟಿದ್ದೇನೆ.

ಹೈಸ್ಕೂಲು ದಿನಗಳಲ್ಲಿ ಕ್ರೋಶಾ, ನಿಟ್ಟಿಂಗ್ ಕಲಿತಿದ್ದೆ. ತೋರಣ ಮಾಡಲು ಬಹಳ ಇಷ್ಟವಾಗುತ್ತಿತ್ತು. ಇದರ ಕಡೆ ಗಮನ ಜಾಸ್ತಿಯಾಗಿ, ಓದುವುದು ಕಡಿಮೆಯಾಗುತ್ತದೆ ಎಂದು, ಅಪ್ಪ ರಜೆಯಲ್ಲಿ ಮಾತ್ರಾ ಉಲನ್ ಕೊಡಿಸುತ್ತಿದ್ದರು. ಆದರೂ ನಾನು ಸುಮ್ಮನೆ ಇರುವವಳಲ್ಲ. ಪಕ್ಕದಮನೆಯ ಶೈಲಕ್ಕ ತಂದುಕೊಂಡ ಉಲ್ಲನ್ನಿನ ಬಹುಪಾಲು ನಾನು ಹೆಣೆದೇ ಖಾಲಿಯಾಗಿತ್ತು.

ಪಿಯೂಸಿ ಮುಗಿದ ನಂತರ ಡಿ. ಇಡಿಗೆ ಸೇರುವ ಮೊದಲು ಹುರುಳಿ ಯೋಗರಾಜ ಗೌಡರ ಮಗಳು ಕೀರ್ತಿ ಅಕ್ಕನ ಬಳಿ, ನಾನು ಹಾಗೂ ಗೆಳತಿ ಮಾನಸ ಇಬ್ಬರೂ ಸೀರೆಗೆ ಕಸೂತಿ ಹಾಕುವುದನ್ನು ಕಲಿತಿದ್ದೆವು. ಆ ಸಮಯದಲ್ಲಿ ಯಾವುದೇ ಸಾದಾ ಬಟ್ಟೆ ಸಿಕ್ಕಿದರೆ ಸಾಕು, ಒಂದು ಕಸೂತಿಯ ಎಳೆ ಹಾಕಿ ಬಿಡುತ್ತಿದ್ದೆವು. ಅಪ್ಪನ ಪಂಚೆ, ಅಮ್ಮನ ರವಿಕೆ, ನಮ್ಮ ಚೂಡಿದಾರ.. ಹೀಗೆ.

ಈ ಹುಚ್ಚು ಪೇಂಟಿಂಗು, ಪೇಪರ್ ಕ್ರಾಫ್ಟು ಇತ್ಯಾದಿ ಇತ್ಯಾದಿಯಾಗಿ ಬದಲಾಗುತ್ತಾ ಸಿಕ್ಕಿದ ಕಡೆಗೆ ಹರಿಯುವ ನದಿಯಂತಾಗಿತ್ತು. ಯಾವಾಗ ನಲಿಕಲಿ ಟೀಚರ್ರಾಗಿ ಚಾಪೆ ಹಾಸಿಕೊಂಡು ಮಕ್ಕಳ ಬಳಿ ಕುಳಿತೆನೋ, ಅಲ್ಲಿಗೆ ನನ್ನ ಕರಕುಶಲತೆಗೆ ಒಂದು ಪಾತ್ರ ಸಿಕ್ಕಿತು. ನಲಿಕಲಿಯ ಕಾರ್ಡುಗಳಲ್ಲಿ ಇಂಥದ್ದೇ ಚಟುವಟಿಕೆಗಳನ್ನು ಹೀಗೆಯೇ ಮಾಡಬೇಕೆಂಬ ನಿರ್ದೇಶನವೂ ಇರುವುದರಿಂದ, ಎಲ್ಲಾ ಚಟುವಟಿಕೆ ಸುಲಭ ಹಾಗೂ ಸರಳ. ಪ್ರತೀವರ್ಷ ಹೊಸದಾಗಿ ಸೇರುವ ಮಕ್ಕಳಿಗೆ ಅದೇ ಕ್ರಾಫ್ಟ್ ಮಾಡಿಸಿ ನನಗೆ ಅಭ್ಯಾಸವಾಗಿತ್ತು.

ಆದರೆ ಅಲ್ಲೊ ಒಂದು ಹೊಸಲೋಕ ತೆರೆದು ಕೊಂಡಿದ್ದು ಈ ಫೇಸ್‌ಬುಕ್ ಹಾಗೂ ಯೂಟ್ಯೂಬಿಗೆ ಅಂಟಿಕೊಂಡ ಮೇಲೆ. ಕ್ರಾಫ್ಟ್ ಐಡಿಯಾಸ್ ಎಂತಲೇ ಒಂದು ಪೇಜಿನವರು ದಿನಕ್ಕೆ ಹದಿನೈದು ಇಪ್ಪತ್ತು ವೀಡಿಯೋ ಅಪ್ಲೋಡ್ ಮಾಡುತ್ತಾರೆ. ನಾನದನ್ನು ನೋಡಿಕೊಂಡು ಮಾಡಲು ಶುರು ಮಾಡಿದೆ. ಮೊದಮೊದಲು ಇದೊಂದು ಹವ್ಯಾಸ ಅಂದುಕೊಂಡಿದ್ದೆ. ನಂತರ ಇದೊಂದು ಹುಚ್ಚಾಗಿ ಬದಲಾಯಿತು. ನಾನು ಮಾಡಿದ್ದಲ್ಲದೆ, ಶಾಲೆಯಲ್ಲಿ ಕೆಲವಷ್ಟನ್ನು ಮಕ್ಕಳ ಜೊತೆಗೆ ಕೂತು ಮಾಡಿಸಿದೆ.

ಕೊರೋನಾ ಸಮಯದಲ್ಲಿ ಈ ಹುಚ್ಚು ಮಿತಿಮೀರಿ, ಮನೆಯ ಗೋಡೆಯ ಮೇಲೆಲ್ಲಾ ವರ್ಲಿ ಆರ್ಟು, ಸಮುದ್ರ, ಕೊಕ್ಕರೆ, ನವಿಲು ಇತ್ಯಾದಿ ಚಿತ್ರ ವಿಚಿತ್ರವಾದ ಪೇಂಟಿಂಗುಗಳು ರಾರಾಜಿಸತೊಡಗಿತು. ಹೇಗೂ ಹೊಸ ಮನೆಗೆ ಹೋಗುತ್ತೇವೆ ಎಂಬ ಸಮಾಧಾನದಿಂದ ಅತ್ತೆ, ಮಾವ ಏನೂ ಹೇಳಲಿಲ್ಲ. ರಸ್ತೆಯ ಮೇಲೆ ಬಿದ್ದ ಬಿಯರ್ ಬಾಟಲಿಗಳನ್ನು ಹೆಕ್ಕಿ ತಂದು ಅದನ್ನು ತೊಳೆದು ಅದಕ್ಕೆ ಪೇಂಟ್ ಮಾಡಿದ್ದಕ್ಕೆ ಲೆಕ್ಕವೇ ಇಲ್ಲ. ಒಮ್ಮೆ ಶಾಲೆಯಲ್ಲಿ ಮಾಡಿ ಪ್ಯಾನೆಲ್ ಬೋರ್ಡಿಗೆ ಅಂಟಿಸಿದ ಚಿತ್ರಗಳ ಫೋಟೊವೊಂದು ನಮ್ಮ ಡಯಟ್ಟಿನ ಸಂಹಿತ ಪತ್ರಿಕೆಯ ಮುಖಪುಟವಾಗಿ ಬಂದಿತ್ತು. ನನಗೆ ಅದು ವರ್ಷ ಕಳೆದ ನಂತರ ಗೊತ್ತಾಗಿದ್ದುದು ಆಶ್ಚರ್ಯ! ಶಾಲಾ ತಪಾಸಣೆಗೆ ಬಂದ ಅಧಿಕಾರಿಗಳೊಬ್ಬರು ಫೊಟೊ ತೆಗೆದುಕೊಂಡು ಹೋಗಿದ್ದು ನನಗೆ ಗೊತ್ತೇ ಇರಲಿಲ್ಲ.

ಕಳೆದ ವರ್ಷ ಶಾಲೆಯ ಆರಂಭದ ಹದಿನೈದು ದಿನಗಳಲ್ಲಿ ಮಳೆಬಿಲ್ಲು ಚಟುವಟಿಕೆ ಇತ್ತು. ಅದರಲ್ಲಿ ಇದ್ದದ್ದು ಇಂಥದ್ದೇ. ಒಂದು ದಿನ ತೆಂಗಿನ ಗರಿಯ ವಾಚು, ಕನ್ನಡಕ, ಉಂಗುರ ಮಾಡುವುದನ್ನು ಕಲಿಸಿ, ನಾನೂ ಅವೆಲ್ಲವನ್ನೂ ಧರಿಸಿ ಕೂತಿದ್ದೆ. ಮಗುವೊಂದು ಗರಿಯ ವಾಚನ್ನು ಕಟ್ಟಿಸಿಕೊಳ್ಳಲು ನನ್ನ ಬಳಿ ನಿಂತಿದ್ದ.

ಅಷ್ಟೊತ್ತಿಗೆ,

ಸಿಆರ್‌ಪಿ ಬಂದರು. ಅವರೋ, ಹೊಸಬರು. ಆಗ ತಾನೆ ಸಿಆರ್‌ಪಿ ಕೆಲಸಕ್ಕೆ ಕಾಲಿಟ್ಟವರು. ನಾನು ನನ್ನ ವಾಚು, ಉಂಗುರ ಬಿಚ್ಚಿಟ್ಟು, ತೆಂಗಿನ

ಗರಿಯ ವಾಚು, ಕನ್ನಡಕ, ಉಂಗುರ ಏರಿಸಿಕೊಂಡು ಮಕ್ಕಳೊಡನೆ ಕೂತಿದ್ದೆ. ಏನೆಂದುಕೊಂಡರೋ, ಏನೋ, ನಗು ಬಂತೋ, ಗೊತ್ತಿಲ್ಲ. ನಾಲ್ಕು ಫೋಟೊ ತೆಗೆದುಕೊಂಡರು. ನನಗಂತೂ ಆ ದಿನದ ಮುಜುಗರ ಹೇಳತೀರದು.

ಹಾಗಂತ, ಇದನ್ನೆಲ್ಲ ಮಾಡದೇ ಇರಲಾದೀತೆ?

ಅದಾಗಿ ನಾಲ್ಕು ದಿನ ಕಳೆದಿತ್ತು, ಮಕ್ಕಳಿಗೆ ಬಣ್ಣದ ಹಾಳೆಗಳಿಂದ ಕ್ಯಾಟರ್ಪಿಲ್ಲರ್ ಮಾಡುವುದನ್ನು ಕಲಿಸಿದೆ. ಈ ಪುಣ್ಯಾತ್ಗಿತ್ತಿಯರು, ಒಂದನೇ ತರಗತಿಯ ಮಕ್ಕಳು, "ಮಿಸ್ ನಂಗೊಂದು ಹುಳ ಮಾಡಿಕೊಡಿ, ನಂಗೊಂದು ಹುಳ ಮಾಡಿಕೊಡಿ" ಎಂದು ಬೆನ್ನು ಹತ್ತಿದರು. "ನಿಮ್ ಹುಲಿ ಹಿಡಿಯ, ನೀವೇ ಮಾಡೋದ್ನ ಕಲೀಬೇಕ್ರೆ, ನಾನು ಎಲ್ಲರಿಗೂ ಮಾಡಿಕೊಡ್ತಾ ಕೂತ್ಕೊಂಡ್ರೆ ಪಾಠ ಮಾಡೋದ್ಯಾರು?" ಎಂದಾಗ ಹಲ್ಲುಕಿರಿದರು. ಮತ್ತದೇ ರಾಗ,

"ಮಿಸ್ ನಂಗೊಂದ್ ಹುಳ ಮಾಡ್ಕೊಡಿ ಮಿಸ್" ಅದು "ಹುಳ ಅಲ್ಲ ಕಣ್ರೇ, ಕ್ಯಾಟರ್ ಪಿಲ್ಲರ್" ಎಂದು ಎಷ್ಟು ಹೇಳಿದರೂ ಅವರ ನಾಲಿಗೆ ತಿರುಗಲಿಲ್ಲ, ಒಂದನೇ ತರಗತಿಯಲ್ಲಿ ಇದ್ದವರು. ಪಾಪ.

ಆ ದಿನವೂ ಅಷ್ಟೆ. ಸಂಜೆ ಮೂರೂವರೆಯ ಹೊತ್ತಿಗೆ, ನನ್ನ ಅಂಗಡಿ ಬಿಚ್ಚಿ ಕೊಂಡು ಪೇಪರು, ಗಮ್, ಟಿಕ್ಲಿ, ಬೆಂಡಿನ ಕಾಳು, ಕತ್ತರಿಗಳನ್ನು ಹರಡಿಕೊಂಡಿದ್ದೆ. ಡಯಟ್ಟಿನಿಂದ ಹಿರಿಯ ಉಪನ್ಯಾಸಕರು ಶಾಲಾ ಭೇಟಿಗೆ ಬಂದರು. ನಾನು ಗಾಬರಿಗೊಂಡೆ.

ಆದರೆ ನನಗೆ ಬೈಯಲಿಲ್ಲ. ನೋಡಿ ಖುಷಿ ಪಟ್ಟು ಮಕ್ಕಳೊಂದಿಗೆ ಆತ್ಮೀಯವಾಗಿ ನಡೆದುಕೊಂಡರು. ಅವರು ಮಕ್ಕಳಿಗೆ ಕತೆ ಹೇಳುವಾಗಲೇ, ಈ ಒಂದನೇ ತರಗತಿಯ ಪುಣ್ಯಾತ್ಗಿತ್ತಿಯರು ಮತ್ತೆ ಎದ್ದು ಬಂದು ನಿಂತರು,

"ಮಿಸ್, ನಂಗೆ ನೀವು ಇನ್ನೂ ಹುಳ ಮಾಡ್ಕೊಡ್ಲ, ನಮ್ಮ ಅಜ್ಜ ರಸ್ತೆಯಲ್ಲಿ ನಿಂತ್ಯಾರೆ, ನಾವು ಮನೆಗೆ ಹೋಬಕು..." ಸಂಜೆ ನಾಲ್ಕು ಗಂಟೆ.

"ಮಿಸ್, ಹುಳ ಮಾಡ್ಕೊಡಿ ಮಿಸ್... ಇದ್ನೇ ತಗಹೋಗ್ಲಾ?"

ಮಾಡಿಟ್ಟಿದ್ದನ್ನೇ ಆಸೆಕಣ್ಣಿಂದ ನೋಡುತ್ತಿದ್ದಾರೆ. ಈ ದಿನವೂ ಶಾಲೆಯಲ್ಲಿ ಒಬ್ಬಳೇ ಇದ್ದೆ. ನನ್ನ ಜೀವ ಬಾಯಿಗೆ ಬಂದು ವಾಪಸ್ ಹೋಗುತ್ತಿತ್ತು. ಅಧಿಕಾರಿಗಳು ಆತ್ಮೀಯತೆ ತೋರಿದ್ದರಿಂದ ಬಚಾವಾದೆ.

ಮತ್ತೊಂದು ದಿನ ಮಧ್ಯಾಹ್ನ ಊಟ ಮಾಡಿ ತರಗತಿಯೊಳಗೆ ಬಂದದ್ದಷ್ಟೇ, ಪಾಠ ಶುರು ಮಾಡಿರಲಿಲ್ಲ. ಯಾವುದೋ ವೀಡಿಯೋ ನೋಡಿ ಕಾಗದದ ಶರ್ಟ್ ಮಾಡುವುದನ್ನು ಕಲಿತಿದ್ದೆ, ಅದನ್ನು ಮಾಡಿಸುತ್ತಾ ಇದ್ದೆ. ಮಕ್ಕಳೆಲ್ಲರೂ ಟೇಬಲ್ ಸುತ್ತಾ ಇದ್ದರು. ಹೊರಗಿನಿಂದ ಯಾರು ಬಂದರೂ ಗೊತ್ತಾಗದ ಸ್ಥಿತಿಯಲ್ಲಿ ನಾನು ಕೂತಿದ್ದೆ. ಮತ್ತದೇ ಪರಿಸ್ಥಿತಿ. ಕ್ಷೇತ್ರ ಶಿಕ್ಷಣಾಧಿಕಾರಿಗಳ ಕಛೇರಿಯಿಂದ ಬಿಆರ್ಪಿ ಬಂದರು.

ನನಗೆ ಈ ಕ್ರಾಫ್ಟ್ ಮಾಡುವ ಕೆಲಸ ಯಾಕೆ ಬೇಕು ಶಿವನೇ? ನಲಿಕಲಿ ಕಾರ್ಡಿನಲ್ಲಿ ಕೊಟ್ಟಿದ್ದನ್ನು ತೆಪ್ಪಗೆ ಮಾಡಿದರೆ ಸಾಲದಾ? ಸುಮ್ಮನೆ ಪೇಪರ್ ವೇಸ್ಟು, ಸಮಯ ವ್ಯರ್ಥ..ಅದೂ ಅಲ್ಲದೇ, ಶಾಲೆಯಲ್ಲಿ ಏನು ಮಾಡಿಸಿದರೂ ಮನೆಗ ಬಂದ ಕೂಡಲೇ ಈ ನನ್ನ ಜಿಲೇಬಿ ಮಗಳು ಫೋನು ನೋಡಿ ತಿಳಿಯುತ್ತಾಳೆ. ಅದರಿಂದಾಗಿ ಮತ್ತೊಮ್ಮೆ ಅವುಗಳನ್ನು ಮನೆಯಲ್ಲಿ ಮಾಡಬೇಕು. ಇನ್ನಂತೂ ಶಾಲೆಯಲ್ಲಿ ಏನೂ ಮಾಡಬಾರದು ಎಂದು ಆ ಕ್ಷಣವೇ ನಿರ್ಧರಿಸಿಬಿಟ್ಟೆ. ಆದರೆ, ಈ ಸರ್ ಪುಣ್ಯಾತ್ಮರು. ಅದರ ಫೊಟೊ ತೆಗೆದುಕೊಂಡರು, ಮಕ್ಕಳ ಬಳಿ ಹಾಳೆಯಿಂದ ಶರ್ಟ್ ಮಾಡಿಸಿ, ನೋಡಿ, ಸಂತಸ ಪಟ್ಟರು. ನಂತರ ಓದಿಸಿ, ಬರೆಸಿದರು.

ಈ ಮಕ್ಕಳು, ಮಿಸ್ ಮದ್ವೆ ಪ್ರಿಂಟಲ್ಲಿ ಗ್ರೀಟಿಂಗ್ ಕಾರ್ಡ್ ಮಾಡದ್ನ ಹೇಕೊಡ್ತೀನಿ ಅಂದಿದ್ರಲ್ಲ ಮಿಸ್, ಹಾಳೆಯಲ್ಲಿ ಕುಂಕುಮದ ಬಟ್ಲು ಮಾಡನ ಮಿಸ್, ಚಿತ್ರ ಬಿಡುಸ್ತೀವಿ ಮಿಸ್, ಎಂದಾಗಲೆಲ್ಲಾ ನನ್ನ ನಿರ್ಧಾರ ಊಫಿಯಾಗುತ್ತದೆ. "ಹುಡ್ರಾ, ಇದ್ನೇ ಮಾಡ್ತಾ ಕೂತರೆ ಪಾಠ ಮಾಡೋದು ಯಾರು, ಹೋಗ್ರಲೇ..." ಎಂದು ಮತ್ತೆ ಶುರು ಮಾಡುತ್ತೇನೆ. ಮಕ್ಕಳು ಸುತ್ತಲೂ ಬಂದು ಕೂರುತ್ತಾರೆ.

"ವಾಹ್, ಸೂಪರ್ ಮಿಸ್" "ಚಂದ ಆಗ್ಯತೆ ಅಲನೆ?" "ನಮ್ಗೂ ಹೇಕೊಡಿ ಮಿಸ್" "ಏಯ್ ಸರ್ಕಳ, ನಂಗೆ ಕಾಣಲ" "ಮಿಸ್ ಮೈಮೇಲೆ ಬೀಳ್ತೀಯಲ..." ಎನ್ನುವಾಗ ಕೈಯಲ್ಲಿ ಇರುವ ಪೇಪರಿನ ತುಂಡಿಗೂ ಜೀವ ಬರುತ್ತದೆ. ಶಿಕ್ಷಣವೆಂದರೆ, ಓದು ಬರೆಹ ಮಾತ್ರವಾ? ಅದರಾಚೆಗೆ ಏನಿದೆ? ಎಷ್ಟೆಲ್ಲಾ ಇದೆ? ಅಂಕಗಳನ್ನು ಗಳಿಸುವ ಓದಿಗಿಂತ, ಬದುಕನ್ನು ನಿರ್ವಹಿಸುವ ಕಲೆಯನ್ನು ತಿಳಿಯಬೇಕಲ್ಲವಾ?

ನನಗೆ ಗೊತ್ತಿಲ್ಲ, ನಾನು ಎಷ್ಟರ ಮಟ್ಟಿಗಿನ ಶಿಕ್ಷಕಿ ಎಂಬುದು. ಆದರೆ, ಕಲಿಯುವುದನ್ನು ನಿಲ್ಲಿಸಿಲ್ಲ. ಪೇಪರ್ ಕ್ರಾಫ್ಟ್ ಮಾಡುವುದನ್ನು ಕಲಿತು ಮುಗಿಸಬಲ್ಲೆನೇನೋ, ಆದರೆ ಮನುಷ್ಯರನ್ನು ಅರ್ಥೈಸುವ ಕಲೆಯನ್ನಂತೂ ಕಲಿತು ಮುಗಿಸಲಾರೆ. ತಿರುಗಿಸಿದಷ್ಟೂ ಪುಟಗಳು, ಓದಿದಷ್ಟೂ ಅಕ್ಷರಗಳು. ಮಾಡಿದಷ್ಟೂ ಮುಗಿಯದ ಪ್ರಯೋಗಗಳು. ಬದುಕಿನ ಕಲೆ, ಬದುಕುವ ಕಲೆ, ಇತರರಿಗೂ ಬದುಕಲು ಬಿಡುವ ಕಲೆ–ಇವು ಮೂರೂ ಬಹಳ ಕಷ್ಟ. ಜೋಪಾನವಾಗಿ ಕಲಿಯಬೇಕು. ಪೇಪರಿನಂತೆ ಮತ್ತೆ ಹೊಸದಾಗಿ ಮಾಡಲು ಸಾಧ್ಯವಿಲ್ಲ. ತಪ್ಪಾದರೆ, ಮತ್ತೆ ತಿದ್ದಿ ಮೊದಲಿನಿಂದ ಪ್ರಾರಂಭಿಸಲು ಅವಕಾಶವಿಲ್ಲ. ಇನ್ನು ಮೇಲೆ ಯಾವ ಕ್ರಾಫ್ಟನ್ನೂ ಮಾಡಬಾರದು ಎಂದುಕೊಂಡೇ ಒಂದು ಪ್ಯಾಕ್ ಕಲರ್ ಪೇಪರ್ ತರಿಸಿದ್ದೇನೆ. ಅದು ಖಾಲಿಯಾಗುವವರೆಗಾದರೂ ಏನಾದರೂ ಹೊಸತು ಮಾಡಬೇಕು.

7

ಅವೂ ನಮ್ಮಂತೆಯೇ ಅಲ್ಲವೇ?

"ಪ್ರಾಣಿಗಳನ್ನು ಪ್ರೀತಿಸಬೇಕು. ಅವಕ್ಕೂ ನಮ್ಮಂತೆಯೇ ನೋವಾಗುತ್ತದೆ, ಅವಕ್ಕೂ ಪ್ರೀತಿ ರಕ್ಷಣೆ ಬೇಕು... ಬ್ಲಾ...ಬ್ಲಾ...ಬ್ಲಾ..." ಇದು ಪರಿಸರ ಅಧ್ಯಯನ ಪಾಠ ಮಾಡುವಾಗ ನಾವು ಊದುವ ಶಂಖ. ಈ ಶಂಖದಿಂದ ಬಂದ ತೀರ್ಥ ಎಷ್ಟು ಜನರ ಕಿವಿಗೆ, ನಾಲಿಗೆಗೆ, ಮನಸ್ಸಿಗೆ ಹೋಗಿರುತ್ತದೋ ಗೊತ್ತಿಲ್ಲ.

ಆದರೂ ಪಾಠ ಮಾಡುವಾಗ ನನ್ನ ಬಾಲ್ಯದ ಅನುಭವಗಳನ್ನು ಹೇಳುವುದನ್ನು ನಾನೆಂದಿಗೂ ಬಿಡುವುದಿಲ್ಲ. ಬಾಲ್ಯದಲ್ಲಿ, ಅಷ್ಟೇ ಏಕೆ? ಈಗಲೂ, ಬೀದಿನಾಯಿಗಳಿಗೆ ಬಿಸ್ಕೇಟ್ ಹಾಕುವುದು, ಅವುಗಳನ್ನು ತಂದು ಸಾಕುವುದು ಅವುಗಳ ರಕ್ಷಣೆ ಇತ್ಯಾದಿ ಇತ್ಯಾದಿಯಾಗಿ ಮಕ್ಕಳು-ನಾನು ಮಾಡುತ್ತಾ ಇರುತ್ತೇವೆ. ಬಹುಶಃ ಎಲ್ಲಾ ಶಿಕ್ಷಕರ ಬದುಕು ಹೀಗೆಯೇ. ಅದರಲ್ಲೂ ನಾನು ಮಿಡ್ಲ್ ಸ್ಕೂಲಿನಲ್ಲಿ ಓದುವಾಗ ನಮ್ಮನೆಯ ನಾಯಿಮರಿಗೆ ಪೋಲಿಯೋ ಡ್ರಾಪ್ಸ್ ಹಾಕಿಸಬೇಕೆಂದು ಅಂಗನವಾಡಿಗೆ ಕರೆದುಕೊಂಡು ಹೋಗಿದ್ದು, ಅಲ್ಲಿ ಜನರು ನಕ್ಕಿದ್ದು, ನಾನು ಅವಮಾನವಾದರೂ ಲೆಕ್ಕಿಸದೇ ಪೋಲಿಯೋ ಹನಿಗಾಗಿ ಹಟ ಮಾಡಿದ್ದನ್ನು ಮಗಳಿಗೂ ಹೇಳಿದ್ದೆ. ಮೊನ್ನೆ ಹೊಸ ನಾಯಿಯನ್ನು ತಂದಕೂಡಲೇ ಮನೆಯವರು ಇಂಜೆಕ್ಷನ್ ಹಾಕಿಸಿಕೊಂಡು ಬಂದರು. ಮಗಳೂ ಆಸ್ಪತ್ರೆಗೆ ಹೋಗಿದ್ದಳು. ಜನವರಿಯಲ್ಲಿ ಪೋಲಿಯೋ ಲಸಿಕಾ ಕಾರ್ಯಕ್ರಮ. ಮಗಳು ಕೇಳಿದ ಪ್ರಶ್ನೆ, "ಅಮ್ಮ... ಈ ನಾಯಿಗೆ ಪೋಲಿಯೋ ಡ್ರಾಪ್ಸ್ ಹಾಕಿಸೋದು ಬೇಡ್ವಾ?" ಸದ್ಯ, ಅಲ್ಲಿಯ ಡಾಕ್ಟರನ್ನು ಕೇಳಲಿಲ್ಲ.

ವಿಷಯ ಅದಲ್ಲ, ಬೇರೆಯೇ ಇದೆ.

ಈಗೊಂದು ಮೂರ್ನಾಲ್ಕು ದಿನಗಳ ಕೆಳಗೆ...

ಬೆಳಿಗ್ಗೆ ದೇವರಿಗೆ ಹೂ ಕೊಯ್ಯಲು ಹೊರಗೆ ಬಂದೆ. ಮನೆಯ ಸಮೀಪದಲ್ಲಿ ಯಾರೋ ಆರು ನಾಯಿಮರಿಗಳನ್ನು ಬಿಟ್ಟು ಹೋಗಿದ್ದರು. ಮಳೆ ಹನಿಯುತ್ತಾ ಇತ್ತು. ಹಸಿವು ಮತ್ತು ಚಳಿಯಿಂದ ನಡುಗುತ್ತಾ ಕುಂಯ್ಗುಡುತ್ತಿದ್ದ ಮುದ್ದು ಮರಿಗಳು! ಅಷ್ಟರಲ್ಲಾಗಲೇ ಎದುರಿಗಿರುವ ರಾಯರ ಮಠಕ್ಕೆ ಪ್ರತಿನಿತ್ಯ ಬರುವ ಅಪ್ಪ-ಮಗ ಇಬ್ಬರೂ ಮರಿಗಳನ್ನು ನೋಡಿ ಅವುಗಳತ್ತ ಹೋಗಿ ಮಾತಾಡಿಸಲಾರಂಭಿಸಿದ್ದರು. ಅವರ ಮಾತುಕತೆ ಕೇಳಿಸಿಕೊಂಡ ಮಗಳು ಅರ್ಧ ಸ್ನಾನ ಮಾಡಿಕೊಂಡು ಓಡಿಬಂದಳು. ರಸ್ತೆಯಲ್ಲಿ ಸಿಗುವ ನಾಯಿಗಳಿಗೆ ಬಿಸ್ಕೇಟ್ ಹಾಕುವ ಮಗಳು ಇವುಗಳನ್ನು ಕಂಡರೆ ಬಿಟ್ಟಾಳೆಯೆ? ಅಂತೂ ಮಳೆಯಲ್ಲಿ ಹಾಗೆಯೇ ಬಿಡಲು ಮನಸ್ಸಾಗದೇ ಆರೂ ಮರಿಗಳನ್ನು ಮನೆಗೆ ತಂದೆವು.

ತಂದಮೇಲೆ ಸಮಸ್ಯೆ. ಮನೆಯಲ್ಲಿ ಹುಲಿಯಂತಿರುವ ಒಂದು ನಾಯಿ. ಬೀದಿ ನಾಯಿ ಎಂದು ಕರೆಯಲ್ಪಟ್ಟರೂ ನಮ್ಮ ಗೇಟಿನ ಬಳಿಯೇ ಇರುವ ಮೂರ್ನಾಲ್ಕು, ಇವು ಆರು! ಕಳೆದ ವರ್ಷವೂ ಹೀಗೇ ಆಗಿತ್ತು. ಯಾರೋ ಗೇಟಿನ ಬಳಿ ಐದು ಮರಿಗಳನ್ನು ಬಿಟ್ಟು ಹೋಗಿದ್ದರು. ನನ್ನ ಪತಿದೇವರು ಎರಡು ಮರಿಗಳನ್ನು ಸಾಕಿಕೊಂಡರು. ಆದರೆ ಮೂರು ತಿಂಗಳಿಗೇ ಸಾಕಾಯಿತು. ಅವು ಇರುವ ಜೋರಿಗೆ, ಓಡಿ ಬಂದು ಬೆನ್ನಿಗೆ ಕಾಲು ಕೊಟ್ಟು ನಿಲ್ಲುವ ಚಂದಕ್ಕೆ ಭಯವಾಗಿ ಕೋಣಂದೂರಿನ ಅತ್ತೆ ಮನೆಗೆ ಕೊಟ್ಟು ಬಂದೆವು. ತೋಟ ಗದ್ದೆ ಇರುವ ಮನೆಗೆ ನಾಯಿಗಳು ಎಷ್ಟಿದ್ದರೂ ಸಾಕಾಗುವುದಿಲ್ಲ. ಆ ದಿನ ತಂದು ಬಿಟ್ಟ ಐದು ಮರಿಗಳು ಬಹಳ ಚಂದವಿದ್ದವು. ಗುಂಡು ಗುಂಡಾಗಿ ಮುದ್ದಾಗಿದ್ದವು. ಫೋಟೋ ತೆಗೆದೆ, ಚಂದ ಇವೆ ಎಂದು ಸ್ಟೇಟಸ್‌ಗೆ ಹಾಕಿಕೊಂಡಿದ್ದಷ್ಟೆ. ಅರ್ಧ ಗಂಟೆಯೊಳಗೆ ಉಳಿದ ಮೂರು ಮರಿಗಳು ಒಂದೊಂದು ಮನೆ ಸೇರಿಕೊಂಡಿದ್ದವು. ಈ ಬಾರಿ ಅದೇ ಭರವಸೆಯಲ್ಲಿದ್ದೆ. ಮರಿಗಳಿಗೊಂದು ಸೂರು ಕಲ್ಪಿಸುವುದು ಕಷ್ಟವೇನಲ್ಲ ಎಂದುಕೊಂಡೆ. ಅದೇ ಉದ್ದೇಶದಿಂದ ಮನೆಗೆ ಕರೆತಂದು ಊಟ ಹಾಕಿ, ಹಾಲು ಕುಡಿಸಿ ಎಲ್ಲಾ ಮಾಡಿಯಾಯ್ತು. ರಸ್ತೆಯಲ್ಲಿ ಬಿಟ್ಟರೆ ವಾಹನಗಳಿಗೆ ಸಿಕ್ಕುವ ಸಾಧ್ಯತೆ ಜಾಸ್ತಿ. ಇವುಗಳ ತುಂಟಾಟಕ್ಕೆ ಅರ್ಧ ಹರಿದ ಬೆಡ್ ಶೀಟ್ ಪೂರ್ತಿ ಹರಿದು ಹೋಯಿತು.

ಸ್ಟೇಟಸ್ಸಿಗೆ ಹಾಕಿದೆ. ಎಲ್ಲರೂ ಕ್ಯೂಟ್ ಅಂದರು, ಯಾರೂ ಬೇಕು ಎನ್ನುವ ಮನಸ್ಸೇ ಮಾಡಲಿಲ್ಲ. ನಾನೇ ಕೆಲವರಿಗೆ ಬೇಕಾ? ಎಂದು ಬಾಯಿಬಿಟ್ಟೇ ಕೇಳಿದೆ. ಯಾರೋ ತಂದು ಬಿಟ್ಟ ಮರಿಗಳು, ನಾನೀಗ ಅವಕ್ಕೊಂದು ದಡ

ಕಾಣಿಸಬೇಕಲ್ಲ... ಭಯಂಕರ ಜವಾಬ್ದಾರಿ, ಹೆತ್ತ ಮಕ್ಕಳ ಮದುವೆ ಮಾಡುವಷ್ಟು ತಲೆಬಿಸಿ ನನಗೆ.

ಶಾಲೆಗೆ ಹೋದಕೂಡಲೇ ಮಕ್ಕಳಿಗೆ ಫೋಟೊ ತೋರಿಸಿದೆ. ನಾನೇನು ತೋರಿಸೋದು? ಅವರು ಅದಾಗಲೇ ನನ್ನ ವಾಟ್ಸಪ್ ಸ್ಟೇಟಸ್ ನೋಡಿ ನಾನು ಬರುವುದನ್ನು ಕಾಯ್ತಾ ಇದ್ದರು. ಎಲ್ಲರೂ ನಂಗೆ ಬೇಕು ಎಂದು ಕಿತ್ತಾಡಲಾರಂಭಿಸಿದರು. ಈ ಚಿಕ್ಕ ಮಕ್ಕಳಿಗೆ ಕಂಡದ್ದೆಲ್ಲಾ ಬೇಕು. ಅವರಪ್ಪ ಅಮ್ಮ ಆಮೇಲೆ ನನ್ನನ್ನು ಬಿಟ್ಟಾರೆಯೆ? ಈ ಟೀಚರ್ರಿಗೆ ಮಾಡಕ್ಕೆ ಕೆಲಸ ಇಲ್ಲ ಎಂದು ನನ್ನನ್ನು ಎದುರಿಗಲ್ಲದಿದ್ದರೂ ಹಿಂದುಗಡೆಯಿಂದ ಬೈಯದೇ ಉಳಿಯುತ್ತಾರಾ?

ಅದಕ್ಕೊಂದು ಐಡಿಯಾ ಮಾಡಿದೆ. "ಮನೆಗೆ ಹೋಗಿ ಯಾರಿಗೆ ನಾಯಿ ಮರಿ ಬೇಕು, ನಂಗೆ ಮೆಸೇಜ್ ಕಳಿಸಿ" ಎಂದೆ. ಸಂಜೆ ಕಾದಿದ್ದೇ ಬಂತು. ಒಂದು ಮೆಸೇಜೂ ಇಲ್ಲ. ಅಯ್ಯೋ ರಾಮ, ಈ ಆರು ಮರಿಗಳನ್ನು ನಾನೇನು ಮಾಡಲಿ? ಪುಣ್ಯಕ್ಕೆ ಸಂಜೆ ಮನೆಗೆ ಬರುವ ಹೊತ್ತಿಗೆ, ಒಂದು ಮರಿಯನ್ನು ಮಠದಲ್ಲಿ ಕೆಲಸ ಮಾಡುವ ಆಂಟಿ ಕೊಂಡೊಯ್ದಿದ್ದರು. ಉಳಿದ ಮರಿಗಳ ಬಗ್ಗೆ ತಲೆಬಿಸಿ. ಎಲ್ಲವೂ ಹೆಣ್ಣು ಮರಿಗಳು ಎಂದು ಯಾರೂ ಕರೆದೊಯ್ಯಲಿಲ್ಲ. "ಹೆಣ್ಣು ಸಂಸಾರದ ಕಣ್ಣು" ಎಂಬ ಡೈಲಾಗ್ ನಾಯಿಸಂತಾನಕ್ಕೆ ಅಪ್ಲೈ ಆಗುವುದಿಲ್ಲ. ಹಾಲು ಹಾಕುವ ಆಂಟಿಯ ಜೊತೆಗೆ ಬಂದ ಪುಟ್ಟ ಹುಡುಗನೊಬ್ಬ ಒಂದು ಮರಿಯನ್ನು ತೆಗೆದುಕೊಂಡು ಹೋದ. ಅಂತೂ ಎರಡು ಖಾಲಿಯಾಯಿತು ಎಂದು ಸಮಾಧಾನ ಮಾಡಿಕೊಳ್ಳುತ್ತಿದ್ದುದಷ್ಟೇ. ಹತ್ತು ನಿಮಿಷಕ್ಕೆ ಆ ಹುಡುಗ ಅಳುತ್ತಾ ವಾಪಸ್ ತಂದುಕೊಟ್ಟ. "ನಾಯಿ ಬೇಡ, ವಾಪಸ್ಸು ಬಿಟ್ಟು ಬಾ" ಎಂದು ಮನೆಯಲ್ಲಿ ಬೈದು ಕಳಿಸಿದ್ದರು.

ನಿನ್ನೆ ಶಾಲೆಗೆ ಹೋಗುತ್ತಿದ್ದ ಹಾಗೆಯೇ ಮಕ್ಕಳು ನನ್ನ ಕೈಯನ್ನೇ ನೋಡುತ್ತಿದ್ದರು. "ನಾಯಿ ಮರಿ ತರಲಿಲ್ವಾ ಮಿಸ್?" ನಂಗೆ ಆಶ್ಚರ್ಯ. ಎಲ್ಲರೂ ಮನೆಯಲ್ಲಿ ಹೇಳಿ ಒಪ್ಪಿಸಿದ್ದರು.

ಅಂತೂ ಇವತ್ತು ಎಲ್ಲಾ ಮರಿಗಳಿಗೂ ಒಂದೊಂದು ಮನೆ ಸಿಕ್ಕಿತು. ಒಂದು ರಟ್ಟಿನ ಬಾಕ್ಸಿನಲ್ಲಿ ಹಾಕಿಕೊಂಡು ಬೈಕಿನಲ್ಲಿ ಇಟ್ಟುಕೊಂಡು ಕೂರುತ್ತೇನೆ ಎಂದು ಗಂಡನಿಗೆ ಹೇಳಿದೆ. ಆಪಾದಮಸ್ತಕವಾಗಿ ಒಮ್ಮೆ ನನ್ನನ್ನು ಮತ್ತು ನಾಯಿಮರಿಗಳನ್ನು ನೋಡಿದರು. "ಹೂಂ ಆಯ್ತು" ಎಂದರು. ಎಷ್ಟು ಸತಾಯಿಸಿಬಿಟ್ಟವೆಂದರೆ ನನಗೆ ಬಾಕ್ಸಿನೊಳಗೆ ಎರಡು ಮರಿಗಳನ್ನೂ ಒಟ್ಟಿಗೆ ಹಾಕಲಾಗಲಿಲ್ಲ. ಶೆಡ್ಡಿನಿಂದ ಕಾರು ಹೊರಗೆ ಬಂತು. ಕಾರಿನಲ್ಲಿ ಹಾಕುವಾಗಲೂ ಆದ ಪಜೀತಿ ಅಷ್ಟಿಷ್ಟಲ್ಲ.

"ಕಪ್ಪೆ ಹಿಡಿದು ಕೊಳಗ ತುಂಬಿದ ಹಾಗೆ" ಎಂಬ ಗಾದೆ ಈ ದಿನ ಅನುಭವಕ್ಕೆ ಬಂತು. ಶಾಲೆಗೆ ಒಯ್ದು ಕೊಟ್ಟೆ. ಈಗ ಮತ್ತಷ್ಟು ನಾಯಿ ಮರಿಗಳಿಗಾಗಿ ಬೇಡಿಕೆಯ ಪಟ್ಟಿ ತಯಾರಾಗಿದೆ.

ಮಕ್ಕಳು ಮಾತ್ರಾ ಎಷ್ಟು ಖುಷಿಯಾಗಿದ್ರು ಅಂದ್ರೆ...!!! ಮರಿಗಳೂ ಅಷ್ಟೇ ಖುಷಿಯಾಗಿ ಬೆಳೆಯುತ್ತವೆ.

ಹಳೆಯ ಮನೆಯ ಶೆಡ್ಡಿನಲ್ಲಿ ಒಂದು ನಾಯಿ ಆರು ಮರಿಹಾಕಿದೆ. ಅವಕ್ಕೂ ಈಗಲೇ ಒಂದೊಂದು ಮನೆ ಫಿಕ್ಸ್ ಆಗಿದೆ, ಇಲ್ಲದಿದ್ದರೆ ಹನ್ನೊಂದು ನಾಯಿಮರಿಗಳನ್ನು ನಾನು ಸಾಕಬೇಕಿತ್ತು, ನಾಯಿ ಸಾಕುತ್ತೇನೆ ಎಂದರೆ ಯಾರಾದರೂ ದಾನ ಧರ್ಮ ಮಾಡುತ್ತಾರಾ?

ಈ ಪ್ರಾಣಿ ಪ್ರೀತಿ ಸದಾ ಇರಲಿ ಅಂತ ಮಾತಾಡಿ ಮನೆಗೆ ಬಂದೆ.

ಮಗಳು ಸಂಜೆಯಿಡೀ ಅಳ್ತಾ ಇದ್ಲು. "ಎಲ್ಲದ್ನೂ ಶಾಲೆಮಕ್ಕಳಿಗೇ ಕೊಡ್ತೀಯ. ಅಟ್ಲೀಸ್ಟ್ ಒಂದು ನಾಯಿಮರಿಯನ್ನು ಕೂಡಾ ನಂಗೆ ಉಳಿಸಿಲ್ಲ ನೀನು... ನಿನ್ನ ಸ್ಟೂಡೆಂಟ್ಸ್ ಮೇಲೆ ಇರುವ ಪ್ರೀತಿ ನನ್ನ ಮೇಲೆ ಇಲ್ಲ. ನಾನು ನಿಜವಾಗಿಯೂ ನಿನ್ನ ಹೊಟ್ಟೆಯಲ್ಲಿ ಹುಟ್ಟಿದ್ದು ಹೌದಾ? ಅಥವಾ ಆಯನೂರು ಸಂತೆಯಲ್ಲಿ ತಂದಿದ್ದಾ?" ಬಾಯಿ ಮುಚ್ಚಿಕೊಂಡು ಒಳಗೆ ಹೋದೆ ನಾನು.

8

ಮಿಸ್ಸಿನ ಕೈಗೆ ರಾಖಿ

"ರಕ್ಷಾಬಂಧನವು ಮಹಾಭಾರತದ ಕಾಲದಿಂದಲೂ ಇದೆ, ಒಮ್ಮೆ ಶ್ರೀ ಕೃಷ್ಣ ತನ್ನ ಸುದರ್ಶನ ಚಕ್ರದಿಂದ ಬೆರಳಿಗೆ ಗಾಯ ಮಾಡಿಕೊಂಡಾಗ, ದ್ರೌಪದಿಯು ತನ್ನ ಸೀರೆಯನ್ನು ಹರಿದು ಅವನ ಬೆರಳಿಗೆ ರಕ್ತ ಸೋರದಂತೆ ಕಟ್ಟಿದಳಂತೆ. ಅಂದು ಶ್ರೀ ಕೃಷ್ಣ ಅವಳನ್ನು ಸದಾ ಸಂರಕ್ಷಿಸುವುದಾಗಿ ಮಾತುಕೊಟ್ಟನಂತೆ. ಆ ನೆಪದಲ್ಲಿಯೇ ದ್ರೌಪದಿಯ ವಸ್ತ್ರಾಪಹರಣವಾಗುವಾಗ, ಭಗವಂತನು ಅಕ್ಷಯಾಂಬರ ದಯಪಾಲಿಸಿದನಂತೆ. ಇದೇ ರಕ್ಷಾ ಬಂಧನವಾಗಿ ಪ್ರಸಿದ್ಧವಾಯಿತಂತೆ".

ಹೀಗೊಂದು ಕತೆ ಇದೆ. ಇದು ಎಷ್ಟು ನಿಜವೋ ಗೊತ್ತಿಲ್ಲ. ದ್ರೌಪದಿಯ ಮಾನ ಕಾಪಾಡಿದ್ದು ನಿಜ. ಅವಳನ್ನು ತಂಗಿ ಎಂದು ಸಲಹಿದ್ದು ಹೌದು. ಆದರೆ ಈ ರಕ್ಷಾಬಂಧನದ ಕಾರಣ ನನಗೆ ಗೊತ್ತಿಲ್ಲ. ಅದು ನಿಜವಿದ್ದರೂ, ಅಲ್ಲದಿದ್ದರೂ ಈ ಕಾರಣವನ್ನು ಒಪ್ಪಿಕೊಳ್ಳಲು ಅವಕಾಶವಿದೆ. ಇಲ್ಲಿ ಒಂದು ಸೋದರ ಪ್ರೀತಿಯಿದೆ. ಅದನ್ನು ಗೌರವಿಸುವಲ್ಲಿ ಯಾವ ಕೊರತೆಯೂ ಕಾಡಲಾರದು.

ವಿಷಯ, ಏನು ಗೊತ್ತಾ?

ಈ ಕತೆಯನ್ನು ಮಕ್ಕಳಿಗೆ ಯಾವಾಗಲೋ ಒಮ್ಮೆ ಹೇಳಿದ್ದೆ ಅನಿಸುತ್ತದೆ. ಅಣ್ಣ-ತಮ್ಮಂದಿರಿಗೆ ಹೆಣ್ಣುಮಕ್ಕಳು ರಾಖಿ ಕಟ್ಟಬೇಕು. ರಾಖಿ ಕಟ್ಟಿದ್ದಕ್ಕೆ ಅವರು ಉಡುಗೊರೆ ಕೊಡಬೇಕು, ಜೀವನ ಪೂರ್ತಿ ಸೋದರಿಯರನ್ನು ರಕ್ಷಿಸಬೇಕು, ಎಲ್ಲಾ ಹೆಣ್ಣುಮಕ್ಕಳೂ ಅಮ್ಮನೋ, ಅಕ್ಕನೋ, ತಂಗಿಯೋ ಆಗಿರುತ್ತಾಳೆ.

ಗಂಡು ಮಕ್ಕಳೆಲ್ಲರೂ ಸೋದರರು, ಎಂದೆಲ್ಲಾ ಹೇಳುವುದು ಮಾಮೂಲಿ ಸಂಗತಿ.

ಈಗ ಈ ರಕ್ಷಣೆ, ಹೊಣೆ, ಜವಾಬ್ದಾರಿಯನ್ನು ನಿಭಾಯಿಸುವುದು ಗಂಡು ಮಾತ್ರವಲ್ಲ. ತಂಗಿಯನ್ನು ಓದಿಸಿ, ಕೆಲಸ ಕೊಡಿಸಿ ಮದುವೆ ಮಾಡುವ ಅಕ್ಕ, ತಂಗಿಯ ಪಾಲಿಗೆ ಅಣ್ಣನೇ ಆಗಿಬಿಡುತ್ತಾಳೆ. ಅಂತಹ ಅನೇಕ ಹೆಣ್ಣುಮಕ್ಕಳನ್ನು ನಾನು ನೋಡಿದ್ದೇನೆ. ತಂಗಿಯರನ್ನು ಓದಿಸಬೇಕು, ಮದುವೆ ಮಾಡಬೇಕು ಎಂಬ ಕಾರಣಕ್ಕಾಗಿಯೇ ಅಪ್ಪ ಅಮ್ಮನಿಂದ ದೂರವಾಗಿ, ಜವಾಬ್ದಾರಿ ನುಣುಚಿಕೊಂಡು ಬೇರೆ ಮನೆ ಮಾಡಿಕೊಂಡ ಗಂಡುಮಕ್ಕಳೂ ಕಣ್ಮುಂದೆಯೇ ಇದ್ದಾರೆ. ಹಾಗಾಗಿ ಅಣ್ಣ-ತಮ್ಮಂದಿರಿಗೆ ಮಾತ್ರಾ ರಾಖಿ ಕಟ್ಟಬೇಕೆಂಬ ನಿಯಮವನ್ನು ಪ್ರಸ್ತುತ ಬದಲಾಯಿಸಿಕೊಳ್ಳಬಹುದು. ನನ್ನ ತಂಗಿ ಬೆಳಿಗ್ಗೆಯೇ ನನ್ನ ಫೋಟೊವನ್ನು ಸ್ಟೇಟಸ್ಸಿಗೆ ಹಾಕಿದ್ದಳು. ಯಾಕೆ ಎಂಬುದು ಈಗ ಹೊಳೆಯಿತು.

ಇವತ್ತು ಮಕ್ಕಳೆಲ್ಲರೂ ನಮಗೆ ರಾಖಿ ತಂದಿದ್ದರು. ಶಾಲೆಯ ಗೇಟು ದಾಟುತ್ತಲೇ ಅಲ್ಲೇ ನಿಲ್ಲಿಸಿದರು, ಆ ಜಿಮುರು ಮಳೆಯಲ್ಲಿ ನೆನೆಯುತ್ತಾ ನಾನು ಮತ್ತು ಟೀಚರು ನಿಂತೆವು. ಮಕ್ಕಳು ಓಡಿ ಬಂದು ಕೈ ಎಳೆದು, ಹಿಡಿದು ರಾಖಿ ಕಟ್ಟಿದರು. ಉಳಿದವರು ತರಗತಿಯೊಳಗೆ ಕಟ್ಟಿದರು. ಇದು ಪ್ರತೀ ವರ್ಷದ ಸಂಭ್ರಮ. ಈ ರಾಖಿ ಸಹೋದರತೆಯನ್ನೇ ಬಿಂಬಿಸಬೇಕೆಂದಿಲ್ಲ. ಇದು ನಮ್ಮ ಒಡನಾಟ, ಪ್ರೀತಿ, ಸಲುಗೆ, ಕಾಳಜಿಯ ಸಂಕೇತ. ಅವರು ಕಟ್ಟಿದ ರಾಖಿ ಗೌರಿ ಹಬ್ಬದವರೆಗೆ ನಮ್ಮ ಕೈಯಲ್ಲಿ ಇರಲೇಬೇಕೆಂಬ ಒತ್ತಾಯ ಪೂರ್ವಕ ಆಸೆ. ಚಿಕ್ಕಮಕ್ಕಳು. ಎಲ್ಲರಿಗೂ ರಾಖಿ ಕಟ್ಟುತ್ತಾರೆ. ಇದು ಬಹುತೇಕ ಎಲ್ಲಾ ಶಾಲೆಯಲ್ಲಿ ನಡೆಯುವ ಪ್ರಕ್ರಿಯೆ. ಅವರಿಗೆ ರಾಖಿ ಕಟ್ಟುವುದೇ ಸಂಭ್ರಮ.

"ನನ್ ರಾಖಿ, ನೀಲಿದು. ಮಿಸ್ ಕೈಯಲ್ಲಿ ಐತೆ," "ನಂದು ಕ್ಯಂಪಂದು." "ನಂದು ಹಸೂರು ಗೊಂಡೆದು..."

ಕೈತುಂಬಾ ಬಣ್ಣ ಬಣ್ಣದ ರಾಖಿಗಳು. ನೋಡುವುದೇ ಸಂಭ್ರಮ. ಆದರೆ ಅದು ಒದ್ದೆಯಾಗಬಾರದು. ಒದ್ದೆಯಾದರೆ, ಆ ಕಿರಿಕಿರಿ ಅನುಭವಿಸುವುದು ಮಾತ್ರಾ ಬಹಳ ಕಷ್ಟ. ನನ್ನ ಗಂಡ ತಮಾಷೆ ಮಾಡುತ್ತಾರೆ, ಅದೆಷ್ಟು ಜನರನ್ನು ರಕ್ಷಿಸುವ ಹೊಣೆ ನಿನ್ನದೇ? ಎಂದು. ನಾನು ನಗುತ್ತೇನೆ. ಮಗಳಿಗೆ ಹೊಟ್ಟೆಕಿಚ್ಚು, "ಅಮ್ಮಾ ನಿನ್ನ ಕೈಯಲ್ಲಿ ಇಷ್ಟೊಂದು ರಾಖಿ!" ಜೊತೆಗೆ ಆಶ್ಚರ್ಯ.

ನಾನೂ ಹೀಗೆಯೇ. ಚಿಕ್ಕವಳಿದ್ದಾಗ, ರಾಖಿ ಅಂದರೇನು ಎಂಬುದೇ ಗೊತ್ತಿರಲಿಲ್ಲ. ಹೈಸ್ಕೂಲು, ಪಿಯೂಸಿಯಲ್ಲಿ ಒಂದಷ್ಟು ರಾಖಿ ತೆಗೆದುಕೊಂಡು ಮೇಷ್ಟ್ರುಗಳಿಗೆ, ಬಸ್ಸಿನ ಡ್ರೈವರ್, ಕಂಡಕ್ಟರುಗಳಿಗೆ, ಸೀನಿಯರ್ಸಿಗೆ ಕಟ್ಟಿದ್ದಿದೆ. ಕಸಿನ್ನುಗಳಿಗೆ ಕಟ್ಟಿದ್ದಿದೆ.

ಈಗ ಆ ಉತ್ಸಾಹ ನನಗಿಲ್ಲ. ಆದರೂ ದೇವರು ಐದಾರು ಅಣ್ಣ ತಮ್ಮಂದಿರನ್ನು ತಾನಾಗಿಯೇ ಕೊಟ್ಟಿದ್ದಾನೆ. ಪುಣ್ಯವಂತೆ ನಾನು. ಅವರ ಹೆಸರಿನಲ್ಲಿ ರಾಖಿ ತಂದಿಟ್ಟಿದ್ದೇನೆ. ಈ ಪುಣ್ಯಾತ್ಮರು ಯಾವಾಗ ಸಿಗುತ್ತಾರೋ, ಒಬ್ಬನ ಹೆಸರಿನಲ್ಲಿ ತಂದಿಟ್ಟುಕೊಂಡ ರಾಖಿಯ ಸಂಖ್ಯೆ, ಈ ವರ್ಷದ್ದೂ ಸೇರಿ ನಾಲ್ಕು. ಇನ್ನೂ ಕಟ್ಟುವ ಯೋಗ ಬಂದಿಲ್ಲ.

ರಾಖಿ ಕಟ್ಟಿದರೆ ಮಾತ್ರಾ ಸಂಬಂಧವೆ? ಇಲ್ಲದಿದ್ದರೆ? ಎಷ್ಟು ಕಟ್ಟಿದರೇನು? ಜವಾಬ್ದಾರಿ ಸರಿಯಾಗಿ ನಿಭಾಯಿಸದಿದ್ದ ಮೇಲೆ? ಎಂದೆಲ್ಲಾ ಅನ್ನಿಸಿ ಸಿಟ್ಟು ಬರುತ್ತದೆ. ಯಾವ ಸಂಬಂಧದ ಗೋಜಲು, ನಂಟುತನ ಏನೂ ಇಲ್ಲದೆಯೂ ನಮ್ಮನ್ನು ಅಪಾರವಾಗಿ ಪ್ರೀತಿಸುವ ಈ ಮಕ್ಕಳ ಜೊತೆಗಿನ ರಕ್ಷಾ ಬಂಧನ ತುಂಬಾ ಸುಂದರ. ಎಂದಿಗೂ ಟೀಚರ್ ಬಳಿ ಬಂದು ವೈಯಕ್ತಿಕ ಮಾತುಕತೆಯಾಡದ ಮಗು ಕೂಡಾ ಈ ದಿನ ಬಂದು, ಸಣ್ಣನೆಯ ಧ್ವನಿಯಲ್ಲಿ,

"ಮಿಸ್ ನಿಮ್ ಕೈ ಕೊಡಿ" ಎನ್ನುವಾಗ, ಪ್ರಪಂಚದ ಖುಷಿಯೆಲ್ಲವೂ ಈ ರಾಖಿಯೊಳಗೇ ಇದೆಯೇನೋ ಅನಿಸಿಬಿಡುತ್ತದೆ.

ಪ್ರೈಮರಿ ಟೀಚರ್‌ಗಳು ಈ ವಿಷಯದಲ್ಲಿ ತುಂಬಾ ಅದೃಷ್ಟವಂತರಿದ್ದೇವೆ.

9

ಇಷ್ಟವಾಗುವುದು ವಿಷಯವಾ? ಮಿಸ್ಸಾ?

ನನ್ನ ಅಧ್ಯಯನವೆಲ್ಲವೂ ಕನ್ನಡ ಭಾಷೆ, ಸಾಹಿತ್ಯದ ಬಗೆಗಾದರೂ, ಶಾಲೆಯಲ್ಲಿ ಪಾಠ ಮಾಡುವುದು ಇಂಗ್ಲಿಷ್ ಹಾಗೂ ಪರಿಸರ ಅಧ್ಯಯನ. ಪ್ರಾಥಮಿಕ ಹಂತದಲ್ಲಿ ಅನಿವಾರ್ಯವಾಗಿ ಇಂತಹ ಕೆಲವು ವಿಷಯಗಳಲ್ಲಿ ನಾವು ರಾಜಿಯಾಗಬೇಕಾಗುತ್ತದೆ. ವಿಷಯದ ಬಗ್ಗೆ ಸಂಪೂರ್ಣವಾಗಿ ಅರಿವು ಇಲ್ಲದಿದ್ದರೂ ಪಾಠ ಮಾಡುವಾಗ ಸರ್ವಜ್ಞನ ರೀತಿ ನಿಂತಿರುತ್ತೇವೆ. ನನಗೆ ಈ ವಿಜ್ಞಾನ ವಿಷಯ ಮೊದಲಿಂದಲೂ ಆಗುತ್ತಿರಲಿಲ್ಲ. ಸೈನ್ಸು, ಮ್ಯಾಥ್ಸು ನನಗಲ್ಲ ಎಂದೇ ನಾನು ಕಲಾ ವಿಭಾಗಕ್ಕೆ ಸೇರಿದ್ದು. ವಿಜ್ಞಾನ ಕಲಿಸುವ ಮೇಷ್ಟ್ರಿನ ಮೇಲೆ ಇದ್ದಷ್ಟು ಗೌರವ, ಪ್ರೀತಿ, ಆತ್ಮೀಯತೆ ಅವರ ವಿಷಯದ ಮೇಲೆ ಇರಲಿಲ್ಲ. ಅವರಿಗೆ ಬೇಜಾರಾಗುತ್ತದೆ ಎಂಬ ಕಾರಣಕ್ಕೆ ಹತ್ತನೇ ತರಗತಿಯಲ್ಲಿ ಎಪ್ಪತ್ತೈದು ಅಂಕಗಳನ್ನು ಪಡೆದಿದ್ದೆ. ಇನ್ನು ಇಂಗ್ಲೀಷು! ಜೀವನಾಂಶ ಪಡೆದು ಪಾಸಾದದ್ದು.

ಪಿಯೂಸಿಯಲ್ಲಿ ಉಳಿದ ಅಂಕಗಳಂತೆ ಇಂಗ್ಲೀಷಿನಲ್ಲಿ ಕೂಡಾ ತೊಂಬತ್ತು ಅಂಕ ಬಂದಿದ್ದರೆ ನಾನೂ ತೊಂಬತ್ತೈದು ಪರ್ಸೆಂಟ್ ಗಳಿಸಿರುತ್ತಿದ್ದೆ. ಡಿಇಡಿಯಲ್ಲಿ ರೇಣುಕಾ ಮಿಸ್ಸಲ್ಲದೆ, ಬೇರೆ ಯಾರೇ ಇಂಗ್ಲೀಷಿಗೆ ಇದ್ದಿದ್ದರೂ, ನಾನು ಫೇಲಾಗಿ ಮನೆಗೆ ಬರುತ್ತಿದ್ದೆ ಎನಿಸುತ್ತದೆ. ಆರ್ಟ್ಸ್ ಓದಿ ಬಂದರೂ, ಇಂಗ್ಲಿಷಿನಲ್ಲಿ ಅರವತ್ತಕ್ಕಿಂತ ಹೆಚ್ಚು ಅಂಕ ಇದ್ದುದರಿಂದ ಅನಿವಾರ್ಯವಾಗಿ ಇಂಗ್ಲಿಷ್ ಹಾಗೂ ವಿಜ್ಞಾನವನ್ನು ಮೆಥಡಾಲಜಿಯಾಗಿ ಓದಬೇಕಾಯ್ತು. ಆದರೆ ನನ್ನ ಆಯ್ಕೆ ಯಾವತ್ತಿಗೂ ಕನ್ನಡವೇ. ಈ ಹದಿನಾಲ್ಕು ವರ್ಷಗಳಲ್ಲಿ ಪ್ರಾರಂಭಿಕ ಆರು ವರ್ಷಗಳಲ್ಲಿ ಕನ್ನಡ, ಇಂಗ್ಲಿಷ್ ವಿಷಯಗಳನ್ನು ಕಲಿಸುತ್ತಿದ್ದೆ.

ಡಿಇಡಿಯಲ್ಲಿ ಅನಿವಾರ್ಯವಾಗಿ ಇಂಗ್ಲಿಷ್ ಓದಿ, ಆ ಮೂಲಕ ಇಂಗ್ಲಿಷಿನ ಎಬಿಸಿಡಿ ಕಲಿತ ನಾನು ಇಂದು ತಕ್ಕಮಟ್ಟಿಗೆ ಹ್ಯಾಂಡಲ್ ಮಾಡುವಷ್ಟಾಗಿದ್ದೇನೆ, ಇಂಗ್ಲಿಷಿನಲ್ಲಿ ಸಣ್ಣ ಮಟ್ಟದ ಸಂಪನ್ಮೂಲ ವ್ಯಕ್ತಿಯಾಗಿ ತರಬೇತಿ ಕೊಡಲು ಹೋಗುತ್ತೇನೆ ಎಂದರೆ ಅದಕ್ಕೆ ರೇಣುಕಾ ಮೇಡಮ್ ಕಾರಣ. ಅದರೊಂದಿಗೆ ನಾನು ಒಂದು ವರ್ಷ ಕೆಲಸ ಮಾಡಿದ ಮಂದಾರ ಶಾಲೆಯ ವಾತಾವರಣವೂ ಕಾರಣ.

ಹೈಸ್ಕೂಲಿನಲ್ಲಿ ಓದುವಾಗ ನಾನು ಇಂಗ್ಲಿಷ್ ಬಾರದೇ ಕಷ್ಟ ಅನುಭವಿಸಿದೆ. ಒಂದು ವಾಕ್ಯ ಬರೆಯಲು ಬರುತ್ತಿರಲಿಲ್ಲ. ಅದು ಹೋಗಲಿ, ಉಕ್ತಲೇಖನ ಕೊಟ್ಟರೆ ಎಲ್ಲವೂ ತಪ್ಪು ತಪ್ಪು. ಕನ್ನಡದಲ್ಲಿ ನೂರಕ್ಕೆ ನೂರು ಅಂಕ ತೆಗೆಯುತ್ತಿದ್ದ ನಾನು ಇಂಗ್ಲಿಷಿನಲ್ಲಿ ಮೂವತ್ತೈದಕ್ಕೆ ಹರಸಾಹಸ ಪಡುತ್ತಿದ್ದೆ. ಕಣ್ಣೀರು ಬರುತ್ತಿತ್ತು. ನಾನು ಅಷ್ಟೆಲ್ಲಾ ದಡ್ಡಿಯಾ ಎಂದು ಅಳುತ್ತಿದ್ದೆ. ಹೈಸ್ಕೂಲಿನಲ್ಲಿ ಮೇಷ್ಟ್ರು ಇಡೀ ಬೆಂಚಿನವರಿಗೆ ಒಂದೇ ಬಾರಿ ಹೊಡೆಯುತ್ತಿದ್ದರು. ಅಷ್ಟು ಉದ್ದದ ಲಕ್ಕಿ ಬರಲು. ಭಾನುವಾರ ಅಮ್ಮ ಸ್ನಾನ ಮಾಡಿಸುತ್ತಾ ಬೆನ್ನು ಉಜ್ಜುವಾಗ ಬರೆ ಬಿದ್ದಿದ್ದು ನೋಡಿ ತುಂಬಾ ದುಃಖ ಪಟ್ಟಿದ್ದಳು. ಈ ಮೇಷ್ಟ್ರಿಗೆ ಮಕ್ಕಳು ಮರಿ ಇಲ್ವಾ ಎಂದು ಕಣ್ಣಲ್ಲಿ ನೀರು ತುಂಬಿಕೊಳ್ಳುತ್ತಿದ್ದಳು. ಆ ವಯಸ್ಸು ಹಾಗಿತ್ತೋ ಏನೋ. ಮನಸ್ಸು ನೋವು, ಅವಮಾನಗಳನ್ನು ನುಂಗಿಕೊಳ್ಳುತ್ತಿತ್ತು.

ಇವತ್ತು ಹೊಡೆದರೇನಂತೆ? ನಾಳೆ ಬರುವಾಗ ಅವರ ಮನೆಗೆ ಹೂ ತೆಗೆದುಕೊಂಡು ಬರುತ್ತಿದ್ದೆವು. ನಾನೊಬ್ಬಳೇ ಅಲ್ಲ. ನನಗೆ ನೆನಪಿದ್ದ ಹಾಗೆ ನಮ್ಮ ಬ್ಯಾಚಿನ ಎಲ್ಲರೂ ಇಂಗ್ಲಿಷ್ ಮೇಷ್ಟ್ರ ಹತ್ತಿರ ಸಾಕಷ್ಟು ಬಡಿಗೆ ತಿಂದವರೇ. ಹಾಗಂತ ಇಂದಿಗೂ ಅವರ ಬಗ್ಗೆ ಬೇಸರವಿಲ್ಲ. ಹಳ್ಳಿಯ ದಡ್ಡ ಮಕ್ಕಳಿಗೆ ಕಲಿಸುವುದು ಅವರ ಸಹನೆಗೆ ಸವಾಲಾಗಿಯೇ ಇತ್ತು, ಬಿಡಿ. ನಾವು ಕಲಿಯದೇ ಇದ್ದಾಗ ಅವರಾದರೂ ಏನು ಮಾಡುತ್ತಾರೆ? ಹೊಡೆದರೆ ಆ ಭಯಕ್ಕಾದರೂ ಕಲಿಯಬಹುದು ಎಂಬ ನಿರೀಕ್ಷೆ ಇತ್ತೇನೋ. ಅದನ್ನು ತಪ್ಪು ಎನ್ನಲಾಗದು.

ಯಾಕೆ ಇಂಗ್ಲಿಷ್ ಅಷ್ಟು ಕಷ್ಟವಾಯಿತು ನಮಗೆ ಎಂದು ನಾನೀಗ ಯೋಚಿಸುತ್ತೇನೆ. ನಮಗೆ ಕಲಿಸುವ ವಿಧಾನ ಸರಿ ಇರಲಿಲ್ಲವಾ ಅಥವಾ ನಾವು ಕಲಿಯುತ್ತಿದ್ದ ವಿಧಾನ ಸರಿ ಇರಲಿಲ್ಲವಾ? ಪ್ರಾರಂಭದಲ್ಲಿ ಆಸಕ್ತಿಯಂತೂ ಸಾಕಷ್ಟು ಇತ್ತು. ಅವರ ಹೊಡೆತಕ್ಕೆ ಹೆದರಲು ಆರಂಭವಾದ ಮೇಲೆ ಆ ವಿಷಯದ ಬಗ್ಗೆ ಜುಗುಪ್ಸೆ ಬಂದಿತು. ಡೈಜೆಸ್ಟ್ ಇಟ್ಟುಕೊಂಡು ನೋಟ್ಸ್ ಬರೆದು ಕಂಠಪಾಠ ಮಾಡುತ್ತಿದ್ದೆವು. ನನ್ನ ಸಮಸ್ಯೆ ಏನೆಂದರೆ, ನನಗೆ ಇಂದಿಗೂ ಕಂಠಪಾಠ ಮಾಡಿ ಅಭ್ಯಾಸ ಇಲ್ಲ. ಸ್ವಂತ ವಾಕ್ಯದಲ್ಲಿಯೇ ಬರೆಯುತ್ತಿದ್ದ ನನಗೆ ಇಂಗ್ಲೀಷು ಕಬ್ಬಿಣದ ಕಡಲೆ. ಇತ್ತ ಸ್ವಂತವಾಗಿ ಬರೆಯಲು ಪದಗಳ ಕೊರತೆ, ವ್ಯಾಕರಣ ಕಲಿಯಲು ಗೋಕರ್ಣಕ್ಕೇ ಹೋಗಬೇಕು. ಅತ್ತ, ಕಂಠಪಾಠ

ಮಾಡಿದ್ದು ಕೂಡಾ ನೆನಪಿರುತ್ತಿರಲಿಲ್ಲ. ಟೆಸ್ಟ್, ಪರೀಕ್ಷೆ ಎಂದರೆ ಸತ್ತು ಬದುಕುತ್ತಿದ್ದೆ. ಹಾಳೂರಿಗೆ ಉಳಿದವನೇ ಗೌಡ ಎಂಬಂತೆ, ಫೇಲಾಗಿ ಹೊಡೆತ ತಿನ್ನುವವರ ಎದುರಿನಲ್ಲಿ ನಾವೊಂದಷ್ಟು ಜನರು ಹೇಗೋ ಪಾಸಾಗುತ್ತಿದ್ದೆವು. ಹಾಗೇ ಎಲ್ಲಾ ಕಡೆ ದಾಟಿಕೊಂಡು ಬಂದೆ.

ನಿಜಕ್ಕೂ ಇಂಗ್ಲಿಷಿನ ಎಬಿಸಿಡಿ ಕಲಿಸಿದ್ದು ಡಯಟ್ಟಿನಲ್ಲಿ. ಈಗ ಅಧಿಕಾರಿಗಳಾಗಿರುವಂತಹ ರೇಣುಕಾ ಮೇಡಮ್. ಅವರೇನು ಕಲಿಸಿದರೆಂಬುದನ್ನು ಹೇಳಲಾರೆ. ಆದರೆ ನಾನು ಇಲ್ಲವಾಗಿಸಿಕೊಂಡಿದ್ದ ಆತ್ಮವಿಶ್ವಾಸವನ್ನು ತುಂಬಿದರು. ಭಯವನ್ನು ಹೋಗಲಾಡಿಸಿದರು. ಪ್ರೈಮರಿ ಮಕ್ಕಳಿಗೆ ಪಾಠಮಾಡುವಷ್ಟು ಇಂಗ್ಲಿಷ್ ನಾಲೆಜ್ ಇಲ್ವಾ ನಿಂಗೆ? ಎಂದು ಕರೆದು ಮಾತಾಡಿಸುತ್ತಿದ್ದರು. ಅದುವರೆಗೆ ಇಂಗ್ಲಿಷ್ ಪಾಠ ಮಾಡುವವರೆಂದರೆ, ಇಂಗ್ಲೆಂಡಿನಿಂದಲೇ ಬಂದವರು ಎಂಬ ಭಾವನೆಯನ್ನು ಹೊಂದಿದ್ದ ನನಗೆ ಹಾಗೂ ನಮ್ಮಂಥವರಿಗೆ ಅವರು ಬೇರೆಯೇ ಆಗಿ ನಿಂತರು.

ಅಲ್ಲಿ ಬದಲಾದ ಬದುಕು ನನ್ನಲ್ಲಿ ಒಂದು ಛಲವನ್ನು ಹುಟ್ಟಿಸಿತು. ನನಗೆ ಪ್ರಾಥಮಿಕ ಹಂತದಿಂದಲೂ ಇಂಗ್ಲಿಷ್ ಕಲಿಕೆ ಸುಗಮವಾಗಿ ನಡೆದಿದ್ದರೆ, ನಾನು ಅಷ್ಟೊಂದು ಕಷ್ಟ ಪಡಬೇಕಿರಲಿಲ್ಲ. ಹಾಗಂತ ಇಂಗ್ಲಿಷ್ ಮಾಧ್ಯಮದ ಶಿಕ್ಷಣವೇ ಬೇಕೆಂದಲ್ಲ. ಕಲಿಯುವುದು ಒಂದು ವಿಷಯವಾಗಿದ್ದರೂ, ಅದರ ಬಗ್ಗೆ ಪ್ರೀತಿ ಮೂಡುವ ಹಾಗೆ ಕಲಿಸಬೇಕು. ಆ ವಿಷಯ ಯಾವತ್ತಿಗೂ ಕಷ್ಟ ಎನಿಸಬಾರದು, ಹಾಗೆ ಕಲಿಸುವವನೇ ನಿಜವಾದ ಶಿಕ್ಷಕ, ಎಂದು ನಾನು ಅರ್ಥೈಸಿಕೊಂಡೆ.

ಹಾಗಾಗಿಯೇ ಸೇವೆಗೆ ಸೇರಿದ ದಿನದಿಂದಲೇ ಇಂಗ್ಲಿಷ್ ಕಲಿಸಲು ಆರಂಭಿಸಿದೆ. ನನಗಾದ ಕಷ್ಟ, ನೋವು ಈ ಮಕ್ಕಳಿಗೆ ಆಗಬಾರದೆಂಬುದು ನನ್ನ ನಿರ್ಧಾರವಾಗಿತ್ತು. ಖುಷಿ ಎಂದರೆ, ನನಗಾದಷ್ಟು ಕಷ್ಟ ನನ್ನ ಮಕ್ಕಳಿಗೆ ಆಗಲೇ ಇಲ್ಲ. ನಾನು ಹೇಳುವ ವಾಕ್ಯಗಳನ್ನು ಅರ್ಥ ಮಾಡಿಕೊಂಡು, ಒಂದು ಪದದ, ವಾಕ್ಯದ ಉತ್ತರವನ್ನಾದರೂ ಕೊಡುವಷ್ಟು ಅವರು ತಯಾರಾಗುತ್ತಲೇ ಬಂದರು. ಐದನೇ ತರಗತಿ ಮುಗಿಸಿ ಇಂಗ್ಲಿಷ್ ಮೀಡಿಯಮ್ಮಿನ ಮೊರಾರ್ಜಿ ಶಾಲೆಗೆ ಸೇರುವ ನನ್ನ ಮಕ್ಕಳಿಗೆ ಇಂಗ್ಲಿಷ್ ಮಾಧ್ಯಮದ ಕಲಿಕೆ ಕಷ್ಟವೇ ಆಗಲಿಲ್ಲ ಎಂದು ಅವರ ಪೋಷಕರು ಹೇಳುತ್ತಿರುತ್ತಾರೆ.

ಈಗಂತೂ ಒಂದನೇ ತರಗತಿಯಿಂದಲೇ ಇಂಗ್ಲಿಷ್ ನಲಿಕಲಿ ಬಂದಿದೆ. ಭಾಷೆಯ ನಾಲ್ಕೂ ಕೌಶಲದ ಬೆಳವಣಿಗೆ ಒಟ್ಟಿಗೇ ಸಾಗುತ್ತದೆ. ಮಕ್ಕಳೊಂದಿಗೆ ನಾನೂ ಕಲಿಯುತ್ತಿದ್ದೇನೆ.

ಇವತ್ತು ಹೀಗಾಯಿತು. ಹೋಮ್ ವರ್ಕಿನ ಪುಸ್ತಕಗಳನ್ನು ಚೆಕ್ ಮಾಡಬೇಕಿತ್ತು. ನನಗೆ ಪಾಠ ಮಾಡುತ್ತಲೇ ಬೇರೆ ಯಾವುದನ್ನೋ ಬರೆಯುವ ತುರ್ತು ಇತ್ತು. ಮಕ್ಕಳನ್ನು ಸುತ್ತಲೂ ಕೂರಿಸಿಕೊಂಡು ಹೇಳಿಕೊಡುತ್ತಲೇ,

ನನ್ನ ಕೆಲಸವನ್ನೂ ಮಾಡುತ್ತಿದ್ದೆ. ಒಟ್ಟಿಗೇ ಕೆಲಸ ಸಾಗುತ್ತಿತ್ತು. ಮೂರನೆಯ ತರಗತಿಯ ನಿತಿನನಿಗೆ ಹೇಳಿದೆ, "ನಿತಿನ್ ವಿಲ್ ಯೂ ಪ್ಲೀಸ್ ಕಲೆಕ್ಟ್ ಒನ್ನೇ ಕ್ಲಾಸ್ ಹೋಮ್ ವರ್ಕ್?" ಎಂದೆ. ಅವನು ಯೆಸ್ ಮಿಸ್ ಎಂದು ಎದ್ದು ನಿಂತು, "ನಿವೇದಿತಾ, ಛಾಯಾ, ದಿಲೀಪ... ಗಿವ್ ಯುವರ್ ಹೋಮರ್ಕ್" ಅಂದ.

ಆಮೇಲೆ ತಕ್ಷಣ ನಗು ಬಂತು. ನಾನು ಫಸ್ಟ್ ಸ್ಟಾಂಡರ್ಡ್ ಎಂದು ಹೇಳುವ ಬದಲು, ಒನ್ನೇ ಕ್ಲಾಸ್ ಎಂದಿದ್ದೆ. ಅವನು ಆ ಪದವನ್ನು ಗಮನಿಸಿರಲಿಲ್ಲ. ವಾಕ್ಯವನ್ನು ಅರ್ಥ ಮಾಡಿಕೊಂಡು, ತನ್ನ ಕೆಲಸವನ್ನು ಪೂರೈಸಿದ. ನನ್ನ ಬಗ್ಗೆ ನಗು, ಅವನ ಬಗ್ಗೆ ಖುಷಿಯಾಯಿತು ನನಗೆ.

ಇದೇ ರೀತಿ ಈಗೊಂದು ನಾಲ್ಕಾರು ವರ್ಷಗಳ ಹಿಂದೆ ನಡೆದಿತ್ತು. ಶಾಲೆಯ ಎದುರು ಮನೆಯಲ್ಲಿ ಹೊಗೆ ಹೋಗುವ ಪೈಪು ಇತ್ತು. ಬಚ್ಚಲು ಮನೆಯದು ಅನಿಸುತ್ತದೆ. ಸಂಜೆ ಶಾಲೆ ಬಿಟ್ಟಾದ ಮೇಲೆ. ಮನೆಗೆ ಹೊರಟೆವು. ನನಗೆ, ಮಕ್ಕಳಿಗೆ ಇಂಗ್ಲಿಷ್ ಮಾತನಾಡುವ ಚಟ. ನಾನು ವಾಟ್ ಈಸ್ ದಿಸ್ ಎಂದೆ. ಒಬ್ಬನಿದ್ದ. ಸುಬ್ಬನಂಥವನು. "ದಿಸ್ ಈಸ್ ಹೊಗೆ ಪೈಪ್" ಎಂದ. ಎಲ್ಲರೂ ಚಪ್ಪಾಳೆ ಹೊಡೆದರು. "ಬದುಕ್ತೀಯ ಬಿಡು ಮಗನೇ", ಎಂದೆ.

ಈ ವಿಷಯಗಳು ಈ ದಿನ ನೆನಪಾಗಲು ಕಾರಣವಿದೆ. ಈ ದಿನ ಇಂಗ್ಲಿಷ್ ಕಲಿಸುವಾಗ, ನಿವೇದಿತಾ ಎಂಬ ಒಂದನೇ ತರಗತಿಯ ಮಗು, "ಮಿಸ್ ನಂಗೆ ಇಂಗ್ಲಿಷ್ ಅಂದ್ರೆ ತುಂಬಾ ಇಷ್ಟ, ನಿನ್ನೆ ನೀವು ಯಾಕೆ ಬರಲಿಲ್ಲ? ನೀವು ಬರದೇ ಇದ್ರೂ, ನಾನು ಮೊನ್ನೆ ಕೊಟ್ಟ ಹೋಮ್ ವರ್ಕನ್ನೇ ಮತ್ತೆ ಎರಡು ಸಲ ಬರ್ದಿದೀನಿ" ಎಂದಳು.

ಮಕ್ಕಳಿಗೆ ವಿಷಯದ ಬಗ್ಗೆ ಪ್ರೀತಿ ಮೂಡುವಂತೆ ಕಲಿಸಬೇಕು ಎಂದು ನಾನು ಮಾಡಿದ ನಿರ್ಧಾರ ವ್ಯರ್ಥವಾಗಲಿಲ್ಲ.

10

ಕೊಲೆಯೋ? ಸಂಹಾರವೋ?

"ಮಿಸ್... ನಿಮ್ಮತ್ರ ಏನೋ ಹೇಳ್ಬಕು.. ಆದ್ರೆ ನೀವು ಭಯ ಪಡಬಾರ್ದು" ಇನ್ನೂ ಗೇಟು ದಾಟಿರಲಿಲ್ಲ, ಭರತ ಜೋರಾಗಿ ಓಡಿ ಬಂದು, ಮೆತ್ತಗೆ ಕಿವಿಯಲ್ಲಿ ಹೇಳಿದ.

"ಮಿಸ್ಸಿಗೆ ಹೆದ್ರಿಕೆ ಆಗತ್ತೆ, ಬ್ಯಾಡ ಭರತ, ನೀ ಹೇಳ್ಬಡ. ನಾನೇ ಹೇಳ್ತಿ" ಅಕ್ಷರಾ ಮಧ್ಯೆ ಬಾಯಿ ಹಾಕಿದಳು.

"ಥೋ, ಏನು ವಿಷಯ? ನಂಗೆ ಭಯ ಆಗೋವಂತದ್ದು. ಏನು ದಬ್ಬಾಕಿದೀರಿ?"

"ನೀವು ಬೈಬಾರ್ದು, ಬೈಯೋದಾದ್ರೆ ಹೇಳಲ್ಲ"

ಎಲಾ... ನಂಗೇ ಆವಾಜಾ?

"ಸರಿ, ಹೇಳಬೇಡ". ಅವರಿಬ್ಬರಿಗೂ ನನ್ನ ಬಳಿ ಹೇಳದಿದ್ದರೆ ಆಗುವುದೇ ಇಲ್ಲ, ಗೊತ್ತು ನನಗೆ. ಅರ್ಜೆಂಟ್ ರೀಸೆಸ್ಸು ಬಂದು ಕಾಲನ್ನು ಎಕ್ಸ್ ಅಕ್ಷರದ ಹಾಗೆ ಮಾಡಿಕೊಂಡು ನಿಂತವರ ರೀತಿ ಇದ್ದಾರೆ. ನಾನು ಬೇಕಂತಲೇ ಅವಾಯ್ಡ್ ಮಾಡಿದ ಹಾಗೆ ನಿಂತೆ.

"ಮಿಸ್, ನೀವು ಹೆದ್ರಲ ಅಲ್ವಾ..."

"ಮಿಸ್ಸಿಗೆ ಹೆದ್ರಿಕೆ ಎಲ್ಲೈತಾ? ಹೇಳು ನೀನು". ಮತ್ತೆ ಅಕ್ಷರಾ ಸಪೋರ್ಟಿಗೆ ನಿಂತಳು. ಅಷ್ಟರಲ್ಲಿ ಶಾಲೆಯೊಳಗೆ ಹೋಗಿಯಾಗಿತ್ತು.

ಪ್ರಾರ್ಥನೆಯಾಯಿತು. ತರಗತಿಯೊಳಗೆ ಹೋದರೂ ಅವರಿಬ್ಬರ ನಡುವೆ ಗುಸುಗುಸು.

"ಮಿಸ್... ಮಿಸ್..."

"ಏನೋ..."

"ಅದೇ ಮಿಸ್... ನೀವು ಹೆದ್ರಬಾರ್ದು, ಬೈಬಾರ್ದು."

"ಥೋ, ಭರತ, ನೀನು ಹೇಳ್ತೀಯ ಇಲ್ವಾ?" ನನ್ನ ಮಾತು.

"ಮಿಸ್, ಯಂತ ಗೊತ್ತಾ? ಇವತ್ತು ಬೆಳಿಗ್ಗೆ ನಾನು, ಅಣ್ಣಯ್ಯ ಸೇರ್ಕ್ಯಂಡು ಒಂದು ಕೊಲೆ ಮಾಡೀವಿ..."

"ಹಾಂಂಂಂಂಂ...???"

"ಹೌದು ಮಿಸ್, ತುಂಬಾ ದಿನದಿಂದ ಕಾಯ್ತಾ ಇದ್ವಿ, ಆಗಿರ್ಲ. ಇವತ್ತು ಬೆಳಿಗ್ಗೆ ಐದು ಗಂಟೆಗೇ ಸೌಂಡಾತು, ಅಂವ ಬಂದ ಅಂತ ಗೊತಾತು, ನಾನು ಅಣ್ಣಯ್ಯ ಎದ್ದು ಕೂತ್ಗಂಡು ಕಾಯ್ತಾ ಇದ್ದೆಂವು, ಬಂದ್ಕೂಡ್ಲೆ ಇಬ್ರೂ ಸೇರ್ಕಿಂಡು ಆರು ಗಂಟೆತಂಕ ಹೊಡೆದು ಸಾಯಿಸಿದ್ವಿ"

ನಾನು ನೀರಿನ ಬಾಟಲಿ ಹುಡುಕ್ತಾ ಇದ್ದೆ.

"ನೀರು ಬೇಕಾ ಮಿಸ್? ಹೆದ್ರಿಕಾತಾ?" ಅಕ್ಷರಾ ಕೇಳಿದಳು. ನನಗೆ ಬಾಯಾರಿಕೆಯಾಗಿತ್ತಷ್ಟೇ. ಅಷ್ಟಕ್ಕೇ ನಾನು ಹೆದರಿದೆ ಎಂದು ಅಕ್ಷರಾ ಸಮಾಧಾನ ಮಾಡಲು ಬಂದಳು.

"......." ನಾನು ಹೆದರಿದರೆ ಅವರಿಗೆ ಸಮಾಧಾನ ಮಾಡಲು ಬಹಳ ಸಂಭ್ರಮ.

"ಅಂದ ಹಾಗೆ ಯಾರನ್ನು ಕೊಲೆ ಮಾಡಿದ್ರೊ?"

ನಂಗಾಗ ಖಾತ್ರಿಯಾಗಿತ್ತು, ಈ ಮಕ್ಕಳು ಇಲಿಯನ್ನೋ, ಹೆಗ್ಗಣವನ್ನೋ, ಕೊಳಕು ಮಂಡಲ ಹಾವನ್ನೋ ಹಿಡಿದು ಸಾಯಿಸಿದ್ದಾರೆ, ಅದನ್ನಿಲ್ಲಿ ವರ್ಣರಂಜಿತವಾಗಿ ಹೇಳಿದ್ದಾರೆ. ಆದರೆ ನಾನು ಅದನ್ನು ಮಾಮೂಲಿಯಾಗಿ ಕೇಳಿಸಿಕೊಂಡರೆ, ಮಕ್ಕಳಿಗೆ ಬೇಸರವಾಗಿಬಿಡುತ್ತದೆ. ಅವರು ನನ್ನನ್ನು ಹೆದರಿಸಬೇಕೆಂದುಕೊಂಡಿದ್ದಾರೆ, ನಾನು ಗಾಬರಿ, ಆಶ್ಚರ್ಯ ತೋರಿಸಬೇಕೆಂಬುದು ಅವರ ಅಪೇಕ್ಷೆ. ನೀರಸವಾಗಿ ಪ್ರಶ್ನಿಸಿದರೆ ಅವರ ನಿರೀಕ್ಷೆಗೆ ಭಂಗವಾಗುತ್ತದೆ. ಮಕ್ಕಳ ಆಸೆಗೆ ನಾನೇಕೆ ಬಿಸಿನೀರು ಸುರಿಯಲಿ? ಹಾಗಾಗಿ,

"ಅಯ್ಯೋ, ರಾಮ. ಯಾರನ್ನು ಕೊಂದ್ರಿ? ಎಲ್ಲಿ ಕೊಂದ್ರಿ? ಪೊಲೀಸ್ರು ಬರ್ತಾರೆ ತಡೀರಿ" ಗಾಬರಿ, ಸಿಟ್ಟು, ಆಶ್ಚರ್ಯ ಎಲ್ಲವನ್ನೂ ವ್ಯಕ್ತಪಡಿಸುತ್ತಲೇ ಹೇಳಿದೆ. ಅವರಿಬ್ರಿಗೂ ಸಿಕ್ಕಾಪಟ್ಟೆ ಖುಷಿ ಆಗಿಬಿಟ್ಟಿತು, ನಾನು ಹೆದರಿದ್ದಕ್ಕೆ. ಉಳಿದ ಮಕ್ಕಳಿಗೂ ಬಹಳ ಸಂತೋಷ..

ಆಗ ಅವನೇ ನನ್ನನ್ನು ಸಮಾಧಾನ ಮಾಡಿದ. "ಹೆದ್ರುಬಡಿ ಮಿಸ್, ಹೆಗ್ಣ ಕೊಂದ್ವಿ ಮಿಸ್..."

"ಹೌದಾ... ಎಷ್ಟು ಹೆದರಿಸಿಬಿಟ್ಯೋ... ಒಂದು ಕ್ಷಣ ಸತ್ತು ಬದುಕಿದೆ ಗೊತ್ತಾ..." ಉಸ್ಸೆಂದು ಉಸಿರುಬಿಟ್ಟಾಗ ಅವರಿಗೆ ಹೇಳತೀರದ ಸಂತಸ. ನಾನು ಸಮಾಧಾನಗೊಂಡೆ ಅವರ ಕಣ್ಣಿಗೆ. ಆಮೇಲೆ ಅವನೇ ವಿವರಿಸಿದ.

"ನಮ್ಮನೆಗೆ ಭತ್ತ ತಿನ್ನಕೆ ದಿನಾ ಬತಿತ್ತು ಮಿಸ್, ನಾನು ಅಣ್ಣಯ್ಯ ದಿನಾ ಹೊಡಿಯನ ಅಂತ ಕಾಯ್ತಾ ಇದ್ವಿ, ಸಿಗದೇ ಇಲ್ಲ. ಓಡಿಹೋತಿತು. ಇವತ್ತು ಬೆಳಿಗ್ಗೆ ಐದು ಗಂಟೆಗೆ ನಮ್ಮ ಹಾಸ್ಗೆ ಹತ್ರ ಸೌಂಡಾತು, ಅಣ್ಣಯ್ಯ ಎದ್ದು ಕೋಲು ತಗುಬಂದ. ನಾನು ಎದ್ಗಂಡು ಸೈಲೇಂಟಾಗಿ ಬಾಗ್ಲು ಹಾಕ್ದೆ ಮಿಸ್. ಅಣ್ಣಯ್ಯ ಒಂದ್ ಕೊಟ್ಟ. ನಾನೊಂದ್ ಕೊಟ್ಟೆ. ಅಣ್ಣಯ್ಯ ಮತ್ತೊಂದ್ ಕೊಟ್ಟ. ನಾನೂ ಇನ್ನೊಂದು ಸಮ್ಮ ಕೊಟ್ಟೆ... ಆದ್ರೂ ತಪ್ಸ್ಕ್ಯಂಡು ಓಡೋತಿತು. ಆದ್ರೆ ನಾವ್ ಬಿಡ್ಲ ಮಿಸ್. ಆರು ಗಂಟೆ ಹೊತ್ತಿಗೆ ಅದ್ನ ಹೊಡ್ದು ಹಾಕೇ ಬಿಟ್ಟೆಂವು" ಎಂದ.

"ಹೋ... ಹೌದಾ... ಭಯಂಕರ ಹೋರಾಟ ಆಗಿದೆ ಹಾಗಾದ್ರೆ, ಅದ್ಸರಿ ಕೊಲೆ ಅಂದಿದ್ಕೆ ನಂಗೆ ಭಯ ಆಗತ್ತೆ, ನಾನು ನಿಮಗೆ ಬೈತೀನಿ ಅಂತ ಹೇಗೆ ಅನ್ಕೊಂಡ್ರಿ?"

"ಅದು ಮಿಸ್... ನೀವು ಪ್ರಾಣಿ ಹಿಂಸೆ ಮಾಡಬಾರ್ದು, ಅದರಲ್ಲೂ ಮಕ್ಕಳಂತೂ ಮಾಡಲೇಬಾರದು ಅಂತೀರಲ್ಲ, ಅದ್ಕೆ ಹೆದ್ರಿಕಾತಂತೆ ಮಿಸ್" ಅಕ್ಷರಾ ಸಮಜಾಯಿಷಿ ಕೊಟ್ಟಳು.

"ಅಪ್ಪಾ, ತಂದೆ ತಾಯ್ಗಳೇ,

ಪ್ರಾಣಿ ಹಿಂಸೆ ಮಹಾಪಾಪ. ಆದರೆ ಅವುಗಳೇ ನಮಗೆ ಕಾಟ ಕೊಟ್ಟಾಗ ನಾವು ಏನಾದರೂ ಕ್ರಮ ಕೈಗೊಳ್ಳೋದು ತಪ್ಪಲ್ಲ. ಅದು ದಿನಾ ಬಂದು ಭತ್ತ ತಿನ್ಕೊಂಡು ಹೋಗತ್ತೆ. ಅದರ ಸಂಖ್ಯೆ ಜಾಸ್ತಿ ಆದ ಹಾಗೆ ನಿಮ್ಮನೆಯಲ್ಲಿ ಭತ್ತ, ಜೋಳ, ಅಕ್ಕಿ, ಹಿಂಡಿ, ಬೂಸಾ ಯಾವುದೂ ಉಳಿಯಲ್ಲ. ಅದರಿಂದ ತೊಂದರೆ ಅಲ್ವಾ? ಹಾಗಾಗಿ ನಾವು ಒಂದು ಪರಿಹಾರ ಕ್ರಮ ಕೈಗೊಂಡರೆ ತಪ್ಪೇನಿಲ್ಲ. ಆದರೆ ಬೇಕಾಗಿಯೇ ನಾವು ಯಾರಿಗೂ ಹಾನಿ ಮಾಡಬಾರದು. ಬೆಕ್ಕಿನ ಮರಿ, ನಾಯಿ ಮರಿಗಳನ್ನು ನೀವು ಹಿಡುಕಿ ಹಿಂಸೆ ಮಾಡ್ತೀರಲ್ಲ... ಹಾಗೆಲ್ಲಾ ಮಾಡಬಾರದು, ಯಾವ ಪ್ರಾಣಿಯನ್ನೂ ಅನಾವಶ್ಯಕವಾಗಿ ಸಾಯಿಸಬಾರದು. ನನ್ನ ಪ್ರಕಾರ ಆಹಾರಕ್ಕಾಗಿಯೂ ಪ್ರಾಣಿಗಳನ್ನು ಸಾಯಿಸಬಾರದು. ಆದರೆ, ನಾನ್ವೆಜ್ ತಿನ್ನುವವರಿಗೆ ಆ ಆಹಾರ ಅವರ ಹಕ್ಕು. ಅದ್ನ ವಿರೋಧ ಮಾಡೋದು ತಪ್ಪಾಗತ್ತೆ. ಅದ್ನ ಬಿಟ್ಟರೆ, ಹಾಗೆಲ್ಲಾ ಹಿಂಸೆ ಮಾಡಬಾರದು. ಆದರೆ ನೀವು ಈ ದಿನ ಮಾಡಿದ್ದು ಕೊಲೆ ಅಲ್ಲ, ಅದು ಸಂಹಾರ. ಆಯ್ತಾ?" ಎಂದೆ.

"ಕೊಲೆಗೂ ಸಂಹಾರಕ್ಕೂ ಏನು ವ್ಯತ್ಯಾಸ ಮಿಸ್?" ಮುಂದಿನ ಪ್ರಶ್ನೆ. ಎರಡರಲ್ಲೂ ಸಾಯಿಸೋದೆ ತಾನೆ?

"ಹೌದು, ಕೊಲೆ ವಿನಾಕಾರಣ ಸಾಯಿಸೋದು, ಅದಕ್ಕೆ ಯಾವುದೇ ಸಮಜಾಯಿಷಿ ಕೊಡೋಕಾಗಲ್ಲ, ಆದರೆ ಸಂಹಾರ ಅಂದ್ರೆ ಕೆಟ್ಟದ್ದನ್ನು ಸಾಯಿಸೋದು, ದೇವಿ ಮಹಿಷಾಸುರನ್ನ ಕೊಂದಳಲ್ವಾ, ಕೃಷ್ಣ ದೇವರು ಕಂಸ, ಪೂತನಿ, ಶಕಟಾಸುರ, ಶಿಶುಪಾಲ ಇತ್ಯಾದಿಯರನ್ನು ಕೊಂದನಲ್ವಾ? ರಾಮ ರಾವಣನನ್ನು ಸಾಯಿಸಿದನಲ್ವಾ? ಅದು ಸಂಹಾರ. ಅಲ್ಲಿ ಕೆಟ್ಟತನವನ್ನು ನಿರ್ನಾಮ ಮಾಡಲೇಬೇಕಿತ್ತು. ಹಾಗಾಗಿ ಕೊಂದರು. ಈ ದಿನ ಹೆಗ್ಗಣವನ್ನು ನೀವು ವಿನಾಕಾರಣ ಸಾಯಿಸಲಿಲ್ಲ. ನಿಮ್ಮಮನೆಗೆ ಬಂದು ನಷ್ಟ ಮಾಡ್ತಿತ್ತು, ಹಾಗಾಗಿ ನೀವು ಸಂಹಾರ ಮಾಡಿದೀರಿ" ಎಂದು ಖಡ್ಗ ಎತ್ತಿದಂತೆ ಮಾಡಿ ನಕ್ಕೆ. ಎಷ್ಟು ಅರ್ಥವಾಯ್ತೋ ಏನೋ. ಮರು ಪ್ರಶ್ನೆ ಮಾಡಲಿಲ್ಲಪ್ಪ.

ಈ ಮಕ್ಕಳು ಯಾವತ್ತೂ ಕೊಲೆ ಮಾಡುವುದಿರಲಿ, ಕೊಲೆ ಎಂಬ ಪದವನ್ನು ಬಾಯಲ್ಲಿ ಉಚ್ಚರಿಸುವುದೂ ಬೇಡ. ಇನ್ನು ಸಂಹಾರ, ಅದರ ಪಾಡಿಗೆ ಅದು ಆಗಲಿ. ಇವರ ಕುತೂಹಲ, ನಿರ್ಭಯವಾದ ವರ್ತನೆ, ಶಿಕ್ಷಕರೆಡೆಗಿನ ಪ್ರೀತಿ, ಆ ಕ್ಲೋಸ್ ನೆಸ್ ಸದಾ ನನ್ನನ್ನು ಕಾಪಾಡಲಿ.

ಕೊಲೆಗೂ ಸಂಹಾರಕ್ಕೂ ವ್ಯತ್ಯಾಸ ಇದೆ. ಅಲ್ವಾ?

11

ಅನ್ನ ಬ್ರಹ್ಮ

ಬೆಳಿಗ್ಗೆ ಶಾಲೆಗೆ ಹೋದಕೂಡಲೇ, ಪ್ರಾರ್ಥನೆಗೂ ಮೊದಲು, "ಮಿಸ್ ತಿಂಡಿ ತಿಂದ್ರಾ? ಎಂತ ತಿಂಡಿ ಮಿಸ್? ಅದ್ವಿತಾ ಶಾಲೆಗೆ ಹೋದ್ಲಾ ಮಿಸ್?"

"ಹೂ ಕಣ್ರೋ..." ಪಲಾವು, ದೋಸೆ, ಇಡ್ಲಿ, ಚಪಾತಿ ಇತ್ಯಾದಿ ಮನೆಯಲ್ಲಿ ಮಾಡಿದ್ದನ್ನು ಕಷ್ಟ ಪಟ್ಟು ನೆನಪಿಸಿಕೊಂಡು ಹೇಳುತ್ತೇನೆ. ಕಷ್ಟಪಟ್ಟು ಏಕೆಂದರೆ, ನನಗೆ ಊಟ, ತಿಂಡಿಗಳ ನೆನಪೇ ಇರುವುದಿಲ್ಲ. ಯಾರೋ ಅಂದ ಮಾತು, ನಡೆದ ಘಟನೆಗಳು, ಓದಿದ ಪುಸ್ತಕಗಳು ಮಾತ್ರಾ ವರ್ಷಗಳೇ ಕಳೆದರೂ ಮರೆಯುವುದಿಲ್ಲ. ಆದರೆ ಅರ್ಧ ಗಂಟೆಯ ಹಿಂದೆ ತಿಂದ ತಿಂಡಿ ಮಾತ್ರಾ ನೆನಪೇ ಇರುವುದಿಲ್ಲ. ನಾನು ಗೊಂದಲಗೊಂಡು ಯಾವುದೋ ಒಂದು ತಿಂಡಿಯ ಹೆಸರು ಹೇಳಿದ ಕೂಡಲೇ ಅವರು ಸುಮ್ಮನಾದರೂ ಆಗುತ್ತಾರಾ? ದೋಸೆಗೇನು ಮಿಸ್? ಇಡ್ಲಿಗೆ ಸಾರಾ? ಚಟ್ನಿಯಾ? ಮುಗಿಯದ ಪ್ರಶ್ನೆಗಳು.

ಯಾವುದೋ ಒಂದು ಉತ್ತರ ಕೊಟ್ಟರೂ ಸಮಾಧಾನವಾಗಿ ಸುಮ್ಮನಿರುವುದಿಲ್ಲ. ನಾನು ಅವರಿಗೆ ನಿಮ್ಮನೆಯಲ್ಲಿ ಏನು ತಿಂಡಿ ಎಂದು ಕೇಳಲೇಬೇಕು. ಕೇಳುವವರೆಗೆ ಟೇಬಲ್ ಬಿಟ್ಟು ಸರಿಯುವುದಿಲ್ಲ. ಮೊದಲೆಲ್ಲಾ ಏನು ತಿಂಡಿ ಎಂಬುದನ್ನು ನಾನು ಕೇಳಿದರೆ ಸಾಕಾಗುತ್ತಿತ್ತು. ಅವರು ಉತ್ತರ ಹೇಳುತ್ತಿದ್ದರು. ಆದರೆ ಈಗ ವಿಪರೀತವಾಗಿದ್ದಾರೆ. ಅವರ ಮನೆಯಲ್ಲಿ ಏನು ತಿಂಡಿ ಎಂಬುದನ್ನು ನಾನು ಊಹೆ ಮಾಡಿ ಹೇಳಬೇಕು. ಹೇಳಿದ್ದು ಸರಿಯಾದರೆ ಅವರ ಖುಷಿ ಹೆಂಚಿನಮಾಡನ್ನು ದಾಟಿ ಮೇಲೆ ಹೋಗುತ್ತದೆ.

ನನಗೆ ಚೆನ್ನಾಗಿ ಗೊತ್ತು, ಅವರ ಮನೆಗಳಲ್ಲಿ, ಕಡುಬು-ಕಾಯಿ ಚಟ್ನಿ, ರೊಟ್ಟಿ-ಮುಳಗಾಯಿ ಚಟ್ನಿ ಅಥವಾ ಪಲ್ಯ (ಮುಳಗಾಯಿ-ಬದನೆ)

ಚಿತ್ರಾನ್ನ, ದೋಸೆ, ಉಪ್ಪಿಟ್ಟು, ಪಲಾವ್ ಇತ್ಯಾದಿ ಇರುತ್ತದೆ. ಜೊತೆಗೆ ಕೋಳಿ ಸಾರು, ಮೀನು ಸಾರು ಇತ್ಯಾದಿ ಮಾಂಸಾಹಾರವೂ ಇರುತ್ತದೆ. ಅದನ್ನೂ ಹೇಳಿಬಿಡುತ್ತೇನೆ. ಅದೇ ಆಹಾರ ಅವರದ್ದಾಗಿದ್ದರೆ, ಆಗ ಅವರ ಮುಖದ ಖುಷಿಯೇ ಬೇರೆ. "ಓ...ಮಿಸ್ ಕಂಡುಹಿಡಿದ್ರು..."

ಕೆಲವೊಮ್ಮೆ ಅವರ ಮನೆಗಳಲ್ಲಿ 'ವಾರ' ಎಂಬುದೊಂದು ಇರುತ್ತದೆ. ಶುಕ್ರವಾರ, ಶನಿವಾರ ಇತ್ಯಾದಿ ದಿನಗಳನ್ನು ಮನೆ ದೇವರ ಸ್ಮರಣೆಯಾಗಿ ಆಚರಿಸುತ್ತಾರೆ. ಈ ದಿನಗಳಂದು ಮಾಂಸದ ಅಡುಗೆ ಮಾಡುವುದಿಲ್ಲ. ಶುದ್ಧ ಸಸ್ಯಾಹಾರ. ಸಮಸ್ಯೆಯೆಂದರೆ, ಅಷ್ಟೂ ಮಕ್ಕಳ ಮನೆಗಳಲ್ಲಿ ಯಾವ ದಿನವನ್ನು "ವಾರ"ವಾಗಿ ಆಚರಿಸುತ್ತಾರೆಂದು ನನಗೆ ಹೇಗೆ ಗೊತ್ತಾಗಬೇಕು?

ಸಸ್ಯಾಹಾರಿಯಾದ ನನಗೆ ಮೊದಮೊದಲು ಈ ನಾನ್ವೆಜ್ ಐಟಮ್ಸ್ ಅಂದರೆ ಏನೆಂಬುದೇ ಗೊತ್ತಿರಲಿಲ್ಲ. ಕೋಳಿ, ಕುರಿ, ಮೊಟ್ಟೆ, ಹಂದಿ ಇತ್ಯಾದಿಗಳನ್ನು ತಿನ್ನುತ್ತಾರೆ ಎಂಬುದಷ್ಟೇ ಗೊತ್ತಿತ್ತು. ಅದೂ ತೇಜಸ್ವಿಯವರ ಪುಸ್ತಕಗಳನ್ನು ಓದಿದಾಗ ಅಲ್ಪ ಸ್ವಲ್ಪ ಗೊತ್ತಾಯಿತಷ್ಟೆ.

ಆಗ ನನ್ನ ಜೊತೆಗಿದ್ದ ಸ್ನೇಹಿತೆಯರಲ್ಲಿ ನಾನ್ವೆಜ್ ತಿನ್ನುವವರಿದ್ದರೂ, ನಾವು ಆಹಾರದ ಬಗ್ಗೆ ಮಾತನ್ನೇ ಆಡುತ್ತಿರಲಿಲ್ಲ. ಏನಾದರೂ ಸ್ವೀಟ್ಸ್ ತಂದರೆ ಹಂಚಿಕೊಂಡು ತಿನ್ನುತ್ತಿದ್ದೆವು, ಅಷ್ಟೆ.

ಕೆಲಸಕ್ಕೆ ಸೇರಿದ ಹೊಸತರಲ್ಲಿ ನಾನು ಮಕ್ಕಳ ಜೊತೆ ಮಾತಾಡುವಾಗ ಒಂದು ದಿನ ಕೇಳಿದೆ.

"ಕೋಳಿ-ಕುರಿಯಲ್ಲಿ ಪಾಯಸ ಮಾಡ್ತೀರಾ? ಹೋಳಿಗೆ ಮಾಡ್ತೀರಾ? ಏನೇನು ಸ್ವೀಟ್ ಮಾಡ್ತೀರಿ?"

ಮಕ್ಕಳು ಕಕ್ಕಾಬಿಕ್ಕಿ. ಇದು ಯಾವ ಸೀಮೆ ಟೀಚರ್ರು? ಯಪ್ಪಾ ದೇವರೇ... ಎಂದುಕೊಂಡಿರಬಹುದು.

ಆಮೇಲೆ ಅವರು ಇದರಲ್ಲಿ ಸ್ವೀಟ್ ಮಾಡಲ್ಲ ಟೀಚರ್, ಎಂದು ಹೇಳಿ ಏನೇನೋ ಹೆಸರು ಹೇಳಿದರು. ನನಗೆ ನಿಜಕ್ಕೂ ಗೊತ್ತಿರಲಿಲ್ಲ. ಪೆಂಗೆ ನಾನು.

ವಿಷಯ ಎಂತ ಗೊತ್ತಾ?

ಇವತ್ತು ಸಸ್ಯಾಹಾರಿಗಳು, ಮಾಂಸಾಹಾರಿಗಳು, ಮಿಶ್ರಾಹಾರಿಗಳ ಕುರಿತಾದ ಪಾಠ. ಅದಕ್ಕಾಗಿ ಬೆಳಿಗ್ಗೆಯೇ ತಿಂಡಿ, ಊಟ, ಆಹಾರ ಇತ್ಯಾದಿ ಇತ್ಯಾದಿ ಚರ್ಚೆ ಶುರುವಾಯ್ತು. ಅದರ ಅರ್ಥ ತಿಳಿಸಿ ಯಾವ ಯಾವ ಪ್ರಾಣಿಗಳು ಏನೇನು ತಿನ್ನುತ್ತವೆ ಎಂಬುದನ್ನು ಪಟ್ಟಿ ಮಾಡಿದೆವು.

ಹುಲಿ, ಗುಬ್ಬಿ, ಮೊಲ, ನರಿ, ಸಿಂಹ, ಮಾನವ, ಪೆಂಗ್ವಿನ್, ಹಾವು ಹೀಗೆ ಹಲವು ಜೀವಿಗಳನ್ನು ಕೊಟ್ಟು ಆಹಾರದ ಆಧಾರದಲ್ಲಿ ವರ್ಗೀಕರಿಸಲು ತಿಳಿಸಿದೆ. ಮಾನವ ಮಿಶ್ರಾಹಾರಿ ಎಂಬುದು ಅವರಿಗೆ ಗೊತ್ತು. ಬರೆದರು.

ಆಮೇಲೆ ಅವರವರಲ್ಲೇ ತೀರಾ ಆಳವಾದ ಚರ್ಚೆ, ಗುಸುಗುಸು ನಡೆಯುತ್ತಾ ಇತ್ತು. ನನಗೆ ಸಿಟ್ಟು ಬಂತು, ಬೈದೆ.

"ಯಾವಾಗಲೂ ಮಾತು ಮಾತು ಮಾತು. ಮಾತು ಮನೆ ಕೆಡಿಸ್ತು... ತೂತು ಒಲೆ ಕೆಡಿಸ್ತು..."

"ಅಲ್ಲ ಮಿಸ್.."

"ಏನಲ್ಲ? ನಿಮ್ ಮಂಡೆ. ಊಟದ ಟೈಮ್ ಆಯ್ತು. ಬೇಗ ಬರೀರಿ ಅಂದ್ರೆ ಬಾಯ್ ತೆಕ್ಕಂಡ್ ಕೂತಿದೀರಿ"

ಒಬ್ಬಳಿಗೆ ಧೈರ್ಯ ಬಂತು.

"ಮಿಸ್, ಮಾನವ ಮಿಶ್ರಾಹಾರಿ ಅಂದ್ರಲ... ಆದ್ರೆ ನೀವು..."

"ಏನು ನಾನು?"

"ನೀವು ನಾನ್ವೆಜ್ ತಿನ್ನಲಲ ಮಿಸ್..."

"ನಾನು ತಿನ್ನದೇ ಇದ್ರೇ...?"

ಇನ್ನೊಬ್ಬ ಬಂದ,

"ಮೇದಿನಿ ಮಿಸ್ಸಿನ್ನ ಬಿಟ್ರೆ, ನಮ್ಮ ಶಾಲೆಯಲ್ಲಿ ಎಲ್ರೂ ಮಿಶ್ರಾಹಾರಿಗಳು, ಅವ್ರು ಒಬ್ರೇ ಇಲ್ಲಿ ಸಸ್ಯಾಹಾರಿ."

ಫುಲ್ ಕ್ಲಾರಿಫಿಕೇಷನ್ ಕೊಟ್ಟು, ಪಾಠ ಮುಗಿಸಿಯೇಬಿಟ್ಟ.

"ಅಣ್ಣಾ... ಪುಣ್ಯಾತ್ಮ... ನಿಮ್‌ತಲೆ.. ನೀವು ಸಿಕ್ಕಾಪಟ್ಟೆ ಪ್ರಾಕ್ಟಿಕಲ್ ಆಗಿದೀರಿ ಕಣ್ರೋ... ನನ್ನ ವಿಚಾರ ಯಾಕೆ ಈಗ?"

"ಅಲ್ಲಾ ಮಿಸ್, ನಿಮಗೆ ತಿನ್ಬೇಕು ಅನಿಸಲ್ವಾ?"

"ನೋಡಿ, ಚೀನಾದಲ್ಲಿ ಹಾವನ್ನು ತಿಂತಾರೆ. ನಿಮಗೆ ಹಾವನ್ನು ತಿನ್ಬೇಕು ಅನಿಸತ್ತಾ?"

"ಛೀ, ವ್ಯಾಕ್"

"ಹಾಂ, ಗೊತ್ತಾಯ್ತಾ ಈಗ? ಮಾನವರೆಲ್ಲರೂ ಒಂದಲ್ಲಾ ಒಂದು ರೀತಿಯಲ್ಲಿ ಮಿಶ್ರಾಹಾರಿಗಳೇ ಕಣ್ರೋ... ಆಹಾರ ನಮ್ಮ ಇಷ್ಟ. ದೇಹಕ್ಕೆ ಹಿಡಿಸುವ ಹಾಗೆ ಒಳ್ಳೆಯ ಆಹಾರ ತಿನ್ನಬೇಕು. ಆದಷ್ಟು ಸಾತ್ವಿಕವಾದ ಆಹಾರ ತಿನ್ನಬೇಕು. ಹಾಗಂತ ನಾನ್ವೆಜ್ ತಿನ್ನೋದು ತಪ್ಪಲ್ಲ. ನಿಮ್ಮ ಕುಟುಂಬದಲ್ಲಿ ತಿಂತಾರಲ್ವಾ? ನೀವು ತಿನ್ನಿ. ನಮ್ಮನೆಯಲ್ಲಿ ಯಾವಾಗಲೂ ತಿಂದಿಲ್ಲ. ಹಾಗಾಗಿ ನನಗೆ ತಿನ್ನಬೇಕು ಅಂತ ಯಾವಾಗಲೂ ಅನಿಸಲ್ಲ, ನಿಮ್ಮನೆಯಲ್ಲಿ ವಾರ ಇದ್ದಾಗ ನೀವು ತಿನ್ನಲ್ಲ ಅಲ್ವಾ? ಅದೇ ತರ ನಮಗೆ ಯಾವಾಗಲೂ ವಾರ, ನಾವು ತಿನ್ನಲ್ಲ. ಈಗ ಊಟ ಮಾಡ್ಕೊಂಡು ಬನ್ನಿ, ಗೋದಿ ಮುದ್ದೆ ಮಾಡಿದಾರಂತೆ" ಎಂದು ಹೇಳಿ ಊಟಕ್ಕೆ ಕಳಿಸಿದೆ.

ಇದನ್ನು ಹೊರತುಪಡಿಸಿದರೆ,

ಆಹಾರ ಎಂಬುದು ವಿಶಾಲ ವ್ಯಾಪ್ತಿಯ ವಿಷಯ. ಆದರೆ ಅದು ವೈಯಕ್ತಿಕ. ಈ ವೈಯಕ್ತಿಕ ಎಂಬುದು ಏಕೆಂದರೆ, ಒಬ್ಬರ ಆಹಾರ ಪದ್ಧತಿ ಮತ್ತೊಬ್ಬನಿಗೆ ರುಚಿಸಬೇಕೆಂದಿಲ್ಲ, ಹಿಡಿಸಬೇಕೆಂದಿಲ್ಲ. ಧರ್ಮ, ಜಾತಿ, ಪ್ರಾದೇಶಿಕತೆ, ಸಂಪ್ರದಾಯಗಳಿಗೆ ಅನುಗುಣವಾಗಿ ಇದು ಬದಲಾಗುತ್ತಲಿರುತ್ತದೆ, ಆದರೆ ಇತ್ತೀಚಿಗೆ ಇದೆಲ್ಲದರ ಗಡಿ ಮೀರಿ, ರುಚಿ ಎನಿಸಿದ ಎಲ್ಲವನ್ನೂ ತಿನ್ನುವ ಪರಿಪಾಠವೊಂದು ಆರಂಭವಾಗಿದೆ. ಎಲ್ಲಾ ರೀತೀಯ ಆಹಾರವೂ ಎಲ್ಲಾ ಕಡೆಯಲ್ಲಿ ಸಿಗುತ್ತಿದೆ. ಹಾಗಾಗಿ ಆಹಾರವೆಂಬುದು ಸಾರ್ವತ್ರಿಕವಾಗಿ ಬೇಕಾದರೂ, ಅದು ವೈಯಕ್ತಿಕ ಆಯ್ಕೆಯ ವಿಷಯವಾಗಿದೆ. ಯಾರಿಗೂ ಇದನ್ನೇ ತಿನ್ನಿ ಎಂದು ಒತ್ತಾಯ ಮಾಡಲಾಗದು.

ನನಗೆ ಯಾವುದೇ ಆಹಾರದ ಬಗ್ಗೆ ದ್ವೇಷ, ತಿರಸ್ಕಾರವಿಲ್ಲ, ಆಹಾರ ಅವರವರ ಆಯ್ಕೆ ಎಂದು ನಂಬಿದವಳು ನಾನು. ರುಚಿಯಾದ, ಶುಚಿಯಾದ, ಸಸ್ಯಾಹಾರವನ್ನು ಜಾತಿ,ಜನಾಂಗದ ಕಲ್ಮಶವಿಲ್ಲದೆ ತಿಂದಿದ್ದೇನೆ.

ಈ ಆಹಾರದ ವಿವಿಧತೆಯ ಬಗ್ಗೆ ಕಲಿಸುವಾಗ, "ಮಕ್ಕಳೇ, ಯಾರೂ ಕೂಡಾ ಯಾರಿಗೂ ಆಹಾರದ ವಿಚಾರದಲ್ಲಿ ಬಲವಂತ ಮಾಡಬಾರದು, ಗೇಲಿಮಾಡಬಾರದು, ಅದು ಅವರವರ ಇಷ್ಟ" ಎಂದು ಹೇಳಿದೆ. ಆಗ ಒಂದು ವಿಚಾರ ನನ್ನ ಮನಸ್ಸಿಗೆ ಬಂದಿತು. ನಾನು ಬಹಳಷ್ಟು ಸಾರಿ ಗಮನಿಸಿದ್ದೇನೆ, ಕೆಲವರು ಊಟ ಮಾಡುವಾಗ, ನಾನ್ವೆಜ್ ತಿನ್ನಲ್ಲ, ಅಂತ ಗೊತ್ತಿದ್ದರೂ ಬೇಕಂತಲೇ ಅದರ ಬಗ್ಗೆ ವಿಧ ವಿಧವಾಗಿ ಮಾತಾಡಿ ಕಿರಿಕಿರಿ ಮಾಡಲು ಪ್ರಯತ್ನಿಸುತ್ತಾರೆ. ನನ್ನ ಗೆಳತಿಯರೂ ಇದನ್ನು ಹೇಳಿಕೊಂಡಿದ್ದಾರೆ, ಬೇಕಂತಲೇ ಮಾತಾಡ್ತಾರೆ ಮಹಾರಾಯ್ತಿ ಎನ್ನುತ್ತಾರೆ. ಸಹಜವಾಗಿ ಮಾತಾಡಿ ಮುಗಿಸುವುದಕ್ಕೂ, ಬೇಕಂತಲೇ ಚುಚ್ಚುವುದಕ್ಕೂ ಬಹಳಷ್ಟು ವ್ಯತ್ಯಾಸ ಇರುತ್ತದೆಯಲ್ಲವೆ? ಇದು ಒಂದು ರೀತಿಯಲ್ಲಿ ಮಕ್ಕಳಿಲ್ಲದವರ ಅಥವಾ ಅನಾಥ ಮಕ್ಕಳ ಎದುರು ತಮ್ಮ ಮಕ್ಕಳನ್ನು ಬೇಕಂತಲೇ ಮುದ್ದಿಸಿದ ಹಾಗಲ್ಲವೆ? ಎದುರಿನವರಿಗೆ ನೋವಾಗುತ್ತದೆ ಎಂದು ಗೊತ್ತಿದ್ದೇ ಮಾಡುವ ಕ್ರಿಯೆ. ಹೋಲಿಕೆ ಸರಿಯಾಯಿತೋ ಇಲ್ಲವೋ ಗೊತ್ತಿಲ್ಲ.

ಕೆಲವೊಮ್ಮೆ ಬಹಳ ನೋವಾಗುತ್ತದೆ. ಊಟದಿಂದ ಎದ್ದು ಹೋಗೋಣ ಎನಿಸುತ್ತದೆ. ಆದರೆ ಅದು ಅವರು ತೆಗೆದ ನಾನ್ವೆಜ್ ವಿಚಾರಕ್ಕಲ್ಲ, ಬೇಕಂತಲೇ ಮಾತಾಡುವ ಅವರ ಸ್ವಭಾವಕ್ಕೆ. ನಾನ್ವೆಜ್ ಎಂಬುದು ಅವರ ಆಹಾರ. ಅದರ ಬಗ್ಗೆ ನನಗೆ ದ್ವೇಷವೂ ಇಲ್ಲ, ತಿರಸ್ಕಾರವೂ ಇಲ್ಲ. ನಾನು ನಿರ್ಲಿಪ್ತಳು. ಸುಮ್ಮನಿರುತ್ತೇನೆ. ಮಾತಾಡಬೇಡಿ, ನನಗೆ ತಿನ್ನಲು ಕಷ್ಟ, ಮತ್ತೊಂದು ಮಗದೊಂದು ಎಂದೆಲ್ಲಾ ಹೇಳುವುದಿಲ್ಲ. ಅಷ್ಟರ ಮಟ್ಟಿಗೆ ಮನಸ್ಸಿನ ಹಿಡಿತವನ್ನು ಸಾಧಿಸಿಕೊಂಡಿದ್ದೇನೆ. ಆದರೆ ಅವರು ಬೇಕಂತಲೇ ಚುಚ್ಚಿ ಮಾತಾಡುವಾಗ

ಬಹಳ ನೋವಾಗುತ್ತದೆ. ಆದರೆ ಭಗವಂತ ಕೊಟ್ಟ ಕಿವಿಗಳನ್ನು ಮುಚ್ಚಿಕೊಂಡು ಬದುಕಲೂ ಸಾಧ್ಯವಿದೆಯಲ್ಲವೇ? ತಮಾಷೆಯೆಂದರೆ, ಈ ತಿನ್ನುವ ಕೆಲವರೇ, ಹಂದಿ ತಿಂತೀರಾ ಛೀ... ಶ್ರಾವಣದಲ್ಲಿ ತಿಂತೀರಾ... ಶುಕ್ರವಾರ ತಿಂತೀರಾ? ನೇಮ ಇಲ್ಲ, ನಿಷ್ಠೆ ಇಲ್ಲ ಎಂದು ಇತರರನ್ನು ಹೀಯಾಳಿಸುವುದನ್ನೂ ನೋಡಿದ್ದೇನೆ.

ನನ್ನ ತಟ್ಟೆಯಲ್ಲಿ ಇರುವ ಆಹಾರ, ದೇವರ ಪ್ರಸಾದ. ಅದು ಬಿಸಿಯೂಟವಾದರೂ ಅಷ್ಟೆ, ಮನೆಯ ಅಡುಗೆಯಾದರೂ ಅಷ್ಟೆ, ಯಾವುದೋ ಜಾತ್ರೆಯದ್ದೋ, ಮಠದ್ದೋ, ದೇವಸ್ಥಾನದ್ದಾದರೂ ಅಷ್ಟೆ. ಹಸಿವನ್ನು ನೀಗಿಸುವಂತೆ ಆ ಹೊತ್ತಿಗೆ ಭಗವಂತ ಕೊಟ್ಟಿದ್ದಲ್ಲವೆ ಅದು? ಮಾಂಸಾಹಾರ ತಿನ್ನುವ ಮನೆಯಲ್ಲೂ ಅದನ್ನು ಮುಟ್ಟದೆ, ಶುದ್ಧ ಸಸ್ಯಾಹಾರಿಗಳಾಗಿ ಬದುಕುತ್ತಿರುವವರನ್ನು ಕೂಡಾ ನಾನು ನೋಡಿದ್ದೇನೆ.

ತಮ್ಮ ಆಹಾರವೇ ಶ್ರೇಷ್ಠ ಎಂದೋ, ಅಥವಾ ಅದರಲ್ಲೆಂತ ಶಕ್ತಿ ಇದೆ? ಎಂದು ಹೀಯಾಳಿಸುವುದನ್ನು ನೋಡಿದಾಗಲೆಲ್ಲಾ ಒಂದು ಹೊತ್ತಿನ ಊಟವನ್ನು ಇಟ್ಟುಕೊಂಡು ಎಷ್ಟೆಲ್ಲಾ ಮಾತಾಡಿಬಿಡುತ್ತಾರಲ್ಲ, ಇವರೆಲ್ಲಾ ಯಾವಾಗ ಪ್ರೌಢರಾಗುವುದು ಎನಿಸಿಬಿಡುತ್ತದೆ. ಮರುಕ್ಷಣವೇ, ಮಾತಾಡುವ ಅವಕಾಶವನ್ನು ಭಗವಂತ ಎಲ್ಲರಿಗೂ ಕೊಟ್ಟಿದ್ದಾನೆ, ಮಾತಾಡುತ್ತಾರೆ, ಅದಕ್ಕೆ ನನ್ನ ಮನಸ್ಸನ್ನು ಯಾಕೆ ಕೆಡಿಸಿಕೊಳ್ಳಬೇಕು ಎಂದು ಸಮಾಧಾನವಾಗುತ್ತೇನೆ. ಇದನ್ನು ಓದಿದ ಮೇಲೂ ಕೆಲವರಿಗೆ ಸಿಟ್ಟು ಬರಬಹುದು.

ಮತ್ತೊಂದು, ಈ ಆಹಾರದ ಬಗ್ಗೆ ಎಷ್ಟು ಹೇಳಿದರೂ ಮುಗಿಯುವುದೇ ಇಲ್ಲ ಬಿಡಿ. ವೆಜ್ಜು, ನಾನ್ವೆಜ್ಜು, ಕಾಂಟಿನೆಂಟಲ್ಲು, ಚೈನೀಸು, ಸೀ ಫುಡ್ಡು, ಎಷ್ಟು ಬರೆದರೂ ಉಹೂಂ, ಇಂಕು ಖಾಲಿಯಾಗಬಹುದೇ ಹೊರತೂ, ನಾಲಿಗೆಯ ಹಸಿವು ಇಂಗುವುದಿಲ್ಲ. "ಎಲ್ಲಾರೂ ಮಾಡುವುದು ಹೊಟ್ಟೆಗಾಗಿ, ಗೇಣು ಬಟ್ಟೆಗಾಗಿ, ತುತ್ತು ಹಿಟ್ಟಿಗಾಗಿ" ಎಂಬ ದಾಸವಾಣಿಯನ್ನು ಹಾಡುತ್ತಲೇ, ರುಚಿ-ಶುಚಿಯ ಹೋಟೆಲ್ ಎಲ್ಲಿದೆ ಎಂದು ಹುಡುಕುತ್ತಿರುತ್ತೇವೆ.

"ಒಂದು ಹೊತ್ತವ ಉಂಡವ ಯೋಗಿ, ಎರಡು ಹೊತ್ತು ಉಂಡವ ಭೋಗಿ, ಮೂರು ಹೊತ್ತು ಉಂಡವನನ್ನು ಹೊತ್ತುಕೊಂಡು ಹೋಗಿ" ಎಂಬುದೊಂದು ಆಡುನುಡಿ. ಇದನ್ನು ಹೇಳುತ್ತಲೇ ನಾಲ್ಕು ಹೊತ್ತು ಕತ್ತರಿಸುತ್ತೇವೆ! ನಾನು ಚಿಕ್ಕವಳಿದ್ದಾಗ ರಾತ್ರಿ ಊಟವಾದ ಕೂಡಲೇ ಮಲಗಿಬಿಡುತ್ತಿದ್ದೆ. ಊಟವಾದ ಕೂಡಲೇ ಮಲಗಬಾರದು, ಅದು ಕರಗಬೇಕು ಎಂದು ನನ್ನ ತಂದೆ ಎಷ್ಟು ಹೇಳಿದರೂ ನಾನು ಕೇಳುತ್ತಿರಲಿಲ್ಲ. ಶಾಲೆಯಿಂದ ಮನೆಗೆ ಐದೂವರೆ ಕಿಲೋಮೀಟರ್ ನಡೆದುಕೊಂಡು ಬಂದ ಸುಸ್ತಿಗೆ ಊಟ ಮಾಡುವಾಗಲೇ ಕಣ್ಣು ಕೂರುತ್ತಿದ್ದವು. ಒಮ್ಮೆ ತ್ರಿಪದಿಯೊಂದನ್ನು ಓದಿದೆ.

ಉಂಡುನೂರಡಿಯಿಕ್ಕಿ ಕೆಂಡದಿಂ ಕೈಕಾಸಿ
ಗಂಡು ಮೇಲಾಗಿ ಮಲಗಿದರೆ
ವೈದ್ಯನಾ ಗಂಡ ಕಾಣಯ್ಯ ಸರ್ವಜ್ಞ॥

ನಂಗೆ ಎಷ್ಟು ಅರ್ಥವಾಯಿತೋ, ಗೊತ್ತಿಲ್ಲ. ಉಂಡ ಬಳಿಕ ಹತ್ತು ಹೆಜ್ಜೆ ನಡೆಯುತ್ತಿದ್ದೆ. ಹಾಗಂತ ಕೆಂಡದಲ್ಲಿ ಕೈ ಕಾಸುವ ಕೆಲಸಕ್ಕೆ ಹೋಗಲಿಲ್ಲ. ಹೊಟ್ಟೆ ಬಿರಿಯುವ ಹಾಗೆ ತಿನ್ನುವ ಅಭ್ಯಾಸವನ್ನೂ ಮಾಡಿಕೊಳ್ಳಲಿಲ್ಲ.

ಇಷ್ಟಕ್ಕೂ ಆಹಾರ ಎಂಬುದು ಪ್ರಕೃತಿ ಮನುಷ್ಯನಿಗೆ ನೀಡಿದ ಒಂದು ಸಂಸ್ಕೃತಿ. ಹೊಟ್ಟೆಯನ್ನು ತುಂಬಿಸಿ, ದೇಹವನ್ನು ಸುದೃಢವಾಗಿಡಲು ಬೇಕೇ ಬೇಕು. ಅದು ಹಿತಮಿತವಾಗಿದ್ದಷ್ಟೂ ಒಳ್ಳೆಯದು. ಮತ್ತದು ನಮ್ಮ ಆಯ್ಕೆಯಾಗಿರಬೇಕು. ಆಹಾರ ಯಾವತ್ತೂ ವೈಯಕ್ತಿಕ ಆಯ್ಕೆಯೇ ಹೊರತೂ, ಅದನ್ನು ಸಾರ್ವತ್ರಿಕಗೊಳಿಸಲಾಗದು. ಏನು ಮಾಡುವುದು? ಕೆಲವರು ಬದುಕಲು ತಿನ್ನುತ್ತಾರೆ. ಇನ್ನು ಕೆಲವರು ತಿನ್ನಲೆಂದೇ ಬದುಕುತ್ತಾರೆ. ಈ ಸನ್ನಿವೇಶದಲ್ಲಿ ಕಗ್ಗವೊಂದನ್ನು ಉಲ್ಲೇಖಿಸಿಬಿಡುತ್ತೇನೆ.

ಹೊಟ್ಟೆಯೊಂದರ ರಗಳೆ ಸಾಲದೆಂದೇನೋ ವಿಧಿ ।
ಹೊಟ್ಟೆಕಿಚ್ಚಿನ ಕಿಡಿಯ ನೆಟ್ಟಿಹನು ನರನೊಳ್ ॥
ಹೊಟ್ಟೆ ತುಂಬಿದ ತೋಳ ಮಲಗೀತು; ನೀಂ ಪೆರರ ।
ದಿಟ್ಟಿಸುತ ಕರುಬುವೆಯೋ – ಮಂಕುತಿಮ್ಮ ॥

ಹೊಟ್ಟೆಯೊಳಗಿನ ಕಿಚ್ಚಿಗೆ ಯಾವ ಆಹಾರವನ್ನು ಕೊಟ್ಟರೂ ಅದರ ಹಸಿವು ಇಂಗುವುದೇ ಇಲ್ಲವೇನೋ. ಮನುಷ್ಯನ ದುರಾಸೆಯೆಂಬ ಹಸಿವು ನೀಗುವುದು ಯಾವಾಗ? ಎಂದೆಲ್ಲ ಯೋಚನೆ ಆರಂಭವಾಗುತ್ತದೆ. ಹೀಗೇ ಆಲೋಚಿಸುತ್ತ ಕೂತರೆ, ಹೊಟ್ಟೆಗೆ ತಣ್ಣೀರು ಬಟ್ಟೆಯೇ ಗತಿ. ಹೊಟ್ಟೆಕಿಚ್ಚು ಪಡುವುದು ಬೇಡ. ಆದರೆ ಹೊಟ್ಟೆಯ ಹಸಿವನ್ನು ತಣಿಸುವುದು ಬೇಡವೆ? ಹೀಗೇ ಬರೆಯುತ್ತಾ ಕೂತರೆ, ನಾನು ರಾತ್ರಿಯಡುಗೆ ಮಾಡುವುದು ಯಾವಾಗ? ಹುರುಳಿ ಬೆಂದಿರಬಹುದು, ಮಸಾಲೆ ರುಬ್ಬಿಯಾಗಿದೆ. ಬೆಳ್ಳುಳ್ಳಿ ಒಗ್ಗರಣೆ ಕೊಟ್ಟರೆ... ಆಹಾ! ಘಮ ಘಮ. ಜೊತೆಗೆ ಮಾವಿನಕಾಯಿಯ ಮಂದನ ಗೊಜ್ಜು, ಹಲಸಿನ ಹಪ್ಪಳ, ಸಂಡಿಗೆ ಮೆಣಸು, ಜೀರಿಗೆ ಮಿಡಿಯ ಉಪ್ಪಿನಕಾಯಿ, ಕೆನೆಮೊಸರು. ಸ್ವರ್ಗಕ್ಕಾದರೂ ಕಿಚ್ಚು ಹಚ್ಚಿ, ನಾಲಿಗೆಗಾದರೂ ಹಚ್ಚಿಕೊಳ್ಳಿ.

12

ನಮ್ರತನ

ಪಾಠ ಒಂದು: ಕುಟುಂಬ.

ಕುಟುಂಬದ ಅರ್ಥ ಹೇಳಿ ಆಯ್ತು. ವಿಭಕ್ತ, ಅವಿಭಕ್ತ ಕುಟುಂಬದ ವಿವರಣೆ ನೀಡಿಯಾಯಿತು. ಮನೆಯಲ್ಲಿ ಯಾರು ಯಾರು ಇದ್ದಾರೆ ಎಂಬುದನ್ನು ಪಠ್ಯಪುಸ್ತಕದಲ್ಲಿ ಕೊಟ್ಟ ಜಾಗದಲ್ಲಿ ಈಗ ಬರೆಯಬೇಕು. ಮಮ್ಮಿ, ಡಾಡಿ, ತಾತ, ಅಜ್ಜಿ, ಅಂಕಲ್ಲು, ಆಂಟಿ...

"ಹಾಂ? ಹೇಳಿದ ಮೇಲೂ ಡಾಡಿ, ಮಮ್ಮಿ ಅಂತೀರಾ? ಅಪ್ಪ, ಅಮ್ಮ ಎಂದು ಕರೆಯೋಕೆ ಆಗಲ್ವಾ? ಅದೇನು ಇಂಗ್ಲೀಷಿನಲ್ಲಿ ಕರೆದರೆ ಮಾತ್ರಾ ಓ ಅಂತಾರ?"

"ಮಮ್ಮಿ ಎಂದರೆ ಸತ್ತೋದವ್ರು ಅಂತ ಗೊತ್ತಿಲ್ಲನೆ ನಿಂಗೆ?"

ಅಮ್ಮ ಎಂದು ಕರೆಯುವವನೊಬ್ಬ ಬಾಯಿ ಹಾಕಿದ.

"ಸುಮ್ನಿರ, ಅದು ಸತ್ತೋದವ್ರು ಅಂತಲ್ಲ, ಸತ್ತ ದೇಹಗಳನ್ನು ಇಡ್ತಾ ಇದ್ದ ಪೆಟ್ಟಿಗೆ ಅಂತ ಹೇಳಿದ್ದಲನಾ?" ಅವಳ ವಾದ.

"ಥೋ ಸುಮ್ನಿರಿ ಹುಡ್ರಾ. ಅಪ್ಪ ಅಮ್ಮ ಅಂತ ಕನ್ನಡದಲ್ಲಿ ಹೇಳಿ. ಅದ್ಬಿಟ್ಟು, ಏಬಿಸಿಡಿ ಬರ್ದಿದ್ರೂ ಅಡ್ಡಿಲ್ಲ... ಡಾಡಿ ಅಂತೆ ಡಾಡಿ. ನೆಟ್ಟಗೆ ಡ್ಯಾಡಿ ಅಂತ ಹೇಳದ್ನಾದ್ರೂ ಕಲಿ"

ಅಷ್ಟಕ್ಕೆ ಮುಗಿಯಿತಾ?

"ಮಿಸ್, ಆಂಟಿಯ ಮದುವೆ ಇದೆ. ನಾಳೆ, ನಾಡ್ದು, ಆಚೆನಾಡ್ದು ಶನಿವಾರದ ತನಕ ಬರಲ್ಲ ಮಿಸ್, ರಜ ಕೊಡಿ ಮಿಸ್..."

"ನಮ್ಮನೆ ಅಂಕಲ್ಲು ಹೊಸ ಬೈಕ್ ತಗುಂಡಾರೆ ಮಿಸ್, ಹಟ ಮಾಡಿ ಸ್ವೀಟ್ ತರ್ಸೀನಿ... ಎಲ್ಲರಿಗೂ ಕೊಡ್ಲಾ ಮಿಸ್..."

"ನಮ್ಮನೆ ದೊಡ್ಡಂಕಲ್ಲಿಗೆ ಗಂಡು ಪಾಪು ಹುಟ್ಟೈತೆ ಮಿಸ್, ತೊಟ್ಲು ಶಾಸ್ತ್ರಕ್ಕೆ ಬನ್ನಿ ಮಿಸ್..."

ಎಲಾ ಇವರ ಅಂಕಲ್, ಆಂಟಿಗಳೇ..!

"ಯಾರ್‍ರೋ ಇದು ಅಂಕಲ್, ಆಂಟಿಗಳು?"

"ಅದೇ ಮಿಸ್, ಚಿಕ್ಕಪ್ಪಯ... ಚಿಕ್ಕಮ್ಮ.."

"ತಥ್ ನಿಮ್ಮ. ಅವರನ್ನು ಚಿಕ್ಕಪ್ಪ, ಚಿಕ್ಕಪ್ಪ, ದೊಡ್ಡಪ್ಪ, ದೊಡ್ಡಮ್ಮ ಅಂತ ಕರೆಯೋಕೆ ನಾಲಿಗೆ ತಿರುಗಲ್ವಾ?"

ಅಪ್ಪನ ಅಣ್ಣನೂ ಅಂಕಲ್ಲು, ತಮ್ಮನೂ ಅಂಕಲ್ಲು. ಚಿಕ್ಕಿ, ದೊಡ್ಡಮ್ಮ, ಶಾಲೆಯ ಅಡುಗೆಯಮ್ಮ, ತರಕಾರಿ ಹೆಂಗಸು, ಬಟ್ಟೆಯಂಗಡಿಯ ಹೆಂಗಸು ಎಲ್ಲರೂ ಹೋಲ್ಸೇಲಾಗಿ "ಆಂಟಿಗಳು" ತಥ್ ನಿಮ್ಮ.

ಹೊರಗಡೆಯವರಿಗೆ ಅನಿವಾರ್ಯ, ಆಂಟಿ ಅಂಕಲ್ ಅಂತ ಅನ್ನಿ. ಮನೆಯ ಸಂಬಂಧಿಗಳಿಗೆ ಸರಿಯಾಗಿ ಹೆಸರು ಹೇಳ್ರೋ. ಹೀಗೆ ಆದರೆ, ನಿಮಗೆ ಸಂಬಂಧಗಳ ಪರಿಚಯವೇ ಇರಲ್ಲ. ಮಾವ ಅತ್ತೆ ಎಲ್ರೂ ಆಂಟಿ ಅಂಕಲ್‌ಗಳಾಗಿ ಹೋಗ್ತಾರೆ ಎಂದೆ.

"ನಮ್ಮನೆಲಿ ಹಂಗೇ ಹೇಳಿಕೊಟ್ಟಿದ್ದು ಮಿಸ್" ಎಂದರು.

"ಇದ್ನ ನಿಮಗೆ ಹೇಳದಲ್ಲ, ನಿಮ್ಮ ಅಪ್ಪ ಅಮ್ಮಂಗೆ ತಿಳಿಸಬೇಕು. ಇಂಗ್ಲೀಷಲ್ಲಿ ಡ್ಯಾಡಿ ಅಂದಕೂಡಲೇ ನಿಮ್ಮನ್ನು ತಗಂಡೋಗಿ ಇಂಗ್ಲೆಂಡಿನ ರಾಣಿ ಜಾಗದಲ್ಲಿ ಕೂರಿಸಲ್ಲ, ಅಪ್ಪ, ಅವ್ವ ಅಂದಕೂಡಲೇ ರಸ್ತೆ ಬದಿ ನಿಲ್ಸಲ್ಲ, ಗೊತ್ತಾಯ್ತ?"

"ಅಲ್ಲ, ಮಿಸ್, ಆ ಭಾಷೆಯಲ್ಲಿ ಆಂಟಿ ಅಂದ್ರೆ ಚಿಕ್ಕಮ್ಮ, ಅತ್ತೆ ಎಲ್ಲ ಆಗತ್ತಲ್ವಾ?"

"ಹೌದು ಕಣ್ರೋ, ಅವರಲ್ಲಿ ಬೇರೆ ಪದಗಳಿಲ್ಲ. ಆದರೆ ನಮ್ಮ ಹತ್ರ ಇಲ್ವಾ?"

"ಇದೆ ಮಿಸ್".

"ಹಾಗಿದ್ಮೇಲೆ ನಾವ್ಯಾಕೆ ನಮ್ಮ ಹತ್ತಿರದವರನ್ನು ಇಂಗ್ಲೀಷಲ್ಲಿ ಕರೆಯಬೇಕು? ಅಪ್ಪ, ಅವ್ವ, ಸಣ್ಣಯ್ಯ, ದೊಡ್ಡಯ್ಯ, ಅಕ್ಕಮ್ಮ ಅಣ್ಣಯ್ಯ ಅಂತ ಕರೀರಿ. ಎಷ್ಟು ಪ್ರೀತಿ, ಆತ್ಮೀಯತೆ ಇರತ್ತೆ ಇದರಲ್ಲಿ ಗೊತ್ತಾ?"

"ಮಿಸ್, ಈ ರಾಹುಲ, ಅವರ ಅಂಕಲ್ಲಿಗೆ ಸಣ್ ಪಿಚ್ಚಿ, ದೊಡ್ ಪಿಚ್ಚಿ ಅಂತಾನೆ..."

ಇಡೀ ಕ್ಲಾಸು ನಗೆಗಡಲಿನಲ್ಲಿ ತೇಲಿ ಹೋಯ್ತು.

"ಇನ್ಮೇಲೆ ನಿಮ್ಮ ಮನೆ ಭಾಷೆಯಲ್ಲಿ ಎಲ್ಲರನ್ನೂ ಕರೆಯಬೇಕು, ಆಯ್ತಾ?"

"ಹೂಂ, ಅಡ್ಡಿಲ್ಲ."

ಪಾಠ ಮುಗಿಯಿತು. ಯೋಚನೆ ಮುಗಿಯಲಿಲ್ಲ. ಈ ಸಂಬಂಧಗಳ ಹೆಸರಿಸುವಿಕೆ, ಸಂಭೋದಿಸುವಿಕೆ ಯಾಕೆ ಬದಲಾಗಿದೆ? ಅಪ್ಪ ಅಮ್ಮ ಎಂದರೆ, ಅನಾಗರಿಕರು, ಅವಿದ್ಯಾವಂತರು, ಅಶಿಕ್ಷಿತರೆ? ನಾವು ಬಹಳ ಬೆಳೆದಿದ್ದೇವೆಂದು ತೋರಿಸಿಕೊಳ್ಳಲು ಆಂಟಿ ಅಂಕಲ್ ಎಂದರೆ ಸಾಕೆ? ನಮ್ಮತನವನ್ನು ಬಿಟ್ಟು ಬದುಕುವುದರಲ್ಲಿ ಅದಾವ ಸುಖ ಇದೆಯಪ್ಪಾ? ನನಗೆ ಮಿಸ್ ಎಂದು ಕರೆಸಿಕೊಳ್ಳುವುದಕ್ಕಿಂತ ಉತ್ತರ ಕನ್ನಡದ ಬಹುತೇಕ ಕಡೆ ಕರೆಯುವ ಹಾಗೆ "ಅಕ್ಕೋರು" ಎಂದು ಕರೆಸಿಕೊಳ್ಳಲು ಬಹಳ ಸಂತಸ. ಆದರೆ ಇಲ್ಲಿ ಟೀಚರ್, ಮೇಡಮ್, ಮಿಸ್ ಇವು ಬದಲಾಯಿಸಲು ಆಗದ ಹಾಗೆ ಮಕ್ಕಳಲ್ಲಿ ರಕ್ತಗತವಾಗಿದೆ. ಆದರೆ ಮನೆಯ ಜನರನ್ನು ಆಂಗ್ಲ ರೀತಿಯಲ್ಲಿ ಕರೆಯುವ ಅಗತ್ಯವಾದರೂ ಏನಿದೆ?

ನನಗೀಗ ಒಂದು ಅನುಭವ ನೆನಪಾಗುತ್ತಿದೆ.

ನಮ್ಮೂರಿನಲ್ಲಿ ಒಬ್ಬ ಪ್ರಭಾವಿ ಮಹಿಳೆಯೊಬ್ಬರಿದ್ದರು. ಸಹಾನುಭೂತಿಯುಳ್ಳ ಹೆಂಗಸು. ಮೊದಲೆಲ್ಲ ಬಡತನ ಅನುಭವಿಸಿದ ಹೆಂಗಸು. ಈಗ ಬೇಕಷ್ಟು ಶ್ರೀಮಂತಿಕೆ ಇದೆ. ಒಮ್ಮೆ ಎಲೆಕ್ಷನ್ನಿನಲ್ಲಿ ಓಟು ಹಾಕಲು ಹೋದಾಗ ಸಿಕ್ಕಿದರು. ಆಗ ನಾನು ಟೀಚರ್ರಾಗಿದ್ದ ಹೊಸ ದಿನಗಳು. ಕೋಡು, ಕೊಂಬು, ಗರಿ, ಪುಕ್ಕಗಳು ಗರಿಗರಿಯಾಗಿದ್ದ ಕಾಲ. ಎಲ್ಲರೂ ಕರೆಕರೆದು ಮಾತಾಡಿಸಿ, ಉಪಚರಿಸುತ್ತಿದ್ದ ಸುವರ್ಣ ಕಾಲ. ಅವರೆಲ್ಲರ ಆದರಣೀಯ ನಡೆನುಡಿಯಿಂದ ನಾನೇನೂ ಬದಲಾಗಿರಲಿಲ್ಲ ಬಿಡಿ, ಎಲ್ಲರನ್ನೂ ಮಾತಾಡಿಸಿಯೇ ಮುಂದೆ ಹೋಗುತ್ತಿದ್ದೆ, ಆಗಲೂ ಅಷ್ಟೇ. ಈಗಲೂ ಕೂಡಾ. ನಿನ್ನ ಜೊತೆ ಹೊರಟರೆ ಊರುಕೇರಿ ಮಾತಾಡಿಸ್ತಾ ನಿಂತುಬಿಡ್ತೀಯ. ಮಧ್ಯಾಹ್ನ ಊಟಕ್ಕೆಂದು ಹೊರಟರೆ ತಲುಪುವುದು ರಾತ್ರಿಗೇ ಸೈ, ಎಂದು ಜೊತೆಗಿರುವ ಯಾರೇ ಆದರೂ ಬೈಯುತ್ತಾರೆ.

ವಿಷಯ ಎಂತ ಗೊತ್ತಾ, ಓಟು ಹಾಕುವ ಸರತಿಯಲ್ಲಿ ಈ ಅಮ್ಮ ನಿಂತಿದ್ದರು. ನಾನು ಹೋಗಿ ಮಾತಾಡಿಸಿದೆ, "ಏನಾಂಟಿ...ಆರಾಮಾ?" ಎಂದೆ. ಆ ಹೆಣ್ಣು ಮನಸ್ಸಿಗೆ ಅದೆಷ್ಟು ಖುಷಿಯಾಯಿತೆಂದರೆ...! ನನ್ನನ್ನು ತಬ್ಬಿ ಹಿಡಿದೇಬಿಟ್ಟರು.

ಅಲ್ಲಿಗೆ ಮುಗಿಯಲಿಲ್ಲ. ಸಂಜೆ ಮನೆಯಲ್ಲಿ ಅದೇ ಸುದ್ದಿಯಂತೆ! ಬಂದು ಹೋಗುವವರ ಹತ್ತಿರವೆಲ್ಲಾ ಅದೇ ಮಾತಂತೆ. "ಶೀನಯ್ಯನ ಮಗಳು ನನ್ನ ಆಂಟಿ ಅಂತ ಕರುದ್ಲು ಕಣೆ...!!! ಗೌರ್ಮೆಂಟ್ ಟೀಚರಾದ್ರೂ ಚೂರೂ ಸೊಕ್ಕಿಲ್ಲ ಹುಡುಗಿಗೆ" ಆಂಟಿ ಎನ್ನುವ ಎರಡು ಅಕ್ಷರದ ಪದ ಅವರ-ನನ್ನ ನಡುವಿನ ಸಂಬಂಧವನ್ನು ಇನ್ನೇನೋ ಮಾಡಿ ಆತ್ಮೀಯವಾಗಿಸಿತ್ತು. ನನ್ನಮ್ಮ ಈಗಲೂ ಊರಿಗೆ ಹೋದಾಗ ನೆನಪು ಮಾಡ್ತಾಳೆ. "ನಿನ್ನ ಆಂಟಿಯನ್ನು ಮಾತಾಡಿಸಿಕೊಂಡು ಬತಲ್ಯನೆ???"

"ಥೋ, ಸುಮ್ನಿರೇ" ಎನ್ನುತ್ತೇನೆ ನಾನು.

ಗೊತ್ತಿಲ್ಲ, ಅಪರಿಚಿತರನ್ನೋ, ಅಥವಾ ಸಂಬಂಧಿಗಳಲ್ಲದವರನ್ನೋ ಆಂಟಿ, ಅಂಕಲ್ ಎನ್ನಬಹುದೇನೋ. ಆದರೆ ಮನೆಯೊಳಗಿನ ಸಂಬಂಧಿಗಳನ್ನು, ಬಂಧುಗಳನ್ನು ಅದೇ ವಾವೆಯಿಂದ ಕರೆಯುವುದರಲ್ಲಿರುವ ಆತ್ಮೀಯ ಭಾವ, ಈ ಆಂಟಿ ಅಂಕಲ್‌ಗಳಲ್ಲಿ ಇಲ್ಲ. ಚಿಕ್ಕಿ, ಮಾವ, ಅತ್ತೆ, ಬಾವ ಇತ್ಯಾದಿ ಸಂಬೋಧನೆಗಳು ಅದೆಷ್ಟು ಚಂದ, ಮಧುರ!!

ಇದೇ ಪಾಠ ಇನ್ನೊಂದು ಬ್ಯಾಚಿಗೆ ಮಾಡುವಾಗ ಒಂದು ಸಂಭಾಷಣೆ ನಡೆದಿದ್ದು ನೆನಪಾಗುತ್ತದೆ. ಅಲ್ಲಿ ಪಾಠವನ್ನು ಬಿಟ್ಟು ಬೇರೆ ರಸ್ತೆಯಲ್ಲಿ ನಾವು ಚಲಿಸಿಯಾಗಿತ್ತು.

ಈ ಮಕ್ಕಳು 'ಏನೆಲ್ಲಾ ಯೋಚಿಸುತ್ತಾರೆ ಎಂದು' ಅಂದುಕೊಳ್ಳುತ್ತಿದ್ದೆ. ಬೆಳಿಗ್ಗೆ ಕುಟುಂಬ ಪಾಠದ ಬಗ್ಗೆ ಚರ್ಚೆ ಮಾಡುತ್ತಾ ಇದ್ದೆ. ಈ ಪರಿಸರ ಅಧ್ಯಯನ ವಿಷಯದ್ದು ಒಂದು ಸಮಸ್ಯೆ, ಪಾಠ ಬಹುಬೇಗ ಬೇರೆ ದಾರಿ ಹಿಡಿದುಬಿಡುತ್ತದೆ. ನಾನು ಬಲವಂತವಾಗಿ ಟ್ರ್ಯಾಕಿಗೆ ತರಬೇಕು. ಇಲ್ಲದಿದ್ದರೆ ಅವರು ಕಲಿಯಬೇಕಾದದ್ದು ಸಂಪೂರ್ಣವಾಗುವುದೇ ಇಲ್ಲ ಎಂಬುದೊಂದು ಬೇಸರ ನನಗೆ. ಮನೆಯಿಂದ ಹೊರಡುವಾಗ, ಇವತ್ತು ಈ ಪಾಠ ಮಾಡಲೇಬೇಕು, ಬೇರೆ ಮಾತನಾಡಬಾರದು ಅಂದುಕೊಳ್ಳುವುದೇನೋ ನಿಜ. ಆದರೆ ಅಲ್ಲಿಯ ಪರಿಸ್ಥಿತಿ ಉಲ್ಟಾ ಆಗಿರುತ್ತದೆ. ನೀರು ಬರುತ್ತಿಲ್ಲ, ಪೈಪ್ ಒಡೆದಿದೆ, ಪಾರಿವಾಳ ಗಲೀಜು ಮಾಡಿದೆ, ಛತ್ರಿ ಮುರಿದ, ಗೇಟಿನ ಬೀಗ ಟೈಟಾಗಿದೆ ಎಂಬಿತ್ಯಾದಿ ಭಯಂಕರ ಸಮಸ್ಯೆಗಳ(!) ನಡುವೆ ಪಾಠ ಮಾಡುವ ಪ್ರಕ್ರಿಯೆ ಮರೆತುಹೋಗಿ, ತಾನಾಗಿಯೇ ಕಲಿಕೆಯಲ್ಲಿ ತೊಡಗಿಯಾಗಿರುತ್ತದೆ. ಮುಖ್ಯಶಿಕ್ಷಕಿಯಾಗಿದ್ದಾಗ ಬೆಳಗಿನ ಒಂದು ತಾಸು ನನ್ನ ಬದುಕು ಇದರಲ್ಲೇ ಕಳೆದುಹೋಗುತ್ತಿತ್ತು.

ಇವತ್ತು ಕುಟುಂಬ, ವಂಶವೃಕ್ಷ ಇವುಗಳ ಬಗ್ಗೆ ಚರ್ಚೆ. ಕುಟುಂಬ ಯಾಕೆ ಬೇಕು, ವಂಶವೃಕ್ಷ ಅಂದರೇನು ಎಂಬಿತ್ಯಾದಿ ವಿವರಣೆಯಾಯಿತು. ಈಗ ಮಕ್ಕಳು ತಮ್ಮ ವಂಶವೃಕ್ಷವನ್ನು ಬರೆಯಬೇಕು. ಮದುವೆಯಾಗಿ ಹೋದವರು, ಸೊಸೆಯಾಗಿ ಬಂದವರನ್ನು ಸೂಚಿಸಬೇಕು. ನನ್ನ ವಂಶವೃಕ್ಷ ಬರೆದು ತೋರಿಸಿದೆ. ಮಕ್ಕಳು ಬರೆಯಲು ಪೆನ್ಸಿಲ್ ತೆಗೆದರು.

ಅಷ್ಟರಲ್ಲಿ ಒಬ್ಬ ಒಂದು ಡೈಲಾಗ್ ಬಿಟ್ಟ,

"ಮಿಸ್, ಇವನಿಗೆ ಚಾನ್ಸು"

"ಯಾಕೆ? ಅವರದ್ದು ವಿಭಕ್ತ ಕುಟುಂಬವಾ? ಎರಡು ತಲೆಮಾರಿನ ಹೆಸರು ಬರೆದರೆ ಸಾಕು ಅಂತಲಾ?" ನನಗೆ ಪಾಠದ್ದೇ ಯೋಚನೆ.

"ಥೋ, ಅಲ್ಲ ಮಿಸ್, ಅವರ ಮನೆಯಲ್ಲಿ ಇಬ್ರೂ ಗಂಡುಮಕ್ಕಳು. ವರದಕ್ಷಿಣೆ ಜಾಸ್ತಿ ಸಿಗತ್ತೆ" ಒಬ್ಬ ಅಂದ. "ಹಾಂ???" ತಲೆಕೆಟ್ಟು ಹೋಗುವುದು ಬಾಕಿ.

ಅವನು ಸುಮ್ಮನಾಗಲಿಲ್ಲ, ಮುಂದುವರೆಸಿದ, "ನಮ್ಮ ಮೂವರ ಮನೆಯಲ್ಲಿ ಹೀಗಿಲ್ಲ ಮಿಸ್, ನಾವು ವರದಕ್ಷಿಣೆ ತಗೊಂಡ್ರೂ, ಅಕ್ಕನಿಗೆ ಕೊಡಬೇಕು. ದುಡ್ಡು ಬರಲ್ಲ" ಅಂದುಬಿಡುವುದಾ? ಮದುವೆ ಎಂದು ನಾಚಿಕೊಳ್ಳಲಿಲ್ಲ. ತೀರಾ ಸಹಜವಾಗಿ ಮಾತಾಡುತ್ತಿದ್ದರು.

"ಲೋ... ಏನ್ರೋ ಇದು... ಮದುವೆ, ವರದಕ್ಷಿಣೆ..." ನನಗೆಲ್ಲಿ ಮಾತಾಡೋಕೆ ಬಿಡ್ತಾರೆ!?

"ಮಿಸ್, ಈ ತರ ವರದಕ್ಷಿಣೆ ತಗೋಳೋ ಬದಲು ನಾವೇ ಹುಡುಗಿ ಮನೆಗೆ ಕೊಡ್ತೀವಿ" ಮತ್ತೊಬ್ಬನ ಉವಾಚ.

ನಾನು "..."

"ಇವ್ನು ಮೊದಲು ಕೊಡ್ತಾನೆ, ಆಮೇಲೆ ಎಲ್ಲದ್ನೂ ವಾಪಸ್ ತರೋಕೆ ಹೇಳ್ತಾನೇ. ಇವ್ನ ನಂಬಕಾಗಲ್ಲ ಮಿಸ್" ಇನ್ನೊಬ್ಬನ ಮಾತು.

"ಲೋ ಮಕ್ಳಾ... ನೀವಿನ್ನೂ ಚಿಕ್ಕವರು, ಈಗಲೇ ಯಾಕ್ರೋ ಮದುವೆ? ಇದೆಲ್ಲ ನಿಮಗೆ ಹೇಗೆ ಗೊತ್ತು? ವರದಕ್ಷಿಣೆ ಕೊಡೋದು, ತಗೋಳೋದು ತಪ್ಪು ಕಣ್ರೋ, ಜೈಲಿಗೆ ಹಾಕ್ತಾರೆ" ಅಂದೆ.

"ಸುಮ್ನಿರಿ ಮಿಸ್, ಜೈಲಿಗೇನು ಹಾಕಲ್ಲ, ದ್ವಡ್ಡಮ್ಮನ ತಮ್ಮನ ಮಗಳ ಮದುವೆಯಲ್ಲಿ ಎರಡು ಲಕ್ಷ ರೂಪಾಯಿ, ಎಂಬತ್ತು ಗ್ರಾಮ್ ಬಂಗಾರ ಕೊಟ್ಟಿದ್ರು." ಅಂತ ಹಲ್ಲುಕಿಸಿದ. "ಅಷ್ಟೊಂದು ನಗು ಯಾಕಪ್ಪ?" ನಾನು ಕೇಳಿದೆ.

"ಮಿಸ್, ಇವನ ದೊಡ್ಡಮ್ಮನ ತಮ್ಮನ ಮಗಳನ್ನು ಮದುವೆ ಆದವ್ರು ಪೊಲೀಸು ಮಿಸ್, ಜೈಲಿಗೆ ಹಾಕದಾದ್ರೆ ಪೊಲೀಸ್ರನ್ನೇ ಹಾಕ್ಬಕು ಮಿಸ್". ಉತ್ತರಿಸಲು ನಾನು ತಿಣುಕಾಡಬೇಕು. ವ್ಯವಸ್ಥೆಯ ಬಗ್ಗೆ ಮಾತಾಡಿದರೆ ಅವರಿಗೆ ಅರ್ಥವಾಗುತ್ತದೆಯಾ? ಚಿಕ್ಕ ಮಕ್ಕಳು.

ಆದರೆ, ಈ ವರದಕ್ಷಿಣೆಯ ಬಗ್ಗೆ ನನಗಿಂತ ಅವರಿಗೇ ಚೆನ್ನಾಗಿ ಗೊತ್ತು. ಅವರೇ ನನಗೆ ಹೇಳುತ್ತಾರೆ. ಆದರೆ ಮತ್ತೆ ಹೊಸದಾಗಿ ಎಲ್ಲವನ್ನು ಹೇಳಿದೆ. ವರದಕ್ಷಿಣೆ ಕೊಡಬಾರದು, ತೆಗೆದುಕೊಳ್ಳಬಾರದು. ಅದು ಅಪರಾಧ ಎಂದೆ. ಅವರಿಗೆಷ್ಟು ಅರ್ಥವಾಯ್ತೋ ಗೊತ್ತಿಲ್ಲ. ಐದನೇ ತರಗತಿಯ ಮಕ್ಕಳು. ತೀರಾ ಕಾನೂನು ಮಾತಾಡಲಾಗುತ್ತದೆಯಾ?

ಮನೆಯಲ್ಲಿ ಮಾತಾಡುತ್ತಾರೆ, ಅಥವಾ ಅಕ್ಕಪಕ್ಕದವರು ಮಾತಾಡುತ್ತಾರೆ, ಟಿವಿಯಲ್ಲಿ ನೋಡಿರುತ್ತಾರೆ.

ಮಕ್ಕಳಿಗೇನು ಅರ್ಥಾಗತ್ತೆ ಅಂತ ದೊಡ್ಡವರೆನಿಸಿಕೊಂಡ ನಮ್ಮ ಯೋಚನೆ. ಆದರದು ಇನ್ಯಾವುದೋ ರೂಪದಲ್ಲಿ ಹೊರಬರುತ್ತದೆ.

ಮನೆಯಲ್ಲಿ ನಾವೇನು ಮಾತಾಡಬೇಕು, ಅದರಲ್ಲೂ ಮಕ್ಕಳೆದುರು ಮಾತಾಡುವಾಗ ನಮ್ಮ ವಿಚಾರಗಳು ಹೇಗಿರಬೇಕು ಅಂತ ಯೋಚಿಸಬೇಕಲ್ಲವಾ!!! ಇಲ್ಲದಿದ್ದರೆ ಬಹಳ ಕಷ್ಟ.

ನನಗೆ ಖುಷಿಯಾಗಿದ್ದು, ವರದಕ್ಷಿಣೆ ಕೊಡಬೇಕು ಅಂತ ಹೇಳಿದ ಮಕ್ಕಳೊಂದಿಗೆ, ಹುಡುಗಿ ಮನೆಗೇ ದುಡ್ಡು ಕೊಡಬೇಕು ಅಂದ ಹುಡುಗನೂ ಅದರಲ್ಲಿ ಇದ್ದ ಎಂಬುದು!

13

ಅಂಗಡಿಯ ಮೋಹ

ಮಿಡಲ್ ಕ್ಲಾಸಿನ ಕುಟುಂಬದಲ್ಲಿ ಬೆಳೆದ ನನಗೆ ವರ್ಷಕ್ಕೆ ಎರಡು ಜೊತೆ ಬಟ್ಟೆ, ಶಾಲೆ ಹೋಗಲು ಒಂದು ಬ್ಯಾಗು, ನೋಟ್ಬುಕ್ಸು, ಚಪ್ಪಲಿ, ಯೂನಿಫಾರ್ಮು ಇಷ್ಟಿದ್ದರೆ ಸಾಕಿತ್ತು. ಕಂಡದ್ದನ್ನು ಕೊಳ್ಳಲು ಅಂಗಡಿಗಳಿಗೆ ದುಡ್ಡು ಹಾಕುವ ಯೋಚನೆಯೂ ಬರುತ್ತಿರಲಿಲ್ಲ. ಬೇಕೆನಿಸಿದ್ದನ್ನೆಲ್ಲ ತಿನ್ನುವ ಆಸೆಯೂ ಇರಲಿಲ್ಲ. ಅಪ್ಪ ಅಂಗಡಿಗೆ ಹೋದಾಗಲಷ್ಟೇ ನಮಗೆ ಚಾಕಲೇಟು, ಬಿಸ್ಕೇಟು. ಬಹುಶಃ ಹೈಸ್ಕೂಲಿಗೆ ಹೋದ ಮೇಲೆ, ಒಂದೆರಡು ರೂಪಾಯಿ ಕೊಟ್ಟು ಶುಂಠಿ ಪೆಪ್ಪರ್ಮೆಂಟಿನಂತಹ ಬೊಗಸೆ ತುಂಬಾ ಬರುವ ಸಿಹಿಯೊಂದನ್ನು ಖರೀದಿಸಿದ್ದು. ಅಲ್ಲಿಯವರೆಗೆ ನೋಟ್ಬುಕ್ಕು, ಪೆನ್ನಿನಕಡ್ಡಿ ಅಷ್ಟೇ. ಹೆಚ್ಚು ಆಸೆಪಡುತ್ತಲೇ ಇರಲಿಲ್ಲ ಮನಸ್ಸು. ಮನೆಯ ಕಷ್ಟ ಹೇಳದಿದ್ದರೂ ಅರ್ಥವಾಗುತ್ತಿತ್ತು. ಆಗ ನಮ್ಮ ಬಳಿ ಒಂದು ರೂಪಾಯಿಯೂ ಇರುತ್ತಿರಲಿಲ್ಲ.

ಈಗ ವಾತಾವರಣ ಹಾಗಿಲ್ಲ ನೋಡಿ. ಎಲ್ಲಾ ಮಕ್ಕಳ ಬಳಿ ದುಡ್ಡು ಇರುತ್ತದೆ. ಸಂಜೆ ಶಾಲೆ ಬಿಟ್ಟ ನಂತರ ಸೀದಾ ಅಂಗಡಿಗೇ ಓಡುತ್ತಾರೆ. ಈ ವಿಷಯದಲ್ಲಿ ಖಾಸಗಿ, ಸರ್ಕಾರಿ ಶಾಲೆಯ ಮಕ್ಕಳು ಎಂಬ ಭೇದವಿಲ್ಲ. ಸಂಜೆ ನಾಲ್ಕೂವರೆಯ ಹೊತ್ತಿಗೆ ಶಾಲೆಯ ಬಳಿ ಇರುವ ಅಂಗಡಿಯನ್ನು ಒಮ್ಮೆ ನಿಂತು ನೋಡಿ. ಅಲ್ಲಿ ಇರುವುದು ಪೂರ್ತಿ ಶಾಲೆಯ ಮಕ್ಕಳೇ. ಅವರೇನಾದರೂ ಪುಸ್ತಕ ಪೆನ್ನಿಗಾಗಿ ನಿಂತಿದ್ದಾರಾ ಕೇಳಿದರೆ? ಉಹೂಂ, ಖಂಡಿತಾ ಇಲ್ಲ.

ನಾನಿದನ್ನು ಹತ್ತಿರದಿಂದ ನೋಡಿದ್ದು ನಮ್ಮ ಅಂಗಡಿಯಲ್ಲೇ. ಈ ಕೊರೋನಾ ಬರುವ ಮೊದಲು ಆಯನೂರಿನ ಬಸ್ಟಾಂಡಿನಲ್ಲೇ ನಮ್ಮ

ಅಂಗಡಿಯಿತ್ತು. ಮನೆಯೇ ಬಸ್ಟಾಂಡಿನಲ್ಲಿ! ಅಂದರೆ ನಮ್ಮ ಮನೆಯ ಎದುರೇ ಬಸ್ಟಾಂಡು. ಮಾವನ ಅಂಗಡಿ ಮನೆಯ ಮುಂಭಾಗವೇ. ಸಂಜೆ ಅಥವಾ ಬೆಳಿಗ್ಗೆ ಕೆಲವೊಮ್ಮೆ ಅನಿವಾರ್ಯವಾಗಿ ನಾನು ಅಂಗಡಿಯಲ್ಲಿ ಕೂತಿರುತ್ತಿದ್ದೆ. ಈ ಅಂಗಡಿ ಕೆಲಸ ನನಗೆ ಅತಿ ಪ್ರಿಯವಾಗಿತ್ತು. ಚಿಕ್ಕಮಕ್ಕಳು ಬಂದಾಗ ಅವರಿಗೆ ಚಾಕಲೇಟು ಕೊಟ್ಟು ಮಾತಾಡುತ್ತಾ ನಿಂತುಬಿಟ್ಟರೆ, ಈ ಕಡೆ ಎಷ್ಟೋ ಗಿರಾಕಿಗಳು ವಾಪಸ್ಸು ಹೋಗಿರುತ್ತಿದ್ದರು.

ಚಾಕಲೇಟು, ಬಿಸ್ಕೇಟು, ಬ್ರೆಡ್ಡು, ನಂದಿನಿ ಹಾಲು ಇತ್ಯಾದಿಗಳನ್ನು ಕೊಡುವುದು, ದುಡ್ಡು ತೆಗೆದುಕೊಳ್ಳುವುದು, ಅಷ್ಟೇ. ಚೌಕಾಸಿಯಾಗಲೀ, ಸಾಲವಾಗಲೀ ಇತ್ಯಾದಿ ಸಮಸ್ಯೆಯೇನಿಲ್ಲ. ಆದರೂ ಒಂದು ಸಮಸ್ಯೆ. ಯಾರಾದರೂ ಬಂದು ನೂರು, ಇನ್ನೂರು ಗ್ರಾಮ್ ಕಾರ ಕೇಳುತ್ತಿದ್ದರು. ನಾನು ತೂಕ ಮಾಡುವಾಗ ಸಾಕಾಗಿಬಿಡುತ್ತಿತ್ತು. ಕರಾರುವಕ್ಕಾಗಿ ತೂಕ ಮಾಡಲು ಬರುತ್ತಲೇ ಇರಲಿಲ್ಲ, ಒಂದಷ್ಟು ಜಾಸ್ತಿಯೇ ಹಾಕಿ ಕವರ್ ಕಟ್ಟಿ ಕೊಟ್ಟು ಕಳಿಸಿಬಿಡುತ್ತಿದ್ದೆ. ಕೈಯೆಲ್ಲಾ ಎಣ್ಣೆ. ಬಟ್ಟೆಯಲ್ಲಿ ಒರೆಸಿದರೆ ಸಮಾಧಾನವಾಗುತ್ತಿರಲಿಲ್ಲ.

ಅಡುಗೆ ಮನೆಗೆ ಹೋಗಿ ಕೈ ತೊಳೆದು ಮತ್ತೆ ಅಂಗಡಿಗೆ ಬರುವಷ್ಟರಲ್ಲಿ ನಾಲ್ಕಾರು ಗಿರಾಕಿಗಳಾದರೂ ಕರೆದೂ ಕರೆದೂ ಸಾಕಾಗಿ ಪಕ್ಕದ ಅಂಗಡಿಗೆ ಹೋಗಿರುತ್ತಿದ್ದರು. ಇಷ್ಟಕ್ಕೂ ನಾನೇನೂ ಪ್ರತೀದಿನ ಇರುತ್ತಿರಲಿಲ್ಲ. ಮಾವ ಸಾಮಾನು ತರಲು ಶಿವಮೊಗ್ಗ ಹೋದಾಗ, ಅಥವಾ ಸಂಜೆಯ ತಿಂಡಿ ತಿನ್ನುವಾಗ ಅತ್ತೆಯ ಜೊತೆ, ಕೆಲವೊಮ್ಮೆ ಒಬ್ಬಳೇ ಇರುತ್ತಿದ್ದೆ.

ಈ ಅಂಗಡಿಯ ಕೆಲಸ ಒಂಥರಾ ಆಟದಂತೆ ನನಗೆ, ಆದರೆ ಇಪ್ಪತ್ತು ರೂಪಾಯಿ ಕಾರ ಕೊಡಿ ಎಂದಾಗ ಮಾತ್ರಾ ಜೀವ ಬಾಯಿಗೆ ಬರುತ್ತಿತ್ತು. ಮಾವ ಇಪ್ಪತ್ತು ರೂಪಾಯಿಗೆ ಬರುವಷ್ಟು ತೂಕದ ಬಟ್ಟನ್ನು ಇಟ್ಟಿದ್ದರು.

ನನಗೆ ಅದನ್ನು ಹುಡುಕಿ ತೂಗುವಷ್ಟರಲ್ಲಿ ಸಿಟ್ಟೇ ಬರುತ್ತಿತ್ತು. ಕಾರ ಕೊಳ್ಳುವ ಗಿರಾಕಿಗಳು ಬಂದರೆ, ಅತ್ತೆಯನ್ನು ಕರೆಯುತ್ತಿದ್ದೆ. ನನ್ನತ್ತೆ ಬಹಳ ಚುರುಕು. ನಗುತ್ತಲೇ ಕೊಟ್ಟು ಕಳಿಸುತ್ತಿದ್ದರು.

ಹಾಂ. ಈ ಕಾರದ ವಿಷಯದಿಂದಾಗಿ, ಬರೆಯಲು ಹೊರಟಿದ್ದು ಮರೆತು ಹೋಯಿತು. ನಾನು ಅಂಗಡಿಯಲ್ಲಿರುವಾಗ ನೋಡಿದ್ದನ್ನು ಹೇಳುತ್ತಿದ್ದೆನಲ್ಲವೇ?

ಹಾಂ. ಸಂಜೆ ಶಾಲೆ ಬಿಟ್ಟ ನಂತರ ಬರುತ್ತಿದ್ದ ಮಕ್ಕಳು ಅದೆಷ್ಟು ಹಣವನ್ನು ಖರ್ಚು ಮಾಡುತ್ತಿದ್ದರು! ಚಾಕಲೇಟೆಂದರೆ, ಒಂದೆರಡು ರೂಪಾಯಿಯದ್ದಲ್ಲ. ಐವತ್ತು–ನೂರು ರೂಪಾಯಿಗಳ ಡೈರಿಮಿಲ್ಕ್, ಕಿಟ್ ಕ್ಯಾಟ್ ಇತ್ಯಾದಿಗಳನ್ನೆಲ್ಲ ಖರೀದಿಸುತ್ತಿದ್ದರು. ಮನೆಗೆ ಕೊಂಡು ಹೋಗುತ್ತಾರಾ ಎಂದರೆ, ಅದೂ ಇಲ್ಲ. ಅಲ್ಲೇ ತಿಂದು ನಮ್ಮನೆಯ ಮುಂದೆಗೋ ಅದರ ಕವರನ್ನು ಬಿಸಾಕುತ್ತಿದ್ದರು.

ಒಂದಷ್ಟು ಮಕ್ಕಳು ಡೈರಿಮಿಲ್ಕಿಗಾಗಿ ನಮ್ಮ ಅಂಗಡಿಗೇ ಬರುತ್ತಿದ್ದರು. ಆಗ ಆಯನೂರಲ್ಲಿ ತುಂಬಾ ರೇಟಿನ ಚಾಕಲೇಟು ಸಿಗುವುದು ನಮ್ಮಲ್ಲಿ ಮಾತ್ರವಾಗಿತ್ತು. ತಮ್ಮದೇ ಅಂಗಡಿ ಇದ್ದವರು ಕೂಡಾ ಡೈರಿಮಿಲ್ಕಿಗಾಗಿ ನಮ್ಮಲ್ಲಿಗೇ ಬರುತ್ತಿದ್ದರು.

ಅವರು ಕೊಳ್ಳುವಾಗ ಹೇಳುತ್ತಿದ್ದೆ. "ಇಷ್ಟೆಲ್ಲ ಖರ್ಚು ಮಾಡಬಾರದು ಕಣ್ರೋ, ಸುಮ್ನೆ ದುಡ್ಡು ವೇಸ್ಟು. ಅದರ ಬದಲು ಕಡಿಮೆ ರೇಟಿನದ್ದು ತಗೋಳಿ"

"ಈ ಅಂಗಡಿಯಲ್ಲಿ ಇರುವ ಅಕ್ಕನಿಗೆ ತಲೆಕೆಟ್ಟಿದೆಯಾ? ಅವರ ಅಂಗಡಿಗೆ ವ್ಯಾಪಾರ ಆಗೋದನ್ನ ಅವರೇ ತಪ್ಪಿಸ್ತಾರಲ್ಲ... ಎಂಥಾ ಪೆಕ್ರು ಇದು"

ಅವರು ಅಂದುಕೊಂಡಿರಬಹುದು. ಆದರೆ ವ್ಯಾಪಾರಕ್ಕೇನೂ ತೊಂದರೆ ಆಗಲಿಲ್ಲ.

ನಾನು ಮಾವನಿಗೆ ಹೇಳಿದೆ. "ಮಕ್ಕಳು ಇಷ್ಟೆಲ್ಲಾ ತಿನ್ನುತ್ತಾರಲ್ಲ. ಅವರ ಅಪ್ಪ ಅಮ್ಮನಿಗೆ ಎಷ್ಟೊಂದು ಖರ್ಚು. ಒಬ್ಬರನ್ನು ನೋಡಿ ಮತ್ತೊಬ್ಬರು ಖರ್ಚು ಮಾಡುವುದನ್ನು ಕಲಿಯುತ್ತಾರೆ. ನೀವು ಒಂದ್ರುಪಾಯಿ ಚಾಕಲೇಟು ಮಾತ್ರಾ ಮಾರಾಟ ಮಾಡಿ. ಆದರೆ ಈ ದೊಡ್ಡ ಚಾಕಲೇಟುಗಳನ್ನೆಲ್ಲ ಮಾರಬೇಡಿ. ಅವರಿಗೆ ಖರ್ಚಲ್ವಾ?" ಎಂದೆ. ಈ ಸೊಸೆಗೆ ಶಾಲೆಯಲ್ಲಿ ಪಾಠ ಮಾಡಿದ್ದು ಸಮಾಧಾನ ಆಗಲ್ಲ ಕಾಣತ್ತೆ, ನಮಗೂ ಶುರುಮಾಡಿದಾಳೆ, ಇವಳನ್ನು ನಂಬಿಕೊಂಡರೆ ನಾನು ಅಂಗಡಿ ಬಾಗಿಲು ಹಾಕೋಕೆ ಹೆಚ್ಚು ದಿನ ಬೇಡ ಅಂದುಕೊಂಡರೋ ಏನೋ,

"ಅಲ್ಲ ಕಣೆ, ನೀ ಹೇಳೋದು ಸರಿ. ವ್ಯಾಪಾರ ನನ್ನ ಉದ್ಯೋಗ, ನಾನು ಮಾಡ್ತೀನಿ. ಈಗ ನಾನು ಚಾಕಲೇಟು ಮಾರೋದ್ನ ಬಿಟ್ರೆ ಬೇರೆ ಯಾರಾದ್ರೂ ಮಾರ್ತಾರೆ. ಮಕ್ಕಳು ತಿನ್ನೋದನ್ನು ಬಿಡ್ತಾರ?" ಎಂದರು. ಅದೂ ಹೌದು. ಇವರು ಮಾರದಿದ್ದರೆ ಬೇರೆ ಯಾರಾದರೂ ಮಾರ್ತಾರೆ. ಯಾರನ್ನು ತಡೆಯಲಾಗುತ್ತದೆ? ಚಾಕಲೇಟು ಕಂಪನಿಯ ಮುಂದೆ ನಾನು ಏಕಾಂಗಿ ಹೋರಾಟ ಮಾಡಬೇಕಷ್ಟೆ.

ಆ ಮಕ್ಕಳ ಕೈಗೆ ಪ್ರತೀದಿನ ಐವತ್ತು-ನೂರು ರೂಪಾಯಿಗಳನ್ನು ಯಾರು ಕೊಡುತ್ತಿದ್ದರೋ ಗೊತ್ತಿಲ್ಲ. ಅದೇ ಯೋಚಿಸುತ್ತಿದ್ದೆ. ಅದನ್ನು ತಿಳಿಯಲು ನಾನಿನ್ನು ಅವರ ಮನೆ ಮನೆಗೆ ಹೋಗಿ ವಿಚಾರಿಸಬೇಕಿತ್ತು. ಆದರೆ ನಾವು ಕೊರೋನಾದಲ್ಲಿ ಅಂಗಡಿಯನ್ನು ಬೇರೆಯವರಿಗೆ ವಹಿಸಿದೆವು. ಅಂಗಡಿ ಮುತ್ತುವವರನ್ನು ನೋಡುವುದು ಈಗ ಕಡಿಮೆಯಾಗಿದೆ.

ನಾನು ಈಗ ಹೇಳಹೊರಟಿರುವುದು ತುಂಬಾ ವರ್ಷಗಳ ಹಿಂದಿನ ಘಟನೆ, ನಮ್ಮ ಶಾಲೆಯ ಎದುರು ಒಂದು ಅಂಗಡಿ ಇತ್ತು. ಈಗಿಲ್ಲ. ಜಾಸ್ತಿ

ವಸ್ತುಗಳೇನೂ ಇರಲಿಲ್ಲ. ರೂಪಾಯಿಗೆ ನಾಲ್ಕು, ಎರಡು ಚಾಕಲೇಟು. ಐದು ರೂಪಾಯಿ ಬಿಸ್ಕೇಟು, ಬೋಟಿ, ಶೇಂಗಾ ಬೀಜ ಇಂಥವಷ್ಟೇ. ಮೂರ್ನಾಲ್ಕು ನೋಟ್ಬುಕ್ಕು. ಹೆಸರಿಗೆ ಅಂಗಡಿ. ಜೀವನೋಪಾಯಕ್ಕೆ ವ್ಯಾಪಾರವೇ ಆಗಬೇಕು ಎಂದೇನಿರಲಿಲ್ಲ. ತೋಟ ಗದ್ದೆಯೇ ಚೆನ್ನಾಗಿತ್ತು. ಹಾಗಾಗಿ ಅಂಗಡಿಯ ಬಗ್ಗೆ ಜಾಸ್ತಿ ಆಸಕ್ತಿ ಅವರಿಗೂ ಇರಲಿಲ್ಲ. ಚಾಕಲೇಟು ಎಷ್ಟು ರೂಪಾಯಿಯದ್ದಾದರೇನು? ಸಿಹಿ ಸಿಹಿಯೇ ಅಲ್ಲವೇ? ಅಂತಹಾ ಚಿಕ್ಕ ಇರುವೆಗೇ ಸಿಹಿಯೆಂದರೆ ಪ್ರಾಣ. ಇನ್ನು ಮಕ್ಕಳು! ಕೇಳಬೇಕೆ? ಪಾಪ, ಈ ಮಕ್ಕಳಿಗೆ ನಾನು ಟೀಚರು! ಅಂಗಡಿಗೆ ಹೋದರೆ ಕಾಲುಮುರಿಯುತ್ತೇನೆ ಎನ್ನುವವಳು. ಮೊದಮೊದಲು ಐವತ್ತು ಪೈಸೆ ತಂದು ಚಾಕಲೇಟು ತಿನ್ನುತ್ತಿದ್ದರು. ಉಳಿದವರು ಇವರ ಮುಖ ನೋಡುತ್ತಿದ್ದರು. ವಾರ ಕಳೆದ ನಂತರ ಅಂಗಡಿಯಲ್ಲಿ ನಿಲ್ಲುವ ಮಕ್ಕಳ ಸಂಖ್ಯೆ ಜಾಸ್ತಿಯಾಗುತ್ತಿತ್ತು. ರುಚಿ ಹತ್ತಿದ ಮೇಲೆ ಆಸೆ ಜಾಸ್ತಿ. ಇಳಿಮುಖ ಸೀಮಾಂತ ತುಷ್ಟಿಗುಣ ನಿಯಮವೇನಿದ್ದರೂ ಅರ್ಥಶಾಸ್ತ್ರದ ತರಗತಿಯಲ್ಲಿ ಮಾತ್ರಾ ಅನ್ವಯವಾಗುತ್ತದೆ. ಪ್ರಾಥಮಿಕ ಶಾಲೆಯಲ್ಲಿ ಅಲ್ಲ. ಕೆಲವರು ಮನೆಯಿಂದ ಒಂದೆರಡು ರೂಪಾಯಿ ಎಗರಿಸಿದ್ದು ಗೊತ್ತಾಯಿತು. ನನ್ನ ಬ್ಯಾಗಿಗೊಂದು ಇನ್ನೂ ಕೈ ಹಾಕಿರಲಿಲ್ಲ. ಪಾಠ ಮಾಡುವಾಗಲೂ ಕೆಲವರ ಬಾಯಿಯ ಒಂದು ಬದಿ ದಪ್ಪವಾಗಿರುತ್ತಿತ್ತು. ಒಂದು ದಿನ ಅಂಗಡಿಯಿಂದಲೇ ಕಂಪ್ಲೆಂಟು, "ನಿಮ್ ಸಾಲೆ ಹುಡ್ರು ಯಾರೋ ಒಬ್ಬಂವ, ಚಾಕ್ಲೇಟ್ ಕದೀತಾನೆ ಟೀಚರೇ, ಸಮ್ಮ ಹಾಕ್ಕಿಂಡು ಬಾರ್ಸಿ"

ಇನ್ನು ಇವರನ್ನು ಸುಮ್ಮನೆ ಬಿಡಲಾಗುತ್ತದೆಯೆ? ಆಗ ನನಗೆ ಇಪ್ಪತ್ತೊಂದು ವಯಸ್ಸು. ಕೆಲಸಕ್ಕೆ ಸೇರಿ ವರ್ಷವಾಗಿತ್ತಷ್ಟೇ. ಸಿಟ್ಟು, ಉತ್ಸಾಹ, ಹಟ ಎಲ್ಲವೂ ಈಗಿರುವುದಕ್ಕಿಂತ ಜಾಸ್ತಿಯೇ ಇತ್ತು. ಆಗ ಒಂದಷ್ಟು ದಿನ ಏಕೋಪಾಧ್ಯಾಯ ಶಾಲೆಯಲ್ಲಿ ಮುಖ್ಯೋಪಾಧ್ಯಾಯಿನಿಯಾಗಿದ್ದೆ. ಒಬ್ಬಳೇ ಎಲ್ಲವನ್ನು ನಿಭಾಯಿಸುವುದು ಆಗಿನ್ನೂ ರೂಢಿಯಾಗುತ್ತಿತ್ತು.

ಒಂದು ದಿನ ಪೋಷಕರನ್ನು ಕರೆಸಿದೆ, ಎಲ್ಲರನ್ನೂ ಸಾಲಾಗಿ ನಿಲ್ಲಿಸಿ ಜೇಬು, ಬ್ಯಾಗಿನ ಮೇಲೆ ರೈಡ್ ಮಾಡಲಾಯಿತು. ನಾಲ್ಕಾಣೆ, ಎಂಟಾಣೆಯಿಂದ ಹತ್ತು ರೂಪಾಯಿಗಳವರೆಗೆ ದುಡ್ಡು ಸಿಕ್ಕಿತ್ತು. ಕೆಲವರ ಅಪ್ಪನನ್ನು ಕೇಳಿದರೆ, ಅವರಿಗೆ ಏನೂ ಗೊತ್ತಿಲ್ಲ. ಈ ಮಕ್ಕಳು ಕಳ್ಳನಮ್ಮಕ್ಕಳಾಗಿದ್ದರು.

ಸರಿಯಾಗಿ ಬೆಂಡೆತ್ತಲಾಯಿತು. ಪೋಷಕರು ಸ್ವಸ್ತಿವಾಚನ ಮಾಡಿದರು.

"ನಮ್ಮನೆ ಹುಡುಗ್ಗೆ ಸಮ್ಮ ಹೊಡೀರಿ ಟೀಚರೇ, ಪೆಟ್ಟಿಲ್ದೇ ಸೊಕ್ಕು ಹೆಚ್ಚಾಗ್ಯದೆ."

"ನಮ್ಮನೆ ಹುಡ್ಗಿಗೆ ಬೆನ್ಮೇಲೆ ಸಮ್ಮ ಹೇರಿ ಮೇಡಮ್ಮರೇ, ಹೇಳಿದ್ಮಾತ್ ಒಂದೂ ಕೇಳಲ..."

"ಒಂದ್ ಕೆಲ್ಸ ಮಾಡಲ, ಗಿಂಡಿಬೆಳಗು ಅಂದ್ರೆ ಹಿತ್ಲಕಡೆ ಬಾಗ್ಲಲ್ಲಿ ತ್ವಾಟಕ್ಕೆ ಓಡಿ ಹೋತಾನೆ"

ನನಗೂ ವಂದನಾರ್ಪಣೆ ಮಾಡಿದರು. "ಹೊಸ ಟೀಚರ್ ಜೋರೈದಾರೋ, ನಮ್ಮ ಹುಡ್ರೆಲ್ಲ ಒಂಚೂರು ನೆಟ್ಟಾಗ್ತಾರೆ" ಎನ್ನುತ್ತಾ ಮನೆಗೆ ಹೋದರು.

ಆಮೇಲೆ ಸಮಾಧಾನ ಮಾಡಬೇಕಲ್ಲ. ಹೇಳಿದೆ.

"ನೋಡ್ರೋ, ಚಾಕಲೇಟು ಅಥವಾ ಯಾವುದೇ ತಿಂಡಿ ತಿನ್ನುವುದು ತಪ್ಪಲ್ಲ. ಆದರೆ, ನೀವು ನೀವೇ ದುಡ್ಡು ತಂದು ಹೀಗೆಲ್ಲ ಅಂಗಡಿಗೆ ಹೋಗಬಾರದು. ಕೆಲವ್ರು ನಿಮ್ಮ ಅಪ್ಪನ ಹೆಸರಲ್ಲಿ ಬರೆಸಿ ಹೋಗ್ತೀರಿ. ನೀವು ಒಂದು ರೂಪಾಯಿಯದ್ದು ತಗೋತೀರಿ. ಅಂಗಡಿಯವರು ನೂರು ರೂಪಾಯಿಯದ್ದು ಅಂತ ಬರೆದಿಟ್ಟರೆ ಯಾರಿಗೆ ಲಾಸು? ನಿಮ್ಮ ಮನೆಯಲ್ಲೇನೋ ದುಡ್ಡು ಕೊಡ್ತಾರೆ, ಸರಿ. ಉಳಿದವರ ಮನೆಯಲ್ಲಿ ಕೊಡಲ್ಲ. ಆಗ ಅವರು ನಿಮ್ಮ ಬ್ಯಾಗಿನಿಂದ ಕದಿಯಬಹುದು, ಅಥವಾ ಅವರ ಮನೆಯಲ್ಲೇ ಕಳ್ಳತನ ಮಾಡೋಕೆ ಶುರು ಮಾಡ್ತಾರೆ, ಮನೆ ಮಕ್ಕಳೇ ಮನೆಯಲ್ಲಿ ಕಳ್ಳತನ ಮಾಡೋದನ್ನೆಲ್ಲ ಕಲೀತಾರೆ ಅಂದ್ರೆ ನಾವು ಪಾಠ ಮಾಡಿ ಏನು ಪ್ರಯೋಜನ? ಇಷ್ಟಕ್ಕೂ ಒಂದು ಚಾಕಲೇಟು ತಿನ್ನದಿದ್ರೆ ನಿಮ್ಮ ಪ್ರಾಣ ಹೋಗತ್ತಾ? ಮನೆಯಲ್ಲಿ ಕೇಳಿದರೆ ತಂದು ಕೊಡಲ್ವ? ನಿಮ್ಮ ಅಪ್ಪ ಅಮ್ಮ ದುಡಿಯೋದೇ ನಿಮಗಾಗಿ, ಅಂದಮೇಲೆ ಒಂದು ಚಾಕಲೇಟು ತರಲ್ವಾ?"

"...ತರ್ತಾರೆ ಟೀಚರ್" ಆಗ ಮಕ್ಕಳು ಮಿಸ್ ಎನ್ನುತ್ತಿರಲಿಲ್ಲ. ಟೀಚರ್ ಎನ್ನುತ್ತಿದ್ದರು.

"ಮತ್ತೆ ಈ ವ್ಯಾಪಾರ ನಿಮಗೆ ಯಾಕೆ? ಇನ್ನು ಮುಂದೆ ಯಾರೂ ಕೂಡಾ ಅಂಗಡಿಗೆ ಹೋಗಬಾರದು. ಹೀಗೆಲ್ಲ ತಿಂಡಿ ತಿನ್ನಬಾರದು. ಮನೆಯಲ್ಲಿ ತಂದಿಟ್ಟಿದ್ನ ತಿನ್ಬೇಕು. ನಿಮಗೆ ಯಾರಾದ್ರೂ ದುಡ್ಡು ಕೊಟ್ಟರೆ, ಅದನ್ನು ಜೋಡಿಸಿಡ್ತಾ ಬನ್ನಿ. ದೊಡ್ಡೋರಾದ ಮೇಲೆ ಅದ್ನ ನೋಡುವಾಗ ನಿಮಗೇ ಖುಷಿ ಆಗತ್ತೆ. ಇದು ನನ್ನ ಸೇವಿಂಗ್ಸ್ ಅಂತ ಹೆಮ್ಮೆ ಆಗತ್ತೆ ಗೊತ್ತಾ?"

"ಸರಿ ಟೀಚರ್...ಆದರೆ...ಒಂದು.. ನಾವು ಎಕ್ಸೈಜ್, ಪೆನ್ಸಿಲ್ ತಗಬಾರ್ದಾ?"

"ತಗೋಳಿ, ನನಗೆ ಹೇಳಿ, ದುಡ್ಡು ತೋರಿಸಿ ತಗೋಬೇಕು, ನೀವು ಅದ್ಕೆ ಇದ್ಕೆ ಅಂತ ದುಡ್ಡು ಇಸ್ಕೊಂಡು ಬಂದು ಇಲ್ಲಿ ತಿಂಡಿಗೆ ಸುರೀಬಾರ್ದು. ನೀವು ತಿನ್ನೋದ್ನ ನೋಡಿ ಎಲ್ಲರಿಗೂ ಆಸೆ ಆಗತ್ತೆ. ಅವರಿಗೆಲ್ಲ ಕೊಡಿಸೋಕಾಗಲ್ಲ. ಅಲ್ವಾ?" "ಸರಿ ಟೀಚರ್.. ನಿಮಗೆ ಹೇಳಿಯೇ ತಗತೀವಿ, ಚಾಕ್ಲೇಟ್ ತಿನ್ನಲ್ಲ", ಆವತ್ತಿನ ದಿನ ಮುಗಿಯಿತು. ಆಮೇಲೆ ಮನೆಯಲ್ಲಿ ಸೋಪು, ಉಪ್ಪು,

ಇತ್ಯಾದಿಗಳನ್ನು ಕೊಂಡು ಹೋಗುವಾಗ ನನಗೆ ಹೇಳುತ್ತಿದ್ದರು. ಕಳ್ಳತನದ ಜೊತೆಗೆ ಚಾಕ್ಲೇಟ್ ವ್ಯಾಪಾರವೇ ನಿಂತುಹೋಗಿದ್ದಕ್ಕೆ ಆ ಅಂಗಡಿಯವರಿಗೆ ನನ್ನ ಮೇಲೆ ಸಿಟ್ಟು ಬಂತೋ ಏನೋ, ಗೊತ್ತಿಲ್ಲ.

ಇದಾಗಿ ಸ್ವಲ್ಪ ದಿನಗಳ ನಂತರ, ಒಂದು ದಿನ ಹೀಗಾಯ್ತು. ಸಂಜೆ ಶಾಲೆ ಬಿಟ್ಟಾಯ್ತು. ಮಕ್ಕಳೆಲ್ಲರೂ ಮನೆಯ ದಾರಿ ಹಿಡಿದರು. ನನಗೆ ಪ್ರತೀದಿನ ಬರುವ ಬಸ್ಸು ಬಂದಿರಲಿಲ್ಲ. ಕಾಯುತ್ತಾ ನಿಂತಿದ್ದೆ. ಐದು ಗಂಟೆ ಆಗಿತ್ತು. ಮನೆಯ ದಾರಿ ಹಿಡಿದ ಮಕ್ಕಳು ವಾಪಸ್ಸು ಅಂಗಡಿಗೆ ಬಂದಿದ್ದರು!

ನನಗೆ ಸಿಟ್ಟು ಬಂತು, ನಾನು ಮನೆಗೆ ಹೋಗಿದ್ದೇನೆ ಎಂದುಕೊಂಡು ಈಗ ತಿಂಡಿ ತಿನ್ನಲು ವಾಪಸ್ ಬಂದಿದ್ದಾರೆ. ಇವರಿಗೆ ಎಷ್ಟು ಹೇಳಿದರೂ ಅಷ್ಟೇ. ನಾಯಿ ಬಾಲಕ್ಕೆ ದಬ್ಬೆ ಕಟ್ಟಿದ್ದು ನನ್ನ ಮೂರ್ಖತನ. ಛೆ.

ಆದರೂ ಕೇಳಿದೆ, "ಯಾಕ್ರೋ ಬಂದ್ರಿ?"

"ಅಪ್ಪಯ್ಯ ಬೀಡಿ ತರಕೆ ಹೇಳಿದ್ರು ಟೀಚರ್... ನಿಮ್ಮ ಹತ್ರ ಹೇಳಿದರೆ ಬೈತೀರಿ ಅಂತ..." ಅಷ್ಟೊತ್ತಿಗೆ ಅವನಿಗೆ ಅಳು ಬಂದಿತ್ತು. ಪಾಪ, ಹುಡುಗ. ಈಗಲೂ ಸಿಟ್ಟು ಬಂತು,ಆದರೆ ಮಕ್ಕಳ ಮೇಲಲ್ಲ. ಆತುರದ ನನ್ನ ಬುದ್ಧಿಯ ಮೇಲೆ ಹಾಗೂ ಅವರ ಪೋಷಕರ ಮೇಲೆ.

ಮಕ್ಕಳ ಹತ್ತಿರ ಬೀಡಿ, ಸಿಗರೇಟು ತರಿಸಬಾರದೆಂಬುದನ್ನು ನಾನು ಇನ್ನೊಂದು ಸೆಷನ್ನಿನಲ್ಲಿ ಹೇಳಬೇಕಾಯಿತು ಎಂಬುದನ್ನು ಇಲ್ಲಿ ಹೇಳುವುದಿಲ್ಲ. ಮಕ್ಕಳ ಕೈಗೆ ದುಡ್ಡು ಕೊಡುವ ಮುನ್ನ ಯೋಚಿಸಬೇಕಲ್ಲವೆ? ಅದು ಶಾಲೆಯ ಮಕ್ಕಳಾದರೂ ಅಷ್ಟೇ, ಮನೆಯಲ್ಲಾದರೂ ಅಷ್ಟೇ. ಮಿತವಾದ ಖರ್ಚು, ಉಳಿತಾಯದ ಬುದ್ದಿ, ಅಚ್ಚುಕಟ್ಟುತನ, ಕಂಡದಕ್ಕೆಲ್ಲ ಹಪಹಪಿಸುವುದು, ದುರಾಸೆ, ಕಳ್ಳತನ, ಅದರ ಹಿಂದೆಯೇ ಬರುವ ಸುಳ್ಳು ಇತ್ಯಾದಿಗಳಲ್ಲಿ ಯಾವುದನ್ನು ನಮ್ಮ ಮಕ್ಕಳು ಕಲಿಯಬೇಕೆಂಬುದನ್ನು ಆಯ್ಕೆ ಮಾಡಿ ನಿರ್ಧರಿಸಬೇಕು, ಅದೇ ಈಗಿನ ತುರ್ತು.

14

ಮಿಸ್ಸಿನ ಕನ್ನಡಿಯೇ ಮಕ್ಕಳು

ಸಾಮಾನ್ಯವಾಗಿ ಟೀಚರ್ ಎಂದ ಕೂಡಲೇ ಒಂದಷ್ಟು ಡೈಲಾಗುಗಳು ಸಾಮಾನ್ಯ. ಶಿಕ್ಷಕರ ದಿನಕ್ಕೆ ಶುಭಾಶಯ ಕೋರಲು ಕರೆ ಮಾಡುವ ನನ್ನ ಅಣ್ಣ ತಮ್ಮ, ಸ್ನೇಹಿತರು ಒಂದು ವೀಡಿಯೋ ಕಳಿಸುತ್ತಾರೆ. ಅದರಲ್ಲಿ ಟಿಪಿಕಲ್ ಟೀಚರ್ರಿನ ಬೈಗುಳಗಳು ಇರುತ್ತವೆ.

"ಡು ಇಟ್ ಟೆನ್ ಟೈಮ್ಸ್
ಗೆಟ್ ಔಟ್ ಆಫ್ ಮೈ ಕ್ಲಾಸ್
ನಿಮ್ಮಪ್ಪಂಗೆ ಹೇಳ್ತೀನಿ..ಇರು.
ಹೆಡ್ಮೇಷ್ಟ್ರ ರೂಮಿಗೆ ನಡಿ,
ಇದೇನು ಕ್ಲಾಸಾ? ಫಿಷ್ ಮಾರ್ಕೆಟಾ?
ನನ್ ಜನ್ಮದಲ್ಲೇ ನಿಮ್ಮಷ್ಟು ವರ್ಸ್ಟ್ ಬ್ಯಾಚನ್ನು ನೋಡಿಲ್ಲ.
ಎಷ್ಟು ಹೇಳಿದ್ರೂಅಷ್ಟೆ. ನಾಯಿ ಬಾಲ ನೆಟ್ಟಾಗತ್ತಾ?
ಏನು... ಬರ್ತಾ ಬರ್ತಾ ರಾಯರ ಕುದುರೆ ಕತ್ತೆ ಆಗ್ತಿದೆ.."

ಇತ್ಯಾದಿ ಇತ್ಯಾದಿ... ನಾವು ಸಾಮಾನ್ಯವಾಗಿ ಬೈಯುವ ಒರಿಜಿನಲ್ ಡೈಲಾಗುಗಳು.

ನನ್ನ ಸ್ನೇಹಿತರು ಅದನ್ನು ಕಳಿಸಿ "ಹ್ಯಾಪಿ ಚೀಚರ್ಸ್ ಡೇ ಟೀಚಾ..." ಎನ್ನುತ್ತಾರೆ. ನಾನು ನೋಡಿ ನಗುತ್ತೇನೆ. ಜೊತೆಗೆ ಅದನ್ನು ಎಂಜಾಯ್ ಮಾಡುತ್ತೇನೆ.

ನಾವು ಶಾಲೆಗೆ ಹೋಗುವಾಗಲೂ ನಮ್ಮ ಮೇಷ್ಟ್ರು ಇದನ್ನೇ ಹೇಳಿ ಸರಿಯಾಗಿ ಉಗಿದು ಉಪ್ಪಿನಕಾಯಿ ಹಾಕುತ್ತಿದ್ದರು. ನನ್ನ ಮಗಳಿಗೂ ಹೀಗೆಯೇ ಹೇಳುತ್ತಾರಂತೆ. ಒಂದು ದಿನ ಮನೆಗೆ ಬಂದು ಹೇಳಿದಳು. ನಾನು ಸಮಾಧಾನ ಮಾಡಿದೆ.

"ಎಲ್ಲಾ ಟೀಚರ್ಸೂ ಹೀಗೇ ಬೈಯೋದು, ನೀ ತಲೆಕೆಡಿಸ್ಕೊಬೇಡ... ಅವರಿಗೆ ಮಕ್ಕಳ ಮೇಲೆ ಯಾವಾಗಲೂ ಪ್ರೀತಿ ಇರತ್ತೆ. ಆದರೆ ಅಷ್ಟೊಂದು ಮಕ್ಕಳನ್ನು ಸುಮ್ನೆ ಕೂರಿಸಿಕೊಂಡು ಪಾಠ ಮಾಡೋದು ಅಂದ್ರೆ ಸಣ್ಣ ವಿಚಾರ ಅಲ್ಲ, ಬೇಜಾರಾಗಬೇಡ" ಎಂದೆ. ಸಮಾಧಾನವಾದಳು.

ಆದರೆ ನಾನು ಶಾಲೆಯಲ್ಲಿ ಈ ಡೈಲಾಗುಗಳನ್ನು ಬಳಸುವುದು ಕಡಿಮೆ. ಹೆಚ್ಚೆಂದರೆ,

"ನಿಮ್ಮಪ್ಪ ಅಮ್ಮನಿಗೆ ಬರೋಕೆ ಹೇಳು,

ಸಂಜೆ ಆರು ಗಂಟೆಗೆ ನಿಮ್ಮಮ್ಮನ ಹತ್ರ ನಂಗೆ ಫೋನ್ ಮಾಡೋಕೆ ಹೇಳು..." ಈ ರೀತಿ ಇರುತ್ತದೆ. ಒಮ್ಮೆ ಹೀಗಾಯ್ತು. ಏಳೆಂಟು ವರ್ಷಗಳ ಹಿಂದಿನ ಕತೆ ಇದು.

ಯಾವುದೋ ಕಿತಾಪತಿ ಮಾಡಿದ ಹುಡುಗ ಎದುರು ನಿಂತಿದ್ದ. ಪೈಪು ಮುರಿದ, ಪೊರಕೆ ಬಿಚ್ಚಿದ, ಗಡಿಯಾರ ಬೀಳಿಸಿದ, ಕತ್ತರಿ ಮುರಿದ, ಓದುವ ಕಡೆ ಗಮನ ಇಲ್ಲ, ಹೋಮ್ವರ್ಕ್ ಮಾಡುವುದಿಲ್ಲ, ಶಾಲೆಗೆ ಆಬ್ಸೆಂಟು, ಈ ರೀತಿಯ ಸಾಕಷ್ಟು ದೂರುಗಳು ಅವನ ಮೇಲಿತ್ತು. ಸರ್ಕಾರ ಕೊಡುವ ಸಾವಿರ ಚಿಲ್ಲರೆ ಸಿಜಿ ದುಡ್ಡಿನಲ್ಲಿ ತಂದದ್ದೇ ವಸ್ತುಗಳನ್ನು ಮತ್ತೆ ಮತ್ತೆ ತಂದು ಸಾಕಾಗಿತ್ತು. ಶತದಡ್ಡರನ್ನು ಪಾಸಾಗುವ ದರ್ಜೆಗಾದರೂ ತರಬೇಕೆಂಬುದು ನಮ್ಮ ಹಟವಾಗಿತ್ತು. ಅವನಿಗೆ ಬಣ್ಣಿಸಿ, ಮುದ್ದು ಮಾಡಿ ಹೇಳಿಯಾಗಿತ್ತು. ಬೈದಾಗಿತ್ತು. ಎಲ್ಲರ ಎದುರಿಗೆ ಮಂಗಳಾರತಿಯೂ ಆಗಿತ್ತು. ಅವನೇನೂ ಸುಧಾರಿಸಲಿಲ್ಲ.

ಫೈನಲೀ, ಅವನಪ್ಪ ಅಮ್ಮನನ್ನು ಕರೆಸಬೇಕು. ನಾನು ಆ ದಿನ ನಿಜವಾಗಿಯೂ ಸಿಟ್ಟುಗೊಂಡಿದ್ದೆ.

"ಏಯ್ ಪುಣ್ಯಾತ್ಮ, ನಾಳೆ ಬರುವಾಗ ನಿನ್ ಅಪ್ಪ ಅಥವಾ ಅಮ್ಮ ಯಾರಾದ್ರೂ ಒಬ್ರು ನಿನ್ ಜೊತೆ ಶಾಲೆಗೆ ಬರಲೇ ಬೇಕು, ಅವರಿಲ್ದೆ ನೀನೊಬ್ನೇ ಬಂದ್ರೆ ಶಾಲೆಯ ಗೇಟಿನೊಳಗೆ ಕಾಲಿಡುವ ಹಾಗಿಲ್ಲ, ಸಂಜೆ ಫೋನ್ ಮಾಡೋಕೆ ಹೇಳು."

ಅವನಿಗೆ ಭಯವಾಯಿತೋ, ಈ ಮಿಸ್ಸಿನ ಮೈಮೇಲೆ ಯಾವುದಾದರೂ ದೈಯ್ಯ ಬಂತೆಂದು ಹೆದರಿದನೋ ಗೊತ್ತಿಲ್ಲ. ಸುಮ್ಮನಿದ್ದ. ಎರಡು ನಿಮಿಷದ ನಂತರ ಅವನ ಫ್ರೆಂಡ್ ಹತ್ತಿರ ಹೇಳುತ್ತಿದ್ದುದು ಕೇಳಿಸಿತು.

"ಅಲ್ಲ ಮರೆನೆ, ಈ ಮಿಸ್ಸು ಅಮ್ಮಂಗೇಳ್ತೀನಿ, ಅಮ್ಮನ್ ಕರ್ಕುಬಾ ಅಂತಾರೆ. ಅಲ್ಲಿ ನೋಡಿದ್ರೆ ನಮ್ಮನೆ ಅಮ್ಮ, ನಾಳೆ ಶಾಲೆಗೆ ಬತೀನಿ, ಟೀಚರಿಗೆ ಹೇಳಿ ಸಮಾ ಬೆಂಡು ಎತ್ತಿಸ್ತೀನಿ ತಡ್ಕ, ಟೀಚರಿಗೆ ಫೋನ್ ಮಾಡ್ತಿ್ನಿ ತಡ್ಕ ಅಂತ ಹೆದ್ರಿಸ್ತಾರೆ... ಯಾರು ಯಾರಿಗೆ ಹೆದರ್ತಾರೆ? ಯಾರನ್ನು ಹೆದ್ರುಸ್ತಾರೆ? ನಾನು ಯಾರಿಗೆ ಅಂತ ಹೆದ್ರದು ಮರೆನೆ..."

ನಾನು ರಾಜೀನಾಮೆ ಕೊಡೋದಾ ಅಥವಾ ಮತ್ತೊಮ್ಮೆ ಟೀಚರ್ ಟ್ರೈನಿಂಗಿಗೆ ಹೋಗೋದಾ ಅಂತ ಯೋಚಿಸತೊಡಗಿದೆ.

ಇನ್ನೊಂದು ಸಿಗ್ನೇಚರ್ ಡೈಲಾಗು ನನ್ನದು.

ಅದು ನನ್ನ ಅಸ್ತಿತ್ವನ್ನು ಸೂಚಿಸುವ ಡೈಲಾಗೆಂಬುದು ಮಕ್ಕಳೇ ಹೇಳುವವರೆಗೂ ನನ್ನ ಗಮನಕ್ಕೂ ಬಂದಿರಲಿಲ್ಲ.

ಪ್ರತೀದಿನ ಮೊದಲ ಪಿರಿಯಡ್ಡಿನಲ್ಲಿ ಆರಂಭದ ಹದಿನೈದು ನಿಮಿಷ ನಾನು ಟೆಸ್ಟ್ ಕೊಡುತ್ತೇನೆ. ಹತ್ತರಿಂದ ಹದಿನೈದು ಇಂಗ್ಲಿಷ್ ಪದಗಳನ್ನು ಕಲಿತು ಬರಬೇಕು. ಅದನ್ನು ಉಕ್ತಲೇಖನ ಕೊಡುವುದು. ಮೌಲ್ಯಮಾಪನ ಮಾಡಿ ಹೆಚ್ಚು ಅಂಕ ತೆಗೆದವರಿಗೆ ಚಪ್ಪಾಳೆ ಹೊಡೆಸುವುದು, ಯಾವಾಗಲಾದರೂ ಪೆನ್-ಪೆನ್ಸಿಲ್ ಇತ್ಯಾದಿ ಸಣ್ಣಪುಟ್ಟ ಬಹುಮಾನ ಕೊಡುವುದು-ಇದು ನಡೆಯುತ್ತಾ ಇರುತ್ತದೆ.

ಒಮ್ಮೆ ಹೀಗಾಯ್ತು. ಟೆಸ್ಟಿನಲ್ಲಿ ಇಬ್ಬರೇ ಹತ್ತಕ್ಕೆ ಹತ್ತು ಅಂಕ ಪಡೆದಿದ್ದು. ಉಳಿದವರು ಎರಡು, ಮೂರು ಅಷ್ಟೇ. ನನಗೆ ಪಿತ್ತ ಜಾಸ್ತಿಯಾಯಿತು.

"ಮಿಲನಾ ಮತ್ತು ದೀಕ್ಷಿತನಿಗೆ ಮಾತ್ರಾ ನಾನು ಪಾಠ ಮಾಡಿದ್ದಾ? ಅವರಿಬ್ರಿಗೇ ಓದಿಸಿ ಬರೆಸೋದಾ? ನಿಮಗೆ ನಾನು ಪಾಠ ಮಾಡಿಲ್ಲ ಅಲ್ವಾ? ಪಾಪ, ನೀವು. ನಾನು ಪಾಠ ಮಾಡದೇ ಹೇಗೆ ಕಲೀತೀರಿ..., ಮುಖ ನೋಡ್ಕಳಿ" ಎಂದೆ.

ಅವರಿಗೆ ಬೇಸರವಾಗಲೀ, ಅವಮಾನವಾಗಲೀ ಆದಂತಿರಲಿಲ್ಲ. ಸುಮ್ಮನಿದ್ದಂತೆ ತೋರಿಸಿಕೊಂಡರೂ ಒಳಗೊಳಗೇ ಕುಸುಕುಸು.

ಮಾರನೇ ದಿನ ಮತ್ತೆ ಟೆಸ್ಟ್ ಆಯ್ತು.

ನಾಲ್ಕೈದು ಮಕ್ಕಳಿಗೆ ಔಟ್ ಆಫ್ ಔಟ್ ಅಂಕ ಬಂದಿತ್ತು. ಉಳಿದ ಮಕ್ಕಳಿಗೆ ನಾನಿನ್ನು ಉಪದೇಶ ಶುರು ಮಾಡಬೇಕಿತ್ತು.

ದೀಕ್ಷಿತ ಶುರು ಮಾಡಿದ. "ಮಿಸ್ಸೇನು ನಂಗೆ ಮಿಲನಂಗೆ, ಅಮೀಷಂಗೆ, ವರ್ಷಿಣಿಗೆ ಮಾತ್ರಾ ಪಾಠ ಮಾಡದನ್ರಾ? ನಿಮಗೆಲ್ಲ ಮಾಡಲನೂ? ಓದ್ಕ್ಯ ಬರಕೆ ಏನಾಗೇತ್ರಾ? ಕೊಡದೆ ಹತ್ತು ಪದ, ಅದ್ನೂ ಕಲಿಯಕಾಗಲ ಅಂದ್ರೆ, ನಮಗೆಂತಕೆ ಶಾಲೆ, ಪುಸ್ತಕ, ಪೆನ್ನು?" ನನ್ನದೇ ಡೈಲಾಗು, ಶೈಲಿಯೂ ಅದೇ. ಕಂಠ ಮಾತ್ರಾ ಬೇರೆ.

"ಯಾರಾ ಅದು?"

"ದೀಕ್ಷಿ ಮಿಸ್..."

ನನ್ನ ಹಾರ್ಟು ಗಟ್ಟಿಯಾಗಿದೆ ಎಂಬುದು ಸಾಬೀತಾಯಿತು.

"ಲೇ ಪುಣ್ಯಾತ್ಮ, ಯಂತದಾ ಇದು?" ನಗು ಬಂದರೂ, ತುಟಿ ಬಿಗಿಹಿಡಿದೆ.

"ಅಲ್ಲ ಮಿಸ್, ನೀವು ದಿನಾ ಹಿಂಗೇ ಹೇಳದಲ ಮಿಸ್..."

ಅವನಿಗೀಗ ಅಳಬೇಕೋ, ನಗಬೇಕೋ ಗೊತ್ತಾಗುತ್ತಿಲ್ಲ. ಹೇಳುವುದನ್ನು ಹೇಳಿಯಾಗಿದೆ. "ಈಗ ಸಮ್ಮ ಹಾಕ್ಕಿಂಡು ಬೈದರೆ...ಜಪ್ಪಿದರೆ?" ಮುಖ ಯಪರಾತೆಪರಾ ಆಗಿದೆ.

ನಂಗೆ ಜೋರಾಗಿ ನಗು ಬಂತು. ನಕ್ಕುಬಿಟ್ಟೆ. ಸಿಟ್ಟು ಕಲ್ಲುಕುರ್ಚಿಯನ್ನು ದಾಟಿ ಹಣಗೆರೆ ಕಟ್ಟೆಗೆ ಹೋಯಿತು. ಇಡೀ ತರಗತಿ ಮತ್ತೊಮ್ಮೆ ಆ ಡೈಲಾಗುಗಳನ್ನು ಹೇಳೀ ಹೇಳಿ ನಕ್ಕಿತು. ನಾನು ಹಗುರಾದೆ. ಜೊತೆಗೊಂದು ಡೈಲಾಗು ಸೇರಿಸಿದೆ,

"ನನ್ ತರ ಬೈಯೋದು, ಮಾತಾಡೋದು ಕಲೀತೀರಿ. ನಾವು ಬರೆದ ಹಾಗೆ ಅಕ್ಷರ ಯಾಕೆ ಸುಂದರವಾಗಿ ಬರೆಯಲ್ಲ? ಎಲ್ಲವೂ ಬ್ರಹ್ಮಲಿಪಿಗಳೇ..., ನಿಮ್ಮ ಅಕ್ಷರ ನೋಡಿ ತಿದ್ದುವ ಬದಲು ಎಲ್ಲರಿಗೂ ನಾನೇ ನೋಟ್ಸ್ ಬರೆದುಕೊಡೋದು ಒಳ್ಳೆಯದು".

ಅಕ್ಷರಗಳು ಚೆನ್ನಾಗಿಯೇ ಇವೆ. ಆದರೂ ನಾನು ಟೀಚರ್ ಅಲ್ವಾ? ಪಾಠ ಮಾಡಲೇಬೇಕು, ಅದು ವೃತ್ತಿ–ಪ್ರವೃತ್ತಿ–ಹವ್ಯಾಸ–ಸೇವೆ, ಎಲ್ಲವೂ ಹೌದು.

ಈಗಂತೂ ಟೆಸ್ಟ್ ಮುಗಿದ ನಂತರ ನನಗೆ ಬೈಯುವ ಕೆಲಸವೇ ಇಲ್ಲ. ಅವರಿಗವರೇ ಬೈದುಕೊಳ್ಳುತ್ತ ನಗುತ್ತಾರೆ.

ಮಕ್ಕಳು ನಮ್ಮ ಬಟ್ಟೆ, ನಡೆಯುವ ಸ್ಟೈಲು, ಮಾತನಾಡುವ ವಿಧಾನ ಎಲ್ಲವನ್ನೂ ಅನುಕರಿಸುತ್ತಾರೆ. ನಾವಿಲ್ಲದಾಗ ನಮ್ಮನ್ನು ಮಿಮಿಕ್ರಿ ಮಾಡಿ ನಗುತ್ತಾರೆ. ಈಗ,

ನಮ್ಮ ನಡುವಳಿಕೆ ಹೇಗಿರಬೇಕು ಎಂಬುದನ್ನು ನಾವು ನಿರ್ಧರಿಸಬೇಕು. ಹಂಚಿತಿನ್ನುವ, ಎಲ್ಲರನ್ನೂ ಕಾಳಜಿ ಮಾಡುವ, ಧೈರ್ಯ ತೋರುವ, ಪ್ರೀತಿ ಕೊಡುವ, ಅಭಿಮಾನದಿಂದ ಕಾಣುವ ಶಿಕ್ಷಕರಾದರೆ ಎಷ್ಟು ಚಂದ!?!

15

ಹಚ್ಚೇವು ಕನ್ನಡದ ದೀಪ

ನಿಮಗೆಲ್ಲರಿಗೂ ಗೊತ್ತಿರುವಂತೆ, ಮೊನ್ನೆ ಅಂದರೆ ಅಕ್ಟೋಬರ್ ಇಪ್ಪತ್ತೆಂಟನೇ ದಿನದಂದು ಕೋಟಿ ಕಂಠ ಗಾಯನ ಇತ್ತು. ಕನ್ನಡದ ಹಿರಿಮೆಯನ್ನು ಸಾರುವ, ನಾಡಿನ ಶ್ರೇಷ್ಠತೆಯನ್ನು ಎತ್ತಿ ಹಿಡಿಯುವಂತಹ ಅತ್ಯಂತ ಸುಂದರ ಹಾಗೂ ಭಾವನಾತ್ಮಕವಾದ ಗೀತೆಗಳನ್ನು ಜಾತಿ ಜನಾಂಗದ ಭೇದವಿಲ್ಲದೆ ಹಾಡಿದೆವು.

ಜಾತಿ-ಜನಾಂಗ ಎಂದು ಏಕೆ ಒತ್ತಿ ಹೇಳಿದೆನೆಂದರೆ, ಈಗ ನಾವು ಏನೇ ಮಾಡಿದರೂ, ಜಾತಿಯ ಗೋಡೆಗೆ ಮೊಳೆ ಹೊಡೆದುಕೊಂಡು ನಿಲ್ಲಲೇಬೇಕು ಅಥವಾ ಇನ್ಯಾರೋ ನಮ್ಮನ್ನು ಜಾತಿಯ ಮೊಳೆಗೆ ನೇತು ಹಾಕಿ ಚಂದ ನೋಡುತ್ತಾರೆ. ಅದು ಸಾಹಿತ್ಯವಾದರೂ ಅಷ್ಟೆ, ಸಂಗೀತವಾದರೂ ಅಷ್ಟೇ. ಅಥವಾ ಯಾವುದೇ ಕಲಾಮಾಧ್ಯಮವಾದರೂ ಅಷ್ಟೇ. ಎಲ್ಲಾ ಕಡೆ ಜಾತಿಯ ಹೆಸರು ಬಾರದಿದ್ದರೆ ಆ ಮನುಷ್ಯನಿಗೆ ಅಥವಾ ಆ ವಿಷಯಕ್ಕೆ ಅಸ್ತಿತ್ವವೇ ಇಲ್ಲ. ಇದಂತೂ ಸಾಮಾನ್ಯದಲ್ಲಿ ಸಾಮಾನ್ಯವಾಗಿ ಹೋಗಿದೆ.

ಬಿಡಿ, ಈ ಜಾತಿ, ಪಕ್ಷ, ಸಿದ್ಧಾಂತ, ಎಡ, ಬಲ ಇವು ಈ ಭೂಮಿ ಇರುವವರೆಗೂ ಹೆಚ್ಚುತ್ತಲೇ ಹೋಗುತ್ತದೆಯೇ ವಿನಾ ಕಡಿಮೆಯಂತೂ ಆಗುವುದಿಲ್ಲ. ಜಾತಿ, ಧರ್ಮ ಮೀರಿ ಮಾನವತೆಯನ್ನೇ ಉಸಿರಾಗಿಸಿಕೊಂಡವರನ್ನೂ ಬಿಡದೇ, ನಾವು ಜಾತಿ ಧರ್ಮದ ಪೆಟ್ಟಿಗೆಯಲ್ಲಿ ಬಂಧಿಸಿಟ್ಟಿದ್ದೇವೆ.

ಇರಲಿ, ವಿಷಯಕ್ಕೆ ಬರುತ್ತೇನೆ.

ಈ ವರ್ಷದ ಹಾಡುಗಳ ಪಟ್ಟಿಯಲ್ಲಿದ್ದ ಹಾಡುಗಳಲ್ಲಿ, ಬಾರಿಸು ಕನ್ನಡ ಡಿಂಡಿಮವ, ಹುಟ್ಟಿದರೆ ಕನ್ನಡ ನಾಡಲ್ಲಿ ಹುಟ್ಟಬೇಕು–ಇವು ನಮ್ಮ ಮಕ್ಕಳಿಗೆ ಕಂಠಸ್ಥವಾಗಿತ್ತು. ಕಳೆದ ವರ್ಷ ಕಲಿತು ಹಾಡಿದ್ದರಿಂದ ಈ ವರ್ಷ ಕಲಿಯುವ ಸಮಸ್ಯೆ ಇಲ್ಲ. ವಿಶ್ವ ವಿನೂತನ ವಿದ್ಯಾ ಚೇತನ ಕಲಿಯಲು ಸಮಯ ಬೇಕು, ಉದಯವಾಗಲಿ ನಮ್ಮ ಚೆಲುವ ಕನ್ನಡ ನಾಡು ಸ್ವಲ್ಪ ಸಂಗೀತಮಯ. ಮಕ್ಕಳಿಗೆ ತಾಳ, ಲಯ ಜ್ಞಾನ ಚುರುಕಾಗಿದ್ದರೆ ಬೇಗ ಕಲಿಯುತ್ತಾರೆ, ಜೊತೆಗೆ "ಹಚ್ಚೇವು ಕನ್ನಡದ ದೀಪ" ನನಗೆ ಅಚ್ಚುಮೆಚ್ಚಿನ ಗೀತೆ. ನಾನು ಹತ್ತನೇ ತರಗತಿ ಓದುವಾಗ ಪಠ್ಯವಾಗಿತ್ತು. ಮೇಷ್ಟ್ರು ರಾಗವಾಗಿ ಕಲಿಸಿದ್ದರು. ಹಾಗಾಗಿ, ಈ ಬಾರಿ ಕೋಟಿಕಂಠ ಗಾಯನದ ಅಂಗವಾಗಿ ಮೊದಲು ಈ ಹಾಡನ್ನು ಕಲಿಸಲು ಆರಂಭಿಸಿದೆ. ಬೋರ್ಡಿನ ಮೇಲೆ ಬರೆದು ನಾಲ್ಕು ಬಾರಿ ಹೇಳಿಕೊಟ್ಟು, ನಂತರ ಸಾಹಿತ್ಯ ಹಾಗೂ ಹಾಡನ್ನು ಪೋಷಕರ ವಾಟ್ಸಾಪ್ ಬಳಗಕ್ಕೆ ಹಾಕಿ ಕಲಿಯಲು ಹೇಳಿದೆ.

ಈ ಗೀತೆ ತುಂಬಾ ಉದಾತ್ತವಾದ ಧ್ಯೇಯಗಳನ್ನು, ಕನಸನ್ನು ಹೊಂದಿರುವ ಹಾಡು. ಡಿ.ಎಸ್. ಕರ್ಕಿ ಅಥವಾ "ದುಂಡಪ್ಪ ಸಿದ್ಧಪ್ಪ ಕರ್ಕಿ"ಯವರು ಇದರ ರಚನಾಕಾರರು. ಕನ್ನಡದ ಛಂದಸ್ಸಿನ ಅಧ್ಯಯನ ಪರಂಪರೆಯಲ್ಲಿ ಇವರ ಹೆಸರು ಅಜರಾಮರ. ಸಾಹಿತ್ಯದ ಅಭ್ಯಾಸಿಗಳೆಲ್ಲ ಸಾಮಾನ್ಯವಾಗಿ ಕರ್ಕಿಯವರು ರಚಿಸಿದ "ಕನ್ನಡ ಛಂದೋವಿಕಾಸ" ಎಂಬ ಇವರ ಪಿ.ಎಚ್‌ಡಿ. ಕೃತಿಯನ್ನು ಓದಿರುತ್ತಾರೆ. ಅದಲ್ಲದಿದ್ದರೂ "ಈ ಹಚ್ಚೇವು ಕನ್ನಡದ ದೀಪ" ಎಂಬ ಗೀತೆಯನ್ನು ಒಮ್ಮೆಯಾದರೂ ಕೇಳಿರುತ್ತಾರೆ.

ಕನ್ನಡದ ಛಂದಸ್ಸು ಹಾಗೂ ಅದರ ಪ್ರಯೋಗಗಳನ್ನು ಅಪಾರವಾಗಿ ಪ್ರೀತಿಸುವ ನನಗೆ ಕರ್ಕಿಯವರು ಪರಮಾಪ್ತರು. ಹಾಗಾಗಿ ಮಕ್ಕಳಿಗೆ ಈ ಕತೆಯನ್ನೆಲ್ಲ ಹೇಳಿ, ಅವರ ಫೊಟೊ ತೋರಿಸಿ ಅಭ್ಯಾಸ ಮಾಡಿಸಿದೆ. ಈ ಹಾಡಿನ ಸಾಲುಗಳನ್ನು ಒಂದೇ ಬಾರಿಗೆ ಕಲಿಯುವುದು ಕಷ್ಟ. ಏರಿಳಿತವೂ ಸಾಕಷ್ಟಿದೆ. ಆದರೂ ಈ ಹಾಡು ಬಹಳ ಚಂದ.

ಮಾರನೇ ದಿನ ಊಟವಾದ ನಂತರ ಮಕ್ಕಳ ಜೊತೆ ಅವರ ಬೆಂಚಿನಲ್ಲಿ ಕುಳಿತು ಅಭಿನಯಪೂರ್ವಕವಾಗಿ "ಹಚ್ಚೇವು ಕನ್ನಡದ ದೀಪ... ಕರುನಾಡ ದೀಪ, ಸಿರಿನುಡಿಯ ದೀಪ, ಒಲವೆತ್ತಿ ತೋರುವಾ ದೀಪ..." ಎಂದು ಶುರು ಮಾಡಿದೆ. ಕೈಗಳು ದೀಪವನ್ನು ಹಿಡಿದುಕೊಂಡಂತೆ ಬೊಗಸೆಯೊಡ್ಡಿತ್ತು. ಒಲವೆತ್ತಿ ಎನ್ನುವಾಗ ಬೊಗಸೆ ಮುಖದೆತ್ತರಕ್ಕೆ ಹೋಯಿತು. ಎಲ್ಲರೂ ಹಾಗೆಯೇ ದೇವರಿಗೆ ಆರತಿ ಮಾಡುವ ಹಾಗೆ ಹಿಡಿದಿದ್ದರು, ಪಕ್ಕ ಕೂತವಳೊಬ್ಬಳು, ಎದುರಿನವನಿಗೆ ಒಂದು ಡೈಲಾಗ್ ಬಿಟ್ಟಳು,

"ಏಯ್ ಸಮರ್ಥ, ದೀಪ ಸರಿ ಹಿಡ್ಕಳ, ಎಣ್ಣೆ ಚೆಲ್ಲಿ ಹೋತತೆ..."

ನಂಗೆ ಒಂದು ನಿಮಿಷ ಅವಳು ಏನು ಹೇಳಿದಳು, ಯಾಕೆ ಹೇಳಿದಳು ಎಂಬುದು ಅರ್ಥವಾಗಲಿಲ್ಲ.

"ಏನಂದೆ ವರ್ಷಿಣಿ? ಇನ್ನೊಮ್ಮೆ ಹೇಳು" ಎಂದೆ.

"ಅಲ್ಲಾ ಮಿಸ್, ಕೈ ಅಗಾ...ಲ ಮಾಡಿದ್ರೆ ದೀಪ ಬಿದ್ದು ಎಣ್ಣೆ ಚೆಲ್ಲಿ ಹೋತತಲ, ಅದ್ಕೆ ಗುಂಡಗೆ ಹಿಡ್ಕ ಅಂದೆ ಮಿಸ್" ಎಂದಳು.

ಎದುರಿನವನು ಅಭಿನಯದಲ್ಲಿ ಮುಳುಗಿ ಹೋಗಿದ್ದ. ಕೈಯನ್ನು ನೀರು ಕುಡಿಯುವ ಹಾಗೆ ಸ್ವಲ್ಪ ಹೊಂಡ ಮಾಡಿಕೊಳ್ಳುವ ಬದಲು, ರೊಟ್ಟಿ ಹಿಡಿದುಕೊಂಡ ಹಾಗೆ ಚಪ್ಪಟೆ ಮಾಡಿಕೊಂಡು ಕುಣಿಯುತ್ತಿದ್ದ. ಇವಳು ಅವನನ್ನು ಸಿಕ್ಕಿಸಿದಳು.

ಅಭಿನಯಿಸುತ್ತಾ ಹಾಡ್ತಿರೋದು ಈ ಲೆವೆಲ್ಲಿಗೆ ಪರಿಣಾಮವಾ? ನನಗೆ ನಗು ತಡೆಯಲಾಗಲಿಲ್ಲ. ಬಿದ್ದುಬಿದ್ದು ನಕ್ಕುಬಿಟ್ಟೆ. ನಂತರ ಮತ್ತೊಮ್ಮೆ ಹಾಡುವಾಗ ಎಲ್ಲರೂ ಬೊಗಸೆಯನ್ನು ಗುಂಡಿ ಮಾಡಿಯೇ ಅಭಿನಯಿಸುತ್ತಿದ್ದರು.

ಈ ಹಾಡನ್ನು ನಾವು ನಮ್ಮ ಬಾಲ್ಯದಲ್ಲಿ ಹಾಡುವಾಗ ಹಚ್ಚೇ...ವು, ಬೀರೇ...ವು, ತೂರೇ...ವು ಎಂದು ರಾಗವನ್ನು ಇನ್ನಷ್ಟು ಎಳೆಯುತ್ತಿದ್ದೆವು. ಹಚ್ಚುವೆವು, ಬೀರುವೆವು, ತೂರುವೆವು ಎಂಬುದರ ಬದಲಾಗಿ ಹಚ್ಚುವುದಿಲ್ಲ, ತೂರುವುದಿಲ್ಲ, ಬೀರುವುದಿಲ್ಲ ಎಂಬ ವಿರುದ್ಧ ಅರ್ಥವನ್ನು ಉಂಟು ಮಾಡಿ ನಗುತ್ತಿದ್ದೆವು. ಹಚ್ಚೇವು–ಹಚ್ಚುವೆವು, ಹಚ್ಚುತ್ತೇವೆ ಎಂದರ್ಥ. ಹಾಡನ್ನು ಕೆಡಿಸಿ ಹಾಡುವುದರಲ್ಲಿ ನಾವೇನು ಕಡಿಮೆ ಇರಲಿಲ್ಲ. ಸಿಕ್ಕಾಪಟ್ಟೆ ರೀಮಿಕ್ಸ್ ಹಾಡುಗಳನ್ನು ಹಾಡುತ್ತಿದ್ದೆ. ಈಗಲೇ ಬಹಳ ಗಂಭೀರಳಾಗಿಬಿಟ್ಟಿದ್ದೇನೆ. ಆದರೂ ಮನೆಯಲ್ಲಿ ಮಗಳು, ಶಾಲೆಯಲ್ಲಿ ಮಕ್ಕಳು ಒಮ್ಮೊಮ್ಮೆ ರೀಮಿಕ್ಸ್ ಹಾಡುವಾಗ ನಗು ಬರುತ್ತದೆ.

ಈ ವಿಷಯವನ್ನು ಹೊರತುಪಡಿಸಿ, ಕಳೆದ ವರ್ಷ ಒಂದು ಕಡೆ ಈ ಕೋಟಿ ಕಂಠ ಗಾಯನದ ಹಾಡನ್ನು ಹಾಡುವಾಗ "ಬಾರಿಸು ಕನ್ನಡ ಡಿಂಡಿಮವ" ಹಾಡನ್ನು ಶಿಕ್ಷಕರೇ ಡಿಣ್ಡಿಮ ಎನ್ನುವ ಬದಲಿಗೆ ಡಿಮ್ಡಿಮ, ಡಿಮ್ ಡಿಮ ಎಂದಿದ್ದನ್ನು ಕೇಳಿ ಕಿವಿ ಪಾವನಾಗಿತ್ತು.

ಡಿಂಡಿಮ ಎಂಬುದನ್ನು ಉಚ್ಚರಿಸುವುದು ಅಷ್ಟು ಕಷ್ಟವೆ? ಎಂದು ಯೋಚಿಸಿದ್ದೆ ಕೂಡಾ. "ಅಚ್ಚೇವು ಕನ್ನಡದ ಧೀಪಾ, ಕರುನಾಡ ಧೀಪ,ಸಿರಿನುಡಿಯ ಧೀಪ, ಹೊಲವೆತ್ತಿ ತೋರುವಾ ಧೀಪಾ" ಎಂದಾಗಲೂ ಅಷ್ಟು ಬೇಸರವಾಗಿರಲಿಲ್ಲ. ಆದರೆ, "ಒಟ್ಟೆಯ ಕಿಚ್ಚಿಗೆ ತಣ್ಣೀರ್ ಸುರಿಸು" ಎಂದಾಗ ನಾನೇ ಕಣ್ಣೀರು ಸುರಿಸುವಷ್ಟಾಗಿತ್ತು.

ಇಲ್ಲೊಂದು ವಿಚಾರ, ನಾನು ಭಾಷಾ ವಿದ್ವಾಂಸೆಯಲ್ಲ, ಅಲ್ಪ ಸ್ವಲ್ಪ ಗೊತ್ತು. ಅದನ್ನೇ ಹೇಳಿಬಿಡುತ್ತೇನೆ.

ಯಾವುದೇ ಪದದ ಮಧ್ಯದಲ್ಲಿ ಅನುಸ್ವಾರ ಬಂದರೆ, ಆ ಅನುಸ್ವಾರದ ಮುಂದಿನ ವ್ಯಂಜನದ ವರ್ಗದಲ್ಲಿ ಬರುವ ಅನುನಾಸಿಕದ ಧ್ವನಿಯನ್ನು ಆ ಅನುಸ್ವಾರಕ್ಕೆ ಹಾಕಿ ಉಚ್ಚರಿಸಬೇಕು.

ಅರ್ಥವಾಗಲಿಲ್ಲವೇ?

ಉದಾಹರಣೆಗೆ, ಕಂದ ಇದನ್ನು ಕನ್ದ ಎಂದು ಹೇಳಬೇಕೇ ಹೊರತೂ ಕಮ್ದ ಎನ್ನುವಂತಿಲ್ಲ. ಏಕೆಂದರೆ ಕಂದ ಪದದಲ್ಲಿ ಅನುಸ್ವಾರದ ಮುಂದಿನ ಅಕ್ಷರ "ದ". ಇದು "ತ"ವರ್ಗದ ಅಕ್ಷರ. ಈ ವರ್ಗದ ಅನುನಾಸಿಕ "ನ", ಹಾಗಾಗಿ ಅದು ಕಂದ. ಅದೇ ರೀತಿ ತಂದೆ-ತನ್ದೆ, ಪಂಕ-ಪಙ್ಕ, ಅಂಜು-ಅಞ್ಜು, ಕಂಠ-ಕಣ್ಠ, ಪಂಪ-ಪಮ್ಪ ಹೀಗೆ ಉಚ್ಚರಿಸಬೇಕು. ಬರೆಯುವಾಗ ಎಲ್ಲದಕ್ಕೂ ಅನುಸ್ವಾರದ ಚಿಹ್ನೆಯಾದ ಸೊನ್ನೆಯನ್ನು ಬಳಸುತ್ತೇವೆ. ಹಾಗಾಗಿ ಡಿಂಡಿಮ ಇದು ಡಿಣ್ಡಿಮ ಆಗುತ್ತದೆಯೇ ಹೊರತೂ, ಡಿಮ್ಡಿಮ ಆಗುವುದಿಲ್ಲ.

ಇನ್ನು ಅವರ್ಗೀಯ ವ್ಯಂಜನದಲ್ಲಿಮಾತ್ರಾ ಎಲ್ಲವೂ 'ಮ' ಅನುನಾಸಿಕದ ಧ್ವನಿಯನ್ನೇ ಹೊರಡಿಸಬೇಕಾಗುತ್ತದೆ.

ಉದಾಹರಣೆಗೆ ಅಂಶ-ಅಮ್ಶ, ಕಂಸ-ಕಮ್ಸ, ಮಾಂಸ-ಮಾಮ್ಸ, ಸಂಶಯ-ಸಮ್ಶ, ಸಂವಹನ-ಸಮ್ವಹನ ಹೀಗೆ...

ಇಲ್ಲೂ ಕೆಲವರು ಸಂಯಮ ಎಂಬುದನ್ನು ಸಮ್ಯಮ ಎನ್ನದೇ ಸಯ್ಯಮ ಎನ್ನುತ್ತಾರೆ, ಹಂಸ-ಹಮ್ಸ ಆಗುತ್ತದೆಯೇ ಹೊರತೂ ಹನ್ಸ ಆಗುವುದಿಲ್ಲ. ಇತ್ತೀಚಿಗಿನ ಕೆಲವು ಹೆಸರುಗಳು ಮೂಲ ಉಚ್ಚಾರಣೆಯನ್ನು ಕಳೆದುಕೊಂಡಿದೆ. ಅಂಶುಮಂತ ಅನ್ಶುಮಂತ, ಹಿಮಾಂಶು-ಹಿಮಾನ್ಶು, ಇದು ಎಷ್ಟರ ಮಟ್ಟಿಗೆ ಸರಿಯೋ ನನಗೆ ಗೊತ್ತಿಲ್ಲ. ಇರಲಿ ಬಿಡಿ.

ಆದರೂ, ಈ ಕೋಟಿಕಂಠ ಗಾಯನದ ಮೂಲಕ ಇಷ್ಟಾದರೂ ಕನ್ನಡದ ಅದ್ಭುತ ಹಾಡುಗಳನ್ನು ನೆನಪಿಸಿಕೊಂಡು, ಕಲಿತು ಹಾಡಿದೆವಲ್ಲ ಅದೇ ಖುಷಿ. ಅದೇ ಸಂಭ್ರಮ. ಇದನ್ನು ಆಯೋಜಿಸಿದವರಿಗೆ ಪ್ರಾಂಜಲ ಮನದ ನಮನಗಳು.

ಈಗ ಮಗಳಿಲ್ಲಿ "ಹೊಟ್ಟೆಯ ಕಿಚ್ಚಿಗೆ ಕಣ್ಣೀರ್ ಸುರಿಸು" ಅಂದ್ರೇನಮ್ಮಾ? ಎಂದು ಕೇಳುತ್ತಿದ್ದಾಳೆ. ವಿವರಿಸಬೇಕಲ್ಲ ನಾನೀಗ. ಇನ್ನೊಬ್ಬರ ಕುರಿತು ಹೊಟ್ಟೆಕಿಚ್ಚು ಅಥವಾ ಅಸೂಯೆ ಪಟ್ಟರೆ ಏನೂ ಪ್ರಯೋಜನವಿಲ್ಲ, ಬರೀ ಬೇಸರವಷ್ಟೇ ಎಂದು ಹೇಳಲಾ?

ಅಥವಾ,

ಯಾರದ್ದೋ ಹೊಟ್ಟೆಕಿಚ್ಚಿಗೆ, ಅವರ ಕುತಂತ್ರಕ್ಕೆ ನಾವು ಬಲಿಯಾಗಿ ಕಣ್ಣೀರು ಸುರಿಸುವಂತಾಗುತ್ತದೆ ಎಂದು ಹೇಳಲಾ? ಗೊತ್ತಾಗುತ್ತಿಲ್ಲ. ಒಟ್ಟಾರೆ ಬೆಂಕಿ ನೀರನ್ನು ಬಯಸುತ್ತದೆ, ಮತ್ತು ಹೊಟ್ಟೆಕಿಚ್ಚು ಕಣ್ಣೀರನ್ನು.

16

ಮನೆಯೆಂದರೆ ಹೇಗಿರಬೇಕು?

“ಮಾನವನ ಅಥವಾ ಮಗುವಿನ ಬೆಳವಣಿಗೆಗೆ ಅನುವಂಶೀಯತೆ ಎಷ್ಟು ಪರಿಣಾಮ ಬೀರುತ್ತದೆಯೋ ಸುತ್ತಲಿನ ಪರಿಸರವೂ ಅಷ್ಟೇ ಪರಿಣಾಮ ಬೀರುತ್ತದೆ” ಎಂಬುದೊಂದು ಸಿದ್ಧ ವಾಕ್ಯ. ನಿಜವೂ ಹೌದು. ನಾವು ಯಾವ ವಾತಾವರಣದಲ್ಲಿ ಅಥವಾ ಎಂತಹ ಸನ್ನಿವೇಶದಲ್ಲಿ ಜೀವಿಸುತ್ತಿದ್ದೇವೆಯೋ ಅದೇ ರೀತಿಯ ಆಲೋಚನೆಗಳು ನಮ್ಮ ಮನದಲ್ಲಿ ಇರುತ್ತದೆ. ಅದನ್ನೇ ನಾವು ಮಾತಾಡುತ್ತೇವೆ ಕೂಡಾ.

ಮೊನ್ನೆ ಪರಿಸರ ಅಧ್ಯಯನದಲ್ಲಿ ವಸತಿಯ ಬಗ್ಗೆ ಪಾಠ ಮಾಡುತ್ತಾ ಇದ್ದೆ. ಯಾವ ಯಾವ ರೀತಿಯ ಮನೆಗಳಿರುತ್ತವೆ, ಆಯಾಯ ಪ್ರದೇಶಗಳಿಗೆ ಅನುಗುಣವಾಗಿ ಮನೆಗಳನ್ನು ಹೇಗೆ ಕಟ್ಟಿರುತ್ತಾರೆ, ಮನೆ ಕಟ್ಟಲು ಏನೇನು ಬೇಕು ಎಂಬುದು ಪಾಠದ ವಿಷಯವಾಗಿತ್ತು. ಗುಡಾರ, ಶೀಟ್ ಮನೆ, ಹೆಂಚಿನ ಮನೆ, ಹುಲ್ಲಿನ ಮನೆ, ಟೆರೇಸ್ ಮನೆ, ಬಂಗಲೆಗಳ ಬಗ್ಗೆ ಚಿತ್ರ ತೋರಿಸಿ ವಿವರಿಸುತ್ತಿದ್ದೆ, ನಂತರ ಮಕ್ಕಳು ತಮ್ಮ ಮನೆಗೆ ಅನ್ವಯಿಸಿಕೊಂಡು ಚರ್ಚಿಸಬೇಕು, ಶುರುವಾಗಿಯೇ ಬಿಟ್ಟಿತು.

“ಮಿಸ್ ನಮ್ಮನೆಲಿ ಇಷ್ಟು ದಿನ ಶೀಟಿನ ಮನೆ ಇತ್ತು ಮಿಸ್, ಈಗ ಆರ್ಸಿಸಿ ಮನೆ ಕಟ್ಟಿದೀವಿ, ಗಾಪ್ರವೇಶಕ್ಕೆ ಬರ್ಬಕು ಮಿಸ್ ನೀವು...”

“ಅದು ಗಾಪ್ರವೇಶ ಅಲ್ಲ ಕಣೇ, ಗೃಹ ಪ್ರವೇಶ, ಗೃಹ ಅಂದ್ರೆ ಮನೆ ಅಂತ” ನನ್ನ ಮಾತು ಕಿವಿಗೆ ತಾಗಲಿಲ್ಲ.

“ಮಿಸ್, ನಮ್ಮನೆಲಿ ಮಳೆ ಬಂದ್ರೆ ಒಳಗೆಲ್ಲ ಸೋರತ್ತೆ ಮಿಸ್”.

"ಮಿಸ್ ಇವ್ರಮನೆಯಲ್ಲಿ ಒಂದೇ ರೂಮು ಮಿಸ್, ಅಲ್ಲೇ ಅಡ್ಗೆ ಮನೆ, ಮಲ್ಗದು ಎಲ್ಲ".

"ಮಿಸ್, ಹಿಮಪ್ರದೇಶದಲ್ಲಿ ವಾಸ ಮಾಡೋರು ಕಟ್ಟಿಕೊಳ್ಳುವ ಮನೆಗೆ ಇಗ್ಲೂ ಅಂತಾರಲ್ವಾ ಮಿಸ್?" ಪಾಠ ಡೈವರ್ಟ್ ಆಗ್ತಿರೋದು ಒಬ್ಬಳಿಗೆ ಗೊತ್ತಾಯಿತು.

"ಹೌದು ಕಣ್ರೋ, ಒಬ್ಬೊಬ್ಬರ ಮನೆ ಒಂದೊಂದು ರೀತಿ ಇರತ್ತೆ ಅಲ್ವಾ? ಯಾರ ಮನೆಯಲ್ಲಿ ಸೋಗೆಯ ಮಾಡು ಇದೆ? ಯಾರ ಮನೆಯಲ್ಲಿ ಹುಲ್ಲಿನ ಮಾಡು ಇದೆ?" ನನಗೆ ಪಾಠ ಮುಂದುವರೆಯಬೇಕಿತ್ತು.

"ನಮ್ಮನೆ ಕೊಟ್ಗೆಗೆ ಸ್ವಾಂಗೆ ಹೊದ್ಸೀವಿ ಮಿಸ್... ಅದ್ರಲ್ಲಿ ಮಳೆಬಂದ್ರೆ ಸೋರಲ್ಲ ಮಿಸ್, ಬೆಚ್ಚಗೆ ಇರತ್ತೆ... ಆದ್ರೆ ಒಂದಿನ ಹಾವು ಬಂದು ಸಿಕ್ಕಬಿಟ್ಟಿತ್ತು ಮಿಸ್... ನಂಗಂತೂ ಫುಲ್ ಭಯ, ಕೊಟ್ಗೇಲಿ ಪುಟೀಕರು ಇತ್ತು ಮಿಸ್... ಸದ್ಯ, ಹಾವು ಯಾರಿಗೂ ಏನೂ ಮಾಡ್ಲ" ಕತೆ ಶುರು ಮಾಡಿದ.

"ಹಾವು ಸುಮ್ಸುಮ್ನೆ ತೊಂದ್ರೆ ಕೊಡಲ, ಕರು ಸುಮ್ನಿತ್ತಲ, ಹಂಗಾಗಿ ಹಾವೂ ಸುಮ್ನೆ ಹೋತೇನ. ಅಲ್ವಾ ಮಿಸ್?" ಮತ್ತೊಬ್ಬಳದ್ದು ತರ್ಕವನ್ನು ಬಯಸದ ಸರಳ ಉತ್ತರ.

"ಹೌದು ಕಣ್ರೋ, ನಾವು ಯಾರಿಗೂ ತೊಂದರೆ ಕೊಡದಿದ್ದರೆ, ಅವರೂ ತೊಂದರೆ ಕೊಡಲ್ಲ".

ಇದು ದೊಡ್ಡ ಸುಳ್ಳು ಎಂಬುದು ಆ ಹೊತ್ತಿನಲ್ಲಿ ನನಗೆ ಮಾತ್ರಾ ಗೊತ್ತಿದ್ದ ವಿಷಯ. ನಮಗೆ ತೊಂದರೆ ಕೊಡಬೇಕೆಂದರೆ ನಾವು ಕೆಟ್ಟವರೇ ಆಗಬೇಕಿಲ್ಲ. ನಾವು ಒಳ್ಳೆಯದನ್ನು ಮಾಡಲು ಶುರು ಮಾಡಿದರೆ, ತೊಂದರೆ ತಾನಾಗಿಯೇ ನಮ್ಮನ್ನು ಹುಡುಕಿಕೊಂಡು ಬರುತ್ತದೆ. ಅದು ಬೇರೆ, ಇಂತಹ ವಿಪರೀತದ ಆಲೋಚನೆಗಳನ್ನೆಲ್ಲ ಈ ಮಕ್ಕಳಿಗೆ ಏಕೆ ತುಂಬಬೇಕು? ದೊಡ್ಡವರಾದ ಮೇಲೆ ಅನುಭವಕ್ಕೆ ಬಂದೇ ಬರುತ್ತದೆ. ಈಗಲೇ ಅವರನ್ನು ಹಾಳುಮಾಡಬಾರದು, ಸುಮ್ಮನಾದೆ.

ಮನೆ ಹೇಗಿರಬೇಕು? ಎಂದು ಕೇಳುತ್ತಲೇ, ಗಾಳಿ ಬೆಳಕು ಬರಬೇಕು, ಮನೆ ಕ್ಲೀನಾಗಿರಬೇಕು, ಮನೆಯ ಸುತ್ತ ಕಾಂಪೌಂಡು ಇರಬೇಕು, ಗಿಡ ಮರ ಬೆಳೆಸಬೇಕು ಎಂದು ಶುರು ಮಾಡಿದೆ. ಅಷ್ಟರಲ್ಲಿ ಒಬ್ಬಳು ಬಾಯಿಹಾಕಿಯೇ ಬಿಟ್ಟಳು.

"ಮಿಸ್ ಗಾಳಿ ಜಾಸ್ತಿ ಬರಬಾರ್ದು ಮಿಸ್"

ಯಾಕೆ?

"ಗಾಳಿ ಜಾಸ್ತಿ ಬಂದರೆ, ಶೀಟ್ ಹಾರಿ ಹೋಗತ್ತೆ ಮಿಸ್"

ಅವಳ ಮನೆಯ ಮಾಡು ಶೀಟಿನದ್ದು. ಅವಳಿಗೆ ಅವಳ ಮನೆಯದ್ದೇ ಚಿಂತೆ. ನನಗೂ ಯೋಚನೆಯಾಯಿತು.

"ಮನೆ ಸುತ್ತ ಮರ ಇದ್ರೆ, ಜೋರಾಗಿ ಮಳೆ ಬಂದಾಗ ಮನೆ ಮೇಲೇ ಮರ ಬಿದ್ದೋಗತ್ತೆ ಮಿಸ್, ಆಗ ಹಂಚೆಲ್ಲ ಒಡ್ದು ಹೋಗತ್ತೆ, ಅದರಲ್ಲೂ ರಾತ್ರಿ ನಾವು ನಿದ್ರೆ ಮಾಡ್ತಾ ಇರ್ತೀವಲ ಮಿಸ್, ಮನೆ ಮೇಲೆ ಮರ ಬಿದ್ದು, ಮನೆ ನಮ್ಮ ಮೇಲೆ ಬಿದ್ರೆ ನಮಗೆ ಗೊತ್ತೇ ಆಗಲ್ಲ ಮಿಸ್, ನಾವು ಹಂಗೇ ಹೊಗೆ..." ಇವನದ್ದು ಹೆಂಚಿನ ಮನೆ ಎಂದು ಮತ್ತೆ ಹೇಳಬೇಕೆ?

ಎಲ್ಲಾ ರೀತಿಯ ಮನೆಗಳಿಂದ ಬರುವ ಮಕ್ಕಳಿದ್ದಾರೆ. ಅವರ ಮನೆಯನ್ನು ಇನ್ನೊಬ್ಬರ ಮನೆಗೆ ಹೋಲಿಸಿಕೊಂಡು ಬೇಸರಿಸಿಕೊಳ್ಳಬಾರದಲ್ಲ, ಹಾಗಾಗಿ

"ನಿಮಗಾದರೂ ಇಷ್ಟು ಒಳ್ಳೆಯ ಮನೆ ಇದೆ. ಪಾಪ, ರಸ್ತೆ ಕೆಲಸ ಮಾಡೋರನ್ನು ನೋಡಿದೀರಾ? ಟೆಂಟ್ ಹಾಕಿಕೊಂಡು ಇರ್ತಾರೆ. ಅಲ್ಲೇ ಊಟ, ಬಟ್ಟೆ, ಮಲಗೋದು ಎಲ್ಲ, ಈಗ ಇಲ್ಲಿದ್ರೆ, ಮುಂದಿನವಾರ ಇನ್ನೆಲ್ಲೋ ಇರ್ತಾರೆ, ಯಾವುದೋ ಊರು, ಇನ್ನೇನೋ ಕೆಲಸ, ಆ ನೀರು, ಊಟ, ಅವರ ಬಟ್ಟೆ, ಮನುಷ್ಯ ಬದುಕೋಕೆ ಎಷ್ಟು ಕಷ್ಟ ಪಡ್ತಾನೆ, ಅವರಿಗಿಂತ ನಾವು ಸೇಫ್ ಆಗಿ ಇದೀವಲ್ವಾ? ಖುಷೀ ಪಡ್ರೋ..."

"ಅವರಿಗೆ ಶಾಲೆಗೆ ಹೋಗುವ ತಲೆಬಿಸಿ ಇಲ್ಲ ಅಲ್ವಾ ಮಿಸ್?" ಸಣ್ಣಕೆ ಗೊಣಗಿದ್ದು ಕಿವಿಗೆ ಬಿತ್ತು. "ವಿದ್ಯೆ ಇಲ್ಲದವನ ಬರಿಮುಖ ಹಾಳೂರ ಹದ್ದು" ಎಂದೆ. ಸುಮ್ಮನಾದ. ಪಾಠ ಮುಂದುವರೆಸಲು ಸರ್ಕಸ್ ಮಾಡಬೇಕು ನಾನು. ವಿಷಯ ಎತ್ತೆತ್ತಲೋ ಹೋಗುವುದೇ ಜಾಸ್ತಿ. ಮನೆಯ ವಿಧಗಳನ್ನೆಲ್ಲ ತಿಳಿಸಿಯಾದ ಮೇಲೆ, ಮನೆ ಕಟ್ಟಲು ಬೇಕಾಗುವ ವಸ್ತುಗಳನ್ನು ಪಟ್ಟಿ ಮಾಡಿಯಾಯಿತು. ಅವರವರ ಮನೆಯನ್ನು ನೆನಪು ಮಾಡಿಕೊಂಡು ಹೇಳುತ್ತಿದ್ದರು. ಒಬ್ಬ ಹುಲ್ಲು ಎಂದ, ಮರುಕ್ಷಣವೇ ಮತ್ತೊಬ್ಬಳು ಸಿಮೆಂಟ್, ಟೈಲ್ಸ್ ಎನ್ನುತ್ತಿದ್ದಳು. ಮನೆ ಸಾರಿಸಲು ಸಗಣಿ ಬೇಕು ಎಂದೆನ್ನುವ ಹೊತ್ತಿಗೆ, "ನಮ್ಮನೆಲಿ ಫಿನಾಯ್ಲೆಣ್ಣೆ ಹಾಕ್ಯಂಡು ನೆಲ ಒರೆಸ್ತೀವಿ" ಮತ್ತೊಬ್ಬನ ಉವಾಚ. "ಟಾಯ್ಲೆಟ್ ತೊಳೆಯೋಕೆ ಹಾರ್ಪಿಕ್ ತಂದಿದಾರೆ ಕಣೆ" ಎಂದು ಒಬ್ಬ ಹೇಳಿದ, "ನಮ್ಮನೇಲಿ ಟಾಯ್ಲೆಟ್ಟೇ ಇಲ್ಲ ಛಿ ಛಿ" ಎಂದಳು.

ಮತ್ತೆಲ್ಲಿ ಮಾಡ್ತೀರಿ? ನಾನು ಕೇಳುವ ಮೊದಲೇ ಮತ್ತೊಬ್ಬ ಕೇಳಿದ್ದ. "ಫೀಲ್ಡಿಗೆ ಹೋತೀವಿ, ಇಲ್ದಿದ್ರೆ ಶಾಲೆಯಲ್ಲಿ ಮಾಡ್ತೀನಿ" ಎಂದು ಸರಾಗವಾಗಿ ಹೇಳಿದಳು. ಮುಗ್ಧತೆ, ಒಳ್ಳೆಯತನ, ಸತ್ಯ, ನಿಷ್ಕಲ್ಮಶ ಮನಸ್ಸು ಎಲ್ಲವನ್ನೂ ಅವಳೊಬ್ಬಳಿಗೇ ಕೊಟ್ಟಿದ್ದ ಭಗವಂತ. ಎಲ್ಲರೂ ಮನೆಯಲ್ಲಿ ಅಪ್ಪನ ಬಳಿ, ಟಾಯ್ಲೆಟ್ ಕಟ್ಟಿಸುವಂತೆ ಹಟ ಮಾಡಿ ಎಂದು ಹೇಳುವುದಲ್ಲದೇ ನನಗೆ ಬೇರೆ ಉಪಾಯ ಇರಲಿಲ್ಲ.

ಶಾಲೆಯ ಶೌಚಾಲಯ ತುಂಬಾ ಚೆನ್ನಾಗಿದೆ. ಸಮಸ್ಯೆ ಇಲ್ಲ. ಅವರಿಗೆ ಬೇಕೆಂದಾಗ ಹೋಗಲು ಅನುಮತಿ ಇದೆ. ಅದನ್ನೂ ದುರುಪಯೋಗ ಮಾಡಿಕೊಳ್ಳುತ್ತಾರೆ. ಟೆಸ್ಟ್ ಕೊಡುತ್ತೇನೆ ಎಂದಾಗ, ಓದಲು, ಬರೆಯಲು ಹೇಳಿದಾಗ, ನಮ್ಮಿಂದ ತಪ್ಪಿಸಿಕೊಳ್ಳಲು "ಶಲ್ ಐ ಗೋ ಟು ಟಾಯ್ಲೆಟ್?" ಎಂದು ಓಡುತ್ತಾರೆ. ಬೇಡ ಎನ್ನುವಂತಿಲ್ಲ, ಒಮ್ಮೆ ಒಬ್ಬ ಕ್ಲಾಸಿನಲ್ಲೇ ಒಂದೆರಡು ಮಾಡಿಕೊಂಡು ಮೂಗು ಮುಚ್ಚಿಸಿದ್ದ.

ಈಗ ಪದೇ ಪದೇ ಟಾಯ್ಲೆಟ್ಟಿಗೆ ಹೋಗುತ್ತೇನೆ ಎಂದರೆ, "ಅಲ್ಲೇ ಇರು, ಕ್ಲಾಸಿಗೆ ಬರಬೇಡ, ಮನೆಗೆ ಹೋಗುವಾಗ ಕರೆಯುತ್ತೇನೆ" ಎಂದು ಹೇಳುತ್ತೇನೆ. ನಗುತ್ತ ಪಕ್ಕಕ್ಕೆ ಬಂದು ಕೂರುತ್ತಾರೆ.

ಪಾಠದ ವಿಲಾಸವನ್ನು ಹೊರತುಪಡಿಸಿದರೆ, ಈ ಮನೆ ಎಂಬುದು ಎಷ್ಟು ಅಗಾಧ ವ್ಯಾಪ್ತಿಯದ್ದಲ್ವಾ? ಮನುಷ್ಯನಿಗೆ ಊಟ ಬಟ್ಟೆಯಂತೆಯೇ ಮನೆ ಕೂಡಾ ಬಹಳ ಮುಖ್ಯ. ಪ್ರಾಣಿಪಕ್ಷಿಗಳಿಗೂ ಬಿಲ, ಗುಹೆ, ಗೂಡು, ಹುತ್ತಗಳು ಇರುತ್ತವೆ, ಅವರ ರಕ್ಷಣೆಗೆ ಮತ್ತು ಸಂತಾನೋತ್ಪತ್ತಿಗೆ. ಇನ್ನು ಮನುಷ್ಯ?

ಎಂತೆಂತಹ ಮನೆಗಳಿವೆ! ಬದುಕಿದ್ದಾಗ ಹೇಗೆ ನೋಡಿಕೊಂಡರೋ ಏನೋ, ಸತ್ತ ಮೇಲೆ ಪ್ರೇಮದ ಮಹಲನ್ನು ಕಟ್ಟಿದವರಿದ್ದಾರೆ, ಸ್ವಂತ ಮನೆ ಇದ್ದೂ ಕೂಡಾ, ಹಿರಿಯರನ್ನು ವೃದ್ಧಾಶ್ರಮದಲ್ಲಿ ಬಿಟ್ಟವರಿದ್ದಾರೆ.

ಅರಮನೆಯಲ್ಲಿ ಬದುಕಿದವರು ಕಾಡಿನಲ್ಲಿ ಎಲೆಮನೆಯನ್ನು ನಿರ್ಮಿಸಿಕೊಂಡು ಬದುಕಿದ ಉದಾಹರಣೆಗಳೂ ಇವೆ. ಅರಗಿನ ಮನೆ ಕಟ್ಟಿ ಸ್ವಂತದವರನ್ನೇ ಕೊಲ್ಲಲು ಹೊರಟವರೂ ಇದ್ದಾರೆ. ಮನೆ ಕಟ್ಟಿದವರೆಷ್ಟೋ, ಮನೆ ಮುರಿದವರಂತೂ ಇದ್ದಾರೆ.

ಪ್ರತಿ ಜೀವಿಗೂ ತನ್ನದೇ ಆದ ಮನೆಯನ್ನು ಕಟ್ಟಿಕೊಳ್ಳಬೇಕೆಂಬ ಆಸೆ ಇರುತ್ತದೆ, ಇದು ಆ ಜೀವಿಯ ಹಕ್ಕು ಕೂಡಾ. ಎಲ್ಲರಿಗಿಂತ ತನ್ನ ಮನೆ ಹೆಚ್ಚು ಸುಂದರವಾಗಿ ಕಾಣಬೇಕೆಂಬುದು ಪ್ರತಿಯೊಬ್ಬರ ಆಸೆ. ಸಾಲ ಮಾಡಿಯಾದರೂ ತುಪ್ಪ ತಿನ್ನು ಎಂಬುದರ ಬದಲಾಗಿ ಸಾಲ ಮಾಡಿಯಾದರೂ ಮನೆ ಕಟ್ಟು ಎಂಬುದು ಇಂದಿನ ಘೋಷವಾಕ್ಯವಾ? ಅಂತ. ಯಾರೋ ಕೋಟಿಗಟ್ಟಲೆ ಸುರಿದು ಮನೆ ಕಟ್ಟಿದರು ಎಂದು, ಅವರ ಮೇಲೆ ಸ್ಪರ್ಧೆಯ ಹುಚ್ಚಿಗೆ ಬಿದ್ದು ಇನ್ನಷ್ಟು ಮತ್ತಷ್ಟು ಸಾಲ ಮಾಡಿಕೊಂಡು ಮನೆ ಕಟ್ಟಿ, ಆ ಸಾಲ ತೀರಿಸಲು ಒದ್ದಾಡಬೇಕೆ? ಎಂಬ ಯೋಚನೆ ನನಗಂತೂ ಯಾವಾಗಲೂ ಬರುತ್ತದೆ.

ಹೇಗಾದರೂ ಸರಿ,

ಭೂಮಿಯ ಮೇಲಿನ ಎಲ್ಲರಿಗೂ ಚಿಕ್ಕದೋ, ದೊಡ್ಡದೋ, ಒಂದು ಗಟ್ಟಿಮುಟ್ಟಾದ, ಬೆಚ್ಚಗಿನ ಆಸರೆ ಕೊಡುವ ಮನೆಯೊಂದಿರಲಿ. ಆಶ್ರಯಕ್ಕಾಗಿ ಬೇರೆಯವರನ್ನು ಅವಲಂಬಿಸದಿರಲಿ. ಇದೇ ಈ ಹೊತ್ತಿನ ಪ್ರಾರ್ಥನೆ.

17

ಆಡಿ ಬಾ ಎನ ಕಂದ...

ಆಡಿ ಬಾ ಎನಕಂದ ಅಂಗಾಲ ತೊಳೆದೇನ
ತೆಂಗಿನಕಾಯಿ ತಿಳಿನೀರ । ತೆಕ್ಕೊಂಡು
ಬಂಗಾರ ಮಾರಿ ತೊಳೆದೇನ.

ನಾನು ಪ್ರಾಥಮಿಕ ಶಾಲೆಯಲ್ಲಿದ್ದಾಗ ಈ ಪದ್ಯವನ್ನು ಕಲಿತು ಹಾಡಿದ ನೆನಪು. ಬಂಗಾರವನ್ನು ಮಾರಿ ತೆಂಗಿನಕಾಯಿಯನ್ನು ತಂದು ಅದರ ನೀರಿನಿಂದ ಕಾಲು ತೊಳೆಯುತ್ತಾರಾ? ಎಂಬುದು ನಮ್ಮ ಆಶ್ಚರ್ಯವಾಗಿತ್ತು. ಮಾರಿ ಎಂಬುದು ಮೋರೆಯ ಆಡುಭಾಷೆ ಎಂಬುದು ಗೊತ್ತಿಲ್ಲದ ವಯಸ್ಸು. ಹಾಗೆಯೇ ಅರ್ಥ ಮಾಡಿಕೊಂಡಿದ್ದೆವು. ಬಿಡಿ. ಅದರ ಸ್ವಾರಸ್ಯ ಅರ್ಥವಾಗಿದ್ದು ಸ್ವಲ್ಪ ತಡವಾಗಿ.

ಜನಪದ ತಾಯಿಯೊಬ್ಬಳು ಹೀಗೆ ಹಾಡಿ ತನ್ನ ಮಗುವನ್ನು ಕರೆಯುತ್ತಾಳೆ. ಆಟವಾಡಿ ಬಂದ ಮಗುವಿನ ಅಂಗಾಲನ್ನು ತೊಳೆದು, ಬಂಗಾರದ ಮಾರಿ (ಮಾರಿ>ಮೋರೆ=ಮುಖ) ಯನ್ನು ತೆಂಗಿನಕಾಯಿಯ ನೀರಿನಲ್ಲಿ ತೊಳೆಯುತ್ತೇನೆ ಎಂಬ ವಾತ್ಸಲ್ಯ ಹಾಗೂ ಕಾಳಜಿಭರಿತ ಪ್ರೀತಿಯ ಅನಾವರಣ ಈ ತ್ರಿಪದಿಯಲ್ಲಿದೆ.

ಅಂದಿನ ತಾಯಿಯರು ಓದಿರಲಿಲ್ಲ, ಪದವಿ ಪಡೆದಿರಲಿಲ್ಲ, ಕ್ರೀಡಾಪಟುಗಳೂ ಆಗಿರಲಿಲ್ಲ. ಆದರೆ ತಮಗರಿಯದಂತೆ ಆಟದ ಮಹತ್ವವನ್ನು ಬಲ್ಲವರಾಗಿದ್ದರೆಂಬುದಕ್ಕೆ ಈ ಸಾಲು ಸಾಕ್ಷಿ ಎನಿಸುತ್ತದೆ. ಏಕೆಂದರೆ ಆ ತಾಯಿ

ಓದಿ ಬಾ, ಬರೆದು ಬಾ, ಲೆಕ್ಕ ಮಾಡಿ ಬಾ ಎಂದೆಲ್ಲಾ ಕರೆಯುವುದೇ ಇಲ್ಲ. ಆಡಿ ಬಾ ಎನ್ನುತ್ತಾಳೆ. ಹಾಗಾದರೆ ಅವಳಿಗೆ ಓದಿ ಬರೆಯುವುದನ್ನು ಕಲಿಯಲಿ ಎಂಬ ಆಸೆ ಇರಲಿಲ್ಲವೆ? ಖಂಡಿತಾ ಇತ್ತು. ಆದರೆ ಅವಳಿಗೆ ಆಟದ ಮೂಲಕ ಕಲಿಕೆ ಸಾಧ್ಯ ಎಂಬುದು ಗೊತ್ತಿತ್ತು, ಹಾಗಾಗಿ ಆಕೆ ಹೀಗೆ ಹಾಡಿದಳೆಂದು ಅರ್ಥೈಸೋಣವೆ?

ಶಿಕ್ಷಣವೆಂಬುದು ಸಂಕೀರ್ಣವಾದ ಈ ಹೊತ್ತಿನಲ್ಲಿ ಆಟದ ಕುರಿತು ಸ್ವಲ್ಪ ಯೋಚಿಸೋಣವೇ? ಆಟವೆಂದ ಕೂಡಲೇ ಕ್ರಿಕೆಟ್, ವಾಲಿಬಾಲ್, ಟೆನಿಸ್, ಚೆಸ್ ಇತ್ಯಾದಿ ಮಾತ್ರವಾ? ಆಟಕ್ಕೆ ಹೋಗುವುದೆಂದರೆ ಬ್ಯಾಟ್, ಬಾಲ್ ಇರಲೇಬೇಕಾ? ಇವುಗಳನ್ನು ಹೊರತಾದ ಆಟಗಳು ಇಲ್ಲವೆ? ಅವೂ ಕೂಡಾ ಆಟಗಳೇ. ಆದರೆ ಆಟಗಳೆಂದರೆ ಅವಷ್ಟೇ ಅಲ್ಲ. ಮಗುವಿನ ಶಾರೀರಿಕ, ಮಾನಸಿಕ, ಬೌದ್ಧಿಕ ವಿಕಾಸಕ್ಕೆ ಸಹಕಾರಿಯಾಗುವ ಪ್ರತಿಯೊಂದು ಚಟುವಟಿಕೆಯೂ ಆಟವೇ. ಮಗುವೊಂದು ಆಟವಾಡಿ ಹಿಂದಿರುಗಿದಾಗ, ದೇಹ ಬಳಲಿದ್ದರೂ ಮನಸ್ಸು ಉಲ್ಲಸಿತವಾಗಿದ್ದರೆ ಸಾಕು. ಗಾಯ, ನೋವು ಆಗಲಿ. ಅದರ ಜೊತೆಗೆ ಅರಿವಿಲ್ಲದೆಯೇ ಕಲಿಕೆಯೂ ಆಗಲಿ. ಅದೆಲ್ಲಕ್ಕಿಂತ ಮುಖ್ಯ, ಮಗು ಸಂತೋಷವಾಗಿರಲಿ.

ನಾನು ನನ್ನದೇ ಅನುಭವವನ್ನು ಹೇಳುವುದಾದರೆ, ಶಾಲೆಯಲ್ಲಿ ಮಕ್ಕಳನ್ನು ಆಟವಾಡಲು ಬಿಟ್ಟಾಗ ಅವರಿಗೆ ಇದನ್ನೇ ಆಡಬೇಕೆಂದು ಕಡ್ಡಾಯ ಮಾಡುವುದಿಲ್ಲ. ಅಲ್ಲಿ ಅವರಿಷ್ಟದ ಆಟ ಆಡುತ್ತಾರೆ. ಓಡುತ್ತಾರೆ, ಜಿಗಿಯುತ್ತಾರೆ. ಅಡುಗೆಮನೆ, ಕಣ್ಣಾಮುಚ್ಚಾಲೆ, ಹಾವು-ಏಣಿ, ಲಗೋರಿ, ಕಡ್ಡಿ ಆಟ, ಕೋಳಿಪಡೆ ಇತ್ಯಾದಿ ಆಟಗಳನ್ನು ಆಡುತ್ತಾರೆ. ನಾನೂ ಕೆಲವೊಮ್ಮೆ ಆಡುತ್ತೇನೆ. ಅಲ್ಲಿ ಜಗಳ-ಹೊಂದಾಣಿಕೆ, ಪಾರ್ಟಿ-ಪಕ್ಷ, ಕಾಳಜಿ ಎಲ್ಲವೂ ಆಗುತ್ತದೆ. ನಾನದನ್ನು ಎಂಜಾಯ್ ಮಾಡುತ್ತೇನೆ. ಅವರನ್ನು ಅವರ ಪಾಡಿಗೆ ಬಿಟ್ಟು ನಾವು ನೋಡುತ್ತಾ ನಿಲ್ಲುವುದು ಅದೆಷ್ಟು ಖುಷಿ ಕೊಡುತ್ತದೆ, ಗೊತ್ತೇ? ಈಗಂತೂ ನಲಿಕಲಿಯಲ್ಲಿನ ಚಟುವಟಿಕೆಗಳು ಆಟಗಳೇ ಆಗಿವೆ. ಅಲ್ಲಿ ಕಲಿಕೆಯಾಗಿದ್ದೂ ಗೊತ್ತಾಗುವುದಿಲ್ಲ.

ಈ ಲಾಕ್ ಡೌನ್ ಸಮಯದಲ್ಲಿ ಮನೆಯಲ್ಲಿ ನಾವೆಲ್ಲರೂ ಮಗಳೊಂದಿಗೆ ಚೌಕಾಬಾರ ಆಡುತ್ತಿದ್ದೆವು. ಅವಳಿಗೆ ಅದು ತುಂಬಾ ಪ್ರಿಯವಾದ ಆಟ. ಅದೆಷ್ಟು ಬೇಗ ಆಟವನ್ನು ಕಲಿತಳೋ, ನನಗಂತೂ ಗೊತ್ತಿಲ್ಲ. ಇದರ ಪರಿಣಾಮ ಏನಾಯಿತೆಂದರೆ, ನೋಟ್ ಪುಸ್ತಕದಲ್ಲಿ ಲೆಕ್ಕ ಮಾಡಲು ಸೋಮಾರಿಯಾಗಿದ್ದ ಮಗಳು ಚೌಕಾಬಾರ ಆಡುತ್ತಾ ಆಡುತ್ತಾ ಬಹುಬೇಗ ಕೂಡಿ ಕಳೆಯುವುದನ್ನು ಕಲಿತಳು. ಅವಳೇ ಮನಸ್ಸಿನಲ್ಲಿ ಲೆಕ್ಕಾಚಾರ ಮಾಡಿ ಕಾಯಿ ನಡೆಸುತ್ತಿದ್ದಳು. ನಾನು ಆಟ ಬೇಗ ಮುಗಿಯಲಿ ಎಂಬ ಕಾರಣಕ್ಕೆ ಯಾಮಾರಿಸಲು

ಯತ್ನಿಸಿದರೂ ಅವಳು ಬಿಡದೇ ಸರಿಯಾಗಿ ಲೆಕ್ಕ ಹಾಕಿ ನಡೆಸುತ್ತಿದ್ದಳು. ನಾನು ಚೌಕಾಬಾರವೆಂದರೆ ಜೂಜು, ಪಾಂಡವರ ವನವಾಸಕ್ಕೆ ಅದೇ ಕಾರಣ ಎಂದೆಲ್ಲಾ ಹೇಳಿದರೆ, ಮಗಳು ಅದರಿಂದ ಸಾಕಷ್ಟು ಕಲಿತಿದ್ದಳು!

ಮತ್ತೊಂದು ಹಿಡಿಕಡ್ಡಿ ಆಟ. ಕಡ್ಡಿಯನ್ನು ಅಲ್ಲಾಡಿಸದೆ ತೆಗೆಯುವುದು ಇದರ ನಿಯಮ. ಇದಂತೂ ಉಸಿರು ಬಿಗಿಹಿಡಿದು ಆಡುವ ಆಟ. ಏಕಾಗ್ರತೆಯಿಂದ ಆಡುತ್ತಾ ಆಡುತ್ತಾ, ಗಲಾಟೆ ಮಾಡುವ ಮಕ್ಕಳೆಲ್ಲರೂ ನಿಶ್ಯಬ್ದವಾಗಿ ಆಡುವುದು ಹಾಗೂ ಸುತ್ತಲೂ ಕುಳಿತು ನೋಡುವುದು! ಎಷ್ಟು ಮಜಾ ಅಂತೀರಿ. ಇದು ಉದಾಹರಣೆಯಷ್ಟೆ. ಇಂತಹ ಅದೆಷ್ಟೋ ಆಟಗಳನ್ನು ನಮ್ಮ ಬಾಲ್ಯದಲ್ಲಿ ಆಡಿದ್ದೆವು. ಗೋಲಿ, ಚಿನ್ನಿದಾಂಡು, ಮರಕೋತಿ, ಕಳ್ಳ ಪೊಲೀಸ್, ಹಗ್ಗ ಜಗ್ಗಾಟ, ಕುಂಟಾಬಿಲ್ಲೆ, ಇತ್ಯಾದಿ ಆಟಗಳನ್ನು ಯಾವ ನಿರ್ಬಂಧವಿಲ್ಲದೆ ಆಡಿದ್ದೆವು.

ಆದರೆ, ಈಗ? ನಮ್ಮ ಮಕ್ಕಳು ಇವುಗಳನ್ನು ಆಡುತ್ತಾರೆಯೆ? ಅವರು ಕ್ರಿಕೆಟ್, ಕೇರಮ್, ಚೆಸ್ ಆಡುತ್ತಾರೆ. ಅದೂ ಎಲ್ಲಿ? ಮೊಬೈಲಿನಲ್ಲಿ. ಕ್ಯಾಂಡಿ ಕ್ರಷ್, ಪಬ್ಜಿ, ಟೆಂಪಲ್ ರನ್ ಗಳಲ್ಲಿ ಮುಳುಗಿ ಕಳೆದು ಹೋಗುತ್ತಿರುವ ಮಕ್ಕಳನ್ನು ಮತ್ತೆ ನಾವು ಹಿಡಿದುಕೊಳ್ಳಬೇಕಲ್ಲವೆ? ಒಬ್ಬೊಬ್ಬರೇ ಆಟವಾಡುತ್ತಾ ಕಳೆದು ಹೋಗುವ ಮಕ್ಕಳಿಗೆ ಗುಂಪು ಆಟ ಬೇಕೆಂದರೆ ಶಾಲೆಗಳೇ ಬೇಕು, ಸರಿ. ಅದನ್ನು ಹೊರತುಪಡಿಸಿ ನಾವು ಒಂದಷ್ಟು ಆಟ ಆಡಿಸುವುದು ಒಳಿತು. ಪುಟ್ಟ ಪದಬಂಧ, ಸೊಡುಕು, ಪದಗಳ ಹುಡುಕಾಟ ಇತ್ಯಾದಿ ಕಲಿಕೆಯನ್ನು ಉಂಟುಮಾಡುವ ಜೊತೆಗೆ ಸಂತೋಷವನ್ನು ನೀಡುವ ಅದೆಷ್ಟೋ ಆಟಗಳನ್ನು ಆಡಿಸಬಹುದು. ನಾನು ಹೈಸ್ಕೂಲ್ ನಲ್ಲಿದ್ದಾಗ ಪದಬಂಧ ತುಂಬುವಲ್ಲಿ ಸ್ಪರ್ಧೆಯೇ ಇರುತ್ತಿತ್ತು. ಕೆಲವೊಮ್ಮೆ ಅದು ಕಾಳಗದ ರೂಪ ಪಡೆಯುತ್ತಿತ್ತು. ಅಂತಹ ಒಂದು ಸಮಯದಲ್ಲಿ ಒಬ್ಬ ಶಿಕ್ಷಕರು ನನಗೆ ಹೇಳಿದ್ದರು. "ಪದಬಂಧ ತುಂಬುವುದು ಸಾಧನೆಯಲ್ಲ, ಅದನ್ನು ತಯಾರಿಸಿ ತೋರಿಸು" ಎಂದು. ಅವರಿಗೆ ಮಕ್ಕಳ ಮೇಲೆ ಅಪಾರ ಕಾಳಜಿ, ಪ್ರೀತಿ ಇತ್ತು. ನಮ್ಮನ್ನು ಸದಾ ಒಂದಿಲ್ಲೊಂದು ಚಟುವಟಿಕೆಯಲ್ಲಿ ತೊಡಗಿಸುತ್ತಿದ್ದರು. ಅವರ ಮಾತಿನ ಪರಿಣಾಮ, ನಂತರದ ದಿನಗಳಲ್ಲಿ ಪದಬಂಧ ರಚಿಸುವುದು ಹವ್ಯಾಸವಾಯಿತು. ಇಂತಹ ಕ್ರಿಯಾತ್ಮಕ, ಸೃಜನಶೀಲಾತ್ಮಕ ಚಟುವಟಿಕೆಗಳನ್ನೇ ನಾವು ಮಕ್ಕಳಲ್ಲಿ ಬೆಳೆಸಬೇಕಾಗಿದೆ. ಆಟವೆಂದರೆ, ಟಿವಿಯಲ್ಲಿ ಬರುವ ಐಪಿಎಲ್ಲಿನಂತಹವುಗಳು ಮಾತ್ರವಲ್ಲ, ಇವುಗಳೂ ಕೂಡಾ ಮಕ್ಕಳನ್ನು ಚುರುಕಾಗಿಸುತ್ತವೆ, ಆತ್ಮವಿಶ್ವಾಸಿಗಳನ್ನಾಗಿಸುತ್ತವೆ ಎಂಬುದನ್ನು ನಾವು ಮೊದಲು ತಿಳಿಯಬೇಕು.

"ಆಟಗಳು ಜ್ಞಾಪಕ ಶಕ್ತಿ, ತಾಳ್ಮೆ, ಸಹಕಾರ, ಸ್ಪರ್ಧಾ ಮನೋಭಾವಗಳನ್ನು ತಂದು ಕೊಡುತ್ತವೆ, ಕೀಳರಿಮೆ-ಅಹಂಕಾರಗಳನ್ನು ದೂರಮಾಡುತ್ತವೆ,

ದೈಹಿಕವಾಗಿ, ಮಾನಸಿಕವಾಗಿ, ಬೌದ್ಧಿಕವಾಗಿ ದೃಢತೆಯನ್ನು ಉಂಟುಮಾಡುತ್ತವೆ" ಎಂದು ಹೇಳಲಾಗುತ್ತದೆ. ವಿವೇಕಾನಂದರೂ ಕೂಡಾ ಅದನ್ನೇ ಹೇಳಿದ್ದು, "ಸುದೃಢವಾದ ದೇಹದಲ್ಲಿ ಸುದೃಢವಾದ ಮನಸ್ಸಿರುತ್ತದೆ" ಎಂದು. ಎಷ್ಟು ನಿಜವಾದ ಮಾತಲ್ಲವೆ? ಆಟವಾಡುವ ಸಮಯದಲ್ಲಿ ನಮ್ಮ ಮನಸ್ಸು ಒಂದೇ ಕಡೆ ನಿಂತಿರುತ್ತದೆ. ಚಿಂತೆ, ನೋವು, ಗೊಂದಲಗಳಿದ್ದರೂ ಆ ಸಮಯದಲ್ಲಿ ಕಾಣೆಯಾಗಿರುತ್ತದೆ. ಗೆಲ್ಲಬೇಕೆಂಬ ತುಡಿತವೊಂದನ್ನು ಬಿಟ್ಟರೆ ಮತ್ತೇನೂ ಇರುವುದಿಲ್ಲ. ಮಕ್ಕಳಿಗೆ ಇಂತಹ ಧನಾತ್ಮಕ ಪರಿಸರವನ್ನು ಒದಗಿಸಿದರೆ ಕಲಿಕೆ ತಾನಾಗಿಯೇ ಆಗುತ್ತದೆ.

ಪ್ರತೀಬಾರಿ ನಾನು ' ಕಲಿಕೆ' ಎಂದು ಏಕೆ ಹೇಳುತ್ತೇನೆಂದರೆ, ಶಿಕ್ಷಣದ ಗುರಿಯೇ ಕಲಿಕೆ. ಪ್ರತಿಯೊಂದರಿಂದಲೂ ಕಲಿಯಬೇಕು. ಇದು ನಿರಂತರ. ಆಟಗಳಿಂದ ಕಲಿಕೆಯಾಗುತ್ತದೆ. ಇದನ್ನು ಒಪ್ಪದಿದ್ದವರೂ ಕೂಡಾ ಆಟದಿಂದ ಆತ್ಮ ಸಂತೋಷ ದೊರೆಯುತ್ತದೆ ಎಂಬುದನ್ನು ಅಲ್ಲಗಳೆಯಲು ಸಾಧ್ಯವಿಲ್ಲ.

ಈಗ ಮತ್ತೊಮ್ಮೆ ನಾವು ನಮ್ಮ ಬಾಲ್ಯಕ್ಕೆ ತೆರಳೋಣ. ಅಲ್ಲಿ ನಾವು ಆಡಿದ ಆಟಗಳನ್ನು ಈಗ ಮಕ್ಕಳೊಂದಿಗೆ ಆಡೋಣ. ಅವರಿಗೆ ಅದರ ಖುಷಿಯನ್ನು ಹಂಚೋಣ. ಮಕ್ಕಳೊಂದಿಗೆ ಮಗುವಾಗಿ ಆಡುವುದರಲ್ಲಿ ಇರುವ ಸಂತೋಷ ಮತ್ತೆಲ್ಲೂ ಸಿಗುವುದಿಲ್ಲ. ಹಾಗಾಗಿ ಮಕ್ಕಳನ್ನು ಆಡಲು ಬಿಡಿ, ಈ ಸಮಯ ಮಕ್ಕಳಿಗೊದಗಿದ ಅಪೂರ್ವ ಅವಕಾಶ. ಅವರಿಗೆ ಸಾಕಷ್ಟು ಆಟದ ಮೂಲಕ ಕಲಿಯುವಂತಹ ಚಟುವಟಿಕೆಯನ್ನೇ ಆರಿಸಿ ನೀಡಿ. ಮಕ್ಕಳು ಪಾಠವನ್ನು ಅರ್ಥೈಸಿಕೊಳ್ಳಬಹುದು. ಆದರೆ ಕೌಶಲಗಳನ್ನು ಕಲಿಯುವುದಿಲ್ಲ. ಹೊಂದಾಣಿಕೆ, ಸಹಕಾರ, ಸಮಯಪ್ರಜ್ಞೆಯನ್ನು ಕಲಿಯುವುದಿಲ್ಲ. ಅದನ್ನು ಆಟದ ಮೂಲಕ ನಾವೇ ನಮ್ಮ ಮಕ್ಕಳಿಗೆ ಕಲಿಸಬೇಕು. ಓದಿ ಬರೆದು ಮೊದಲ ದರ್ಜೆ ಗಳಿಸುವುದು ಮಾತ್ರಾ ಶಿಕ್ಷಣವಲ್ಲ. ಬದುಕಲು ಕಲಿಸುವುದೇ ಶಿಕ್ಷಣ.

ಕೊನೆಯಲ್ಲಿ,

ಆಡಿ ಬಂದ ಮಕ್ಕಳ ಕಾಲು, ಮೋರೆಯನ್ನು ತೆಂಗಿನ ಕಾಯಿಯ ತಿಳಿನೀರಿನಿಂದ ತೊಳೆಯದಿದ್ದರೂ ತೊಂದರೆ ಇಲ್ಲ. ಆಡಲು ಹೋದರೆ ಕಾಲು ಮುರಿಯುತ್ತೇನೆ ಎನ್ನದಿರಿ...

18

ಮಿಸ್ಸಿನ ಬ್ಯಾಗಿನ ಮೋಹ

ಬೆಳಿಗ್ಗೆ ಶಾಲೆಗೆ ಹೋಗಿ ನೋಡುತ್ತೇನೆ. ಮಕ್ಕಳೆಲ್ಲಾ ಗೇಟಿನ ಬಳಿಯೇ ನಿಂತಿದ್ದಾರೆ. ಮಳೆ ಹನಿಯುತ್ತಿದೆ. ಯಾರ ಬಳಿಯೂ ಛತ್ರಿ ಇಲ್ಲ. ಒಂದು ರೀತಿಯ ಕುಣಿತ ಬೇರೆ. ನಾನು ರೈನುಕೋಟು ಧರಿಸಿದ್ದೆ, ಅವರಲ್ಲೇ ಸೀರಿಯಸ್ಸಾದ ಮಾತುಕತೆ,

"ಮಿಸ್ ಇವತ್ತು ಗ್ಯಾರೆಂಟಿ ಚೂಡಿದಾರ ಹಾಕಿದಾರೆ ಕಣೆ,"

"ಇಲ್ಲ. ಗ್ಯಾರೆಂಟಿ ಸೀರೆ"

"ಇಲ್ಲ ಚೂಡಿ", "ಇಲ್ಲ ಸೀರೆ".

"ಎಷ್ಟಕ್ಕೆಷ್ಟು ಚಾಲೆಂಜು?"

"ಚೂಡಿ ಹಾಕ್ಯಬಂದ್ರೆ ಎಂತ ಕೊಡ್ತೀಯ?"

"ನೀ ಹೇಳು, ಸೀರೆ ಉಟ್ಟುಬಂದ್ರೆ ನೀ ಯಂತ ಕೊಡ್ತೀಯ?"

ಯಪ್ಪಾ, ದೇವರೇ, ನನ್ನ ಬೆಳಗಿನ ಗಡಿಬಿಡಿಯಲ್ಲಿ, ಈ ಪುಣ್ಯಾತ್ಮರ "ಡಾಬು ತನ್ನಿ ಮಿಸ್", "ಜುಮುಕಿ ತಗಂಡಿರಾ ಮಿಸ್", "ಮಿಸ್ ಪೆನ್ಸಿಲ್ ಬಾಕ್ಸು ತಗುಂಡಿರಾ ಮಿಸ್" "ನಂಗೆ ರಜೆ ಬೇಕು ಮಿಸ್" ಎಂಬ ಪ್ರಶ್ನೆಗೆ ಫೋನಿನಲ್ಲಿ ಉತ್ತರಿಸುತ್ತಲೇ ತಯಾರಾಗಿ, ಸಿಕ್ಕಿದ ಬಟ್ಟೆ ಧರಿಸಿ ಬರುವ ನನಗೆ, ಇವರ ಮಾತುಗಳನ್ನು ಕೇಳುತ್ತಲೇ ಸಿಟ್ಟು, ನಗು ಒಟ್ಟೊಟ್ಟಿಗೇ ಬರುತ್ತದೆ.

ಈ ನಾಲ್ಕು ಐದರ ಮಕ್ಕಳು ಬಟ್ಟೆಯ ಬಗ್ಗೆ ಚರ್ಚೆ ಮಾಡುತ್ತಲೇ ಬಂದು ಕೈ ಹಿಡಿಯುತ್ತಾರೆ. ನನಗೇನೂ ಇದು ಅನಿರೀಕ್ಷಿತವಲ್ಲ. ಬರುತ್ತಿದ್ದ ಹಾಗೆ

ಬ್ಯಾಗನ್ನು ಪಡೆಯುವುದು, ಅಲ್ಲಲ್ಲ ಕಸಿದುಕೊಂಡು ಓಡುವುದು. ಬ್ಯಾಗಿನ ಎರಡೂ ತೊಟ್ಟನ್ನು ಇಬ್ಬರು ಹಿಡಿದುಕೊಂಡು ಹಿಸಿಯುವ ಹೊಡೆತಕ್ಕೆ ನನ್ನ ಬ್ಯಾಗು ಎರಡು ಪಾಲಾಗದೇ ಉಳಿದಿರುವುದೇ ವಿಶೇಷ.

ಇದು ನಮ್ಮ ಶಾಲೆಯಲ್ಲಿ ಮಾತ್ರಾ ಎನ್ನುವಂತಿಲ್ಲ. ಬಹುತೇಕ ಪ್ರಾಥಮಿಕ ಶಾಲೆಯ ದೈನಂದಿನ ಮೊದಲ ಚಟುವಟಿಕೆ ಇದೇ ಆಗಿರುತ್ತದೆ. ಮಕ್ಕಳ ಅಭಿಮಾನಕ್ಕೆ, ಆ ಪ್ರೀತಿಗೆ ಬೆಲೆ ಕಟ್ಟಲಾದೀತೆ? ಬ್ಯಾಗು ಕೊಡಲಿಲ್ಲ ಅಂದರೆ, ನಮಗೆ ಆ ಮಗುವಿನ ಮೇಲೆ ನಂಬಿಕೆ ಇಲ್ಲವೇನೋ ಎಂದು ಅವರು ಅಂದುಕೊಂಡಿದ್ದೂ ಇದೆ. ಇಷ್ಟಕ್ಕೂ ರಸ್ತೆಯಿಂದ ಶಾಲೆಗೆ ನೂರು ಮೀಟರ್ ದೂರ ಇರಬಹುದು. ನಾನು ಧ್ವಜದ ಕಟ್ಟೆಯ ಬಳಿ ಬೈಕಿನಿಂದ ಇಳಿದು ನಾಲ್ಕು ಮೆಟ್ಟಿಲು ಹತ್ತಿದರೆ ಶಾಲೆಯ ಕಟ್ಟೆ. ಅಲ್ಲಿಂದ ಹತ್ತು ಮೀಟರಿಗೆ ಶಾಲೆ. ದೂರವೇನಿಲ್ಲ. ಆದರೂ ಅವರಿಗೆ ಮಿಸ್ಸಿನ ಬ್ಯಾಗನ್ನು ಹೆಗಲಿಗೇರಿಸಿಕೊಂಡು ಖುಷಿಪಡುವುದು ಅತೀವ ಸಂಭ್ರಮ.

ಇದು ಬಹುತೇಕರಿಗೆ ಅರ್ಥವಾಗಬಹುದು. ಆದರೆ ಕೆಲವರು ಈ ಟೀಚರಿಗೆ ಮೈಯೂ ಭಾರ, ಬ್ಯಾಗೂ ಭಾರ ಎನ್ನುತ್ತಾರೇನೋ, ಗೊತ್ತಿಲ್ಲ.

ಏಕೆ ಈ ಮಾತೆಂದರೆ, ಒಮ್ಮೆ ಹೀಗೊಂದು ಚಿತ್ರ ಫೇಸ್‌ಬುಕ್ಕಿನಲ್ಲಿ ಪ್ರಕಟವಾಗಿತ್ತು. ಶಿಕ್ಷಕಿಯರ ವ್ಯಾನಿಟಿ ಬ್ಯಾಗನ್ನು ನೇತುಹಾಕಿಕೊಂಡು ಖುಷಿಯಿಂದ ಮುಂದೆ ಓಡುತ್ತಿರುವ ಮಕ್ಕಳು. ಹಿಂದೆ ನಡೆದುಕೊಂಡು ಬರುತ್ತಿರುವ ಶಿಕ್ಷಕಿಯರ ಚಿತ್ರ ಅದಾಗಿತ್ತು. ಶಿಕ್ಷಕಿಯರದ್ದು ಪುಟ್ಟ ಕೈಚೀಲ. ಅದೇನೂ ಅಕ್ಕಿಮೂಟೆಯಲ್ಲ. ಆ ಚಿತ್ರಕ್ಕೆ ಪುಣ್ಯಾತ್ಮರೊಬ್ಬರು ಶಿಕ್ಷಕಿಯರನ್ನು ಅತೀ ಕೆಟ್ಟದಾಗಿ ಹೀಯಾಳಿಸಿ ಬರೆದ ಶೀರ್ಷಿಕೆ ವಾಕ್ಯವಿತ್ತು. ಅದರ ಕೆಳಗೆ, ಲೋಕೋ ಭಿನ್ನ ರುಚಿ ಎಂದು ಸಾಬೀತಾದ ಸಾವಿರ ಕಮೆಂಟುಗಳು. ವಾಗ್ವಾದಗಳ ಸರಮಾಲೆ.

ಆ ಕಮೆಂಟುಗಳೋ, ಅಕ್ಷರಾತೀತ. ಅಲ್ಲಿ ಇಡೀ ಶಿಕ್ಷಕರ ಜನ್ಮವನ್ನು ಜಾಲಾಡಲಾಗಿತ್ತು. ಸೋಮಾರಿಗಳು, ದುಷ್ಟರು, ಹೊಲಸು ಹೆಂಗಸರು, ಮೂರೂ ಬಿಟ್ಟವರು ಇತ್ಯಾದಿ ಇತ್ಯಾದಿಯಾಗಿ ಬಿರುದನ್ನು ದಯಪಾಲಿಸಲಾಗಿತ್ತು. ನಯನ ಕಠೋರ ಪದಗಳು.

ಇದನ್ನು ನೋಡಿ ನನಗೆ ಆಶ್ಚರ್ಯವಾಯಿತು. ಮಕ್ಕಳ ಕೈಯಲ್ಲಿ ಶಿಕ್ಷಕಿಯ ವ್ಯಾನಿಟಿ ಬ್ಯಾಗು ಇರುವುದು ಅಪರಾಧವಾ? ಟೀಚರು–ಮೇಷ್ಟ್ರುಗಳ ಚೀಲ ಹಿಡಿದುಕೊಂಡು ನಿಂತ ಮಕ್ಕಳ ಮುಖದ ಮೇಲಿನ ಖುಷಿಯನ್ನು ಯಾರಾದರೂ ಗಮನವಿಟ್ಟು ನೋಡಿದ್ದಾರಾ? ಕನಕರಾಶಿಯನ್ನು ಬಗಲಲ್ಲಿ ಇಟ್ಟುಕೊಂಡರೂ ಆ ಖುಷಿಯನ್ನು ಕಾಣಲಾರೆವು. ಶಿಕ್ಷಕರ–ಮಕ್ಕಳ ಒಡನಾಟ ಅದು. ಇದು ಯಾಕೆ ಮಹಾಜನತೆಯ ಮನಸ್ಸಿಗೆ ಹೋಗಲಿಲ್ಲವೋ ಗೊತ್ತಿಲ್ಲ.

ಹಾಗಂತ ಪುಟ್ಟ ಮಕ್ಕಳ ಕೈಯಲ್ಲಿ ಅಕ್ಕಿಮೂಟೆ ಹೊರೆಸುವುದು ಸರಿ ಎಂದು ನಾನು ಹೇಳುತ್ತಿಲ್ಲ.

ಒಮ್ಮೆ ಶಾಲೆಯ ಪ್ರಚಂಡ, ತುಂಟ ಮಗುವೊಂದು ಕೈ ಮುರಿದುಕೊಂಡಿದ್ದ. ಮೂರ್ನಾಲ್ಕು ಬಾರಿ ಶಾಲೆಯಿಂದ ರಸ್ತೆಯ ತನಕ ಅವನ ಬ್ಯಾಗನ್ನು ನಾನು ಹಿಡಿದುಕೊಂಡು ಬಂದೆ. ಆ ಸಮಯದಲ್ಲಿ ಅವನ ಮುಖದಲ್ಲಿದ್ದ ಖುಷಿ, ಆ ಸಂಭ್ರಮಕ್ಕೆ ಪಾರವೇ ಇರಲಿಲ್ಲ. ಮಕ್ಕಳ ಕಷ್ಟಕ್ಕೆ ಮರುಗುವ ಮನಸ್ಸು ನಮಗೂ ಇರುತ್ತದೆಯಲ್ಲವೇ?

ಇನ್ನೊಂದು ವಿಚಾರವನ್ನು ಇಲ್ಲಿ ಹೇಳಬೇಕು. ಕೆಲವು ಬಾರಿ ಬ್ಯಾಗಿನಿಂದ ವಸ್ತುಗಳು ಕಾಣೆಯಾಗಿಬಿಡುತ್ತವೆ. ಆಸೆಯಿಂದಲೊ, ಮತ್ತಾವುದೋ ಕಾರಣಕ್ಕೋ ವಸ್ತುಗಳನ್ನು, ಹಣವನ್ನು ಎಗರಿಸುತ್ತಾರೆ. ಗೊತ್ತಾದಾಗ ಸರಿಯಾಗಿ ಒದೆ ತಿನ್ನುತ್ತಾರೆ. ಹಾಗಂತ ಆ ಕಾರಣಕ್ಕಾಗಿ ಬ್ಯಾಗನ್ನು ಮಕ್ಕಳ ಕೈಗೆ ಕೊಡದೇ ಇದ್ದರೆ ಅವರಲ್ಲಿ ನಂಬಿಕೆ ಹುಟ್ಟಿಸುವುದು ಹೇಗೆ? "ಕಳ್ಳರ ಕೈಗೆ ಬೀಗ ಕೊಟ್ಟು ನೋಡು" ಎಂಬುದೊಂದು ನಾಣ್ಣುಡಿ ಇದೆಯಲ್ಲ! ಹಾಗೇ ಮಾಡುತ್ತೇನೆ. ಅವರ ಮೇಲೆ ಅವರಿಗೆ ನಂಬಿಕೆ ಬರಲಿ ಎಂಬ ಕಾರಣಕ್ಕಾದರೂ ನಾವು ನಮ್ಮ ವಸ್ತುಗಳನ್ನು ಅವರಿಗೆ ಕೊಡಬೇಕಾಗುತ್ತದೆ. ಹೀಗೆ ಮಾಡಿ ಸುಮಾರು ಕಳ್ಳರನ್ನು ಹಿಡಿದಿದ್ದೇನೆ. ಆ ಕದಿಯುವ ತುಡಿತವನ್ನು ಇಲ್ಲವಾಗಿಸಿದ್ದೇನೆ.

ಈ ವಿಷಯ ಬರೆಯಲು ಕಾರಣವಿದೆ. ಇಷ್ಟು ವರ್ಷದಲ್ಲಿ ನಮ್ಮ ಶಾಲೆಯಲ್ಲಿ ಕಳ್ಳತನ ನಡೆದಿದ್ದು ಬಹಳ ಕಡಿಮೆ. ಒಮ್ಮೆ ಯಾವುದೋ ಆಸೆಗೆ ಬಲಿಬಿದ್ದು ಪೆನ್ನು, ಪೆನ್ಸಿಲ್ ತೆಗೆದಿರಬಹುದು. ಗೊತ್ತಾದ ಮೇಲೆ ನಾನು ಕೊಡುವ ಏಟಿನ ರುಚಿ ಕಂಡು, ಮತ್ತೊಮ್ಮೆ ಕದಿಯುವ ಸಾಹಸಕ್ಕೆ ಯಾರೂ ಕೈ ಹಾಕುವುದಿಲ್ಲ. ಅಥವಾ ಆ ಸಮಯದಲ್ಲಿ ನಾವು ನೀಡುವ ಉಪದೇಶ ಸ್ವಲ್ಪ ಕಿವಿಗೆ ಹೋಗಿರಬಹುದು.

ಒಂದು ಬಾರಿ ಮಗುವೊಂದು, ಯಾಕೋ ಎಷ್ಟು ಬಾರಿ ಹೇಳಿದರೂ, ತಿದ್ದಿಕೊಂಡಿರಲಿಲ್ಲ. ಮಕ್ಕಳ ಬ್ಯಾಗಿನಿಂದ ವಸ್ತುಗಳನ್ನು ತೆಗೆಯುವುದು ಅತಿಯಾಗಿ, ಕೊನೆಗೆ ನನ್ನ ಬ್ಯಾಗಿನಿಂದಲೂ ಹಲವು ವಸ್ತುಗಳು ಕಣ್ಮರೆಯಾಗಿತ್ತು. ನಾನು ಅದೆಷ್ಟು ನಿರ್ಲಕ್ಷ್ಯ ತೋರಿದ್ದೆನೆಂದರೆ, ಆ ಮಗುವಿನ ಬ್ಯಾಗಿನಲ್ಲಿ ನನ್ನ ವಸ್ತು ಸಿಗುವ ತನಕವೂ ನಾನು ಏನೇನು ಕಳೆದುಕೊಂಡೆ ಎಂಬುದೇ ಗೊತ್ತಿರಲಿಲ್ಲ! ಕಾರಣವಿಷ್ಟೆ, ಮಕ್ಕಳ ಕುರಿತು ಇದ್ದ ಅಪಾರ ನಂಬಿಕೆ.

ಫೋನಿನ ಲಾಕ್ ಓಪನ್ ಮಾಡಿ, ಫೊಟೊ ತೆಗೆಯುವುದು ಕೂಡಾ ಎಲ್ಲಾ ಮಕ್ಕಳಿಗೆ ಗೊತ್ತು. ನನ್ನ ಬ್ಯಾಗಿನಿಂದ ದುಡ್ಡು ತೆಗೆದು ತಂದುಕೊಡುವಷ್ಟು ಸ್ವಾತಂತ್ರ್ಯ ಅವರಿಗೆ ಇದೆ. ಅಷ್ಟು ನಂಬಿಕೆ ಇಟ್ಟಾಗ, ಈ ಕಳ್ಳತನ, ಅಪನಂಬಿಕೆಯ ಪ್ರಶ್ನೆ ಎಲ್ಲಿ?

ಆದರೂ ಈ ಸಲುಗೆ ಅತಿಯಾಗಿ, ನಾವೇ ಅವರನ್ನು ತಪ್ಪುದಾರಿಗೆ ಎಳೆದೆವೇನೋ ಎಂದು ಅನ್ನಿಸಿತು. ಮೊದಲ ಬಾರಿ ಹೀಗಾದಾಗ ಎಲ್ಲಾ ಮಕ್ಕಳನ್ನು ಕೂರಿಸಿ ತಾಸುಗಟ್ಟಲೆ ಕತೆ ಹೇಳಿ, ಉಪದೇಶ ಮಾಡಿ, ಪುಸ್ತಕ ಹಿಡಿಸಿ ಪ್ರಮಾಣ ಮಾಡಿಯಾಯ್ತು. ಎರಡನೇ ಬಾರಿ ಸರಿಯಾಗಿ ಎರಡು ಪೆಟ್ಟು ಕೊಟ್ಟು, ನಾಲ್ಕು ದಿನ ಮಾತಾಡಿಸಿರಲಿಲ್ಲ. ಯಾವುದೇ ಮಗು ಶಿಕ್ಷಕರ ನಿರ್ಲಕ್ಷ್ಯವನ್ನು ಸಹಿಸುವುದಿಲ್ಲ, ಅತ್ತುಕೊಂಡಾದರೂ ಬಂದು ನಿಲ್ಲುತ್ತದೆ. ಆದರೆ ಈ ಪ್ಲಾನ್ ಢಮಾರ್. ಮೂರನೇ ಬಾರಿ ಹೇಳುವಾಗ ನನಗೇ ಕಣ್ಣೀರು ಬಂದಿತ್ತು, ಎಷ್ಟು ಹೇಳಿದರೂ ತಿದ್ದಿಕೊಳ್ಳುವುದಿಲ್ಲವಲ್ಲ ಎಂದು. ಮಕ್ಕಳನ್ನು ತಿದ್ದುವಲ್ಲಿ ನಾನೇ ಸೋತುಹೋದೆನಾ?

ಬಾರಿ ಬಾರಿ ಹೇಳಿದರೂ ಸರಿಯಾಗದಿದ್ದಾಗ, ಪೋಷಕರನ್ನು ಕರೆಸಿ ಸೂಕ್ಷ್ಮವಾಗಿ ವಿಷಯ ತಿಳಿಸಲಾಯಿತು. ಅನುಕೂಲಸ್ಥರ ಮನೆಯ ಮಗು, ಬುದ್ಧಿವಂತ ಮಗು, ಊರು, ಧಾರಾವಾಹಿ ಸುದ್ದಿಯನ್ನೆಲ್ಲ ನಿರರ್ಗಳವಾಗಿ ಮಾತನಾಡುವ ಮಗು ಹೀಗೆ ಬದಲಾಗಿತ್ತು.

ಅಂತೂ ಈಗ ಸರಿಯಾಗಿದೆ ಎನ್ನಿ. ಆದರೆ ನಾವೆಲ್ಲಿ ಎಡವಿದ್ದೆವೆಯೋ, ಗೊತ್ತಾಗಲಿಲ್ಲ. ಹಾಗಂತ ನಾನೀಗ ಬ್ಯಾಗನ್ನು ಬೇರೆ ಮಕ್ಕಳಿಗೆ ಕೊಡುವುದಿಲ್ಲ. ಬದಲಿಗೆ ದಿನದ ಒಂದು ಹೊತ್ತು ಆ ಮಗುವಿನ ಕೈಯಲ್ಲೇ ಕೊಡುತ್ತೇನೆ. ತೆಗೆದರೆ ಅದೇ ಮಗು ತೆಗೆಯಬೇಕು, ವಸ್ತು ಇಲ್ಲವೆಂದರೆ, ಇಡೀ ಶಾಲೆಯೇ ಮಗುವನ್ನು ನೋಡುತ್ತದೆ. ಹಾಗಾಗಿ ಆ ಮಗು ಈಗ ಎಚ್ಚೆತ್ತುಕೊಂಡಿದೆ. ಇನ್ನು ಬಹುಶಃ ಕಳ್ಳತನ ಮಾಡಲಾರದೇನೋ.

ಮಕ್ಕಳನ್ನು ಬೆಳೆಸುವುದು ಕಷ್ಟ. ಅದರಲ್ಲೂ ತಪ್ಪುದಾರಿಯತ್ತ ಕಾಲಿಟ್ಟವರನ್ನು ಸರಿದಾರಿಗೆ ತರುವುದು ಬಹಳ ಕಷ್ಟ. ಸೂಕ್ಷ್ಮ ಮನಸ್ಥಿತಿಯ ಮಕ್ಕಳು. ಬೈದರೆ ಮನೆಗೆ ಹೋಗಿ ಟೀಚರ್ ವಿರುದ್ಧ ದೂರು ಹೇಳಿ, ಮಾರನೆಯ ದಿನ ಪೋಷಕರನ್ನು ಜಗಳ ಮಾಡಲು ಕರೆದುಕೊಂಡು ಬರುವ ಮಟ್ಟಿಗೂ ಇರುತ್ತಾರೆ. ಅಥವಾ ಇನ್ನೇನೋ ಮಾಡಿಕೊಳ್ಳುವ ಮಕ್ಕಳೂ ಇರುತ್ತಾರೆ.

ಆದರೆ,

ನಂಬಿಕೆ ಎಂಬುದು ಬೇಗ ಬಂದುಬಿಡುತ್ತದೆ. ಅದರಲ್ಲೂ ಮಕ್ಕಳ ಮೇಲೆ. ಆದರೆ ಅದನ್ನು ಉಳಿಸಿಕೊಳ್ಳಲು ತುಂಬಾ ಕಷ್ಟಪಡಬೇಕು. ಚೀಲವನ್ನು ಅವರ ಕೈಗೆ ಕೊಟ್ಟೇ, ಉಳಿಸಿಕೊಳ್ಳಬೇಕು.

19

ಆರಿದ್ರಾ ಮಳೆ ಹಬ್ಬವೂ, ಹಲಸಿನ ಕಡುಬೂ

ಮಲೆನಾಡಿನ ಕೆಲವು ಕುಟುಂಬಗಳಲ್ಲಿ ಒಂದು ಪದ್ಧತಿಯಿದೆ. ಆರಿದ್ರಾ ಮಳೆಯಲ್ಲಿ ಮನೆಯ ಸುತ್ತಮುತ್ತ ಇರುವ ಭೂತ, ಚೌಡಿ, ನಾಗ ಇತ್ಯಾದಿ ದೇವರುಗಳಿಗೆ ಹಣ್ಣು ಕೊಡದೇ ಹಲಸನ್ನು ತಿನ್ನುವುದಿಲ್ಲ. ಮೊದಲೆಲ್ಲಾ ಈ ಪೂಜೆ ನಡೆಯುವವರೆಗೆ ಹಲಸನ್ನೇ ಮುಟ್ಟುತ್ತಿರಲಿಲ್ಲವಂತೆ. ಆದರೆ, ಈಗ ಸ್ವಲ್ಪ ಬದಲಾಗಿದ್ದಾರೆ, ಹಲಸಿನ ಹಣ್ಣಿನ ಕಡುಬನ್ನು ಮಾತ್ರಾ ತಿನ್ನುವುದಿಲ್ಲ. ನಾನು ಶಾಲೆಗೆ ಹೋಗುವ ಕಾಲದಲ್ಲೂ ಈ ಹಬ್ಬವನ್ನು ಮಾಡುತ್ತಿದ್ದುದು ನನಗೆ ನೆನಪಿದೆ. ನಾವೆಲ್ಲಾ ಗೆಳತಿಯರ ಮನೆಯ ಕಡುಬನ್ನು ತಿನ್ನುತ್ತಿದ್ದೆವು. ಮಳೆಗಾಲದಲ್ಲಿ, ಆರಿದ್ರಾ ಮಳೆ ಹೊಯ್ಯುವ ದಿನಗಳಲ್ಲಿ ಒಂದು ದಿನ ಹಲಸಿನ ಕಡುಬು ಮಾಡಿ ದೇವರಿಗೆ ಪೂಜೆ ಮಾಡುತ್ತಾರೆ. ಜೊತೆಗೆ ಕೋಳಿ, ಕುರಿಯನ್ನು ಬಲಿಕೊಡುತ್ತಾರೆ. ಪ್ರಕೃತಿಯನ್ನೇ ದೇವರಾಗಿಸಿಕೊಂಡವರ ಸಂಪ್ರದಾಯವಿದು.

ನಮ್ಮ ಶಾಲೆಯಲ್ಲಿ ಮಕ್ಕಳು ಅವರವರ ಮನೆಯ ಹಬ್ಬದ ದಿನ ಶಾಲೆಗೆ ಗೈರು. ಇನ್ನೂ ಕೆಲವು ಮಕ್ಕಳು ಅಕ್ಕಪಕ್ಕದ ಮನೆಯ ಪೂಜೆಯಂದೂ ಶಾಲೆಗೆ ಚಕ್ಕರ್. ಕೆಲವರು ಹಿಂದಿನ ದಿನ ರಜೆ ಪಡೆಯುತ್ತಾರೆ. ಕೆಲವರ ಪೋಷಕರು ಫೋನ್ ಮಾಡುತ್ತಾರೆ. ಇನ್ನೂ ಬುದ್ಧಿವಂತರು ವಾಟ್ಸಾಪಿನಲ್ಲಿ ವಾಯ್ಸ್ ಮೆಸೇಜ್ ಕಳಿಸಿ, ಟೀಚರ್ ವಾಟ್ಸಾಪ್ ನೋಡಿದ್ರಾ, ಬ್ಲೂ ಮಾರ್ಕ್ ಬಂತಾ ಇಲ್ವಾ? ಅಂತ ಕಾಯುತ್ತಾ ಇರುತ್ತಾರೆ.

ರಜೆ ಬೇಕು ಎಂಬುದರ ಜೊತೆಗೆ ಇವರದ್ದು ಇನ್ನೊಂದು ಬೇಡಿಕೆ ಏನೆಂದರೆ, "ಮಿಸ್ ನಮ್ಮನೆ ಹಬ್ಬಕ್ಕೆ ಬನ್ನಿ

ಮಿಸ್..." ತುದಿಗೂ, ಬುಡಕ್ಕೂ "ಮಿಸ್" ಸೇರಿಸಿಕೊಂಡು ರಾಗವಾಗಿ ಮನೆಗೆ ಕರೆಯುವುದು. ಹೀಗೆ ಕೇಳಿದಾಗ ರಜೆ ಕೊಡುವುದಿಲ್ಲ ಎನ್ನಲಾಗುತ್ತದೆಯೆ? ನಾವು ಈ ಮಳೆಯಲ್ಲಿ ಮನೆಮನೆಗೆ ಹೋಗಲಾಗುತ್ತದೆಯೆ? ಹಾಗಂತ ಅವರಿಗೆ ಇಲ್ಲ ಎಂದು ಹೇಳಲೂ ಆಗದು. "ಹಾ ಆಯ್ತು" ಎನ್ನುತ್ತೇನೆ.

ಮಾರನೆಯ ದಿನ ನೋಡಿ, ಮಜಾ...

ಮಗುವಿನ ಕೈಯಲ್ಲಿ ಒಂದು ಕವರು, ಅದರಲ್ಲಿ ಎರಡು ಮೂರು ಕೊಟ್ಟೆ ಕಡುಬು. ಒಂದೇ ಮನೆಯಿಂದ ಬರುವ ಎರಡು ಮೂರು ಮಕ್ಕಳಿದ್ದರೆ ಕತೆ ಮುಗೀತು. ಎಲ್ಲರ ಕೈಯಲ್ಲೂ ಕಡುಬಿನ ಕವರು!

"ತಿನ್ನಿ ಮಿಸ್, ತಿನ್ನಿ ಮಿಸ್".

ಮನೆಯಲ್ಲಿ ಮಾಡಿದಾಗ ಒಂದು ಪುಟ್ಟ ಭಾಗ ತಿನ್ನುವ ನಾನು, ಈ ಮಕ್ಕಳು ತಂದ ನಾಲ್ಕಾರು ಕಡುಬುಗಳನ್ನು ತಿನ್ನಲು ಹೇಗೆ ಸಾಧ್ಯ? ಸೀದಾ ಆ ಕವರು ಅಡುಗೆ ಮನೆಗೆ ಹೋಗುತ್ತದೆ. ಅಡುಗೆ ಆಂಟಿ ಅದನ್ನು ಚಿಕ್ಕ ತುಂಡುಗಳಾಗಿ ಮಾಡಿ, ಎಲ್ಲಾ ಮಕ್ಕಳಿಗೂ ಹಂಚುತ್ತಾರೆ.

ಆ ಹಂಚುವ ಸಮಯದಲ್ಲಿ ಮತ್ತೊಂದು ತೊಡಕು.

"ಮಿಸ್, ನಮ್ಮನೆಯಲ್ಲಿ ಆರಿದ್ರ ಮಳೆಹಬ್ಬ ಆಗ್ಲ, ನಾನು ತಿನ್ನಲ..." ಮನೆಯಲ್ಲಿ ಆರಿದ್ರಾ ಮಳೆಯ ಹಬ್ಬವಾಗಿ, ದೇವರಿಗೆ ಪೂಜೆ ಮಾಡಿದ ನಂತರವೇ ಕಡುಬು ತಿನ್ನಬೇಕು. ರೂಲ್ಸ್ ಅದು!

"ಮಿಸ್, ಇವರ ಮನೆಯಲ್ಲಿ ಹಬ್ಬ ಆಗ್ಲ, ಆದ್ರೂ ಇವ್ಳು ತಿಂದ್ಲು, ದೇವ್ರಿಗೆ ಸಿಟ್ಟು ಬತತೆ ತಡಿ" ಗಲಾಟೆ ವಿಪರೀತವಾಗುತ್ತದೆ.

"ಥೋ, ಹೋಗ್ರ ಮರಾಯ. ಯಾರಿಗೆ ಇಷ್ಟವೋ ಅವರು ತಿನ್ನಿ. ನಿಮ್ಮನೆಯಲ್ಲಿ ಹಬ್ಬ ಆಗಿಲ್ಲ ಅಂತ ಕಾಯಬೇಡಿ. ಶಾಲೆಯಲ್ಲಿ ತಿಂದರೆ ಯಾವ ದೇವರಿಗೂ ಸಿಟ್ಟು ಬರಲ್ಲ. ಹಾಗೇನಾದರೂ ಸಿಟ್ಟು ಬಂದರೆ, ನನ್ ಮೇಲೆ ಸಿಟ್ಟು ಮಾಡ್ತಾನೆ ದೇವ್ರು, ನಾನು ತಾನೆ ತಿನ್ನೋಕೆ ಹೇಳಿದ್ದಲ್ವಾ? ಇಷ್ಟಕ್ಕೂ ಶಾಲೆಯೇ ದೇವಸ್ಥಾನ. ಸುಮ್ಮನೆ ತಿಂದು ನಡೀರಿ ಕ್ಲಾಸಿಗೆ..."

ಅಬ್ಬರಕ್ಕೆ ಮಣಿದೇ ಬಿಡುತ್ತಾರೆ ಅಂತಲ್ಲ. ತಿಂದು ಒಳಗೆ ಹೋಗುತ್ತಾರೆ, ಅಷ್ಟೆ.

ಈ ಕಡುಬು ಒಂಥರಾ ಚೆನ್ನಾಗಿರುತ್ತದೆ. ಅವರು ಕಡುಬು ಮಾಡುವಾಗ ಹಲಸಿನ ಹಣ್ಣು, ಜೋನಿ ಬೆಲ್ಲ, ಅಕ್ಕಿಯ ಜೊತೆಗೆ, ಕೊಬ್ಬರಿ ಹೋಳು, ಶೇಂಗಾ ಬೀಜ, ಇತ್ಯಾದಿಗಳನ್ನು ಹಾಕುತ್ತಾರೆ. ಹಾಗಾಗಿ ಕಡುಬು ಮೃದುವಾಗಿ ರುಚಿಯಾಗಿರುತ್ತದೆ. ಆರಿದ್ರಾ ಮಳೆಯ ಸೀಜನ್ನಿನಲ್ಲಿ ದಿನಾ ಒಬ್ಬೊಬ್ಬರ ಮನೆಯಿಂದ ಕಡುಬು ಬರುತ್ತದೆ.

ಕೆಲವು ಪೋಷಕರಂತೂ ಹಲಸಿನ ಹಣ್ಣನ್ನು ಭಾಗ ಮಾಡಿಕೊಂಡು ತಂದು ಕೊಟ್ಟು ಹೋಗುತ್ತಾರೆ. ಹಣ್ಣು, ಕಡುಬು ಕೊಟ್ಟವರು ತಣ್ಣಗಿರಲಿ

ಎಂದುಕೊಳ್ಳುತ್ತಾ ಒಂದು ಪೀಸು ತಿನ್ನುತ್ತೇನೆ. ಹಣ್ಣನ್ನು ತಿನ್ನುವಲ್ಲಿ ಮಾತ್ರಾ ನಾನು ಕರಡಿಯೇ ಸರಿ.

ಒಮ್ಮೆ ಹೀಗಾಯಿತು, ಕೆಲಸಕ್ಕೆ ಸೇರಿದ ಹೊಸತು. ಇಪ್ಪತ್ತಕ್ಕೆ ಟೀಚರಾದ ನಾನು, ಹತ್ತು-ಹನ್ನೊಂದು ವಯಸ್ಸಿನ ನನ್ನ ವಿದ್ಯಾರ್ಥಿಗಳು. ಇಬ್ಬರಿಗೂ ಅಂತಹ ವ್ಯತ್ಯಾಸವಿಲ್ಲ. ಎತ್ತರವಿದ್ದೆ ಅಷ್ಟೇ. ನಾಲ್ಕು ಐದರ ಮಕ್ಕಳೊಂದಿಗೆ, ಕುಂಟಾಬಿಲ್ಲೆಯಿಂದ ಹಿಡಿದು, ಅಡುಗೆ ಆಟದವರೆಗೆ ಯಥೇಚ್ಛವಾಗಿ ಆಡುತ್ತಿದ್ದೆ. ಧಾರಾವಾಹಿ, ಸಿನೆಮಾದ ಕತೆ, ಅಂತ್ಯಾಕ್ಷರಿ ಎಲ್ಲವೂ ಸಾಮಾನ್ಯ ಸಂಗತಿ. ಮನೆಯಲ್ಲಿ ತಯಾರಿಸಿದ ಅಡುಗೆ-ಊಟದ ಬಗ್ಗೆ ಮಾತುಕತೆ. ಅವರೊಂದಿಗೆ ಕುಳಿತು ಊಟ.

ಹೀಗೆ ಒಮ್ಮೆ ಮಾತಾಡುವಾಗ, ಆರಿದ್ರಾ ಮಳೆಯ ವಿಷಯ ಬಂತು. ಒಬ್ಬೊಬ್ಬರು ಒಂದೊಂದು ಡೈಲಾಗು ಶುರು ಮಾಡಿದರು.

"ಮಿಸ್ ನೀವು ನಮ್ಮನೆ ಕಡ್ಬು ತಿಂತೀರಾ...?"

"ಯಾಕೆ?"

"ನೀವು ತಿನ್ನುವುದಾದರೆ, ನಾಳೆ ತಗುಬತ್ನಿ"

ನನಗೀಗ ಗೊಂದಲ. ತಿನ್ನುವೆ ಎಂದರೆ, ಅವರಮ್ಮನಿಗೆ ರಗಳೆ ಕೊಟ್ಟಾದರೂ ಸರಿ, ಮಾಡಿಸಿಕೊಂಡು ತರ್ತಾರೆ, ಅದರೊಂದಿಗೆ, ಈ ಮಿಸ್ಸು ಹೆಸರಿಗಷ್ಟೆ ಬ್ರಾಮಣ್ರು, ಎಲ್ಲದ್ನೂ ತಿಂತಾರೆ ಎನ್ನಬಹುದೆಂಬ ಯೋಚನೆ. ತಿನ್ನುವುದಿಲ್ಲ ಎಂದರೆ, "ಮಿಸ್ಸು ಬ್ರಾಮಣ್ರು, ನಮ್ಮನೇದ್ನೆಲ್ಲ ತಿನ್ನಲ" ಎನ್ನುವ ಪ್ರಚಾರ. ನನಗೆ ಈ ಸಂಗತಿಗಳು ಇಷ್ಟವಿಲ್ಲ. ನಾನು ಶಿಕ್ಷಕಿಯಾದ ದಿನದಿಂದ, ಒಂದು ತೀರ್ಮಾನ ಮಾಡಿದ್ದೇನೆ. ಊಟ, ಆಚರಣೆ ಎಲ್ಲವೂ ವೈಯಕ್ತಿಕ. ನನ್ನ ರೂಢಿ ಪದ್ಧತಿಗಳು ನಮ್ಮನೆಯ ಒಳಗಿರಬೇಕು. ಇದನ್ನು ಸಾರ್ವತ್ರೀಕರಿಸಬಾರದು. ಹಾಗಾಗಿ ಶುಚಿಯಾದ ಹಾಗೂ ರುಚಿಯಾದ ಆಹಾರವನ್ನು ಜಾತಿ, ಧರ್ಮದ ಹಂಗಿಲ್ಲದೆ ತಿಂದಿದ್ದೇನೆ. ಹೊಟ್ಟೆಯ ಹಸಿವು ಬಹಳ ಕೆಟ್ಟದ್ದು, ಆ ಹೊತ್ತಿಗೆ ಭಗವಂತ ಕೊಟ್ಟದ್ದು, ಪ್ರಸಾದವೇ. ಹಾಗಂತ ಸಸ್ಯಾಹಾರವನ್ನು ಮಾತ್ರಾ ನಾನು ತಿನ್ನುವುದು, ಅಷ್ಟರ ಮಟ್ಟಿಗೆ ನನಗೆ ಸ್ವಾತಂತ್ರ್ಯ ಬೇಕು. ನಾನು ಜಾತಿ-ಧರ್ಮವನ್ನು ಮೀರಿದ್ದೇನೆ ಎಂದು ತೋರಿಸಿಕೊಳ್ಳುವ ಹಪಹಪಿತನಕ್ಕೆ ಬಿದ್ದು ಮಾಂಸಾಹಾರ ತಿನ್ನಲಾರೆ. "ಅದನ್ನು ತಿಂದರೆ ಮಾತ್ರಾ ಜಾತಿ ಬಿಟ್ಟ ಹಾಗೆ, ಇಲ್ಲದಿದ್ದರೆ ನೀವು ಜಾತಿ ವ್ಯಸನಿಗಳು" ಎಂದು ಯಾರಾದರೂ ಹೇಳಿದರೆ, ಹೌದು, ನಾನು ಜಾತಿವ್ಯಸನಿಯೇ. ಹಾಗಂತ ಮಾಂಸಾಹಾರಿಗಳ ಮನೆಯ ಅಡುಗೆಯನ್ನು ನಾನು ತಿಂದೆ ಎಂಬ ಅಹಂಕಾರವಾಗಲೀ, ಅದನ್ನು ವೈಭವೀಕರಿಸಿಕೊಂಡು ಹೇಳುವುದಾಗಲೀ ನನಗೆ ಬೇಕಿಲ್ಲ.

ಬ್ರಾಹ್ಮಣರ ಮನೆಯಲ್ಲಿ ಬೇರೆ ಜಾತಿಯವರನ್ನು ಮುಟ್ಟಿಸಿಕೊಳ್ಳುವುದಿಲ್ಲ, ಊಟದ ಎಲೆ ಎತ್ತಬೇಕು ಎಂದು ದೂಷಿಸುವ ಎಷ್ಟೋ ಮಂದಿ, ತಮ್ಮ ಮನೆಯಲ್ಲಿ ತೀರಾ ಹಿಂದುಳಿದ ಜಾತಿಯ ಅಥವಾ ದಲಿತನೊಬ್ಬ ಬಂದರೆ, ಕೈಯಲ್ಲಿ ಕಾಫಿ ಲೋಟ ಕೊಡುವುದಿಲ್ಲ. ನಂತರ ಲೋಟ ತೊಳೆಯಲು ನೀರನ್ನು ತಂದು ನೆಲಕ್ಕೆ ಇಡುತ್ತಾರೆ. ಇದನ್ನು ನಾನು ಸ್ವತಃ ನೋಡಿದ್ದೇನೆ. ಆದರೆ ನನಗೆ ಈ ಮಡಿ-ಮೈಲಿಗೆ ಎಂಬುದು ಸ್ವಚ್ಛತೆಗೆ ಮಾತ್ರಾ ಸಂಬಂಧಿಸಿದ ವಿಚಾರವಾಗಿದೆ. ವಾರಗಟ್ಟಲೆ ಸ್ನಾನ ಮಾಡದವರ ಪಕ್ಕ ಕೂತು ಊಟ ಮಾಡಲಾಗದು ನನಗೆ, ಅಷ್ಟೇ.

ನನ್ನ ಪ್ರಕಾರ, "ಅತಿ ಹುಸಿವ ಯತಿ ಹೊಲೆಯ, ಹುಸಿಯದಿಹ ಹೊಲೆಯನು ಅತ್ಯುನ್ನತ ಯತಿವರನು..." ಹಾಗಾಗಿ ಜಾತಿಯೆಂಬುದು ಗೌಣ. ಆದರೆ ನನ್ನ ಆಹಾರ ನನ್ನ ಆಯ್ಕೆ. ನಾನೇ ನಿರ್ಧರಿಸುವವಳು. ಎಂದೆಲ್ಲಾ ಯೋಚಿಸಿಕೊಂಡು ಮಕ್ಕಳ ಬಳಿ, "ನಾನು ತಿನ್ತೀನಿ, ಆದರೆ ನೀವು ಅಮ್ಮನಿಗೆ ರಗಳೆ ಕೊಡಬಾರದು, ಹಬ್ಬದಲ್ಲಿ ಮಾಡಿದಾಗ ತನ್ನಿ, ನನಗಾಗಿ ಮಾಡುವುದು ಬೇಡ" ಎಂದೆ.

ಅಂದು ಶುರುವಾದ ಕಡುಬಿನ ಯಾತ್ರೆ, ಇಂದಿಗೂ ಇದೆ.

20

ಮಕ್ಕಳ ದಿನಾಚರಣೆಯೆಂಬ ಸಂಭ್ರಮ

ನವೆಂಬರ್ ಹದಿನಾಲ್ಕು ನಮ್ಮದೇಶದ ಮೊದಲ ಪ್ರಧಾನಿಯಾಗಿದ್ದ ಶ್ರೀ ಜವಹರಲಾಲ ನೆಹರೂರವರ ಜನ್ಮದಿನ. ಅವರಿಗೆ ಮಕ್ಕಳನ್ನು ಕಂಡರೆ ಬಹಳ ಇಷ್ಟವಾಗಿತ್ತಂತೆ. ಮಕ್ಕಳು ಕೇವಲ ಮಕ್ಕಳಲ್ಲ, ದೇಶದ ಭಾವೀ ಪ್ರಜೆಗಳು. ದೇಶದ ಭವಿಷ್ಯವನ್ನು ರೂಪಿಸಬೇಕಾದವರು, ಅವರು ಹೂತೋಟದಲ್ಲಿ ಈಗಷ್ಟೇ ಬಿರಿಯುತ್ತಿರುವ ಮೊಗ್ಗುಗಳು, ಅವು ಅರಳಿ ಸುಗಂಧ ಬೀರುವವರೆಗೂ ಅವರ ಜವಾಬ್ದಾರಿ ನಮ್ಮದು ಎಂಬ ಯೋಚನೆಯೊಂದಿಗೆ ತಮ್ಮ ಜನ್ಮದಿನವನ್ನು ಮಕ್ಕಳ ದಿನವನ್ನಾಗಿ ಆಚರಿಸಲು ಕರೆಕೊಟ್ಟರಂತೆ. ಅದರ ಫಲವಾಗಿ ನಾವು ಪ್ರತೀವರ್ಷ ನವೆಂಬರ್ ಹದಿನಾಲ್ಕರಂದು ಮಕ್ಕಳ ದಿನವನ್ನಾಗಿ ಆಚರಿಸುತ್ತೇವೆ.

ಈಗಂತೂ ವಾಟ್ಸಾಪ್, ಫೇಸ್‌ಬುಕ್ ಇತ್ಯಾದಿ "ಸ್ಟೇಟಸ್" ಯುಗ. ಮಕ್ಕಳ ಜೊತೆ ಸೆಲ್ಫಿ ತೆಗೆದುಕೊಂಡು ಅದನ್ನು ಅಪ್ಲೋಡ್ ಮಾಡಿದರೆ ದಿನಾಚರಣೆಯ ಸಂಭ್ರಮ ಮುಗಿದಂತೆಯೇ ಲೆಕ್ಕ. ಇನ್ನು ಇಲಾಖೆಯವರು ಮೇಲು ಹಂತದವರಿಗೆ ಫೊಟೊದೊಂದಿಗಿನ ವರದಿ ಕಳಿಸಲು ಹೇಳಿರುತ್ತಾರೆ. ಶಿಕ್ಷಕರು ಕಳಿಸಿದರೆ ಆಯ್ತು. ಅಲ್ಲಿಗೆ ದಿನಾಚರಣೆ ಸಂಪನ್ನ. ಕೆಲವೊಮ್ಮೆ ಮಕ್ಕಳಿಗೆ ಒಂದಷ್ಟು ಸ್ಪರ್ಧೆ ನಡೆಸಿ, ಮೂರು ಬಹುಮಾನ ಕೊಟ್ಟು, ಶಾಲೆಯಲ್ಲಿ ಬಿಸಿಯೂಟದೊಂದಿಗೆ ಪಾಯಸ ಮಾಡಿಸಿ ಅಥವಾ ಮತ್ತೊಂದು ಸಿಹಿಕೊಟ್ಟರೆ ಬೇಕಾದಷ್ಟಾಯ್ತು. ಸಂಭ್ರಮದ ಸಾಗರ!

ಮಕ್ಕಳಿಗೆ ಬೇಕಾದುದು ಇದು ಮಾತ್ರವೇ? ನನಗೆ ಯೋಚನೆಯಾಗುತ್ತದೆ. ಕೇಳಿದ್ದನ್ನು ಕೊಡಿಸಿ, ಅವರ ಹೊಟ್ಟೆಯನ್ನು ತುಂಬಿಸಿ, ಕೇಳಿದಷ್ಟು ಪಾಕೆಟ್ ಮನಿ

ಕೊಟ್ಟು, ಸಾಲ ಮಾಡಿಯಾದರೂ ಫೀಸ್ ಕಟ್ಟಿ ಪ್ರತಿಷ್ಠಿತ ಶಾಲೆಗೆ ಸೇರಿಸಿಬಿಟ್ಟರೆ ನಮ್ಮ ಜವಾಬ್ದಾರಿ ಮುಗಿಯಿತೇ? ನಿಗದಿಪಡಿಸಿದ ಯೂನಿಫಾರ್ಮ್ ಹಾಕಿ, ಟೈ ಬೆಲ್ಟ್, ಶೂ ಸಾಕ್ಸ್, ಐಡಿ ಕಾರ್ಡು, ಲಂಚ್ ಬಾಕ್ಸ್ ಹುಡುಕಿ, ತಯಾರು ಮಾಡಿ ಬಸ್ಸು ಹತ್ತಿಸಿ ಅಥವಾ ಶಾಲೆಗೆ ಬಿಟ್ಟು ಬಂದರೆ ಪೋಷಕರಾಗಿ ನಮ್ಮ ಕರ್ತವ್ಯ ಮುಗಿಯಿತೇ?

ಏಕಕಾಲದಲ್ಲಿ ಅಮ್ಮನಾಗಿ, ಚಿಕ್ಕಮಕ್ಕಳ ಶಿಕ್ಷಕಿಯಾಗಿ ಕರ್ತವ್ಯ ನಿರ್ವಹಿಸುವ ನನಗೆ ಸಾಕಷ್ಟು ಸವಾಲುಗಳು ಎದುರಾಗಿವೆ. ಮಕ್ಕಳ ಮನಸ್ಸನ್ನು ಅರ್ಥ ಮಾಡಿಕೊಳ್ಳುವಲ್ಲಿ ಗೊಂದಲ ಎದುರಿಸಿದ್ದೇನೆ. ಶಾಲೆಯಲ್ಲಿ ಕಳ್ಳತನ, ಸುಳ್ಳುಹೇಳುವುದು, ಶಾಲೆಗೆ ಗೈರಾಗುವುದು, ಇನ್ನೇನೋ ನಾಟಕ ಮಾಡುವ ಮಕ್ಕಳನ್ನು ಸರಿದಾರಿಗೆ ತರುವುದು ಸುಲಭವಲ್ಲ. ಬೆಳಿಗ್ಗೆಯೇ ಹೊಟ್ಟೆನೋವೆಂದು ಫೋನ್ ಕರೆ ಮಾಡುವ ಹಲವು ಶಿಷ್ಯಂದಿರನ್ನು ನೋಡಿದ್ದೇನೆ. ಆ ಸಮಯದಲ್ಲಿ ನಾನು ಟೀಚರ್‌ರಾಗುವ ಬದಲು ಅಮ್ಮನಾಗಿ ಯೋಚಿಸುವುದನ್ನು ಕ್ರಮೇಣ ಕಲಿತಿದ್ದೇನೆ.

ಕಾಯಿಲೆ ಬಂದಾಗ, ಕಡಿಮೆ ಅಂಕ ಗಳಿಸಿದಾಗ, ಸ್ನೇಹಿತರು ಮಾತು ಬಿಟ್ಟು ಒಂಟಿ ಮಾಡಿದಾಗ, ನಾವು ಬೈದಾಗ ಮಕ್ಕಳು ಬಹಳ ನೊಂದುಕೊಂಡಿರುತ್ತಾರೆ. ಅವರಿಗೆ ಆ ಹೊತ್ತಿಗೆ ಬೇಕಾದುದು ಚಾಕಲೇಟು, ಆಟದ ಸಾಮಾನು ಅಥವಾ ಮತ್ತೇನೋ ವಸ್ತುವಲ್ಲ. ಅವರನ್ನು ಅಪ್ಪಿ ಸಮಾಧಾನ ಮಾಡುವ ಕೈಗಳು ಬೇಕಾಗಿರುತ್ತದೆ. ಶಾಲೆಯಲ್ಲಿ ಕೂಡಾ ಮಕ್ಕಳು ಶಿಕ್ಷಕರಿಂದ ಇದನ್ನೇ ಬಯಸುತ್ತಾರೆ. ಆಟ ಪಾಠ ಎಷ್ಟು ಮುಖ್ಯವೋ, ಶಿಕ್ಷಕರು ವೈಯಕ್ತಿಕವಾಗಿ ತಮ್ಮೊಂದಿಗೆ ಬೆರೆಯುವುದನ್ನು ಮಕ್ಕಳು ಅಪೇಕ್ಷಿಸುತ್ತಾರೆ. ಅಪ್ಪ ಅಮ್ಮನ ಬಳಿ ಹೇಳಿಕೊಳ್ಳಲಾಗದ ಅದೆಷ್ಟೋ ವಿಷಯವನ್ನು ಶಿಕ್ಷಕರ ಬಳಿ ಹೇಳಿಕೊಳ್ಳುವುದೂ ಇದೆ.

ಮೊನ್ನೆ ಶಾಲೆಯಲ್ಲಿ ಒಂದು ಘಟನೆಯಾಯಿತು. ತುಂಬಾ ಬುದ್ಧಿವಂತ ವಿದ್ಯಾರ್ಥಿನಿ. ಇಡೀ ಶಾಲೆಗೇ ಮೊದಲಿಗಳು. ಯಾವುದೇ ತಂಟೆ ತಕರಾರಿಲ್ಲ. ಯಾರಿಂದಲೂ ದೂರು, ಚಾಡಿಗಳಿಲ್ಲ. ಗಂಭೀರವಾಗಿರುವ ಮಗು ಅವಳು. ಬೆಳಿಗ್ಗೆ ಪ್ರಾರ್ಥನೆಯಾಗುವಾಗ ಎಂದಿಗಿಂತ ಗಂಭೀರವಾಗಿದ್ದಳು. ನಮಸ್ತೆ ಎಂದಳು. ಅಷ್ಟೇ.. ಮುಂದೆ ಯಾವ ಮಾತೂ ಆಡಲಿಲ್ಲ. ಸುಮ್ಮನೇ ಹಾಲು ಕುಡಿಯಲು ಹೋದಳು. ನಾನು ಏನೋ ಬರೆದುಕೊಳ್ಳುತ್ತಿದ್ದೆ. ಅವಳ ಕಡೆ ಜಾಸ್ತಿ ಗಮನ ಕೊಡಲಿಲ್ಲ. ಅಷ್ಟು ಹೊತ್ತಿಗೆ ಅವಳಪ್ಪನ ಕರೆ ಬಂತು. "ಮಿಸ್, ಮಗಳಿಗೆ ಕಣ್ಣಿನ ಹತ್ತಿರ ಏನಾದರೂ ಗಾಯ ಆಗಿದೆಯಾ?" ಎಂದರು. ಯಾಕೆ? ಎಂದೆ. "ನಮ್ಮನೆಯಳು (ಹೆಂಡತಿ) ಸರಿಯಾಗಿ ಹೊಡೆದಿದಾಳೆ, ನಾನು ಇರ್ಲಿಲ್ಲ, ವಿಚಾರಿಸಬೇಕಿತ್ತು, ಅದ್ಕಾಗಿ ನಿಮಗೆ ಫೋನ್ ಮಾಡಿದೆ"

ಎಂದರು. ಇರಿ ಒಂದು ನಿಮಿಷ ಎಂದು ಆ ಮಗುವನ್ನು ಕರೆದು, ಕಣ್ಣಿನ ಬಳಿ ನೋಡಿದೆ, ಹೌದೋ ಅಲ್ಲವೋ ಎಂಬಂತೆ ಚೂರು ದಪ್ಪವಾಗಿತ್ತು. ಮಗುವನ್ನು ಏನೂ ಪ್ರಶ್ನೆ ಮಾಡದೇ, ಅವಳ ಅಪ್ಪನ ಹತ್ತಿರ ಅವಳಿಗೆ ಏನೂ ಆಗಿಲ್ಲ ಎಂದು ಹೇಳಿ ಫೋನಿಟ್ಟೆ.

ನಂತರ ಇವಳನ್ನು ವಿಚಾರಿಸಿದೆ. ಅಷ್ಟರಲ್ಲಾಗಲೇ ಕಣ್ಣು ತುಂಬಿ ತುಳುಕಿತ್ತು. ಈಗ ಅವಳಿಗೆ ನಾನು ಆದರಿಸಬೇಕಿತ್ತು. ಕೈ ಹಿಡಿದುಕೊಂಡು ವಿಚಾರಿಸಿದೆ. ಅವಳು ಅಳುತ್ತಲೇ ಇದ್ದಳು. ಮಾತಿಲ್ಲ, ಬರೀ ಅಳುವೊಂದೇ. ತಾನಾಗಿ ನನ್ನನ್ನು ಗಟ್ಟಿಯಾಗಿ ಹಿಡಿದುಕೊಂಡಿದ್ದಳು. ನನಗೆ ಚೆನ್ನಾಗಿ ತಿಳಿದಂತೆ, ಅವರ ಮನೆಯಲ್ಲಿ ಇರುವುದು ನಾಲ್ಕು ಜನ. ಅಪ್ಪ, ಅಮ್ಮ, ಇವರಿಬ್ಬರು ಮಕ್ಕಳು. ತುಂಬಾ ಒಳ್ಳೆಯ ಜನ. ಯಾರ ಸುದ್ದಿಗೂ ಹೋಗುವವರಲ್ಲ.

ಅದರಲ್ಲೂ ಈ ಬುದ್ಧಿವಂತೆಯಾದ ಮಗಳ ಮೇಲೆ ಪ್ರೀತಿ ಜಾಸ್ತಿ. ಅವಳಮ್ಮ ಎಲ್ಲಾದರೂ ಒಂದೊಂದು ದಿನ ಇವಳು ಯಾರ ಬಳಿಯೂ ಮಾತನಾಡುವುದಿಲ್ಲ, ಬರೀ ಓದು ಬರೆಹ ಮಾತ್ರಾ "ಫಸ್ಟ್ ರ‍್ಯಾಂಕ್ ರಾಜು" ಎಂದು ತಮಾಷೆ ಮಾಡುತ್ತಿದ್ದರು. ಹಾಗಂತ ಅದು ಇವಳ ಮೇಲೇನೂ ಪ್ರಭಾವ ಬೀರಿರಲಿಲ್ಲ.

ಅವಳಮ್ಮ ಹೊಡೆದಿದ್ದಕ್ಕೆ ಕಾರಣ ಸಿಗಲಿಲ್ಲ. ಅಷ್ಟರಲ್ಲಿ ಹಾಲು ಕುಡಿದ ಎಲ್ಲಾ ಮಕ್ಕಳು ತರಗತಿಗೆ "ಮೇ ಐ ಕಮಿನ್?" ಎನ್ನುತ್ತಾ, ನಾನು ಉತ್ತರಿಸುವ ಮೊದಲೇ ಬಳಿ ಬಂದು ಟೇಬಲ್ ಸುತ್ತಲೂ ನಿಂತರು. ಅವರಿಗೂ ಕಾರಣ ಗೊತ್ತಿಲ್ಲ. ಉಳಿದ ಮಕ್ಕಳೇ ಈ ಮಗುವಿನ ತಂಗಿಯನ್ನು ಕರೆದರು. ಆಗ ಈ ಉತ್ತರ ಬಂತು.

ಇವಳಿಗೆ ನಿದ್ರೆ ಜಾಸ್ತಿ, ಬೆಳಿಗ್ಗೆ ಏಳಲು ತಕರಾರು. ಪ್ರತೀದಿನ ಇವಳನ್ನು ಎಬ್ಬಿಸುವಷ್ಟರಲ್ಲಿ ಅವಳಮ್ಮನಿಗೆ ಸಾಕಾಗುತ್ತಿತ್ತು. ತಡವಾಗಿ ಎದ್ದರೆ ಎಲ್ಲಾ ಕೆಲಸವೂ ತಡವೇ ತಾನೆ? ಇವಳು ತಯಾರಾಗುವ ಮೊದಲೇ, ಶಾಲೆಗೆ ಬರುವ ಉಳಿದ ಮಕ್ಕಳು ಅವಳ ಮನೆಯ ಮುಂದೆ ಬಂದು ನಿಂತಾಗಿರುತ್ತಿತ್ತು. ಅವಳಮ್ಮನಿಗೆ ಇವರನ್ನು ತಯಾರು ಮಾಡಿ ಗದ್ದೆಗೋ, ತೋಟಕ್ಕೋ ಕೆಲಸಕ್ಕೆ ಹೋಗಬೇಕು. ಇದೇ ರಗಳೆಯನ್ನು ನೋಡಿ ಸಾಕಾಗಿ, ಮಗಳಿಗೆ ಕೋಲು ತೆಗೆದುಕೊಂಡು ನಾಲ್ಕು ಬಾರಿಸಿದ್ದರು. ಕೈ ದಪ್ಪವಾಗಿತ್ತು. ಕೋಲಿನ ಏಟಿನ ನೋವಿಗಿಂತ ಅಮ್ಮ ಹೊಡೆದಳು ಎಂಬುದೇ ಹೆಚ್ಚು ನೋವಾಗಿ ಪರಿಣಮಿಸಿತ್ತು. ನಾನು ಕೈ ಹಿಡಿದ ಕೂಡಲೇ ತಬ್ಬಿ ಅತ್ತಳು. ನಂತರ ಅಮೃತಾಂಜನ ತರಿಸಿ ಹಚ್ಚಲಾಯಿತು.

ಅಮೃತಾಂಜನದಿಂದ ಗುಣವಾಯಿತೋ ಇಲ್ಲವೋ, ಅವಳನ್ನು ಕಾಳಜಿಯಿಂದ ಮಾತಾಡಿಸಿದ್ದು ಅವಳಲ್ಲಿ ಸಮಾಧಾನ ತಂದಿತು. ಕೆಲ ನಿಮಿಷ

ಬಿಕ್ಕಿದವಳು ನಂತರ ಖುಷಿಯಾಗಿದ್ದಳು. ಸಂಜೆ ಅವರಮ್ಮನ ಬಳಿ ಎರಡು ಮಾತಾಡಿದೆ.

ಈ "ಬೆಳಿಗ್ಗೆ ಬೇಗ ಏಳುವುದು" ಎಂಬುದು ನನಗೂ ಸಮಸ್ಯೆ. ಮಗಳನ್ನು ಏಳಿಸುವಾಗ ಸಾಕಾಗುತ್ತದೆ. ಮುದ್ದುಮಾಡಿದರೆ ನನ್ನನ್ನೇ ತಬ್ಬಿ ಹೊದಿಕೆಗೆ ಎಳೆಯುತ್ತಾಳೆ. ಬೈಯಲು ಮನಸ್ಸು ಬಾರದು. ಏಕೆಂದರೆ ಇಡೀ ದಿನದ ಆರಂಭ ಖುಷಿಯಾಗಿ ಶುರುವಾಗಬೇಕು ಎಂಬ ತತ್ತ್ವದವಳು ನಾನು. ಹಾಗಾಗಿ ಸಾಧ್ಯವಾದಷ್ಟು ನಿಧಾನವಾಗಿಯೇ ಕರೆಯುತ್ತೇನೆ. ಮುದ್ದು ಮಾಡುತ್ತೇನೆ. ಬೆಡ್ ಶೀಟ್ ಎಳೆದರೂ ಅಲ್ಲೇ ಮುರುಟುತ್ತಾಳೆ. ಆಗ ಕಚಗುಳಿ ಕೊಡುವುದು ಅಥವಾ ಎತ್ತಿಕೊಂಡು ವಾಶ್ ಬೇಸಿನ್ ಬಳಿ ನಿಲ್ಲಿಸುವುದು ಏನಾದರೊಂದು ಮಾಡಬೇಕು. ಎಷ್ಟು ವಯಸ್ಸಾದರೂ, ಮಕ್ಕಳಿಗೆ ಅಮ್ಮನ ಬಳಿ ಕೊಂಗಾಟ ಮಾಡುವುದೆಂದರೆ ಬಹಳ ಇಷ್ಟ. ಮಕ್ಕಳು ಚೆನ್ನಾಗಿ ನಿದ್ರಿಸಬೇಕು, ರಾತ್ರಿ ಬೇಗ ಮಲಗಿಸಿದರೆ ಬೆಳಿಗ್ಗೆ ಬೇಗ ಎಬ್ಬಿಸಬಹುದು,

ಇದನ್ನೇ ಅವಳಮ್ಮನ ಬಳಿ ಹೇಳಿ ಕಳಿಸಿದೆ.

ಕಡಿಮೆ ಸಮಯದಲ್ಲಿ ಎಲ್ಲಾ ಜವಾಬ್ದಾರಿಯನ್ನು ಅವಸರದಲ್ಲಿ ಮುಗಿಸುವುದು ನಮಗೆ ಸಾಮಾನ್ಯ ಸಂಗತಿಯೇ ಆಗಿಬಿಟ್ಟಿದೆ. ಆದರೆ ಮಕ್ಕಳ ಪಾಲನೆ, ಅವರೊಂದಿಗೆ ಕಳೆಯಬೇಕಾದ ಸಮಯಕ್ಕೆ ವೇಳಾಪಟ್ಟಿ ಹಾಕಲಾಗದು. ಅವರಿಗೆ ಕೊಡಬೇಕಾದ ಸಮಯ, ಕಾಳಜಿ, ಪ್ರೀತಿ, ಕಲಿಸಬೇಕಾದ ಮೌಲ್ಯಗಳನ್ನು ನಾವು ತರಗತಿಯೊಳಗೆ ಬಂಧಿಸಲಾಗುವುದಿಲ್ಲ. ಅದು ನಿರಂತರ. ಬಾಲ್ಯ, ಹರೆಯದಲ್ಲಿ ಮಕ್ಕಳಿಗೆ ಹೆತ್ತವರ, ಶಿಕ್ಷಕರ ಕಾಳಜಿಭರಿತ ಪ್ರೀತಿಯ ಅಗತ್ಯವಿರುತ್ತದೆಯೇ ವಿನಃ ಅವರ ನಂತರದ ಬದುಕಿನಲ್ಲಿ ಅಲ್ಲ. ಬಹುತೇಕರು ಹೇಗೆಂದರೆ, ಬಾಲ್ಯದಲ್ಲಿ ಅತಿಯಾದ ಶಿಸ್ತು, ಕಠಿಣ ವರ್ತನೆ ತೋರಿ ಮಕ್ಕಳನ್ನು ನಿರ್ಬಂಧಿಸಿ, ಮಾತಾಡಲು ಬಿಡದೆ ನಂತರ ಅವರು ಬದುಕು ಕಟ್ಟಿಕೊಳ್ಳುವ ಹೊತ್ತಿನಲ್ಲಿ, ಅಥವಾ ಅವರ ಸಂಸಾರದಲ್ಲಿ ತಲೆಹಾಕುವುದು, ಕೆಲವೊಮ್ಮೆ ಅಧಿಕಪ್ರಸಂಗ ಮಾಡುವುದೂ ಇರುತ್ತದೆ. ಇದು ಎಷ್ಟರ ಮಟ್ಟಿಗೆ ಸರಿಯೋ ಗೊತ್ತಿಲ್ಲ. ಆದರೆ ಆಗ ಅವರಿಗೆ ಆ ವಾತಾವರಣದ ಅಗತ್ಯ ಕಂಡುಬರುವುದಿಲ್ಲ. ಯಾವ ವಯಸ್ಸಿನಲ್ಲಿ ಯಾವುದು ಆವಶ್ಯಕತೆ ಇರುತ್ತದೆಯೋ ಅದನ್ನೇ ನೀಡಬೇಕಲ್ಲವೆ?

ಮಕ್ಕಳ ದಿನಾಚರಣೆ ಮತ್ತೆ ಬಂದಿದೆ. ಮಕ್ಕಳು ಈ ದೇಶದ ಆಸ್ತಿ, ಅವರೇ ಭವಿಷ್ಯ. ಅವರೇ ಸಂಪತ್ತು. ಆದರೆ ಅವರಿನ್ನೂ ಭೂಮಿಯೊಳಗಿರುವ ನಿಧಿ. ಅದನ್ನು ಹೊರತೆಗೆದು ಸಂಪನ್ಮೂಲವಾಗಿ ಬಳಸಿಕೊಳ್ಳಲು ಈಗಲೇ ಸಾಧ್ಯವಿಲ್ಲ. ಅವರನ್ನು ಸಿದ್ಧಗೊಳಿಸಬೇಕು. ಭೂಮಿಯೊಳಗಿನ ಬಂಗಾರ ಇದ್ದ ಸ್ಥಿತಿಯಲ್ಲಿ ಪ್ರಯೋಜನಕ್ಕೆ ಬಾರದು.

ಅದನ್ನು ಸಂಸ್ಕರಿಸಿ ಆಭರಣಮಾಡಬೇಕು. ಹಾಗಿದ್ದಾಗ ಮಾತ್ರಾ ಅದಕ್ಕೊಂದು ಬೆಲೆ. ಮಕ್ಕಳೂ ಅಷ್ಟೇ. ಅವರನ್ನು ಸುಂದರ ಆಭರಣವನ್ನಾಗಿಸಬೇಕು. ಅವರು ಸಂಪನ್ಮೂಲವಾಗಬೇಕು. ದೇಶದೊಳಗಿದ್ದುಕೊಂಡು ದೇಶ ದ್ರೋಹದ ಕೆಲಸ ಮಾಡುವಂತವರಾಗಬಾರದು.

ಯಾಕೆ ಈ ಮಾತೆಂದರೆ, ಎಲ್ಲಾ ಮಕ್ಕಳೂ ಮುಂದೆ ಸಂಪನ್ಮೂಲವಾಗುವುದಿಲ್ಲ. ಸಮಷ್ಟಿ ಹಿತವನ್ನು ಅರ್ಥೈಸಿಕೊಂಡು ರೂಪುಗೊಳ್ಳುವ ಮಾನವ ಮಾತ್ರಾ ದೇಶದ ವರ್ತಮಾನದ ಆಸ್ತಿ. ಅಂಥವರು ಮಾತ್ರಾ ಭವಿಷ್ಯವನ್ನು ರೂಪಿಸಲು ಸಾಧ್ಯ. ಇಲ್ಲದಿದ್ದರೆ ವ್ಯರ್ಥ, ಅಷ್ಟೇ ಅಲ್ಲ, ದೇಶಕ್ಕೆ ಮಾರಕ. ಹಾಗಾಗಿ ಮಕ್ಕಳಲ್ಲಿ ಮೌಲ್ಯಗಳು, ಆದರ್ಶಗಳನ್ನು ಬೆಳೆಸಬೇಕು. ಅವರಲ್ಲಿ ಕರ್ತವ್ಯ ಪ್ರಜ್ಞೆ, ಜವಾಬ್ದಾರಿಯನ್ನು ಮೂಡಿಸಬೇಕು. ನಾಗರಿಕ ಪ್ರಜ್ಞೆ ಎಂಬುದು ಒಂದೇ ದಿನಕ್ಕೆ ಬರುವಂತದ್ದಲ್ಲ. ಬಾಲ್ಯದಿಂದ ಒಳ್ಳೆಯ ವಾತಾವರಣದಲ್ಲಿ ಮಗು ಬೆಳೆದರೆ, ಅದರ ಅರ್ಧದಷ್ಟಾದರೂ ಒಳ್ಳೆಯತನವನ್ನು ಬದುಕಿನಲ್ಲಿ ರೂಢಿಸಿಕೊಳ್ಳಬಹುದು. ಇಲ್ಲದಿದ್ದರೆ ದೇಶಕ್ಕೆ ಮಾರಕವೆನಿಸುವ ಕ್ರಿಮಿಯೇ ಆಗಿಬಿಡುವ ಉದಾಹರಣೆಗಳು ಕಣ್ಮುಂದೆಯೇ ಇವೆ. ಹಾಗಾಗಿ ದೇಶದ ಭವಿಷ್ಯವನ್ನು ರೂಪಿಸಬೇಕಾದುದು ಈ ವರ್ತಮಾನದಲ್ಲಿ. ಇಲ್ಲಿ ನಮ್ಮ ಗಮನ, ಕೊಡುವ ಶಿಕ್ಷಣ, ಸಾಗುವ ದಾರಿ ಹೇಗಿರುತ್ತದೋ ಮುಂದೆ ಸೇರುವ ಗುರಿಯೂ ಅದೇ ಆಗಿರುತ್ತದೆ. ಹಾಗಾಗಿ ನನಗೆ ಅನ್ನಿಸುವುದು "ನಮ್ಮ ವರ್ತಮಾನ ಚೆನ್ನಾಗಿದ್ದರೆ, ನಮ್ಮ ಮಕ್ಕಳ ಭವಿಷ್ಯ ಚೆನ್ನಾಗಿರುತ್ತದೆ".

ಈ ದಿನ ಅಮ್ಮನ ಸೀರೆ, ಅಪ್ಪನ ಪಂಚೆ ಉಟ್ಟು ಚಂದ ಚಂದ ತಯಾರಾಗಿ ಬರುವ ನನ್ನೆಲ್ಲಾ ಪುಟಾಣಿಗಳೂ ನಿಮ್ಮದೇ ದಿನದ ಶುಭಾಶಯಗಳು.

21

ಅಡುಗೆ ಮನೆಯಲ್ಲಿ

ಅಡುಗೆ ಮಾಡುವುದು ನನಗೆ ಅಷ್ಟೇನೂ ಇಷ್ಟವಿಲ್ಲದ ಕೆಲಸ. ಪಾತ್ರೆ ತೊಳೆಯಲು ಬಹಳ ಇಷ್ಟ. ಆದರೆ ಪ್ರತಿನಿತ್ಯ ನಾಲ್ಕು ಬಾರಿ ಬೇಯಿಸಿ ಇಳಿಸುವುದು ಅಂತಹಾ ಖುಷಿ ಕೊಡುವ ಸಂಗತಿಯಲ್ಲ. ಬಾಲ್ಯದಿಂದಲೂ ಅಪ್ಪನ ಜೊತೆ ತೋಟದ ಕೆಲಸ, ಹುಲ್ಲು-ಸೊಪ್ಪು ತರುವುದು, ಅಡಕೆ ಬೇಯಿಸುವುದು ಇತ್ಯಾದಿ ಹೊರಗೆಲಸದಲ್ಲಿ ತೊಡಗಿದ ಹಾಗೆ, ಅಮ್ಮನ ಜೊತೆ ಮನೆ ಕಸ ಗುಡಿಸಿ, ನೆಲ ಒರೆಸುವುದು, ಅಡುಗೆ ಮಾಡುವುದು ಇದನ್ನೆಲ್ಲ ಮಾಡುತ್ತಿರಲಿಲ್ಲ. ಅದೇನಿದ್ದರೂ ತಂಗಿಯ ಕೆಲಸ. ನಾನು ಯಾವಾಗಲೂ ಅಪ್ಪನ ಬಾಲ. ಅಮ್ಮ ತವರಿಗೆ ಹೋದಾಗಲಷ್ಟೇ ನನ್ನ ಉಸ್ತುವಾರಿ. ಹಾಗೂ ಹೀಗೂ ಹೊಟ್ಟೆ ತುಂಬಿಸುತ್ತಿದ್ದೆ.

ನಾನು ಪಿಯೂಸಿ ಓದುವ ಸಮಯದಲ್ಲಿ ಅಮ್ಮನಿಗೆ ಆಪರೇಷನ್ ಆದಾಗ ಮನೆಯಲ್ಲಿ ಅಪ್ಪ ನಾನು ಇಬ್ಬರೇ. ಬೆಳಿಗ್ಗೆ ತಿಂಡಿ, ಅಡುಗೆ ಮಾಡಿಟ್ಟು ಕಾಲೇಜಿಗೆ ಹೋಗುತ್ತಿದ್ದೆ. ಆಗೊಂಚೂರು ಅಡುಗೆಯನ್ನು ಶಿಸ್ತುಬದ್ಧವಾಗಿ ಮಾಡಲು ಕಲಿತೆ. ನಂತರ ಶಿವಮೊಗ್ಗದಲ್ಲಿ ಡಿಇಡಿ ಮಾಡುವಾಗ ನಮ್ಮದೇ ದಮಯಂತಿ ಪಾಕ! ನಾನು ಫೀಮೇಲ್ ಆದ್ದರಿಂದ ನಳಪಾಕ ಎನ್ನುವಂತಿಲ್ಲ. ಅಲ್ಲೂ ಮನೆಯ ಓನರ್ ರತ್ನಾ ಆಂಟಿ ಅಥವಾ ಎದುರು ಮನೆಯ ಕವಿತಕ್ಕ ನಮ್ಮ ಪಾಲಿಗೆ ಅನ್ನದಾತರಾಗಿದ್ದರು. ಮದುವೆಯಾದ ಮೇಲೆ ಸಿಕ್ಕಿದ್ದು ಅನ್ನಪೂರ್ಣೆಯ ಮತ್ತೊಂದು ಅವತಾರವಾದ ನನ್ನ ಅತ್ತೆ. ಇಲ್ಲಿಯೂ ಕೂಡಾ ನನಗೆ ಅಡುಗೆಯನ್ನು ಮಾಡಲೇಬೇಕೆಂದು ಕಡ್ಡಾಯವಾಗಿ ಹೇಳುವವರಿಲ್ಲ.

ಅಪರೂಪಕ್ಕೆ ಸಂಜೆಯ ತಿಂಡಿ, ಕೆಲವೊಮ್ಮೆ ಬೆಳಗ್ಗಿನ ತಿಂಡಿ, ನೆಂಟರು ಬಂದಾಗ ಅಥವಾ ಹಬ್ಬಗಳಲ್ಲಿ ಅಡುಗೆ ಮಾಡುವುದು ಮಾತ್ರಾ ನನ್ನ ಸಾಧನೆ. ಮನೆಯಲ್ಲಿ ಅತ್ತೆ ಇಲ್ಲದಿರುವಾಗ ಮಾತ್ರಾ ನನ್ನ ಪಾಕ ಪ್ರಯೋಗ. ಹಾಗಂತ ಅಡುಗೆ ಗೊತ್ತಿಲ್ಲವೆಂದಲ್ಲ. ಸಾಕಷ್ಟು ಗೊತ್ತು. ನಾನು ಮಾಡುವ ಪಲಾವ್, ದಾಲ್ ಕಿಚಡಿ, ಗ್ರೇವಿ, ಸಾರು ಮನೆಯಲ್ಲಿ ಎಲ್ಲರಿಗೂ ಇಷ್ಟ. ಮೈಸೂರು ಪಾಕು ಅಪ್ಪನಿಗೆ ಪ್ರಾಣ. ಮಗಳಿಗೆ ನನ್ನ ಅಡುಗೆಯೆಂದರೆ ಬಹಳ ಪ್ರೀತಿ. ಶಾಲೆಯ ಮಕ್ಕಳಿಗೆ ಒಮ್ಮೆ ನಾನು ತಯಾರಿಸಿದ ಮೊಸರನ್ನ ತಿನ್ನಿಸಿ ಅದರ ರುಚಿ ಹತ್ತಿಸಿದ್ದೆ. ಅಲ್ಲಿಂದ ಶುರುವಾಯ್ತು, "ಮಿಸ್ ಮೊಸರನ್ನ ತನ್ನಿ ಮಿಸ್..." ಮೂರ್ನಾಲ್ಕು ಬಾರಿ ಈ ಮಕ್ಕಳಿಗಾಗಿಯೇ ಡಬ್ಬಿಗಟ್ಟಲೆ ಮೊಸರನ್ನ ತಯಾರಿಸಿ ಶಾಲೆಗೆ ಒಯ್ದೆ. ನನ್ನ ತಟ್ಟೆಯ ಬದಿಯಲ್ಲಿ ಇಟ್ಟುಕೊಂಡ ಮೊಸರನ್ನಕ್ಕೆ ಕೈ ಹಾಕುವಷ್ಟು ಅವರಿಗೆ ನಾನು ಮಾಡಿದ ಮೊಸರನ್ನ ಇಷ್ಟ. ಮಿಸ್ಸಿಗೆ ಮಾಡಲು ಬರುವುದು ಇದೊಂದೇ ಅನ್ನಿಸುತ್ತದೆ ಎಂದು ಅವರು ಯೋಚಿಸುತ್ತಾರೇನೊ, ಗೊತ್ತಿಲ್ಲ.

ಈಗ ನಾನು ಹೇಳ ಹೊರಟಿದ್ದು ಅಡುಗೆಯ ಬಗ್ಗೆಯಲ್ಲ. ಅಡುಗೆಯ ಆಟದ ಬಗ್ಗೆ. ಬಾಲ್ಯದಿಂದಲೂ ನನಗೆ ಅಡುಗೆ ಮಾಡುವುದಕ್ಕಿಂತ ಅಡುಗೆ ಆಟದ ಬಗ್ಗೆಯೇ ಬಹಳ ಪ್ರೀತಿ.

ಈ ಅಡುಗೆ ಮನೆ ಆಟ ಆಡದ ಹೆಣ್ಣುಮಕ್ಕಳು ಯಾರಾದರೂ ಈ ಲೋಕದಲ್ಲಿ ಇದ್ದಾರಾ? ನಮ್ಮ ಬಾಲ್ಯವನ್ನು ನೆನಪಿಸಿಕೊಂಡರೆ ನನಗೆ ಅಸಾಧ್ಯ ನಗು ಬರುತ್ತದೆ. ನಾವು ಆಡಿದ ಆಟಗಳು, ಅಡುಗೆ ತಯಾರಿಸಲು ಮನೆಯಿಂದ ಎಗರಿಸುತ್ತಿದ್ದ ಸಾಮಗ್ರಿಗಳು ಕಣ್ಮುಂದೆ ತಕತಕನೆ ಕುಣಿದಂತಾಗುತ್ತವೆ. ಎಲ್ಲಾ ಮಕ್ಕಳೂ ಇದೊಂದು ಆಟವನ್ನು ಇಷ್ಟ ಪಟ್ಟು ಆಡುತ್ತಾರೆ. ಅಡುಗೆಮನೆಯೆಂಬುದೇ ಅದ್ಭುತ ಲೋಕ. ಎಲ್ಲ ರಸಪಾಕಗಳು ಹದವಾಗಿ ತಯಾರಾಗುವ ಕಾರ್ಖಾನೆ ಅದು. ನನ್ನ ಆತ್ಮೀಯರೊಬ್ಬರಿಗೆ ಅದೊಂದು ಅಧ್ಯಾತ್ಮ. ನಾನಂತೂ ತಿನ್ನಲು ಬದುಕುವುದಾ? ಬದುಕಲು ತಿನ್ನುವುದಾ? ಎಂಬ ಪ್ರಶ್ನೆ ಕೇಳಿಕೊಳ್ಳುತ್ತಲೇ ಇರುತ್ತೇನೆ.

ಅಲ್ಲಿ ಹೆಣ್ಮಕ್ಕಳು ಅನ್ನದೊಂದಿಗೆ ಬೆಂದು, ತಿಳಿಯಲ್ಲಿ ಸತ್ವವನ್ನೆಲ್ಲ ಬಸಿದುಕೊಂಡು ಎಣ್ಣೆಯಲ್ಲಿ ಹುರಿದು, ಸಾರು ಸಾಂಬಾರಿನಲ್ಲಿ ಕುದ್ದು, ತಮ್ಮ ಸಿಟ್ಟು ಹತಾಶೆಗಳನ್ನು ಒಗ್ಗರಣೆಯಲ್ಲಿ ಚಟಪಟನೆ ಸಿಡಿಸಿ ಕೊನೆಗೆ ಬೂದಿಯಲ್ಲಿ ಬೂದಿಯಾಗಿ ಹೋಗುತ್ತಾರೆಂಬ ಕಾಲವೊಂದಿತ್ತು. ಈಗಲೂ ಆ ಸ್ಥಿತಿ ಅಲ್ಲಲ್ಲಿ ಇದೆ ಬಿಡಿ. ಅದರೊಂದಿಗೆ ಅಡುಗೆಮನೆಯನ್ನು ಪ್ರೀತಿಸುವ ಮನಸ್ಸುಗಳಿವೆ. ಪ್ರೀತಿಯಿಲ್ಲದೆ ಮಾಡಿದ ಅಡುಗೆ ರುಚಿಸುವುದಾದರೂ ಹೇಗೆ?

ವಿಷಯ ಎಲ್ಲಿಗೋ ಹೋಯಿತು.

ಹಾ, ನಾವೀಗ ನಮ್ಮ ಆಟದ ಅಡುಗೆ ಮನೆಗೆ ಬರೋಣ. ಮನೆಯಲ್ಲಿ ಬಳಸಿ ಹಾಳಾದ ಚಿಕ್ಕ ಪಾತ್ರೆಗಳು, ಪ್ಲಾಸ್ಟಿಕ್ ಡಬ್ಬಿಗಳು, ತೆಂಗಿನ ಚಿಪ್ಪು, ಒಡೆದ ಮಡಕೆಗಳೇ ನಮಗಾಗ ಪಾತ್ರೆಗಳು.

ಮೂರು ಕಲ್ಲು ಸೇರಿಸಿ ಒಂದೆರಡು ಹಿಡಿಕಡ್ಡಿ (ಕಟ್ಟಿಗೆ) ಹಾಕಿಟ್ಟರೆ ಒಲೆ ತಯಾರಾಯ್ತು. ಹಾಡೆಗೆಡ್ಡೆ ಸೊಪ್ಪನ್ನು ನೀರಿನೊಂದಿಗೆ ಕಿವುಚಿ ಅದನ್ನು ಒಂದು ತೆಂಗಿನ ಚಿಪ್ಪಿಗೆ ಹಾಕಿ ಮುಚ್ಚಿಟ್ಟು ತಾಸೆರಡು ಕಳೆದ ನಂತರ ತೆಗೆದರೆ ನಮ್ಮ ತಣ್ಣನೆಯ ಮೃದುವಾದ ಮಣ್ಣಿ ತಯಾರಾಗುತ್ತಿತ್ತು. ಬಂದ ನೆಂಟರಿಗೆ ಅದನ್ನು ತಿನ್ನಿಸುವ ನಾಟಕ ಆಮೇಲೆ. ನುಣ್ಣನೆಯ ಮಣ್ಣಿಗೆ ನೀರು ಹಾಕಿ ಮೂರು ಕಲ್ಲಿನ ಪುಟ್ಟ ಒಲೆಯ ಮೇಲಿಟ್ಟರೆ ಕೇಸರೀಬಾತ್ ರೆಡಿ! ಎಲವರಿಗೆ ಗಿಡದ ಕಾಯಿಗಳನ್ನು ಕೊಯ್ದು ಅದರಲ್ಲಿನ ಬೀಜಗಳನ್ನು ಬಿಡಿಸಿದರೆ ಮೆಂತೆ ತಯಾರಾಗುತ್ತಿತ್ತು. ನಿಂಬೆ ಬೀಜಗಳನ್ನು ಗೋಡಂಬಿಯಾಗಿಸಿ ಕೇಸರಿಬಾತಿಗೆ ಹಾಕುತ್ತಿದ್ದೆವು!!

ಜೀವನ ಪೂರ್ತಿ ಅಡುಗೆಮನೆ ಕೆಲಸ ತಪ್ಪುವುದಿಲ್ಲ ಎಂಬುದು ಗೊತ್ತಿದ್ದರೂ ಇವರಿಗೆ ಅದೇನು ಆಸೆಯೇನೋ ಎಂದು ಹಿರಿಯರು ಮಾತಾಡಿಕೊಳ್ಳುತ್ತಿದ್ದರು. ಒಮ್ಮೆ ನಾನು ಹಾಗೂ ಚಿಕ್ಕಯ್ಯನ ಮಗಳು ಮಧುರಾ ಇಬ್ಬರೇ ಈ ಆಟ ಆಡುತ್ತಿರುವಾಗ, ಚಿಕ್ಕಯ್ಯ ಹೇಳಿದ ಮಾತು ಈಗಲೂ ನಗು ತರಿಸುತ್ತದೆ. "ಮುಂದಿನ ವರ್ಷ ಅಪ್ಪ ಮದುವೆ ಮಾಡಕ್ಕು ಹೇಳ್ತಿದ್ದ. ನೀ ನೋಡಿದ್ರೆ ಇನ್ನೂ ಅಡ್ಗೆ ಮನೆ ಆಟದಲ್ಲೇ ಇದ್ಯಲೆ..." ನಾನಾಗ ಏಳನೇ ತರಗತಿ. ಅಮ್ಮ ಇಲ್ಲದಾಗ ಅಡುಗೆ ಮಾಡುವುದು ಅನಿವಾರ್ಯವಾಗಿ ಅಭ್ಯಾಸವಾಗಿದ್ದರೂ, ಅಡುಗೆ ಮನೆ ನನಗೆ ಬೇಜಾರು. ಆದರೆ ಈ ಆಟದ ಅಡುಗೆ ನನಗೆ ಬಹಳ ಇಷ್ಟವಾಗಿತ್ತು.

ಅಡುಗೆ ಮಾಡುವುದು, ಅಲ್ಲಿಯೇ ನೆಂಟರ ಮನೆಗೆ ಹೋಗಿಬಂದ ಹಾಗೆ, ಮನೆಗೆ ಬಂದವರನ್ನು ಉಪಚರಿಸುವ ಹಾಗೆ ನಟಿಸುವುದು ಹೀಗೆಲ್ಲಾ ಮಾಡುತ್ತಿದ್ದೆವು. ಕೆಲವು ಬಾರಿ ಚಿಕ್ಕ ಮಕ್ಕಳಿಗೆ ಮದುವೆಯನ್ನೂ ಮಾಡಿಬಿಡುತ್ತಿದ್ದೆವು! ಕಣಗಿಲೆ ಹೂವಿನ ಜಡೆ ಬಿಲ್ಲೆ ಮಾಡಿ, ರಂಜೆ ಹೂವಿನ ಹಾರ ಹಾಕಿಸಿ, ಮಾವಿನೆಲೆ, ಲಕ್ಕಿ ಎಲೆಯ ಬಾಸಿಂಗ ತಯಾರಿಸಿ, ಅಲ್ಲಿಲ್ಲಿ ನೋಡಿ ಕಲಿತಂತೆ, ಸುಲಗ್ನೇ ಸಾವಧಾನ ಎಂದು ಮಣಮಣ ಮಂತ್ರ ಹೇಳಿ, ಅಡಿಕೆ ಹಾಳೆಯನ್ನು ತೆಳ್ಳಗೆ ಸಿಗಿದು ಅದನ್ನೇ ತಾಳಿಯಾಗಿಸಿ ಕಟ್ಟಿಸಿಬಿಡುತ್ತಿದ್ದೆವು!

ಅಷ್ಟೊತ್ತಿಗೆ ನಮಗೆ ಒಂದೇ ಆಟ ಆಡಿ ಬೇಸರವಾಗುತ್ತಿತ್ತು. ಸಾಕೆನಿಸಿ ಅದನ್ನು ಹಾಗೆಯೇ ಬಿಟ್ಟು ಮತ್ಯಾವುದನ್ನೋ ಹುಡುಕಿ ಹೊರಟುಬಿಡುತ್ತಿದ್ದೆವು. ಮಕ್ಕಳ ಮನಸ್ಸೇ ಹಾಗಲ್ಲವೇ? ಒಂದೇ ವಿಷಯದ ಬಗ್ಗೆ ಆಸಕ್ತಿಯನ್ನು ಬಹುಹೊತ್ತಿನವರೆಗೆ ಉಳಿಸಿಕೊಳ್ಳುವುದಿಲ್ಲ. ಉಳಿಸಿಕೊಂಡರೆ ಅವರು ದೊಡ್ಡವರಾಗಿಬಿಡುತ್ತಾರೆ.

ಹೀಗೆ ಆಡುವ ಒಂದು ದಿನ, ನಮಗೆ ಒಂದು ಐಡಿಯಾ ಬಂತು. ಅಂದು ಗದ್ದೆಯಲ್ಲಿ ವಾಸ್ತವ್ಯವನ್ನು ಹೂಡಿದ್ದೆವು. ಬಾವಿ ತೆಗೆಯೋಣ ಎಂದು ಪ್ರಾರಂಭಿಸಿದೆವು. ಮಾನಸಳ ಮನೆಯಿಂದ ಚಿಕ್ಕ ಹಾರೆ, ಗುದ್ದಲಿ ತೆಗೆದುಕೊಂಡೆವು. ಒಂದಡಿ ಅಗಲ, ಎರಡು ಅಡಿ ಆಳ ತೆಗೆದೆವು. ನೀರು ಬರಲಿಲ್ಲ ಎಂಬ ಚಿಂತೆಯಾಯಿತು. ನಮ್ಮ ಜೊತೆಗಿದ್ದ ತುಂಟ ಅಣ್ಣ, ಯೋಚಿಸಬೇಡಿ ಎಂದು ಹೇಳಿ ಅದಕ್ಕೆ ಉಚ್ಚೆ ಮಾಡಿಬಿಟ್ಟ! ಛೀ. ವ್ಯಾಕ್ ಎಂದು ಅವನನ್ನು ಬೈದು ಅಲ್ಲಿಂದ ಜಾಗ ಖಾಲಿ ಮಾಡಿದೆವು.

ಮತ್ತೊಮ್ಮೆ ಆಡಿದ್ದು ಮಾತ್ರಾ ಬಹಳ ಸಂಕಷ್ಟವನ್ನೇ ಉಂಟುಮಾಡಿತು. ಯಾವುದೋ ನೆಂಟರ ಮನೆಗೆ ಹೋಗಿದ್ದೆ. ಅಲ್ಲಿ ಈ ಆಟ ಆಡುವವರ ಸಂಖ್ಯೆ ಬಹಳಷ್ಟಿತ್ತು. ಗಂಡುಮಕ್ಕಳು ನಮ್ಮ ಜೊತೆ ಆಟ ಆಡಲು ಬರುತ್ತಿದ್ದರು. ಆಗ ನಮಗೆ ಯಾವುದೇ ಜೆಂಡರ್ ಬಯಾಸ್ ಎಂಬುದೆಲ್ಲ ಇರಲಿಲ್ಲ. ಹೀಗೆ ಆಡುವಾಗ ಒಬ್ಬನಿಗೆ ನಿಜವಾದ ಅಡುಗೆ ಮಾಡಬೇಕೆಂಬ ಆಸೆ ಯಾಕೆ ಬಂದಿತೇನೋ. ಮನೆಯಿಂದ ಅಕ್ಕಿ ಇತ್ಯಾದಿ ಸಾಮಗ್ರಿ ತಂದ. ಒಲೆ ಹೂಡಿದ, ಬೆಂಕಿ ಒಟ್ಟಿದ. ಅದೂ ಎಲ್ಲಿ? ಹುಲ್ಲಿನ ಬಣವೆಯ ಪಕ್ಕ. ಮುಂದೆ ಏನಾಗಿರಬಹುದೆಂದು ನಾನು ಹೇಳಬೇಕೆ?

ಇಡೀ ಹುಲ್ಲು ಗಂಟೆಯೊಳಗೆ ಭಸ್ಮವಾಗಿತ್ತು. ಬೇಸಿಗೆಯ ಬಿರುಬಿಸಿಲಿನ ದಿನಗಳು. ನೀರಿನ ಲಭ್ಯತೆಯೂ ಕಡಿಮೆ. ಬೆಂಕಿ ಬಿದ್ದು, ಅದು ಹಿರಿಯರಿಗೆ ಗೊತ್ತಾಗುವಷ್ಟರಲ್ಲಿ ಎಲ್ಲವೂ ಭಸ್ಮವಾಗಿತ್ತು. ಪುಣ್ಯಕ್ಕೆ ಯಾರಿಗೂ ಏನೂ ಆಗಿರಲಿಲ್ಲ. ಬರೀ ಹುಲ್ಲಿನ ಬಣವೆ ಅದು. ಭತ್ತವನ್ನು ಬೇರೆ ಮಾಡಲಾಗಿತ್ತು. ಮನುಷ್ಯರ ಆಹಾರ ಉಳಿಯಿತು. ಆದರೆ ದನಕರುಗಳಿಗೆ ವರ್ಷಾವಧಿ ಆಹಾರಕ್ಕಾಗಿ ಸಂಗ್ರಹಿಸಿದ ಹುಲ್ಲು ಕ್ಷಣಾರ್ಧದಲ್ಲಿ ಇಲ್ಲವಾಗಿತ್ತು. ಕುಂಬಾರನಿಗೆ ವರುಷ, ದೊಣ್ಣೆಗೆ ನಿಮಿಷ ಎಂಬ ಮಾತು ನನಗೆ ಅಲ್ಲಿಯೇ ಅರ್ಥವಾಗಿತ್ತು. ಕೆಲವೊಮ್ಮೆ ಮಿತಿಮೀರಿದ ಕುತೂಹಲ, ಆಕ್ರಮಣಕಾರಿ ಮನಸ್ಸು ಏನೆಲ್ಲಾ ತೊಂದರೆ ಉಂಟು ಮಾಡುತ್ತದೆ ನೋಡಿ.

ಈಗಿನ ಮಕ್ಕಳು ಕೂಡ ಅಡುಗೆ ಮನೆ ಆಟ ಆಡುತ್ತಾರೆ. ಆದರೆ ಅವರಿಗೆ ತೂತು ಮಡಕೆ, ಒಡೆದ ಪಾತ್ರೆಗಳ ಆವಶ್ಯಕತೆ ಇಲ್ಲ. ಅಂಗಡಿಗಳಲ್ಲಿ ಎಂತೆಂತಹ ಅಡುಗೆ ಸೆಟ್ ಸಿಗುತ್ತದೆ! ಫ್ರಿಜ್, ವಾಷಿಂಗ್ ಮಷಿನ್,ಕಾಫಿಮೇಕರ್, ಟೋಸ್ಟ್ ಮೇಕರ್, ಸ್ಟವ್, ವಿವಿಧ ಪಾತ್ರೆಗಳು, ತುರಿಯುವ ಮಣೆ, ಸೋಸುವ ಹುಟ್ಟು ಅಬ್ಬಾ! ಜೇಬು ಗಟ್ಟಿಯಿದ್ದರೆ ಮನೆ ತುಂಬುವಷ್ಟು ಆಟದ ಸಾಮಗ್ರಿಗಳು ಸಿಗುತ್ತವೆ. ನನ್ನ ಮಗಳು ಇದರಲ್ಲಿ ಬಹಳ ಸಮಯ ಕಳೆಯುತ್ತಾಳೆ. ಅದೂ ಸಾಲದೆಂದು ಅವಳದೇ ಪುಟ್ಟ ಪಾತ್ರೆಗಳಲ್ಲಿ ಬಣ್ಣದ ನೀರು ತುಂಬಿಸಿ ಫ್ರಿಡ್ಜ್ ನಲ್ಲಿಟ್ಟು ಐಸ್ ಕ್ರೀಮ್ ತಯಾರಿಸುತ್ತಾಳೆ. ಮಕ್ಕಳ ಆಲೋಚನೆ ನಮಗಿಂತ

ಬಹಳ ಭಿನ್ನವಾಗಿರತ್ತದೆ ಹಾಗೂ ಕ್ರಿಯಾಶೀಲವಾಗಿರುತ್ತದೆ. ನಾವು ಏನು ಮಾಡಬಹುದೆಂದು ಯೋಚಿಸುವಷ್ಟರಲ್ಲಿ ಅವರು ಮಾಡಿಯಾಗಿರುತ್ತದೆ.

ಒಮ್ಮೆ ಮನೆಗೆ ಬಂದ ನೆಂಟರ ಮಗನೊಬ್ಬ ನನ್ನ ಮಗಳ ಅಡುಗೆ ಸಾಮಾನು ನೋಡಿ ತನಗೂ ಬೇಕೆಂದು ಹಟ ಮಾಡಿದ. ಅವನ ಅಮ್ಮ ಏನು ಹೇಳಿರಬಹುದು? "ನೀನು ಹುಡುಗ ಕಣೋ, ಅಡುಗೆ ಮನೆ ಆಟ ಏನಿದ್ದರೂ ಹುಡುಗಿಯರಿಗೆ. ನೀನು ಕಾರು, ಜೀಪು, ಡಾಕ್ಟರ್ ಸೆಟ್ ಇಂಥವುಗಳೊಂದಿಗೆ ಆಡಬೇಕು" ಎಂದರು. ನನಗೆ ಇವರ ಮನಸ್ಥಿತಿಯ ಕುರಿತು ವಿಷಾದವಾಯಿತು.

ಏನೋ ಹೇಳಬೇಕೆಂದು ಬಾಯಿ ತೆಗೆಯುವಷ್ಟರಲ್ಲಿ ನನ್ನ ಮಗಳು, ತನ್ನ ಜೆಸಿಬಿ, ಟಿಪ್ಪರ್, ಡಾಕ್ಟರ್ ಸೆಟ್ ಇತ್ಯಾದಿಗಳನ್ನು ತೋರಿಸಿ, "ಅತ್ತೆ ನಮ್ಮನೆಯಲ್ಲಿ ಎಲ್ಲದೂ ಇದೆ. ನಾನು ಎಲ್ಲಾ ಆಟ ಆಡ್ತೀನಿ. ಹುಡುಗರು ಅಡುಗೆ ಆಟ ಆಡಿದರೆ ಏನಾಗತ್ತೆ? ಮಾವ ನಿಮಗೆ ಅಡುಗೆ ಮಾಡುವಾಗ ಹೆಲ್ಪ್ ಮಾಡಲ್ವಾ?" ಎಂದು ಮುಗ್ಧವಾಗಿ ಪ್ರಶ್ನಿಸಿದಳು.

ಹುಡುಗಿಯರಿಗೆ ಮಾತ್ರಾ ಅಡುಗೆ ಆಟ. ಗನ್ನು, ಜೆಸಿಬಿ ಇತ್ಯಾದಿಗಳೆಲ್ಲಾ ಹುಡುಗರಿಗೆ ಎಂದು ಬಾಲ್ಯದಿಂದಲೇ ಮಕ್ಕಳನ್ನು ಸೀಮಿತವಾಗಿಸುವುದು ಎಷ್ಟು ದೊಡ್ಡ ತಪ್ಪು! ದೊಡ್ಡವರಾದ ಮೇಲೆ ಇವರು ತಾಯಿಗಾಗಲೀ ಹೆಂಡತಿಗಾಗಲೀ ಮನೆಗೆಲಸದಲ್ಲಿ ಸಹಾಯ ಮಾಡದಂತಿರಲು ಇಂತಹ ವಾತಾವರಣವೇ ಕಾರಣವಲ್ಲವೇ?

ನಾನು ಕೆಲಸಕ್ಕೆ ಸೇರಿದ ಮೂರನೆಯ ದಿನಕ್ಕೆ ಪ್ರೇರಣಾ ಎಂಬ ಬುನಾದಿ ತರಬೇತಿಯೊಂದು ನಡೆಯಿತು. ಒಂದು ತಿಂಗಳ ಸನಿವಾಸ ತರಬೇತಿ. ತುಂಬಾ ಉತ್ತಮವಾದ ವ್ಯವಸ್ಥೆಯಲ್ಲಿ ಮುಂದಿನ ವೃತ್ತಿ ಬದುಕಿಗೆ ಬೇಕಾದುದನ್ನು ಗಟ್ಟಿಯಾಗಿ ನಿಲ್ಲುವಂತೆ ಕಲಿಸಿದರು. ಆ ಸಮಯದಲ್ಲಿ ಸಂಜೆ ತರಗತಿಗಳು ಮುಗಿದ ನಂತರ ಸಾಂಸ್ಕೃತಿಕ ಕಾರ್ಯಕ್ರಮಗಳು ಇರುತ್ತಿತ್ತು. ನಾನು ಯಾವಾಗಲೂ ಅದರಲ್ಲೆಲ್ಲ ಮುಂದು. ಜೊತೆಗೆ ಶಿವಮೊಗ್ಗದವಳಾದ್ದರಿಂದ ನನ್ನನ್ನು ತಂಡದ ನಾಯಕಿಯನ್ನಾಗಿ ಮಾಡಿದ್ದರು. ಕಾರ್ಯಕ್ರಮವನ್ನು ಆಯೋಜಿಸುವ ಹೊಣೆಯೂ ಇರುತ್ತಿತ್ತು. ಆಗ ನನ್ನ ಸಹೋದ್ಯೋಗಿ ಗೆಳೆಯನೊಬ್ಬ ನನಗೆ ಕಿಚಾಯಿಸುತ್ತಿದ್ದ. "ನೀನು ಎಷ್ಟು ಮಾಡಿದರೂ ಅಷ್ಟೇ. ಮುದ್ದೆ ಪಾತ್ರೆ ಕೆರೆಯೋದು ತಪ್ಪುವುದಿಲ್ಲ ನೋಡು" ನಾನದಕ್ಕೆ "ಹೋಗಲೇ ನಮ್ಮನೆಯಲ್ಲಿ ಮುದ್ದೆ ಮಾಡಲ್ಲ, ನಾವು ಅನ್ನ ತಿನ್ನೋದು ಎಂದು ಉತ್ತರ ಕೊಟ್ಟು ಮೂಗು ಮುರಿಯುತ್ತಿದ್ದೆ. "ಹಾಗಲ್ಲ ಕಣೇ, ಹೆಣ್ಣು ಮಕ್ಕಳಿಗೆ ಅಡುಗೆ ಮನೆ ಖಾಯಮ್ಮು ಅಂತ..." ಅವನು ಸಮಜಾಯಿಷಿ ಕೊಡಲು ಬರುತ್ತಿದ್ದ. ನನಗೆ ಅರ್ಥವಾಗಲಿಲ್ಲ ಎಂಬುದು ಅವನ ಯೋಚನೆ. ಅರ್ಥವಾದರೂ ನಾನದನ್ನು ಲೆಕ್ಕಕ್ಕೆ ತೆಗೆದುಕೊಳ್ಳುತ್ತಿರಲಿಲ್ಲ. ಅಡುಗೆ ಮಾಡಬೇಕು,

ಯಾಕೆಂದರೆ ನಾವು ತಿನ್ನದಿದ್ದರೆ ಬದುಕೋಕೆ ಆಗಲ್ಲ. ಯಾರಾದರೂ ಅಡುಗೆ ಮಾಡಿದರಾಯ್ತು, ಇದು ನನ್ನ ಯೋಚನೆ. ನನ್ನ ಅಕ್ಕನ ಅತ್ತೆ "ಅಡುಗೆ ಮಾಡೋದ್ನ ಕಲಿಯೇ ಮೇಧಾ" ಎಂದಾಗ ನಾನು ಅವರ ಬಳಿ ಇದೇ ರೀತಿಯಲ್ಲಿ, ಅತ್ತೆ ನಾನು ಅಡುಗೆ ಭಟ್ರನ್ನ ಮದುವೆ ಆಗ್ತೀನಿ" ಅಂದಿದ್ದೆ. ಅಡುಗೆ ಭಟ್ಟರು ಕಾರ್ಯಕ್ರಮದ ಅಡುಗೆ ಮಾಡುತ್ತಾರೆಯೇ ವಿನಾ ಮನೆಯಲ್ಲಿ ಬೇಯಿಸುವುದಿಲ್ಲ!

ನಾವು ಎಲ್ಲಿಯವರೆಗೆ ತಿನ್ನುತ್ತಿರುತ್ತೇವೋ ಅಲ್ಲಿಯವರೆಗೆ ಅಡುಗೆ ಮನೆ ಎಂಬುದು ಇದ್ದೇ ಇರುತ್ತದೆ. ಅದು ಮನೆಯಲ್ಲಾದರೂ ಸರಿ, ಹೋಟೆಲ್ ಆದರೂ ಸರಿ. ಮಕ್ಕಳು ಮಾತ್ರಾ ಈ ಆಟವನ್ನು ಬಹಳ ಖುಷಿಯಿಂದ ಆಡುತ್ತಾರೆ. ನಾವು ಕೇಸರಿಬಾತ್, ಪಾಯಸ, ಹೋಳಿಗೆ ತಯಾರಿಸುತ್ತಿದ್ದೆವು. ಇವರು ಫಿಜಾ, ಸ್ಯಾಂಡ್ ವಿಚ್, ಗೋಬಿ ಮಂಚೂರಿ ಇವುಗಳನ್ನು ತಯಾರಿಸುತ್ತಾರೆ. ನಾವು ತಿಂದಿದ್ದನ್ನು ನಾವು ತಯಾರಿಸುವ ಆಟ ಆಡಿದರೆ, ಈಗ ಹೆಚ್ಚಾಗಿ ತಿನ್ನುವುದನ್ನು ಮಕ್ಕಳು ತಯಾರಿಸುತ್ತಾರೆ, ಅದಕ್ಕೆ ನಾವು ಹೇಗೆ ಕಾರಣವೋ, ಟಿವಿಯಲ್ಲಿ ಬರುವ ಜಾಹೀರಾತುಗಳೂ ಅಷ್ಟೇ ಕಾರಣವೆನ್ನಿ.

ಶಾಲೆಯಲ್ಲಿ ನನ್ನ ಮಕ್ಕಳು ಸಾಮಾನ್ಯವಾಗಿ ಶನಿವಾರ ಈ ಆಟ ಆಡುತ್ತಾರೆ. ನಾನು ಶನಿವಾರ ಹೆಚ್ಚಾಗಿ ಪಾಠ ಮಾಡುವುದಿಲ್ಲ. ಹೋಮ್ ವರ್ಕ್ ಹಾಕಿಕೊಟ್ಟು, ಅವರೊಂದಿಗೇ ನಾನೊಂದಷ್ಟು ಆಟವಾಡಿ, ಗಿಡದ ಕಡೆ ಓಡಾಡಿ, ನಮ್ಮ ಕೆಲಸ ಮಾಡಿಕೊಳ್ಳಲು ಕೂತು, ಅವರನ್ನು ಮೈದಾನಕ್ಕೆ ಬಿಡುತ್ತೇನೆ. ಆಗ ಅವರ ಆಟ ಬಲುಜೋರು. ಹುಡುಗರು ಕ್ರಿಕೆಟ್ ಆಡಲು ಹೋದರೆ ಈ ಹುಡುಗಿಯರಿಗೆ ಅಡುಗೆ ಆಟದ ಚಟ ಬಂದುಬಿಡುತ್ತದೆ. ಮನೆ ಮಾಡಿ, ಅಡುಗೆ ಮಾಡಿಟ್ಟು ನನ್ನನ್ನು ಕರೆಯಲು ಬರುತ್ತಾರೆ. ಆಗ ಅವರ ಮಾತು ಫುಲ್ ಚೇಂಜ್. ಅಲ್ಲಿಯವರೆಗೆ ಮಿಸ್ ಆಗಿದ್ದ ನಾನು "ಅತ್ಗೆಮ್ಮ" ಆಗುತ್ತೇನೆ. "ಅತ್ಗೆಮ್ಮ ನಮ್ಮನೆಲಿ ಗ್ರಾಪ್ರವೇಶ ಊಟಕ್ಕೆ ಬರ್ರೀ..." ಎಂದು ಕೈ ಹಿಡಿದು ಎಳೆದಾಡಲಾರಂಭಿಸುತ್ತಾರೆ. ನನಗೂ ಅಷ್ಟೊತ್ತಿಗೆ ಕೆಲಸ ಮುಗಿದಿರುತ್ತದೆ. ಅವರೊಂದಿಗೆ ಹೋಗುತ್ತೇನೆ. ಅಲ್ಲಿ ಹೋದಕೂಡಲೇ, ಥೇಟ್ ಮನೆಗೆ ಬಂದ ನೆಂಟರಿಗೆ ಮಾಡುವ ಹಾಗೆ, ಕಾಲು ತೊಳೆಯಲು ನೀರು ಕೊಟ್ಟಹಾಗೆ, ಚಾಪೆ ಹಾಸಿದ ಹಾಗೆ, ತಲೆಗೆ ಕೊಬ್ಬರಿ ಎಣ್ಣೆ ಹಚ್ಚಿದ ಹಾಗೆ, ಅರಿಶಿನ ಕುಂಕುಮ ಹಚ್ಚಿದ ಹಾಗೆ ನಟಿಸುತ್ತಾರೆ. ಊಟ ಬಡಿಸುತ್ತಾರೆ. ಊಟವಾದ ನಂತರ ಮಡಿಲಕ್ಕಿ ಹಾಕುತ್ತಾರೆ. ನಂತರ ನೆಲ್ಲಿ ಅಥವಾ ಹುಣಿಸೇ ಎಲೆಗಳನ್ನು ತಿರಿದು ಅಕ್ಷತೆಯಂತೆ ತಲೆಯ ಮೇಲೆ ಸೋಕುತ್ತಾರೆ. ಅಷ್ಟನ್ನು ಮಾಡಿಸಿಕೊಂಡರೆ ಅವರಿಗೆ ಹೋ... ಎಂದು ಕೂಗುವಷ್ಟು ಖುಷಿ. "ಅತ್ಗೆಮ್ಮ" ಎಂದು ಕೈ ಹಿಡಿದು ಕರೆದುಕೊಂಡು ಬಂದು ಬಸ್ ಹತ್ತಿಸುತ್ತಾರೆ.

ಮನೆಯಲ್ಲಿ ದೊಡ್ಡವರು ಮಾಡುವ ಪದ್ಧತಿಗಳನ್ನು ನೋಡುತ್ತಾ ಬೆಳೆಯುವ ಮಕ್ಕಳು ಅದೆಷ್ಟು ಸಲೀಸಾಗಿ ಪಾಲಿಸಲು ಆರಂಭಿಸಿಬಿಡುತ್ತಾರಲ್ಲವಾ? ಮೌಲ್ಯಗಳು, ಆಚರಣೆಗಳು, ಸಂಸ್ಕಾರ ಎಂಬುದು ಪಾಠದ ಮೂಲಕ, ಓದಿ ಬರೆಯುವ ಮೂಲಕ ಬರುವಂಥದ್ದಲ್ಲ. ಪಾಲಿಸುವುದನ್ನು ನೋಡುತ್ತಲೇ ಅನುಸರಿಸುವುದು. ಮುಂದಿನ ತಲೆಮಾರಿಗೆ ವರ್ಗಾಯಿಸುವುದು. ಸಂಸ್ಕಾರವನ್ನು ಕೊಡುವ ಯಾವುದೇ ತರಬೇತಿ ಸಂಸ್ಥೆಗಳು ಇಲ್ಲ. ಇದ್ದರೆ ಅದು ಸುಳ್ಳು. ಅದು ಅನುಸರಿಸುವ ಮೂಲಕ ಬರುವಂಥದ್ದು. ನಾವು ಪಾಲಿಸಿದರೆ, ನಮ್ಮ ಮಕ್ಕಳಿಗೆ ವರ್ಗಾವಣೆಯಾಗುತ್ತದೆ. ಸೇತುವೆಯಾದರೆ ಮುಂದೆ ಚಲಿಸುತ್ತದೆ. ಗೋಡೆಯಾದರೆ ನಿಲ್ಲುತ್ತದೆ. ಗೋರಿಯಾದರೆ ಅಲ್ಲೇ ಸಮಾಧಿಯಾಗುತ್ತದೆ.

ಮಗಳು ಇಲ್ಲಿ ಚಪಾತಿ ಹಿಟ್ಟಿಗೆ ಬಣ್ಣ ಕಲೆಸಿ ಫಿರ್ನಿಯಾ ಮಾಡುತ್ತಿದ್ದಾಳೆ. ನಾನು ನಾಳೆಗೆ ತಿಂಡಿಗೆ ದೋಸೆ ಹಿಟ್ಟು ರುಬ್ಬಬೇಕು. ಬರ್ಲಾ?

22

ನಲಿದಾಡೆ ಎನ್ನ ನಾಲಿಗೆ ಮೇಲೆ ಶ್ರೀ ಶಾರದೆ

ಯಾರಿಗೆ ಇವೆಲ್ಲ ನೆನಪಿದೆಯೋ ಗೊತ್ತಿಲ್ಲ. ನಾವು ಶಾಲೆಗೆ ಹೋಗುವಾಗ ಪ್ರತೀ ಶುಕ್ರವಾರ ಶಾರದಾ ಪೂಜೆ ಮಾಡುತ್ತಿದ್ದೆವು. ಸಂಜೆ ಮೂರೂವರೆಗೆ ತರಗತಿಗಳು ಕ್ಲೋಸ್. ಎಲ್ಲಾ ಕೊಠಡಿಗಳಿಗೂ ಹೋಗಿ ನಾಲ್ಕಾಣೆ, ಎಂಟಾಣೆ ಹೆಚ್ಚೆಂದರೆ ಒಂದು ರೂಪಾಯಿ ಒಟ್ಟುಮಾಡಿ, ಅಂಗಡಿಗೆ ಹೋಗಿ ಶುಂಠಿ ಪೆಪ್ಪರಮೆಂಟು ಅಥವಾ ಇನ್ಯಾವುದೋ ಪೆಪ್ಪರಮೆಂಟು ತಂದು, ಶಾರದೆಯ ಫೋಟೋದ ಮುಂದಿಟ್ಟು ನೈವೇದ್ಯ ಮಾಡುತ್ತಿದ್ದೆವು.

ನಂತರ, ನಮ್ಮ ನವೋನವೋನ್ಮೇಷ ಶಾಲಿನಿಯಾದ ಪ್ರತಿಭೆಯ ಅನಾವರಣ. ಅದಕ್ಕೆ ಇದೊಂದು ಅತಿದೊಡ್ಡ ವೇದಿಕೆ. ಅಲ್ಲಿ ಹಾಡು, ನೃತ್ಯ, ಹಾಸ್ಯ, ಸಣ್ಣಪುಟ್ಟ ನಾಟಕಗಳನ್ನಾಡಿ ಸ್ಟೇಜನ್ನು ಧೂಳೆಬ್ಬಿಸುತ್ತಿದ್ದೆವು. ವರ್ಷದ ಕೊನೆಯಲ್ಲಿ ಅದ್ಧೂರಿಯಾಗಿ ಶಾರದಾ ಪೂಜೆ, ಅದು ಬೇರೆಯದೇ ಕಾರ್ಯಕ್ರಮ. ಅಲ್ಲಿಯ ಕಾರ್ಯಕ್ರಮದ ಉಸ್ತುವಾರಿ ಶಿಕ್ಷಕರದ್ದೇ ಆಗಿರುತ್ತಿತ್ತು. ಅದಕ್ಕೆ ಹತ್ತು, ಹದಿನೈದು ರೂಪಾಯಿಗಳು ನಿಗದಿಯಾಗಿರುತ್ತಿತ್ತು. ನಾನು ಹೇಳಹೊರಟಿರುವ ಪ್ರತೀವಾರದ ಈ ಶಾರದಾ ಪೂಜೆಗೆ ಹೇಳಿಕೊಳ್ಳುವ ಖರ್ಚು ಇರಲಿಲ್ಲ. ಯಾರಾದರೂ ತೆಂಗಿನಕಾಯಿ ತಂದರೆ ಅದನ್ನು ಒಡೆದು ಹಂಚುವುದು. ಹಂಚುವಾಗ ಹೊಡೆದಾಟ ಸಾಮಾನ್ಯ. ನನಗೆ ಚಿಕ್ಕ ತುಂಡು, ಅವನಿಗೆ ದೊಡ್ಡ ಪೀಸು ಕೊಟ್ಟೆ ಎಂದು ಗಲಾಟೆಯಾಗುತ್ತಿತ್ತು. ಮೇಷ್ಟ್ರು ಲಕ್ಕಿ ಬರಲು ಕೈಗೆ ತೆಗೆದುಕೊಂಡ ಮೇಲೆ ನಮ್ಮ ಸದ್ದು ಅಡಗುತ್ತಿತ್ತು.

ಈ ಶಾರದಾ ಪೂಜೆಗಾಗಿ ಮನೆಯಲ್ಲಿ ನಾಲ್ಕಾಣೆ ಪಾವಲಿ ಪಡೆಯುವ ಕಾರ್ಯಕ್ರಮ ಸೊಗಸಾಗಿರುತ್ತಿತ್ತು. ನಮಗೆ ಚಾಕಲೇಟಿಗೆ ಎಂದರೆ ಹಣ ಕೊಡದ ಅಪ್ಪ ಶಾರದಾ ಪೂಜೆಗೆ ಬೇಕು ಎಂದಾಗ, ಇಲ್ಲ ಎಂದು ಹೇಳುತ್ತಿರಲಿಲ್ಲ. ಒಂದು ರೂಪಾಯಿಯನ್ನೇ ಕೊಡುತ್ತಿದ್ದ. ನನ್ನ ಒಂದು ರೂಪಾಯಿಗೆ ಇಪ್ಪತ್ತು ಶುಂಠಿ ಪೆಪ್ಪರುಮೆಂಟು ಸಂತೋಷಗೌಡರ ಅಂಗಡಿಯಲ್ಲಿ ಸಿಗುತ್ತಿತ್ತು. ಗೌಡರ ಮಗ ಸಂದೀಪ ಸಾಮಾನ್ಯವಾಗಿ ಮಂಡಕ್ಕಿ, ಬಟಾಣಿ, ಶೇಂಗಾ ಏನಾದರೊಂದನ್ನು ತರುತ್ತಿದ್ದ. ಇದು ನನ್ನ ಐದು ಆರನೇ ತರಗತಿಯ ಕತೆ. ಆಗಿದ್ದ ಮಂಜುನಾಥ ಮೇಷ್ಟ್ರು ಚೆನ್ನಾಗಿ ಹಾಡು ಹೇಳಿಕೊಡುತ್ತಿದ್ದರು. ಅವರ ಪಾಠಕ್ಕಿಂತ ಅವರ ಹಾಡುಗಳೇ ನನಗೆ ಈಗಲೂ ನೆನಪಿರುವುದು. ಮಲೆನಾಡಿನ ಕಾಡುಪ್ರಾಣಿಗಳಂತಿದ್ದ ನಮಗೆ ಹೊನ್ನಾಳಿಯ ಅವರ ಭಾಷೆ ಮೊದಮೊದಲು ಗೊತ್ತಾಗುತ್ತಿರಲಿಲ್ಲ. ನಾನು ನನ್ನ ಮನೆ ಭಾಷೆಯಾದ ಹವಿಗನ್ನಡವನ್ನು ಶಾಲೆಯಲ್ಲಿ ಆಡುತ್ತಿರಲಿಲ್ಲ. ಆದರೂ, ಮಾನಸ ನಾನು ಆಡಿಕೊಂಡ ಮಾತುಗಳನ್ನು ಕೇಳಿ ಮೇಷ್ಟ್ರಿಗೆ ಒಮ್ಮೆ ಆಶ್ಚರ್ಯವಾಗಿತ್ತು.

ಹಾಂ. ಮರೆತೆ. ಅವರ ಹಾಡು...
ಅಂದೇವ ನಾವು ನಿಮ್ಮ ಚರಣಕ
ನೀಡ ನಮ್ಗ ಸುಖ... ಓ ಗಣಪ
ಗೀಯ ಗೀಯ ಗಾಗಿಯ ಗೀಯ...

ಅವರು ಬರುವವರೆಗೂ ಗೀಗೀ ಪದದ ಪರಿಚಯವೇ ನಮಗಿರಲಿಲ್ಲ. ಈ ಶಾರದಾ ಪೂಜೆಯ ನೆಪದಲ್ಲಿ ಅವರಿಂದ ಸಾಕಷ್ಟು ಹಾಡುಗಳನ್ನು ಹಾಡಿಸಿ ಕಲಿತೆವು. ನಂತರ ಬಂದ ಉಷಾ ಟೀಚರನ್ನು ಮರೆಯುವಂತಿಲ್ಲ.

ಹಿಂದಿ ಹಾಡಿಗೆ ಡಾನ್ಸ್ ಮಾಡಿದ ನಮ್ಮ ಇತಿಹಾಸ ಅಲ್ಲಿಂದಲೇ ಪ್ರಾರಂಭ. ನಾನು ಆರನೇ ತರಗತಿಯಲ್ಲಿ ಮಾಡಿದ "ಏ ಮೇರಾ ಇಂಡಿಯಾ" ಡಾನ್ಸನ್ನು ಮಗಳು ಮೂರನೇ ತರಗತಿಯಲ್ಲೇ ಮಾಡಿದಳು. ಹಾಡು ಅದರ ಭಾವ ಎಲ್ಲವೂ ಹಾಗೆಯೇ ಇದೆ. ಅಮ್ಮನ ಜಾಗದಲ್ಲಿ ಮಗಳು ಇದ್ದಳು ಅಷ್ಟೇ.

ಹೈಸ್ಕೂಲಿಗೆ ಬರುವ ಹೊತ್ತಿಗೆ ವಾರದ ಶಾರದಾ ಪೂಜೆಯ ಜಾಗದಲ್ಲಿ ಸಾಂಸ್ಕೃತಿಕ ಕಾರ್ಯಕ್ರಮ ಎಂಬ ಶೀರ್ಷಿಕೆ ಆಕ್ರಮಿಸಿತ್ತು. ನಮ್ಮ ಹಾಡು, ಡಾನ್ಸು ಎಂದಿನಂತೆಯೇ ಇತ್ತು. ಪೂಜೆ-ಪ್ರಸಾದ ಇರಲಿಲ್ಲ ಅಷ್ಟೆ. ಅಲ್ಲಿ ಜೋಕ್ ಹೇಳುವ ಪರಿಪಾಠವೊಂದು ಆರಂಭವಾಗಿತ್ತು. ನಾನು ಮಾತ್ರಾ, "ನಲಿದಾಡೇ ಎನ್ನ ನಾಲಿಗೇ ಮೇಲೆ ಶ್ರೀ ಶಾರದಾ ದೇವಿ" ಎಂದು ಹಾಡುತ್ತಿದ್ದೆ. ನಮ್ಮ ವಿಜ್ಞಾನದ ಮೇಷ್ಟ್ರು ನನ್ನ ಬಳಿ ಹಳೆಯ ಚಿತ್ರಗೀತೆಗಳನ್ನು ಹಾಡಿಸುತ್ತಿದ್ದರು.

ಒಲವೆ ಜೀವನ ಸಾಕ್ಷಾತ್ಕಾರ, ಕರೆದರೂ ಕೇಳದೇ ಇತ್ಯಾದಿ ರಾಜ್‌ಕುಮಾರ್ ಸಿನೆಮಾದ ಹಾಡುಗಳು ಕಂಠಸ್ಥವಾದುದು ಅವರಿಂದಲೇ.

ಈ ವಾರದ ಸಾಂಸ್ಕೃತಿಕ ಕಾರ್ಯಕ್ರಮ ವರ್ಷವಿಡೀ ಮುಂದುವರೆದು ಮಾರ್ಚ್ ತಿಂಗಳಿನಲ್ಲಿ "ಸರಸ್ವತಿ ಪೂಜೆ ಹಾಗೂ ಹತ್ತನೇ ತರಗತಿ ಮಕ್ಕಳಿಗೆ ಬೀಳ್ಕೊಡುಗೆ ಕಾರ್ಯಕ್ರಮ" ಎಂಬ ಶೀರ್ಷಿಕೆಯಲ್ಲಿ ಉದ್ಯಾಪನೆಯಾಗುತ್ತಿತ್ತು. ಕೆಲವು ಬಾರಿ ಅದೇ ದಿನ ಶಾಲೆಯ ವಾರ್ಷಿಕೋತ್ಸವವೂ ಇರುತ್ತಿತ್ತು. ನಮ್ಮ ಕಾಲದ ವಾರ್ಷಿಕೋತ್ಸವ ಯಾವಾಗಲೂ ಸಂಜೆ ಏಳು ಗಂಟೆಗೆ ಶುರುವಾಗಿ ಬೆಳಗಿನ ಜಾವ ಐದೂವರೆ-ಆರು ಗಂಟೆಗೆ ಮುಕ್ತಾಯವಾಗುತ್ತಿತ್ತು. ಅದರಲ್ಲಿ ಸಾಕಷ್ಟು ಡಾನ್ಸು, ಹಾಡು, ನಾಟಕ ಇರುತ್ತಿತ್ತು. ಒಂದೆರಡು ಬಾರಿ ನಮ್ಮ ಜೊತೆಗಾರರೇ ಯಕ್ಷಗಾನವನ್ನೂ ಮಾಡಿದ್ದರು

ಅವರೇ ಭಾಗವತರು, ಅವರೇ ವೇಷಗಾರರು. ಆಗ ಗೆಜ್ಜೆ ಕಟ್ಟಿ, ಕುಣಿದವರಲ್ಲಿ ಈಗ ಪ್ರಸಿದ್ಧ ವೇಷಗಾರರೂ, ಭಾಗವತರೂ ಆಗಿದ್ದಾರೆಂಬುದು ನಮ್ಮ ನೆಲದ ಹೆಮ್ಮೆ.

ನಂತರದ್ದು ಮಜಾ. ಈ ಆಟೋಗ್ರಾಫ್ ಬರೆದುಕೊಡುವುದು, ಬರೆಸಿಕೊಳ್ಳುವುದು. ಹೈಸ್ಕೂಲಿನ ವಯಸ್ಸಿನಲ್ಲಿ ಈ ಆಟೋಗ್ರಾಫಿಗೆ ಬಹಳ ಬೆಲೆ ಬಂದುಬಿಡುತ್ತದೆ. ಅವರ ಇಷ್ಟದ ಸಂಗತಿಗಳನ್ನು ನಮೂದಿಸಿ, ಅವರ ಅಭಿಪ್ರಾಯಗಳನ್ನು ಬರೆದುಕೊಡುತ್ತಿದ್ದರು. ಮೂರು ವರ್ಷದ ಬದುಕನ್ನು ಇದರ ಮೇಲೆ ಹೇಗೆ ಮೂಡಿಸುವುದು?

"ಅರಿಯದ ಸ್ನೇಹ, ಮರೆಯದ ಬದುಕು ಹರಿದು ಹೋಗುವ ಹಾಳೆಯ ಮೇಲೆ ಏನೆಂದು ಬರೆಯಲಿ ಗೆಳತಿ?" ಎನ್ನುತ್ತಲೇ ಆರೆಂಟು ಪುಟಗಳ ಆಟೋಗ್ರಾಫನ್ನು ಕೊರೆಯುತ್ತಿದ್ದರು. ಹತ್ತನೇ ತರಗತಿ ಬೋರ್ಡ್ ಪರೀಕ್ಷೆಯಾದ್ದರಿಂದ ನಮಗೆ ಬಹಳ ಭಯವಿರುತ್ತಿತ್ತು. ಅದಕ್ಕಾಗಿ ಬರೆಯುತ್ತಿದ್ದ ಒಂದು ಹಾರೈಕೆ ಹೀಗಿರುತ್ತಿತ್ತು,

ಪರೀಕ್ಷೆ ಎಂಬ ಯುದ್ಧದಲ್ಲಿ, ಪೆನ್ನು ಎಂಬ ಖಡ್ಗ ಹಿಡಿದು,
ಇಂಕು ಎಂಬ ರಕ್ತ ಚೆಲ್ಲಿ, ಪಾಸಾಗಿ, ಜಯಶಾಲಿಯಾಗಿ ಬಾ.

ಇಂತಿ ನಿನ್ನ ಜೀವದ ಗೆಳತಿ...

ಇದರೊಂದಿಗೆ, ಇನ್ನೊಂದು ಕೋಡ್ ವರ್ಡು.

ಮ.ಮ.ಕ.ಮ.ಕ.

ಅರ್ಥವಾಯ್ತಾ?

ಮದುವೆಯ ಮಮತೆಯ ಕರೆಯೋಲೆ ಮರೆಯದೇ ಕಳುಹಿಸು... ಜೊತೆಗೆ ಅವರ ಅಡ್ರೆಸ್ಸು.

ಆ ನಮ್ಮ ಕುಗ್ರಾಮದಲ್ಲಿ ಎಲ್ಲರ ಮನೆಯಲ್ಲೂ ಫೋನ್ ಆಗ ಇರಲಿಲ್ಲ. ಮೊಬೈಲಂತೂ ಕನಸು. ಹಾಗಾಗಿ ಫೋನ್ ನಂಬರ್ ಬರೆಯುತ್ತಿರಲಿಲ್ಲ. ಬರೆದರೂ ಯಾವುದೋ ಅಂಗಡಿಯವರದ್ದು, ನೆಂಟರದ್ದು ಇತ್ಯಾದಿ ಇತ್ಯಾದಿ...ಈ ಅಡ್ರೆಸ್ ಬರೆದುಕೊಟ್ಟು ಹೋದ ಗೆಳತಿಯರೆಲ್ಲರಿಗೂ ಮದುವೆಯ ಕರೆಯೋಲೆ ಕಳಿಸಲು ಆಗಲಿಲ್ಲ. ಪಾಪ... ಕರೆದಿದ್ದರೆ ಬರುತ್ತಿದ್ದರೋ ಏನೊ... ಅವರ ಹಾರೈಕೆಯಂತೆ ಪಾಸಾದೆ ಅಷ್ಟೆ.

ಈಗ ಈ ಶಾರದಾ ಪೂಜೆ ಪ್ರತೀವಾರ ಯಾವ ಶಾಲೆಯಲ್ಲಿ ನಡೆಯುತ್ತದೆಯೋ, ಇಲ್ಲವೋ. ಆದರೆ ಪ್ರತೀ ವರ್ಷ ಮಾರ್ಚ್ ತಿಂಗಳ ಮೊದಲ ವಾರದ ಮಂಗಳವಾರ ಅಥವಾ ಶುಕ್ರವಾರ ಮಾತ್ರಾ ಎಲ್ಲಾ ಶಾಲೆಗಳಲ್ಲಿ ಶಾರದಾ ಪೂಜೆ ತಪ್ಪದೇ ಇರುತ್ತದೆ. ಈಗ ಬಿಸಿಯೂಟವಿರುವುದರಿಂದ ಹೋಳಿಗೆ ಊಟ ಬಡಿಸುವುದು ಸುಲಭವಾಗಿದೆ. ಎಲ್ಲಾ ಪೋಷಕರನ್ನು ಕರೆದು, ಅಕ್ಕಪಕ್ಕದ ಶಾಲೆಯ ಶಿಕ್ಷರನ್ನು ಕರೆದು, ಪೂಜೆ ಮಾಡಿ ಊಟ ಹಾಕುವುದು ಶಾಲಾ ವಾರ್ಷಿಕ ಕ್ರಿಯಾ ಯೋಜನೆಯಲ್ಲಿ ಇಲ್ಲದಿದ್ದರೂ ತಪ್ಪದೇ ನಡೆಸುವ ಚಟುವಟಿಕೆಯಾಗಿದೆ.

ನಾನಿರುವ ಶಾಲೆಯಲ್ಲಿ ಪ್ರತೀ ವರ್ಷ ತಪ್ಪದೇ ಸರಸ್ವತಿ ಪೂಜೆಯ ಹಿಂದಿನ ದಿನ ಮಕ್ಕಳ ಮಾತೆಯರು ಹೋಳಿಗೆ ಮಾಡಲು ಬರುತ್ತಾರೆ. ನಾನು ಕೆಲಸಕ್ಕೆ ಸೇರಿದಾಗಿನಿಂದಲೂ ಈ ಪರಿಪಾಠವಿದೆ. ಪೂಜೆಯ ದಿನ ಎಲ್ಲರೂ ಒಟ್ಟಿಗೇ ಅಡುಗೆ ಮಾಡಿ ಊಟ ಮಾಡುವುದು. ಅವರೊಂದಿಗೆ ನನಗೆ ಆತ್ಮೀಯತೆ ಬೆಳೆಯಲು ಇದೂ ಸಹ ಕಾರಣವೇ.

ಬಣ್ಣ ಬಣ್ಣದ ಬಟ್ಟೆ ಧರಿಸಿ, ಅಲಂಕಾರವಾಗಿ ಬರುವ ಮಕ್ಕಳನ್ನು ನೋಡುವುದೇ ಸೊಗಸು. ಚಿಕ್ಕ ಮಕ್ಕಳು. ಹೇಗಿದ್ದರೂ ಚಂದ. "ಮುಂದೆ ಬರುವ ಪರೀಕ್ಷೆಯಲ್ಲಿ ಒಳ್ಳೆಯ ಅಂಕ ಗಳಿಸುವಂತೆ ಮಾಡು ತಾಯೇ" ಎಂದು ಸರಸ್ವತಿ ದೇವಿಯಲ್ಲಿ ಎಲ್ಲರೂ ಪ್ರಾರ್ಥಿಸುವುದು. ಆಮೇಲೆ ಅಷ್ಟೋ ಇಷ್ಟೋ ಡಾನ್ಸು, ಹಾಡು, ತರಗತಿ ಮುಗಿಸಿ ಹೋಗುವ ಮಕ್ಕಳಿಗೆ ಬೀಳ್ಕೊಡುಗೆ ಸಮಾರಂಭ. ಅವರಿಗೆ ನಾವೊಂದು ಗಿಫ್ಟ್ ಕೊಡುವುದು. ಆ ಮಕ್ಕಳು ಶಾಲೆಗೊಂದು ಕೊಡುಗೆ ನೀಡುವುದು. ಇನ್ನೂ ಯಾರಾದರೂ ಮಹನೀಯರಿದ್ದರೆ ಅವರಿಗೆ ಸನ್ಮಾನ, ಅವರಿಂದ ಭಾಷಣ. ನಿತ್ಯ ಪಂಚಾಂಗದಂತಹ ಕ್ರಮಗಳು. ತಪ್ಪದೇ ಸಾಗಿ, ಕಾರ್ಯಕ್ರಮ ಮುಗಿದುಬಿಡುತ್ತದೆ. ದೊಡ್ಡ ದೊಡ್ಡ ಶಾಲೆಗಳಲ್ಲಿ ವಾರ್ಷಿಕೋತ್ಸವವೂ ಇರುತ್ತದೆ. ಅದನ್ನು ಬರೆಯಲು ಬೇರೆಯದೇ ಪುಟ ಬೇಕು.

ನಮ್ಮ ಮಕ್ಕಳ ವಿಶೇಷವೆಂದರೆ, ಶಾರದಾ ಪೂಜೆಯ ದಿನ ಅವರ ಅಮ್ಮನ ಸೀರೆ ಉಟ್ಟುಕೊಂಡು ಬರುವುದು. ಹುಡುಗರು ಅವರಪ್ಪನ ಧಾರೆಯ

ಪಂಚೆ ಉಟ್ಟುಕೊಂಡು ಬರುವುದು. ಇಡೀ ದಿನ ಅವರ ಕಿತ್ತು ಬರುವ ಜಡೆ ಕಟ್ಟುವುದು, ಉದುರಿದ ಚೌಲಿಯನ್ನು ಮತ್ತೆ ಜೋಡಿಸುವುದು, ಬಿಚ್ಚಿಹೋಗುವ ಸೀರೆ–ಪಂಚೆಯನ್ನು ಕಟ್ಟಿ ಉಡಿಸುವುದೊಂದೇ ನಮಗಿರುವ ಸವಾಲು. ಮಕ್ಕಳು ಮಾತ್ರಾ ಚಂದಚಂದವಾಗಿ ತಯಾರಾಗಿ ಬರುತ್ತಾರೆ. ಅವರ ಸಂಭ್ರಮದಲ್ಲಿ ನನ್ನ ಬಾಲ್ಯ ಮುಖ ತೋರಿಸಿ ನಗುತ್ತದೆ. ನಾನು ಮತ್ತೆ ಎರಡು ಜಡೆ ಹೆಣೆದುಕೊಂಡು, ಕನಕಾಂಬರದ ಮಾಲೆ ಮುಡಿದುಕೊಂಡು ಕೈಯನ್ನು ಗಟ್ಟಿಯಾಗಿ ಮುಷ್ಟಿ ಕಟ್ಟಿ, ಹಲ್ಲುಬಿಟ್ಟು ಫೋಟೊಕ್ಕೆ ನಿಂತ ಮಗುವಾಗಿಬಿಡುತ್ತೇನೆ.

23

ಮೆಚ್ಚುಗೆ ಎಂಬ ಮಾಯಾದಂಡ

"ಮಿಸ್, ಬರ್ದಿದ್ದು ಚನಾಗಾತಾ ಮಿಸ್?"

"ಹೌದು ಕಣೆ, ಸೂಪರ್."

"ನೀಟಾಗಿ ಬರ್ದಿದೀನಾ ಮಿಸ್?"

"ಹೌದು ಕಣೆ."

"ಗೆರೆ ತಾಗ್ಸಿದೀನಾ ಮಿಸ್?"

"ಹೌದು ಕಣೆ... ಬಹಳ ಸೂಪರ್."

ಸೈನ್ ಹಾಕಿ ದಿನಾಂಕ ಬರೆದೆ.

"ಇದನ್ನು ಓದಿಕೊಂಡು ಬಾ" ಎಂದೆ.

ಇನ್ನೂ ಎದ್ದು ಅವಳ ಜಾಗಕ್ಕೆ ಹೋಗಿಲ್ಲ, ಮುಂದೆಯೇ ಕೂತಿದಾಳೆ.

"ಯಾಕೆ?"

"ಚಂದ ಬರ್ದಿದೀನಲ್ಲ ಮಿಸ್, ಗುಡ್ ಹಾಕಿ ಮಿಸ್"

ಮುಖ ನೋಡಿದೆ. ಅದೆಷ್ಟು ನಿರೀಕ್ಷೆ ಇತ್ತು ಎಂಬುದನ್ನು ವರ್ಣಿಸಲಾರೆ. ನಾನು ಪೆನ್ನು ತೆಗೆದು ಗುಡ್ ಹಾಕುವುದನ್ನೇ ನಿರೀಕ್ಷಿಸುತ್ತಿರುವ ಹೊಳಪು ಕಂಗಳು!

"ಓಹ್, ಸಾರಿ ಕಣೆ, ಮರೆತುಬಿಟ್ಟೆ. ಹಾಕ್ತೀನಿರು. ಗುಡ್ ಹಾಕ್ತೀನಿ, ಅದರ ಜೊತೆಗೆ ಒಂದು ಸ್ಟಾರ್, ಒಂದು ಐಸ್ಕ್ರೀಮ್ ಬಿಡಿಸ್ತೀನಿ, ಹಾಗೆ ನಿಂಗೊಂದು ಮುತ್ತು ಕೊಡ್ತೀನಿ, ಚಂದ ಬರ್ದಿದೀಯ ಜಾಣೆ"

ಅಬ್ಬಾ! ಆಕಾಶವೇ ಕೈಯಲ್ಲಿ. ಇಡೀ ದಿನ ಉತ್ಸಾಹದ ಚಿಲುಮೆ. "ಗುಡ್ ಹಾಕಿ" ಎಂದು ಬೇಡಿಕೆ ಇಡಲು ಕಾರಣವಿದೆ. ಮಕ್ಕಳ ಅಕ್ಷರ ಒಂದು ದಿನ ಇದ್ದಂತೆ ಇನ್ನೊಂದು ದಿನ ಇರುವುದಿಲ್ಲ. ಶಾಲೆಯಲ್ಲಿ ಬರೆದಷ್ಟು ಅಂದವಾಗಿ ಮನೆಯಲ್ಲಿ ಹೋಮ್ ವರ್ಕನ್ನು ಬರೆದಿರುವುದಿಲ್ಲ. ಶಾಲೆಯಲ್ಲಿಯೇ ನನ್ನೆದುರು ಕೂತಾಗ ಬರೆಯುವಷ್ಟು ಶ್ರದ್ಧೆಯಿಂದ ಅವರ ಜಾಗದಲ್ಲಿ ಕೂತಾಗ ಬರೆಯುವುದಿಲ್ಲ.

ನನ್ನ ಮಗಳೂ ಕೆಲವೊಮ್ಮೆ ಹೀಗೆಯೇ ಮಾಡುತ್ತಾಳೆ. ಅಂದವಾಗಿ ಬರೆದ ದಿನ ಪದೇ ಪದೇ ನೋಟ್ಸ್ ತೋರಿಸುತ್ತಾಳೆ. ಅದರಲ್ಲಿ ನಾನೊಮ್ಮೆ ಗುಡ್ ಹಾಕಬೇಕು, ಅವಳಿಗೊಮ್ಮೆ ಅವಳ ನೋಟ್ಸಿಗೊಮ್ಮೆ ಮುತ್ತು ಕೊಡಬೇಕು, ಆಗಲೇ ಅವಳಿಗೆ ಸಮಾಧಾನ!

ತಪ್ಪಿಲ್ಲದ, ಅಂದವಾದ ಅಕ್ಷರವನ್ನು ಬರೆಯುವಂತೆ ಮಾಡುವುದು ಸುಲಭವೇನಲ್ಲ. ಬಹಳ ಕಷ್ಟಪಡಬೇಕು. ಪ್ರತೀ ಮಗುವಿಗೂ ಪ್ರತೀದಿನ ಮೂರು ಪುಟಗಳಷ್ಟು ಕಾಪಿ ರೈಟಿಂಗ್ ಬರೆಸುತ್ತೇನೆ. ಮೊದಲ ಗೆರೆಯಲ್ಲಿ ನಾನೇ ಬರೆದುಕೊಡುತ್ತೇನೆ. ನಲಿಕಲಿ ಪದ್ಧತಿಯಲ್ಲಿ ಹೋಮ್ ವರ್ಕ್ ಕೊಡುವ ಅಗತ್ಯವಿಲ್ಲದಿದ್ದರೂ, ನಾನು ಕೆಲಸಕ್ಕೆ ಸೇರಿದ ದಿನದಿಂದ ಇಲ್ಲಿಯವರೆಗೂ ಕಾಪಿರೈಟಿಂಗಿನ ಮೊದಲ ಸಾಲನ್ನು ಬರೆದುಕೊಡುವುದನ್ನು ತಪ್ಪಿಸಿಲ್ಲ. ಇದರಿಂದಾದ ಪ್ರಯೋಜನವೆಂದರೆ, ನಾನು ದಿನಕ್ಕೆ ಕನಿಷ್ಠ ನಲವತ್ತರಿಂದ ನಲವತ್ತೈದು ಸಾಲುಗಳನ್ನು ಬರೆದಂತಾಗಿ, ನನ್ನ ಅಕ್ಷರ ಒಂದು ಲೆವೆಲ್ಲಿಗೆ ಇರುವಂತಾಗಿದೆ. ಮೊದಲ ಸಾಲು ಬರೆದುಕೊಟ್ಟು, ಅದನ್ನು ಓದಿಸಿದ ನಂತರ ಒಂದು ಸಾಮಾನ್ಯ ಡೈಲಾಗು,

"ಯಾರು ಚಂದ ಮಾಡಿ, ದುಂಡಾಗಿ ಬರೀತಾರೋ, ಅವರಿಗೆ ಇವತ್ತು ಗುಡ್ ಹಾಕ್ತೀನಿ, ಅವರಿಗೊಂದು ಸ್ಟಾರ್, ಒಂದು ಹೂವು, ಐಸ್ಕ್ರೀಮ್ ಹೀಗೆ ಏನಾದರೊಂದು ಬಿಡಿಸ್ತೀನಿ, ಟೆಸ್ಟಲ್ಲಿ ಜಾಸ್ತಿ ಮಾರ್ಕ್ಸ್ ತೆಗೆದವರಿಗೆ ಒಂದು ಪೆನ್ಸಿಲ್ ಗಿಫ್ಟು. ಇಡೀ ವರ್ಷ ಯಾರು ಪುಸ್ತಕವನ್ನು ಹರಿಯದೇ, ನೀಟಾಗಿ ಇಟ್ಟುಕೊಳ್ತಾರೋ ಅವರಿಗೊಂದು ಬಹುಮಾನ"

ಈ ಮಾತು ಕೆಲವು ಮಕ್ಕಳಿಗಂತೂ ಸ್ಪರ್ಧಾ ಮನೋಭಾವವನ್ನು ತಂದು ಅಕ್ಷರವನ್ನು ಅಂದವಾಗಿ ಬರೆಯಲು ಪ್ರೇರೇಪಿಸುತ್ತದೆ. ಇನ್ನು ಕೆಲವರು ಅಕ್ಷರ ಅಂದವಾಗಿಲ್ಲವೆಂದು ಹಾಳೆಯನ್ನೇ ಹರಿದು ಕಸದ ಬುಟ್ಟಿಗೆ ಹಾಕಿದರೂ ತಲೆಕೆಡಿಸಿಕೊಳ್ಳದ ಭೂಪರಿದ್ದಾರೆ. ಅವರಿಗೆ ಯಾವ ಪ್ರೋತ್ಸಾಹವೂ ಪ್ರಯೋಜನವಿಲ್ಲ, ಶಿಕ್ಷೆಯೂ ಅವರನ್ನು ಸರಿದಾರಿಗೆ ತರುವುದಿಲ್ಲ.

ಈ ಅಂದವಾಗಿ ಬರೆಯುವ ಮಕ್ಕಳ ಸ್ಪರ್ಧೆ ಬಹಳ ಮಜ ಕೊಡುತ್ತದೆ. ನೋಟ್ ಬುಕ್ಕು ಖಾಲಿಯಾದ ದಿನ, ಎಲ್ಲರೂ ಕೂತು ಒಟ್ಟು ಎಷ್ಟು ಗುಡ್

ಬಿದ್ದಿದೆ ಎಂಬುದನ್ನು ಎಣಿಸಿ, ನನಗೆ ಇಷ್ಟು ಗುಡ್ಡು, ಸ್ಟಾರು ಬಿದ್ದಿದೆ ಎಂದು ಎಲ್ಲರಿಗೂ ತೋರಿಸಿಕೊಂಡು ಕುಣಿಯುವುದು. ಈ ಚಿಕ್ಕ ಚಿಕ್ಕ ಸಂಗತಿಗಳು ಅದೆಷ್ಟು ನೆಮ್ಮದಿ, ಖುಷಿ ಕೊಡುತ್ತವೆಂಬುದನ್ನು ಹೇಳಲಾಗದು. ನಮ್ಮ ಶಿಕ್ಷಣ ಕ್ರಮದಲ್ಲಿ "ಹಿಮ್ಮಾಹಿತಿ ಕೊಡುವುದು" ಎಂಬುದೊಂದು ಕ್ರಮವಿದೆ. ಕಲಿಕೆಯ ಕುರಿತು ಮಗುವಿಗೆ ಸಲಹೆ, ಮಾರ್ಗದರ್ಶನದ ಜೊತೆಗೆ, ಉತ್ತಮ ಅಂಶಗಳನ್ನು ತಿಳಿಸುವುದು. ಇದರಿಂದ ಮಗುವಿಗೆ ತನ್ನ ಕೊರತೆ ಮತ್ತು ಸಾಮರ್ಥ್ಯ ಎರಡೂ ಗೊತ್ತಾಗುತ್ತದೆ. ಮತ್ತು ಆತ್ಮವಿಶ್ವಾಸ ಹೆಚ್ಚಾಗುತ್ತದೆ.

ಇದರಲ್ಲಿ ಎರಡು ವಿಧ: ಧನಾತ್ಮಕ ಹಿಮ್ಮಾಹಿತಿ ಮತ್ತು ಋಣಾತ್ಮಕ ಹಿಮ್ಮಾಹಿತಿ. ಧನಾತ್ಮಕವು ಹೊಗಳಿಕೆ, ಪ್ರಶಂಸೆ, ಬಹುಮಾನ ಇತ್ಯಾದಿಗಳನ್ನು ಹೊಂದಿದ್ದರೆ, ಋಣಾತ್ಮಕವು ಶಿಕ್ಷೆ, ಬೈಗುಳ, ಕೆಕ್ಕರಿಸಿ ನೋಡುವುದು, ದುರುಗುಟ್ಟುವುದು, ಅವಮಾನಿಸಿ ಮಾತಾಡುವುದು ಇತ್ಯಾದಿಗಳನ್ನು ಹೊಂದಿದೆ. ಯಾವ ಯಾವ ಸಂದರ್ಭದಲ್ಲಿ ಯಾವ ರೀತಿಯಲ್ಲಿ ವರ್ತಿಸಬೇಕೆಂಬುದರ ಬಗ್ಗೆ ನಾವು ತರಬೇತಿಯಲ್ಲಿ ಕಲಿತದ್ದಾಗಿದೆ. ಈಗ ಏನಿದ್ದರೂ ಅದನ್ನು ಅನುಭವಕ್ಕೆ ತರುವುದು ಮಾತ್ರಾ.

ಈ ಹಿಮ್ಮಾಹಿತಿ ಪ್ರಕ್ರಿಯೆಯು ಮಗುವಿನ ಮಾನಸಿಕ ವಿಕಾಸಕ್ಕೆ ಸಹಕಾರಿ. ಯಾವಾಗಲೂ ಧನಾತ್ಮಕ ವಾತಾವರಣದಲ್ಲಿ ಇರುವ ಮಗು ಇತರರನ್ನು ಮೆಚ್ಚುವ, ಸಂತೋಷಿಸುವ, ಸಂಭ್ರಮಿಸುವ ಮನೋಭಾವವನ್ನು ಹೊಂದುತ್ತದೆ.

ಇದು ಕೇವಲ ಶಾಲೆಯಲ್ಲಿ, ಕಲಿಕೆಯ ಸಂದರ್ಭ ಮಾತ್ರಾ ನಡೆಯುತ್ತದೆ ಎಂದು ಭಾವಿಸಬೇಕಿಲ್ಲ. ನಿತ್ಯದ ಬದುಕಿನಲ್ಲಿ, ಮನೆಯಲ್ಲಿ ಕೂಡಾ ನಾವು ಮಕ್ಕಳನ್ನು ಪ್ರೇರೇಪಿಸಬೇಕಿದೆ. ಮಗುವಿನ ಉತ್ತಮ ಕೆಲಸವನ್ನು ಹೊಗಳುವುದು, ಸಣ್ಣಪುಟ್ಟ ಬಹುಮಾನ ಕೊಡುವುದು, ಮುದ್ದು ಮಾಡುವುದು, ಸಿಹಿಯ ಅಪ್ಪುಗೆ ನೀಡುವುದು, ಹೀಗೆ ನಮ್ಮ ಧನಾತ್ಮಕ ವರ್ತನೆಗಳು ಮಕ್ಕಳನ್ನು ಇನ್ನಷ್ಟು ಖುಷಿಯಲ್ಲಿಡುತ್ತವೆ.

ಮಗು ಶೈಶವಾವಸ್ಥೆಯಲ್ಲಿ ಇದ್ದಾಗ ನಾವು ಅತಿ ಹೆಚ್ಚು ಮುದ್ದು ಮಾಡುತ್ತೇವೆ. ಶಾಲೆಗೆ ಹೋಗುವವರೆಗೂ ಈ ಮುದ್ದು ಇರುತ್ತದೆ. ನಂತರ ಕಡಿಮೆಯಾಗುತ್ತಾ ಹೋಗುತ್ತದೆ. ಹೈಸ್ಕೂಲಿನಲ್ಲಿ ಓದುವ ವಯಸ್ಸಿನ ಮಕ್ಕಳಿಗೆ ವಾರದಲ್ಲಿ ಒಮ್ಮೆಯಾದರೂ, ತಲೆನೇವರಿಸಿ, ಮುತ್ತಿಡುವ ಪೋಷಕರು ಇದ್ದಾರಾ? ಎಂದು ಕೇಳಬೇಕೆನಿಸುತ್ತದೆ. ಮಕ್ಕಳು ದೊಡ್ಡವರಾಗುತ್ತಿರುವಾಗ ನಾವು ಜಡ್ಜ್ ಆಗಿ, ಶಿಕ್ಷೆ ಕೊಡುವುದು ಅಥವಾ ಭಯ ಹುಟ್ಟಿಸುವುದನ್ನು ಮಾಡಿಬಿಡುತ್ತೇವೆ. ಅದರೊಂದಿಗೆ ಪ್ರೀತಿ, ಮುದ್ದು, ಅಪ್ಪುಗೆಯನ್ನು ಮರೆತುಬಿಡುತ್ತೇವೆ. ತಬ್ಬುವುದು, ಹಣೆಗೆ ಮುತ್ತು ಕೊಡುವುದು ಇದೆಲ್ಲಾ ಸಿನೆಮಾ, ಧಾರಾವಾಹಿಗಳಲ್ಲಿ ಮಾತ್ರವಾ ಅಂತ. ಈ ಬೆಚ್ಚಗಿನ ಅಪ್ಪುಗೆ ಮಕ್ಕಳಲ್ಲಿ ಅದೆಷ್ಟು ಶಕ್ತಿಯನ್ನು ತುಂಬುತ್ತದೆ

ಎಂಬುದನ್ನು ಹೇಳಲಾಗದು. ನಾನು ಮಕ್ಕಳಿಗೆ ಪ್ರತೀದಿನ ಬೆಳಿಗ್ಗೆ ಶಾಲೆಗೆ ಬರುವಾಗ ಮನೆಯ ಹಿರಿಯರಿಗೆ ನಮಸ್ಕರಿಸಿ ಬರಬೇಕು, ರಾತ್ರಿ ಮಲಗುವಾಗ ಅಪ್ಪ ಅಮ್ಮನ ಬಳಿ ಮುದ್ದು ಮಾಡಿಸಿಕೊಂಡು, ಏನಾದರೂ ತಪ್ಪು ಮಾಡಿದ್ದರೆ ಕ್ಷಮೆ ಕೇಳ್ಬೇಕು" ಎಂದೆ. ಇದಕ್ಕೆ ಬಂದ ಪ್ರತಿಕ್ರಿಯೆ ಹೀಗಿತ್ತು; "ಇಷ್ಟು ದೊಡ್ಡ ಕ್ವಾಣಂಗೆ ಮುತ್ತು ಕೊಡ್ಬಕಾ? ಸುಮ್ನೆ ಬಿಡ್ಗ" ಮಕ್ಕಳು ಬೇಸರಗೊಂಡರು.

ಇರಲಿ, ವಿಷಯಕ್ಕೆ ಬರುತ್ತೇನೆ. ನಾನು ಹೈಸ್ಕೂಲಿನಲ್ಲಿ ಇರುವಾಗ ನಮ್ಮ ಕನ್ನಡ ಕಲಿಸುತ್ತಿದ್ದ ಸುಧಾಕರ ಮೇಷ್ಟ್ರು ಪ್ರತೀ ಪಾಠದ ಪ್ರಶ್ನೋತ್ತರಗಳನ್ನು ಬರೆದು ತೋರಿಸಿದ ನಂತರ, ಎಲ್ಲವನ್ನೂ ನೋಡಿ, ತಿದ್ದಿ, "ಭೇಷ್, ಭಲಾಭೇಷ್, ಶಹಬ್ಬಾಸ್" ಎಂದು ಸುಂದರವಾಗಿ ಬರೆಯುತ್ತಿದ್ದರು. ಅದರೊಂದಿಗೆ ಒಂದೆರಡು ಸಾಲಿನಲ್ಲಿ ನಮ್ಮ ಗುಣಗಳನ್ನು ಮೆಚ್ಚಿ ಬರೆಯುತ್ತಿದ್ದರು. ಅದರಿಂದ ನಾನು ಎಷ್ಟು ಖುಷಿ ಪಡುತ್ತಿದ್ದೆ, ಸಂಭ್ರಮಿಸುತ್ತಿದ್ದೆ ಎಂದು ನನಗೆ ಈಗ ವರ್ಣನೆ ಮಾಡಲು ಪದಗಳಿಲ್ಲ. ತುಂಬಾ ವರ್ಷಗಳ ಕಾಲ ಕನ್ನಡ ಹಾಗೂ ವಿಜ್ಞಾನದ ನೋಟ್ಸನ್ನು ಜೊತೆಗೇ ಇಟ್ಟುಕೊಂಡಿದ್ದೆ. ಮನೆ ಶಿಫ್ಟ್ ಮಾಡುವಾಗ ಎಲ್ಲೋ ಕಳೆದುಹೋಯಿತು. ಅವರ ಅಕ್ಷರ, ಅವರು ಪ್ರೋತ್ಸಾಹ ಕೊಡುತ್ತಿದ್ದ ರೀತಿಯನ್ನು ಎಂದಿಗೂ ಮರೆಯಲಾಗದು.

ಹೊಗಳಿಕೆಯನ್ನು ಮನುಷ್ಯ ಮಾತ್ರರಾದರವರು ಎಂದಿಗೂ ಕಡೆಗಣಿಸಲಾರರು ಎಂಬುದು ನನ್ನ ಅಭಿಪ್ರಾಯ. ಎಷ್ಟೇ ಸ್ಥಿತಪ್ರಜ್ಞರಾದರೂ, ಹೊಗಳಿಕೆ ತೆಗಳಿಕೆಗೆ ಒಂದು ಕ್ಷಣವಾದರೂ ವಿಚಲಿತರಾಗಿಯೇ ಆಗುತ್ತಾರೆ.

ದೊಡ್ಡವರ ಪಾಡು ಹೇಗೂ ಇರಲಿ. ಮಕ್ಕಳನ್ನು ಮಾತ್ರಾ ಸದಾ ಬೆಚ್ಚನೆಯ ಭಾವದಲ್ಲಿ ಇರಿಸಬೇಕೆಂಬುದು ನನ್ನ ಆಲೋಚನೆ. ಹಾಗಂತ ನಾನು ಬೈಯುವುದೇ ಇಲ್ಲವೆಂದಲ್ಲ. ಬೈದು, ಕೆಲವೊಮ್ಮೆ ಎರಡು ಬಾರಿಸುವುದೂ ಉಂಟು. ಆದರೆ ಅದಕ್ಕಿಂತಲೂ ಹೆಚ್ಚಿನ ಮುದ್ದು, ಪ್ರೀತಿ, ಹೊಗಳಿಕೆ ಎಲ್ಲವನ್ನೂ ಕೊಡುತ್ತೇನೆ. ಈ ಭಾವಗಳು ಬೈಗುಳವನ್ನು, ಶಿಕ್ಷೆಯನ್ನು ಮರೆಸುತ್ತದೆ. ಮತ್ತಷ್ಟು ಕಲಿಯುವ ಉತ್ಸಾಹವನ್ನು ಕೊಡುತ್ತದೆ.

ಈಗ ನಮ್ಮ ಮನಸ್ಥಿತಿ ಹಾಗೂ ನಾವು ಕೊಡುವ ಹಿಮ್ಮಾಹಿತಿ ಹೇಗಿರಬೇಕು, ಹೇಗಿದ್ದರೆ ಚಂದ? ಎಂದು ನಿರ್ಧರಿಸಿಕೊಳ್ಳಬೇಕು. ಸಂಜೆ ಮನೆಗೆ ಹೋಗುವಾಗ, ಇಡೀ ದಿನದ ಅನುಭವವನ್ನು ಒಂದು ಸಾಲಿನಲ್ಲಿ ಹೇಳು ಎಂದರೆ, ಮಗು ಟೀಚರ್ ಮುದ್ದಿಸಿದ್ದನ್ನು ನೆನಪಿಸಿಕೊಂಡು ಹೇಳಬೇಕೇ ಹೊರತೂ, ಬೈದಿದ್ದನ್ನಲ್ಲ. ಶಿಕ್ಷೆ-ಭಯ-ಪ್ರೀತಿ ಸಮಾನವಾಗಿದ್ದಾಗ ಮಾತ್ರಾ ಮಗುವಿನ ಕಲಿಕೆ ಯಶಸ್ವಿಯಾಗಿ ಸಾಗುತ್ತದೆ ಎಂದು ನಾನು ಭಾವಿಸುತ್ತೇನೆ.

24

ತರಗತಿಯಲ್ಲಿ ಮಾಯಾಲೋಕ

ಒಂದು ದಿನ ಕ್ಲಾಸಿನಲ್ಲಿ ಪೂರ್ಣಚಂದ್ರ ತೇಜಸ್ವಿಯವರ ಬಗ್ಗೆ ಮಾತಾಡುತ್ತಾ ಇದ್ದೆ. ಕುವೆಂಪು, ಬೇಂದ್ರೆ, ತೇಜಸ್ವಿ, ಭೈರಪ್ಪ ಇತ್ಯಾದಿ ಶ್ರೇಷ್ಠರ ಹೆಸರು ಹಾಗೂ ಅವರ ಸಾಧನೆಯನ್ನು ಒಂದೆರಡು ಮಾತಿನಲ್ಲಿ ಹೇಳಿದರೆ ನೆನಪಿಟ್ಟುಕೊಳ್ಳುವ ವಯಸ್ಸಿನ ಮಕ್ಕಳಿಗೆ ನಾನು ಪಾಠ ಮಾಡುವುದು. ತೀರಾ ಅವರ ಕೃತಿಗಳನ್ನೆಲ್ಲ ವಿವರಿಸಿದರೆ ಮಕ್ಕಳಿಗೆ ಕಷ್ಟ. ಅಷ್ಟೆಲ್ಲಾ ಅರ್ಥವಾಗುವ ವಯೋಮಾನದವರು ಇವರಲ್ಲ. ಆದರೂ ನಾನು ಓದಿದ ಸಾಹಿತ್ಯವನ್ನು ಆಗೀಗ ಪಾಠಕ್ಕೆ ಸಂಬಂಧಿಸುತ್ತದೆ ಅಂತಾದರೆ ಅವರೊಂದಿಗೆ ಚರ್ಚಿಸುತ್ತೇನೆ.

ಒಮ್ಮೆ ಹೀಗೆ ತೇಜಸ್ವಿಯವರ "ಮಾಯಾಲೋಕ" ಕಾದಂಬರಿಯ ಕೆಲವು ಘಟನೆಗಳನ್ನು ಅವರಿಗೆ ಹೇಳುತ್ತಿದ್ದೆ. ನಾನು ಪರಿಸರ ಅಧ್ಯಯನ ವಿಷಯವನ್ನು ಕಲಿಸುವ ಶಿಕ್ಷಕಿಯಾದ್ದರಿಂದ ತೇಜಸ್ವಿಯವರ ಕೃತಿಗಳ ಬಗ್ಗೆ ವಿವರಿಸುತ್ತಾ ಪಾಠ ಮುಗಿಸುವುದು ನನಗೆ ಸಂತಸದ ಸಂಗತಿಯೇ ಆಗಿರುತ್ತಿತ್ತು. ಅವರ ಕೃತಿಯಲ್ಲಿನ ಪ್ರಾದೇಶಿಕತೆ, ಹಾಸ್ಯಭರಿತ ಘಟನೆಗಳು, ಅದರ ನಿರೂಪಣಾ ಶೈಲಿ ಬಹಳ ಸೊಗಸು. ನಾಲ್ಕು ಮತ್ತು ಐದನೇ ತರಗತಿಯ ಪರಿಸರ ಅಧ್ಯಯನದ ಪಠ್ಯವನ್ನು ಓದುವಾಗಲೆಲ್ಲಾ, ಈ ಸರ್ಕಾರ ಅಥವಾ ಶಿಕ್ಷಣ ಇಲಾಖೆ ಪಠ್ಯ ರಚಿಸಲು ಎಷ್ಟೆಲ್ಲಾ ಒದ್ದಾಡಿದೆಯಪ್ಪ. ಸುಮ್ಮನೆ ತೇಜಸ್ವಿಯವರ ಬಳಿ ಹೇಳಿದ್ದರೆ, ಎಷ್ಟು ಸೊಗಸಾಗಿ ಒಂದು ಪಠ್ಯ ಪುಸ್ತಕವನ್ನು ಬರೆದುಕೊಡುತ್ತಿದ್ದರೋ ಎಂದು ಕಲ್ಪನೆಯಲ್ಲೇ ಸಂತಸಪಟ್ಟಿದ್ದೇನೆ.

ಇರಲಿ, ಅದು ಆಗಲಿಲ್ಲ. ಅವರು ಬರೆಯುವಷ್ಟು ಬರೆದು, ಶಾಶ್ವತವಾದರು. ಈ ಮಾಯಾಲೋಕ ಕಾದಂಬರಿ ಬಹಳ ಸೊಗಸಾಗಿದೆ. ನಮ್ಮ ಸುತ್ತಮುತ್ತಲು ನಡೆಯುತ್ತಿರುವ ಹಾಗೆ ಬರೆಯುವ ಕಲೆ ಅವರಿಗೆ ಸಿದ್ಧಿಸಿದ ಹಾಗೆ ಮತ್ತೆ ಯಾರಿಗೂ ಸಿದ್ಧಿಸಲಿಲ್ಲ. ಈ ಕಾದಂಬರಿಯ ಪ್ರತೀ ಪುಟವೂ ಅಚ್ಚರಿ ಹಾಗೂ ಖುಷಿಯ ಪ್ರತಿಬಿಂಬ ಎಂದರೂ ತಪ್ಪಾಗದು. ಅದರಲ್ಲಿ ಮೀನು ಹಿಡಿಯುವ ಒಂದು ಘಟನೆ ಬರುತ್ತದೆ. ಎರಡು ಊರಿನವರು ತಮಗೆ ಮೀನು ಸಿಗಬೇಕೆಂಬ ಕಾರಣಕ್ಕೆ ಕಾರೆ ಕಾಯಿ ಜಜ್ಜಿ ನೀರಿನ ಹಳ್ಳಕ್ಕೆ ಹಾಕಿ, ಮೀನುಗಳನ್ನು ಸಾಯಿಸಿ ಹೊತ್ತೊಯ್ಯುವ ಘಟನೆ. ಓದುವಾಗ ನಾವೇ ಮೀನು ಹಿಡಿಯಲು ಹೋಗಿದ್ದೇವೆ ಎಂಬ ಭಾವ ಮೂಡುತ್ತದೆ.

ಜೊತೆಗೆ ಶಿಕಾರಿಗೆ ಹೋಗುವ, ಮೆಣಸಿನ ಕೃಷಿ ಮಾಡಿ ಪೇಚಿಗೆ ಸಿಲುಕುವ, ಗದ್ದೆಗೆ ಹಂದಿ ಬರುತ್ತದೆ ಎಂಬ ಕಾರಣಕ್ಕೆ ಮೇಯ್ನ್ ಲೈನ್ ಕನೆಕ್ಷನ್ ಕೊಟ್ಟು ಅದಕ್ಕೆ ಒಂದು ಬಡಕಲು ಎತ್ತು ಬಲಿಯಾಗುವ ಘಟನೆಯೂ ಬರುತ್ತದೆ. ನಾನಿದನ್ನು ಸಾಧ್ಯವಾದಷ್ಟು ರಸವತ್ತಾಗಿ ಮಕ್ಕಳಿಗೆ ವಿವರಿಸುತ್ತೇನೆ.

ಇದಾದ ನಂತರ ಮಕ್ಕಳಿಗೆ ಕೇಳಿದೆ, "ನೀವು ಹೀಗೆ ಮೀನು, ಏಡಿ ಹಿಡೀತೀರಾ? ನಿಮ್ಮನೆಯಲ್ಲಿ ಶಿಕಾರಿಗೆ ಹೋಗ್ತಾರಾ?" ಎಂದೆ.

ಕೇಳಿದ್ದೇ ತಡ. ಶುರು ಮಾಡಿಯೇಬಿಟ್ಟರು!

"ಹೌದು ಮಿಸ್, ನಾವು ಶಾಲೆಗೆ ರಜೆ ಇದ್ದಾಗಲೆಲ್ಲಾ ಏಡಿ ಹಿಡಿಯಕ್ ಹೋತೀವಿ, ಮೀನು ಹಿಡಿತೀವಿ, ಅಪ್ಪರೆಲ್ಲ ಶಿಕಾರಿಗೆ ಹೋತಾರೆ ಮಿಸ್.. ಮೊನ್ನೆ ಒಂದು ಕಡ ಹೊಡ್ದಿದ್ರು... ನಾಲ್ಕು ಪಾಲು.. ಎರಡೂವರೆ ಕೆಜಿ ಮಟನ್ ಸಿಕ್ಕಿತ್ತು" ಎಂದರು. "ನಿಮ್ಮನೆಯಲ್ಲಿ ಯಂತ ಮಾಡಿದ್ರಾ?" ಪಕ್ಕದವನಿಗೆ ಕೇಳಿಯಾಯ್ತು. ನಮ್ಮನೆಯಲ್ಲಿ ಕಬಾಬು, ಸಾರು ಇತ್ಯಾದಿ ಇತ್ಯಾದಿ ಏನೇನೋ ಚರ್ಚೆ ಅವರಷ್ಟಕ್ಕೆ ಆರಂಭವಾಯ್ತು.

ನಾನಿಂತಹ ಚರ್ಚೆಯನ್ನು ತಡೆಯಲು ಹೋಗುವುದಿಲ್ಲ. ಅವರ ಅಭಿವ್ಯಕ್ತಿಯನ್ನು ನೋಡುತ್ತಾ ಕೂರುತ್ತೇನೆ. ಇಂತಹ ಸಮಯದಲ್ಲಿ ನನಗೆ ಆಲಿಸುವಿಕೆ ಹಾಗೂ ಮಾತನಾಡುವ ಕೌಶಲವನ್ನು ಬೆಳೆಸಲು ಎಂತೆಂತಹಾ ವರ್ಕ್ ಶೀಟ್ ಮಾಡಿ, ಇಪ್ಪತ್ತೆಂಟು ಚಟುವಟಿಕೆ ಕೊಟ್ಟು ಮಾಡಲು ಹೇಳುತ್ತಾರಪ್ಪಾ ಎಂದು ಬೇಸರವಾಗುತ್ತದೆ. ಮಕ್ಕಳನ್ನು ಅವರ ಪಾಡಿಗೆ ಬಿಟ್ಟರೆ ಮಾತಾಡುತ್ತಾರೆ. ಸ್ಟೇಜ್ ಮೇಲೆ ಒಂದು ತಾಸು ಮಾತಾಡಿದರೆ ಮಾತ್ರಾ ಬೆಲೆಯಾ? ನಾವು ಸುಮ್ಮನೆ ಆಲಿಸುತ್ತಾ ಕೂತರೆ ಸಾಕು, ಅವರ ಅಭಿವ್ಯಕ್ತಿ ಕೌಶಲ ತಾನಾಗಿಯೇ ಬೆಳೆಯುತ್ತದೆ. ಇನ್ನು ಹೊಸದಾಗಿ ನಾವು ನಾಲಿಗೆಗೆ ಬಜೆ ಬೇರು ನೆಕ್ಕಿಸುವ ಅಗತ್ಯವಾದರೂ ಏನಿದೆ? ಎಂದುಕೊಳ್ಳುತ್ತಲೇ ನಾನೊಂದು ಪ್ರಶ್ನೆಯನ್ನು ಕೇಳಲು ಸಿದ್ಧಳಾಗುತ್ತೇನೆ. ಮುಂದುವರೆದು ನಾನು

ಮಾತನಾಡುವಾಗ ಮಕ್ಕಳು ಬಾಯಿ ಹಾಕಿಕೊಂಡು ಬಂದು ನಿಲ್ಲುತ್ತಾರೆ, "ಮಿಸ್ ನೀವು ಯಾವಾಗಲಾದರೂ ಶಿಕಾರಿ ಮಾಡಿದ್ರಾ?" ಎನ್ನುತ್ತಾರೆ. ನಾನು ನಗುತ್ತಲೇ ನನ್ನ ಕತೆಯನ್ನು ಹೇಳುತ್ತೇನೆ. ಈ ಮಕ್ಕಳಿಗೆ ನನ್ನ ಬಾಲ್ಯದ ಕತೆಗಳನ್ನು ಆಲಿಸಲು ಬಹಳ ಆಸಕ್ತಿ. "ಬಾಲ್ಯವೆಂಬುದು ಸಮೃದ್ಧವಾಗಿದ್ದರೆ ಮುಂದಿನ ಬದುಕಿನಲ್ಲಿ ಖುಷಿಯ ಭಾವ ಎಂದೂ ಬತ್ತುವುದಿಲ್ಲ. ಕೊರತೆ ಕಾಡುವುದಿಲ್ಲ" ಇದು ನನ್ನ ಗಟ್ಟಿಯಾದ ನಂಬಿಕೆ. ಅದು ಹಣದಲ್ಲಿ ಶ್ರೀಮಂತಿಕೆಯಿಂದಿರಬೇಕು ಎಂದು ಖಂಡಿತಾ ಅಲ್ಲ. ನಮ್ಮ ಅನುಭವ ಸಮೃದ್ಧವಾಗಿರಬೇಕು. ಗೋಡೆಯೊಳಗೆ ಬದುಕು ಸವೆದಿರಬಾರದು. ಪ್ರಕೃತಿಯೊಂದಿಗೆ ತೆರೆದುಕೊಂಡಷ್ಟೂ ಅನುಭವ ಸಮೃದ್ಧವಾಗುತ್ತದೆ. ಈ ಪ್ರಕೃತಿ ಕಲಿಸುವ ಪಾಠವನ್ನು ಯಾರು ತಾನೇ ಕಲಿಸಿಯಾರು? ಪರಿಸರ ಕೊಡುವಷ್ಟು ಅನುಭವವನ್ನು ಯಾವ ಶಾಲೆ ಕಲಿಸುತ್ತದೆ?" ಅಂದುಕೊಂಡೇ ನನ್ನ ಮಕ್ಕಳಿಗೆ ನನ್ನ ಬಾಲ್ಯವನ್ನು ಬಿಚ್ಚಿಡುತ್ತೇನೆ. ಅವರು ನವರಂಧ್ರಗಳನ್ನೂ ಬಳಸಿಕೊಂಡು ಆಲಿಸುತ್ತಾರೆ.

"ನಾನು ಚಿಕ್ಕವಳಿದ್ದಾಗ, ಬಹುತೇಕ ಐದು-ಆರನೇ ತರಗತಿಯಲ್ಲಿ ಅನಿಸುತ್ತದೆ. ಒಮ್ಮೆ ಮೀನು ಹಿಡಿಯಲು ಹೋಗಿದ್ದೆ. ಆಗಿದ್ದಿಷ್ಟು: ಆ ದಿನ ನಮ್ಮ ಮನೆಯಲ್ಲಿ ಅಜ್ಜಿಯ ವೈದಿಕ. ಮನೆಗೆ ಕುಟುಂಬದವರು, ಬಂಧು ಮಿತ್ರರು, ಊರು ಮನೆಯವರು ಆಗಮಿಸಿದ್ದರು. ದೊಡ್ಡವರ ಜೊತೆ ಸಾಕಷ್ಟು ಮಕ್ಕಳು ಇದ್ದರು.

ಹಾಗಾಗಿ ಆ ದಿನ ಅವರೊಂದಿಗೆ ಆಡುವ, ಓಡುವ, ಗುಡ್ಡ ಬೆಟ್ಟ ಸುತ್ತುವ ನನ್ನ ಕಾಯಕಲ್ಪ ಜೋರಿತ್ತು. ಹೀಗೆಯೇ ಆಟವಾಡಿ ಹಸಿವಾಯಿತು. ಬೆಳಗ್ಗಿನ ಅವಲಕ್ಕಿ ಇತ್ತು. ಮೊಸರು ಹಾಕಿಕೊಂಡು ತಿಂದೆವು. ರಾವಣನ ಹೊಟ್ಟೆ, ಅರೆಕಾಸಿನ ಮಜ್ಜಿಗೆ ಸಾಕಾಗುತ್ತದೆಯೇ?

ಎಷ್ಟೊತ್ತಾದರೂ, ಊಟ ಹಾಕಲಿಲ್ಲ. ಮೇ ತಿಂಗಳ ಬಿರು ಬಿಸಿಲು, ಬಾಯಾರಿಕೆ ಜೋರು, ಗುಡ್ಡದ ಮೇಲೆ ಹುಲ್ಲು ಒಣಗಿ ಹೋಗಿರುತ್ತದೆ. ಬೆಂಕಿ ಕೊಟ್ಟರೆ ಕ್ಷಣಾರ್ಧದಲ್ಲಿ ಸುಟ್ಟು ಬೂದಿಯಾಗುವಷ್ಟು, ಹುಲ್ಲು ಗರಿಗರಿ ಚಿಪ್ಸ್ ಆಗಿರುತ್ತದೆ. ನಮಗೋ, ಅದಾವುದೂ ಲೆಕ್ಕಕ್ಕಿಲ್ಲ. ನಾನಂತೂ ಅದೆಷ್ಟು ತಿರುಗುತ್ತಿದ್ದೆ ಎಂದರೆ, ಮೊದಲೇ ಕಪ್ಪಗಿರುವ ನಾನು ಬಿಸಿಲಿನಲ್ಲಿ ಸುಟ್ಟು "ಕರಿಮಾಳಿ" ಎಂದು ಕರೆಯಿಸಿಕೊಳ್ಳುವಷ್ಟು, ಕಾಲಿನಲ್ಲಿ ನಾಯಿಗೆರೆ ಇದೆಯಾ? ಎಂದು ಕೇಳುವಷ್ಟು.

ಇಂತಿಪ್ಪ ನನಗೆ, ಒಂದೇ ಕಡೆ ಕೂತು ಆಟವಾಡುವುದು ಸಾಧ್ಯವೇ ಇಲ್ಲ. ಊಟ ಮಾಡೋಣವೆಂದರೆ, ಎಡೆಯನ್ನು ಹೊರಗಿಟ್ಟು, ಕಾಗೆಯನ್ನು ಕರೆದಿಲ್ಲ. ತಿಥಿಯ ಆಚರಣೆ ಶುರುವಾಗುವುದೇ ಅಪರಾಹ್ನದಲ್ಲಿ, ಹಾಗಾಗಿ ಊಟ ತಡ. ನಮಗೆ ಕಾದು ಸಾಕಾಯಿತು. ಜೋರು ಹಸಿವು, ಅವಲಕ್ಕಿ ಮೊಸರು

ಜೀರ್ಣವಾಗಿತ್ತು. ಮುಳ್ಳಣ್ಣು, ಜಾಣಿಗೆ ಹಣ್ಣು ಎಂದು ಅರಸುತ್ತಾ ಮನೆಯಿಂದ ಹೊರಟೆವು. ನಮ್ಮ ಮನೆಯ ಸಮೀಪ "ದುಗ್ದುಗ್ಗಿ ಕೊಡ್ಲು" ಎಂದು ಕರೆಯುವ ಒಂದು ಹಳ್ಳವಿದೆ. ಆಟವಾಡಲು ಅವಕಾಶವಿರುವ ಹಳ್ಳವದು. ನಾವೊಂದು ಐದಾರು ಜನ ಅಲ್ಲಿಗೆ ಹೋದೆವು. ಹೋಗುವಾಗ ಇಂಥದ್ದೇ ಮಾಡಬೇಕು ಎಂಬ ಯೋಜನೆ ಇರಲಿಲ್ಲ. ಅಲ್ಲಿ ಹೋದಾಗ ತಿಳಿನೀರಿನ ಹೊಂಡದಂತಹ ಜಾಗದಲ್ಲಿ ಒಂದೆರಡು ಸೆಂಟಿಮೀಟರ್ ಉದ್ದವಿದ್ದ ಮೀನುಗಳು ಆಟವಾಡುತ್ತಿದ್ದವು. ಅದನ್ನು ನೋಡಿ ನಮಗೊಂದು ಉತ್ಸಾಹ ಬಂದುಬಿಟ್ಟಿತು. "ತಗಾ! ಮೀನು ಹಿಡಿಯೋಣ."

ಸರಿ, ಮೀನು ಹಿಡಿಯಲು ಬಲೆ ಎಲ್ಲಿ? ಮತ್ತೆ ಮನೆಗೆ ಹೋಗಿ ಒಂದು ಪಾಣಿಪಂಚೆ ತಂದು ಅದರ ಎರಡು ತುದಿಗೆ ಕೋಲು ಕಟ್ಟಿ ಬಲೆ ಮಾಡಿಕೊಂಡು ಮೀನು ಹಿಡಿದೆವು. ಹಾಗೆ ಮಾಡಿ ಹತ್ತು-ಹದಿನೈದು ಮೀನುಗಳು ದಡಕ್ಕೆ ಬಂದವು. ಪುಣ್ಯಕ್ಕೆ ನೀರಿನಿಂದ ಹೊರಬಂದರೆ, ಮೀನು ಸಾಯುತ್ತವೆ ಎಂಬ ಪ್ರಜ್ಞೆ ನಮಗಿತ್ತು. ಬರುವಾಗ ಮೀನು ತುಂಬಿಕೊಳ್ಳಲು ಒಂದು ಸ್ಟೀಲಿನ ಬಾಕ್ಸ್ ತಂದಿದ್ದೆವು. ಅದರಲ್ಲಿ ನೀರಿನ ಸಹಿತ ಹಾಕಿಕೊಂಡೆವು. ಮೀನು ಹಿಡಿಯುವ ತನಕ ಮಾತ್ರ ನಮ್ಮ ಯೋಚನೆ. ಮುಂದೇನು? ಉತ್ತರವಿಲ್ಲ.

ಇನ್ನೇನು, ಮನೆಗೆ ಮೀನುಗಳನ್ನು ಒಯ್ಯಬೇಕು! ಅಲ್ಲಿ ಸಾರು ಮಾಡುತ್ತಾರಾ ಎನ್ನಬೇಡಿ. ಸಾಕುವುದಕ್ಕಾಗಿ ಅಷ್ಟೇ. ಒಯ್ಯೋಣ ಎನ್ನುವಷ್ಟರಲ್ಲಿ ಥಟ್ಟನೆ ನೆನಪಾಯ್ತು. ಇವತ್ತು ವೈದಿಕ. ಅಷ್ಟು ಶ್ರದ್ಧೆಯಿಂದ ಮಾಡುತ್ತಿರುವ ಶ್ರಾದ್ಧದ ಮನೆಗೆ ಇವುಗಳನ್ನು ತೆಗೆದುಕೊಂಡು ಹೋದರೆ, ಸ್ವರ್ಗದಲ್ಲಿ ಇರುವ ಅಜ್ಜಿಗೆ ಹೇಗನ್ನಿಸುತ್ತದೆ? ಪಾಪ ಅಜ್ಜಿ. ನಮ್ಮ ಮೇಲೆಯೇ ಜುಗುಪ್ಸೆ ಬಂತು, ಮೀನುಗಳನ್ನು ಮತ್ತೆ ಹಳ್ಳಕ್ಕೆ ಬಿಟ್ಟು ಮನೆಗೆ ಹೋದೆವು. ಮನೆಯಲ್ಲಿ ಎರಡನೇ ಪಙ್ತಿಗೆ ಎಲೆ ಹಾಕಿದ್ದರು".

ಇಷ್ಟನ್ನು ಹೇಳಿದಾಗ, ಇಡೀ ತರಗತಿ ನಿಶ್ಶಬ್ದವಾಗಿ ಕೇಳುತ್ತಿತ್ತು. ಮಕ್ಕಳ ಆಲಿಸುವ ಸಾಮರ್ಥ್ಯವನ್ನು ಹೆಚ್ಚಿಸುವುದು ಹೇಗೆ ಎಂಬುದಕ್ಕೆ ನನಗೆ ಉತ್ತರ ದೊರಕಿತ್ತು. ಪುಸ್ತಕದ ಚಟುವಟಿಕೆಗಳು ಅಲ್ಲಿಯೇ ಉಳಿದಿತ್ತು.

ತರಗತಿ ಕೊಠಡಿ ಎಂಬುದೇ ಪ್ರಯೋಗಾಲಯ. ಅಲ್ಲಿ ಮಕ್ಕಳೊಂದೇ ಕಲಿಯುವುದಿಲ್ಲ. ಶಿಕ್ಷಕರು ಬಹಳಷ್ಟು ಕಲಿಯುತ್ತಾರೆ, ಕಲಿಯಬೇಕು. ಅದೇ ನಿಜವಾದ ವಿಕಾಸ ಎಂದು ನಾನು ಹಲವಾರು ಬಾರಿ ಅಂದುಕೊಂಡಿದ್ದೇನೆ.

25

ಪ್ರವಾಸವೆಂಬ ಸಂಭ್ರಮ

ದೇಶ ಸುತ್ತು; ಕೋಶ ಓದು ಎಂಬುದೊಂದು ಗಾದೆಯಿದೆ. ಬದುಕಿಗೆ ಅನುಭವ ಗಳಿಸಿಕೊಳ್ಳಬೇಕೆಂದರೆ ಇದೆರಡರಲ್ಲಿ ಯಾವುದಾದರೊಂದು ಆಗಬೇಕು ಎಂಬುದು ಈ ಗಾದೆಯ ಅರ್ಥ. ಇದನ್ನು ಹೋಲಿಸಿಕೊಂಡರೆ, ಇಷ್ಟು ವರ್ಷದ ಬದುಕಿನಲ್ಲಿ ನಾನು ದೇಶ ಸುತ್ತಿರುವುದಕ್ಕಿಂತ ಕೋಶ ಓದಿದ್ದು ಜಾಸ್ತಿ. ಮದುವೆಯ ನಂತರ ಮಧುಚಂದ್ರದ ಕಾರಣವಿಟ್ಟುಕೊಂಡು ಕೇರಳದ ಮುನಾರ್, ಅಲೆಪ್ಪಿ, ಕುಮಾರಕಂ ಎಂದು ಹೊರರಾಜ್ಯಕ್ಕೆ ಕಾಲಿಟ್ಟಿದ್ದು. ನಂತರ ಎಡಕಲ್ಲು ಗುಡ್ಡ ವೈನಾಡು, ಬೇಕಲ್ ಕೋಟೆ ಹೀಗೆ ಮತ್ತೆ ಕೇರಳಕ್ಕೇ ಹೋಗಿದ್ದಾಯಿತು, ಕಳೆದ ವರ್ಷ ಅಸ್ಸಾಮ್ ಮೇಘಾಲಯ ಬಿಟ್ಟರೆ ಬೇರೆ ರಾಜ್ಯಗಳನ್ನು ನೋಡಿಯೇ ಇಲ್ಲ.

ಹೋಗಲಿ, ಕರ್ನಾಟಕ ದರ್ಶನವನ್ನಾದರೂ ಪೂರ್ಣ ಮಾಡಿದ್ದೇನಾ ಎಂದರೆ ಅದೂ ಇಲ್ಲ. ಡಿಇಡಿಯಲ್ಲಿ ಎಜುಕೇಷನಲ್ ಟೂರ್ ಕಡ್ಡಾಯವಾಗಿದ್ದ ಕಾರಣಕ್ಕೆ ಬೆಂಗಳೂರು, ಮೈಸೂರು, ಕೊಡಗು, ಶ್ರವಣಬೆಳಗೊಳ, ಕುಶಾಲನಗರ ಇತ್ಯಾದಿ ಪ್ರವಾಸ ಮಾಡಿದ್ದಾಯಿತು. ಅಲ್ಲೂ ಸಂಭ್ರಮಿಸುವುದಕ್ಕಿಂತ ಅಸೈನ್ಮೆಂಟಿಗೆ ನೋಟ್ಸ್ ಮಾಡಿಕೊಳ್ಳುವುದೇ ಆಗುತ್ತಿತ್ತು. ಆಗ ಕ್ಯಾಮೆರಾದ ಮೊಬೈಲ್ ಇಲ್ಲದ ಕಾರಣ ಮಾಹಿತಿಗಳನ್ನು ಫೊಟೊ ತೆಗೆದುಕೊಳ್ಳಲು ಜಾಸ್ತಿ ಅವಕಾಶ ಇರಲಿಲ್ಲ, ಇದ್ದ ಒಂದು ರೋಲ್ ಕ್ಯಾಮೆರಾದಲ್ಲಿ ಮೂವತ್ತೆಂಟು ಫೊಟೊ ಅಷ್ಟೇ. ಉಳಿದ ಎಲ್ಲವನ್ನೂ ಪಾಯಿಂಟ್ ಮಾಡಿಕೊಳ್ಳಬೇಕಿತ್ತು. ನಂತರ ಅದರ

ವರದಿ ಬರೆದು ಕಾಲೇಜಿಗೆ ಕೊಡಬೇಕಿತ್ತು. ಆ ಕಾಲದಲ್ಲೇ ಪ್ರವಾಸ ಕಥನ ಬರೆದ ಪ್ರಖ್ಯಾತಿ ನನ್ನದು!

ಬಾಲ್ಯದ ದಿನಗಳಲ್ಲಿ ಅಪ್ಪ ಒಂದು ಬಾರಿಯೂ ಪ್ರವಾಸಕ್ಕೆ ಕಳಿಸಲಿಲ್ಲ. ನಾಲ್ಕನೇ ತರಗತಿಯಲ್ಲಿ ಇರುವಾಗ ಹುರುಳಿ ಶಾಲೆಯಲ್ಲಿ ಇದ್ದ ಮೇಷ್ಟ್ರು ಮುಳುಗಡೆ ಹೊಳೆ ತೋರಿಸಲು ಕರೆದುಕೊಂಡು ಹೋಗಿದ್ದರು. ಅದೇ ನನ್ನ ಮೊದಲ ಪ್ರವಾಸ, ಬಹುಶಃ ಹತ್ತನೇ ತರಗತಿ ಮುಗಿಯುವವರೆಗೂ ಅದೊಂದೇ ಪ್ರವಾಸ ನನ್ನದು! ಆ ಮುಳುಗಡೆ ನೀರಾದರೂ ಎಷ್ಟು ಚಂದ. ಇನ್ನೂ ನೆನಪಿದೆ. ಹುರುಳಿಯಿಂದ ಮೊದಲು ತುಮರಿಗೆ ಹೋಗುವ ಬಸ್ ರೂಟ್ ಅದು. ಮಡೇನೂರು, ಲಿಂಗನಮಕ್ಕಿ ಅಣೆಕಟ್ಟು ಕಟ್ಟಿದ ನಂತರ ನಮ್ಮೂರೆಲ್ಲ ಮುಳುಗಿ, ರಸ್ತೆಗಳೆಲ್ಲ ಕಣ್ಮರೆಯಾದ ನಂತರ ಹುರುಳಿಗೆ ಬಸ್ ಬರುವುದು ನಿಂತಿತು. ಆಮೇಲೆ ಬ್ಯಾಕೋಡು ತುಮರಿ ಕಳಸವಳ್ಳಿ ಲಾಂಚ್ ಮಾರ್ಗವಾಗಿ ಸಾಗರಕ್ಕೆ ಹೋಗಲು ಆರಂಭವಾಗಿದ್ದಂತೆ.

ಆ ಕಾಲದಲ್ಲೇ ನಮ್ಮೂರಿಗೆ ಬಸ್ ಬರುತ್ತಿತ್ತು. ಮುಳುಗಡೆಯಾದ ನಂತರವೇ ಮೂರ್ನಾಲ್ಕು ಕಿಲೋಮೀಟರ್ ನಡೆಯುವುದು ಅನಿವಾರ್ಯವಾದದ್ದು. ಆಧುನಿಕತೆ ಎಲ್ಲಾ ಬಾರಿಯೂ ಮನುಷ್ಯನ ಕಷ್ಟವನ್ನು ಕಳೆಯುವುದಿಲ್ಲ. ಬದಲಾಗಿ ಇನ್ನಷ್ಟು ಅಜ್ಞಾನಿಗಳನ್ನಾಗಿಯೂ, ಅವಕಾಶವಂಚಿತರನ್ನಾಗಿಯೂ ಮಾಡುತ್ತದೆ. ಈ ಅಣೆಕಟ್ಟು ಎಂಬುದು ನಮ್ಮನ್ನು ಸದಾಕಾಲ ದ್ವೀಪವಾಗಿಯೇ ಇಟ್ಟುಬಿಟ್ಟಿತು. ನಾಗರಿಕ ಪ್ರಪಂಚವೆಂಬುದು ಇಪ್ಪತ್ತೊಂದನೇ ಶತಮಾನಕ್ಕೆ ಕಾಲಿಟ್ಟಾಗ ನಾವೆಲ್ಲ ಬಹುಶಃ ಹದಿನೆಂಟನೇ ಶತಮಾನದಲ್ಲಿ ಇದ್ದೆವು.

ಹೋ, ನಾನು ಮೊದಲ ಪ್ರವಾಸದ ಕತೆಯನ್ನು ಹೇಳುತ್ತಿದ್ದೆನಲ್ಲವೆ? ಬನ್ನಿ, ಮತ್ತೆ ಪ್ರವಾಸಕ್ಕೆ ಹೋಗೋಣ. ಹುರುಳಿಯಿಂದ ಮೂರ್ನಾಲ್ಕು ಕಿಲೋಮೀಟರ್ ನಡೆದ ನಂತರ ಶರಾವತಿ ನದಿಯ ಹಿನ್ನೀರು, ಎರಡು ಭಾಗದಲ್ಲಿ ಆವರಿಸಿಕೊಂಡಿತ್ತು. ಮಧ್ಯದಲ್ಲಿ ಸಣ್ಣ ರಸ್ತೆ, ಅದಕ್ಕೊಂದು ಸೇತುವೆ. ಬ್ರಿಟಿಷರ ಕಾಲದ್ದು ಎಂದು ಹೇಳುತ್ತಾರೆ. ಮಳೆಗಾಲದಲ್ಲಿ ಈ ರಸ್ತೆ, ಸೇತುವೆ ಸಂಪೂರ್ಣ ಮುಳುಗಿರುತ್ತದೆ. ಬೇಸಿಗೆಯಲ್ಲಿ ಮಾತ್ರಾ ನೀರು ಕಡಿಮೆಯಾಗಿ, ಮರದ ಬೊಡ್ಡೆಗಳು ಅಲ್ಲಲ್ಲಿ ಅವಶೇಷಗಳಾಗಿ ನಿಂತಿರುತ್ತವೆ. ನೋಡಲು ಒಂಥರಾ ಚಂದವೇ. ಆದರೆ ಅಸ್ತಿತ್ವದ ಹುಡುಕಾಟದಲ್ಲಿ ಇರುವ ನಮಗೆ ಅದನ್ನು ನೋಡುವಾಗ, ಅಸ್ಥಿಪಂಜರದ ಎದುರು ನಿಂತ ಹಾಗೆ ಕಾಣುತ್ತದೆಯೇ ಹೊರತೂ ವಾಹ್! ಎಂದು ಅನಿಸುವುದೇ ಇಲ್ಲ.

ಹೀಗೆ ನಮ್ಮ ಪಳೆಯುಳಿಕೆಯನ್ನು ನೋಡಿಬಂದ ನಂತರ ಬಹುಕಾಲ ಪ್ರವಾಸವೇ ಇರಲಿಲ್ಲ. ಅಪ್ಪ ಯಾಕೋ ಪ್ರವಾಸಕ್ಕೆ ಕಳುಹಿಸಲು ಒಪ್ಪಲೇ ಇಲ್ಲ. ನಾನು ತಿಪ್ಪರಲಾಗ ಹೊಡೆದರೂ ಅವರು ಒಪ್ಪುತ್ತಿರಲಿಲ್ಲ. ನಾನು ಬಾರದ

ಕಾರಣಕ್ಕೆ ನನ್ನ ಗೆಳತಿಯರು ಹೋಗಲು ಒಪ್ಪಿಗೆ ಕೊಡಲಿಲ್ಲ. ಹೈಸ್ಕೂಲಿನ ಮೂರು ವರ್ಷಗಳಲ್ಲಿ ಟೂರು ಮಾಡಲು ಸಾಧ್ಯವೇ ಆಗಲಿಲ್ಲ. ಶಾಲಾ ವಾರ್ಷಿಕೋತ್ಸವ ಮಾತ್ರಾ ಅದ್ದೂರಿಯಾಗಿ ನಡೆಯಿತು. ಅಷ್ಟೇ.

ಹೊರಪ್ರಪಂಚದ ಪರಿಚಯವಾದದ್ದು ಮದುವೆಯಾದ ನಂತರವೇ. ರಜ ಇರುವಾಗಲೆಲ್ಲಾ ಸಣ್ಣ ಪುಟ್ಟ ಪ್ರವಾಸ ಮಾಡುತ್ತಲೇ ಇರುತ್ತೇವೆ. ಹಾಗೆಯೇ ಹಳೇಬೀಡು, ಬೇಲೂರು, ಸಕಲೇಶಪುರ, ಮುಳ್ಳಯ್ಯನಗಿರಿ, ಬಳ್ಳಿಗಾವೆ, ಕೋಟಿಪುರ, ಹೊನ್ನಾವರ, ಯಾಣ ಹೀಗೆ ಹತ್ತಿರದ ಸ್ಥಳಗಳನ್ನೆಲ್ಲ ನೋಡಿಯಾಗಿತ್ತು.

ಈ ಸಣ್ಣ ಶಾಲೆಯಲ್ಲಿ ಟೀಚರ್ರಾದ ನನಗೆ ಮಕ್ಕಳನ್ನು ಪ್ರವಾಸಕ್ಕೆ ಕರೆದೊಯ್ಯಲು ಬೆಟ್ಟದಷ್ಟು ಆಸೆ, ನಾನು ಹೋಗಿಬಂದ ಸ್ಥಳಗಳನ್ನೆಲ್ಲ ಮಕ್ಕಳಿಗೆ ತೋರಿಸಬೇಕೆಂಬ ಬಯಕೆ. ನೆರವೇರುವುದು ಸುಲಭವಲ್ಲ. ಆರ್ಥಿಕ ಪರಿಸ್ಥಿತಿ ಬಹಳ ಮುಖ್ಯ. ಚಿಕ್ಕ ಮಕ್ಕಳು ನಿದ್ರೆ, ವಾಂತಿ, ಅವರ ರಕ್ಷಣೆ ಎಲ್ಲವನ್ನೂ ನಿಭಾಯಿಸಬೇಕಲ್ಲ. ಅದನ್ನೆಲ್ಲ ಯೋಚಿಸಿದರೆ ಈ ಟೂರು, ಪಿಕ್ನಿಕ್ ಎಂಬುದರ ಸಹವಾಸವಲ್ಲ ಎಂದೆನಿಸಿಬಿಡುತ್ತಿತ್ತು.

ಹಾಗಂತ ಹಳ್ಳಿಯ ಈ ಮುಗ್ಧ ಮಕ್ಕಳನ್ನು ಪ್ರವಾಸದ ಖುಷಿಯಿಂದ ವಂಚಿಸುವುದು ನನಗಂತೂ ಇಷ್ಟವಿಲ್ಲ. ನಾನು ಕೆಲಸಕ್ಕೆ ಸೇರಿದಾಗ ಇದ್ದ ಗೀತಾ ಟೀಚರ್ ನನಗಿಂತ ಉತ್ಸಾಹಿ. ಅವರ ಬದುಕಿನ ದುಃಖವನ್ನು ಮರೆಯಲೆಂದೇ ಅತಿಹೆಚ್ಚು ಕೆಲಸದಲ್ಲಿ ತೊಡಗುತ್ತಿದ್ದರು. ಅವರು, ನಾನು ಸೇರಿ ಒಂದು ಅದ್ಭುತ ಯೋಜನೆ ಮಾಡಿಬಿಟ್ಟೆವು. ಚಿಬ್ಬಲುಗುಡ್ಡೆ, ಕುಪ್ಪಳ್ಳಿ, ಶೃಂಗೇರಿ, ಕಿಗ್ಗ ಫಾಲ್ಸ್– ಇವುಗಳಿಗೆ ಒಂದು ದಿನದ ಪ್ರವಾಸ. ನಾವು ಶಾಲೆಗೆ ಓಡಾಡುತ್ತಿದ್ದ ಲೈನ್ ಬಸ್ಸಿನವರಲ್ಲಿ ಮಾತಾಡಿಕೊಂಡೆವು. ಅದೇ ಒಂದು ದಿನಕ್ಕೆ ವಾಹನ. ಆ ದಿನ ಪ್ರಯಾಣಿಕರಿಗೆ ಬಸ್ ಇಲ್ಲ. ಊಟ ಶೃಂಗೇರಿಯಲ್ಲಿ.

ನಮ್ಮ ದೇಶದಲ್ಲಿ ಉಚಿತವಾಗಿ ಸಾರ್ವಜನಿಕರಿಗೆ ಊಟ ಸಿಗುವುದು ದೇವಸ್ಥಾನ ಮತ್ತು ಮಠಗಳಲ್ಲಿ ಮಾತ್ರಾ ಎಂದು ಎಲ್ಲಾ ಶಾಲೆಗಳು ಊಟದ ಸಮಯಕ್ಕೆ ದೇವಸ್ಥಾನ ಅಥವಾ ಮಠಗಳನ್ನು ನಿಗದಿಪಡಿಸಿಕೊಂಡು ಹೊರಡುವುದು ಪರಂಪರಾನುಗತ ಸಂಗತಿ! ನಾವೂ ಅದನ್ನೇ ಮಾಡಿದೆವು. ಏಕೆಂದರೆ ಹೋಟೆಲು ತುಂಬಾ ಖರ್ಚು. ಪ್ರವಾಸದ ಖರ್ಚನ್ನು ಭರಿಸುವುದೇ ಕಷ್ಟ. ಇನ್ನು ಊಟವೂ ಅದರಲ್ಲಿ ಸೇರಿದರೆ, ನೂರಿನ್ನೂರು ಜಾಸ್ತಿ. ಇದು ಹೊರೆ.

ನಾವು ಇದರೊಂದಿಗೆ ಇನ್ನೊಂದು ಪ್ಲಾನ್ ಮಾಡಿದ್ದೆವು. ಮೂವತ್ತೆರಡು ಚಿಕ್ಕ ಮಕ್ಕಳಿಗೆ ಒಂದು ದೊಡ್ಡ ಬಸ್ ಬಹಳ ಹೆಚ್ಚು. ಅದಕ್ಕಾಗಿ ಅವರ ಪೋಷಕರನ್ನು ಕರೆದುಕೊಂಡು ಹೋಗುವುದು! ಈ ಆಲೋಚನೆಯನ್ನು ನಾನು

ಹೇಳಿದಾಗ, ನಿಜಕ್ಕೂ ಪೋಷಕರು ನನ್ನನ್ನು ಬೈಯಬಹುದು, ಈ ಟೀಚರ್ರಿಗೆ ಮಂಡೆ ಒಂದಿಲ್ಲ ಎನ್ನಬಹುದು ಎಂಬ ಭಯವಿತ್ತು. ಆದರೇನಾಶ್ಚರ್ಯ! "ಟೀಚರು ಸ್ಟೂರ್ ಕರ್ಕುಹೋತಾರೆ, ಮಕ್ಕಳ ಜೊತೆ ನಮಗೂ ಸ್ಟೂರು, ಹೋಬರನ ಬನ್ರಾ..." ಎಂದು ಎಲ್ಲಾ ಮಕ್ಕಳ ಪೋಷಕರೂ ಬಂದರು. ಕೆಲವರದ್ದಂತೂ ಫ್ಯಾಮಿಲಿ ಟೂರು. ಗಂಡಹೆಂಡತಿ, ಅವರ ಮಕ್ಕಳು, ಕೆಲವರ ಅಜ್ಜಿಯಂದಿರು! ಅಕ್ಕಪಕ್ಕದ ಮನೆಯ ಹೆಂಗಸರೂ ಬಂದರು. ನನ್ನ ವೃತ್ತಿ ಬದುಕಿನ ಮೊದಲನೇ ಪ್ರವಾಸ ಅತ್ಯಂತ ಯಶಸ್ವಿಯಾಗಿ ಮುಗಿಯಿತೆಂದು ನಾನು ಹೇಳಬೇಕಿಲ್ಲ ಅಲ್ಲವೇ? ಇಲ್ಲಿ ಪೋಷಕರದ್ದೂ ಸ್ವಾರ್ಥವಿತ್ತು. ಅವರು ಕುಟುಂಬ ಸಮೇತರಾಗಿ ಹೋಗಬೇಕೆಂದರೆ ಆರೆಂಟು ಸಾವಿರ ರೂಪಾಯಿಗಳು ಬೇಕು. ಇಲ್ಲಿ ಒಂದು ಸಾವಿರಕ್ಕೆ ಮುಗಿದು ಹೋಗುತ್ತದೆ!

ಮಕ್ಕಳ ಪೋಷಕರು ಜೊತೆಗೆ ಬಂದಾಗ ನಮಗೆ ಸುಧಾರಿಸುವ ಕೆಲಸ ಚೂರು ಕಡಿಮೆ. ಅಂಗಡಿಗಳಲ್ಲಿ ಅವರ ಪೋಷಕರೇ ಬೇಕಾದುದನ್ನು ತೆಗೆಸಿಕೊಡುತ್ತಾರೆ. ಇಲ್ಲದಿದ್ದರೆ ಕೆಲವರು ಅತಿ ಹೆಚ್ಚು ದುಡ್ಡು ತಂದು ಕಂಡಿದ್ದನ್ನು ಕೊಳ್ಳುವಾಗ, ದುಡ್ಡು ತರದೇ ಇದ್ದವರು ಬೆರಳು ತಿರುಪುತ್ತಾ ನಿಲ್ಲುವುದನ್ನು ನೋಡಲು ಸಂಕಟವಾಗುತ್ತದೆ. ಎಲ್ಲಾ ಮಕ್ಕಳಿಗೂ ಐಸ್ಕ್ರೀಮೋ ಮತ್ತೊಂದೋ ಕೊಡಿಸಿದರೂ, ಈ ಮಕ್ಕಳ ಕಣ್ಣಲ್ಲಿನ ನಿರೀಕ್ಷೆಯ ನೋವು ಹಾಗೆಯೇ ಉಳಿದುಬಿಡುತ್ತದೆ. ಅದಕ್ಕಾಗಿಯಾದರೂ ಅವರ ಪೋಷಕರು ಜೊತೆಗೆ ಬರಬೇಕು.

ಹೆಂಡತಿ, ಮಕ್ಕಳನ್ನು ಅನಾಥರಂತೆ ಬಿಟ್ಟು ಬೀಡಿ, ಸಿಗರೇಟು, ಎಣ್ಣೆ ಹಾಕಿಕೊಂಡು ದುಡ್ಡು ಖರ್ಚು ಮಾಡುವ ಗಂಡಸರಿಗೆ ಇಲ್ಲೊಂದು ಪಾಠವೂ ಇದೆ. ಮಕ್ಕಳ ನಿರೀಕ್ಷೆಗಳು ಸ್ವಲ್ಪವಾದರೂ ಅರ್ಥವಾಗಿದ್ದನ್ನು ನಾನು ನೋಡಿದ್ದೇನೆ. ಜೊತೆಗೆ ವರ್ಷಪೂರ್ತಿ, ಶಾಲೆಯ ಎಲ್ಲಾ ಕೆಲಸ–ಕಾರ್ಯಗಳಲ್ಲೂ ಜೊತೆಯಾಗಿ ನಿಲ್ಲುವ ಪೋಷಕರನ್ನು ಬಿಟ್ಟು ಈ ಪ್ರವಾಸಕ್ಕೆ ಹೋಗುವುದು ನನಗೆ ಸರಿಯಾಗುತ್ತಿರಲಿಲ್ಲ. ಹಾಗಾಗಿ ಅವರೂ ನಮ್ಮ ಸಂಸ್ಥಾನದವರೇ.

"ನಾವು ಎಲ್ಲೂ ಹೋಗದೇ ಇಲ್ಲ ಟೀಚರೇ, ಯಾವಾಗಲೂ ಕೆಲಸ, ನೀವು ಟೂರು ಕರ್ಕಂಡು ಹೋಗಿದ್ದು ಮಕ್ಕಳಿಗಿಂತ ನಮಗೇ ಜಾಸ್ತಿ ಖುಷಿಯಾತು. ಹಿಂಗೇ ಪ್ರತೀ ವರ್ಷ ಕರ್ಕಂಡು ಹೋಗಿ ಟೀಚರೇ..." ಎಂದು ಅದೆಷ್ಟು ತಾಯಂದಿರು ಹೇಳಿದ್ದಾರೇನೋ. ನಾವೆಲ್ಲರೂ ಹೆಣ್ಣುಮಕ್ಕಳೇ. ಆದರೆ ಪರಿಸ್ಥಿತಿ ಬೇರೆ ಬೇರೆ. ನೀರಿನ ಹಾಗೆ. ಸಮುದ್ರದಲ್ಲಿದ್ದರೆ ಉಪ್ಪು. ಸರೋವರದಲ್ಲಿದ್ದರೆ ಸಿಹಿ. ಗಂಗೆಯಾದರೆ ಪವಿತ್ರ, ಚರಂಡಿಯಲ್ಲಿದ್ದರೆ ಕಶ್ಮಲ. ನೀರಿನದೇನು ಪಾತ್ರ? ಅದರದ್ದೇನು ತಪ್ಪು?

ಜಗತ್ತಿನ ಎಲ್ಲರೂ ಸಂಭ್ರಮದಲ್ಲಿ ಇರಲಿ, ಬಯಸುವ ಚಿಕ್ಕ ಪುಟ್ಟ ಆಸೆಗಳು ನೆರವೇರಲಿ ಎಂದುಕೊಳ್ಳುತ್ತೇನೆ ನಾನು.

ಈ ರೀತಿಯ ಪ್ರವಾಸ, ಅದೇ ಸ್ಥಳಗಳಿಗೆ ಈ ಹದಿನಾಲ್ಕು ವರ್ಷಗಳಲ್ಲಿ ಮೂರು ಬಾರಿ ಹೋಗಿದ್ದೆವು. ಮಕ್ಕಳು, ಪೋಷಕರು ವರ್ಷದಿಂದ ವರ್ಷಕ್ಕೆ ಬದಲಾಗುತ್ತಾರೆ. ಹೊಸಬರು ಬರುತ್ತಾರೆ. ಹಾಗಾಗಿ ಅವರಿಗೆ ನೂತನ ಪ್ರವಾಸ. ನಮಗೆ ನೋಡಿದ್ದೇ ನೋಡುವ ಹಳೇ ಪಿಕ್ಚರ್. ಅದೇ ಸ್ಥಳ ಯಾಕೆಂದರೆ, ನಮ್ಮ ಶಾಲೆಯಿಂದ ಒಂದು ದಿನದ ಪ್ರವಾಸಕ್ಕೆ ಈ ಸ್ಥಳಗಳು ಬಹಳ ಸುಲಭ. ಆರಾಮ. ತಲೆಬಿಸಿ ಇಲ್ಲ. ಇನ್ನು ಈ ಸ್ಥಳಗಳು ಶೈಕ್ಷಣಿಕವೂ ಹೌದು, ಖುಷಿಯ ಸ್ಥಳಗಳೂ ಹೌದು. ಕುವೆಂಪುರವರ ಮನೆಗೆ ಇಷ್ಟು ಹತ್ತಿರವಿದ್ದೂ ಕೂಡಾ ಮಕ್ಕಳಿಗೆ ಅವರ ಪರಿಚಯ ಕೇವಲ ಪುಸ್ತಕದಲ್ಲೇ ಮಾಡುತ್ತೇವೆ ಎಂದರೆ, ನಾವೆಂಥಾ ಶಿಕ್ಷಕರು? ಆದಿ ಶಂಕರರು ಶೃಂಗೇರಿಯಲ್ಲಿ ನಡೆದ ಜಾಗವನ್ನು ನಾವು ಸ್ಪರ್ಶಿಸಲಾರೆವೆಂದರೆ, ನಾವು ಭಾಗ್ಯವಂತರಾ? ಆ ಶಾರದಾಂಬೆಯ ಸನ್ನಿಧಾನಕ್ಕೆ ಎಲ್ಲೆಂದಲೋ ಜನಸಾಗರ ಬರುತ್ತದೆ. ವಿದ್ಯಾಶಂಕರ ದೇವಸ್ಥಾನದ ಶಿಲ್ಪಕಲೆಗೆ ವಿಶ್ವವೇ ಮನಸೋತಿದೆ. ಅಂಥದ್ದರಲ್ಲಿ ನಾವು ನೋಡದಿದ್ದರೆ, ದೀಪದ ಬುಡ ಕತ್ತಲು ಎಂಬುದಕ್ಕೆ ಉದಾಹರಣೆಯಾಗಿಬಿಡುತ್ತೇವೆ. ಹಾಗಾಗಿ ನಮಗೆ ಈ ಸ್ಥಳಗಳು ಎಲ್ಲಾ ರೀತಿಯಲ್ಲೂ ಸರ್ವಸಮ್ಮತ.

ಮತ್ತೆ ಪದೇ ಪದೇ ಹೋಗಿಬಂದ ಕಾರಣಕ್ಕೆ ಟೂರ್ ಗೈಡ್ ನಾನೇ. ಚಿಬ್ಬಲು ಗುಡ್ಡೆಯ ತುಂಗೆ–ಗಣಪತಿಯಿಂದಾರಂಭಿಸಿ, ಕುಪ್ಪಳ್ಳಿಯ ಕವಿ, ಶೃಂಗೇರಿಯ ಶಾರದೆ, ವಿದ್ಯಾ ಶಂಕರ ದೇವಸ್ಥಾನ, ಹಾವು ಕಪ್ಪೆಯ ಮೌಲ್ಯ, ಕಿಗ್ಗದ ಋಷ್ಯಶೃಂಗರ ಕತೆಯವರೆಗೂ ನಮಗೆ ಬೇರೆ ಗೈಡು ಬೇಕಿಲ್ಲ. ನನ್ನದೇ ವಿವರ, ಕೇಳಿಸಿಕೊಂಡವರೆಷ್ಟೋ, ಬಿಟ್ಟವರೆಷ್ಟೋ ಆ ತಾಯಿ ಶಾರದೆಗೇ ಬಿಟ್ಟದ್ದು. ಅದು ಬೇರೆ ವಿಚಾರ.

ಕೊರೋನಾ ಕಾಲಕ್ಕೆ ಪ್ರವಾಸ ಪ್ರಯಾಸವಾಗಿತ್ತಷ್ಟೆ. ಅದರ ಮಧ್ಯದಲ್ಲಿ ಲಯನ್ ಸಫಾರಿಗೆ ನಾಲ್ಕು ಬಾರಿ, ಶಾಲೆಯ ಹತ್ತಿರವಿರುವ ಅಲಸೆ, ಗಾಣಿಮಕ್ಕಿ ದೇವಸ್ಥಾನಕ್ಕೆ ಒಂದು ಬಾರಿ ಹೋಗಿ ಬಂದದ್ದಾಯಿತು. ಒಟ್ಟಾರೆ ಎಂಟು ಪ್ರವಾಸಗಳು ನಮ್ಮ ಪಾಲಿಗೆ. ಇವುಗಳ ಪೈಕಿ ಏಳು ಬಾರಿ ಪೋಷಕರನ್ನೂ ಕರೆದುಕೊಂಡೇ ಹೋಗಿದ್ದು. ಈ ಲಯನ್ ಸಫಾರಿ ನಮಗೆ ಅತ್ಯಂತ ಹತ್ತಿರದ ಸ್ಥಳ. ಮಕ್ಕಳು ಅಪಾರ ಸಂಭ್ರಮಿಸುವ ಸ್ಥಳ. ಸಫಾರಿಗೆ ಬಸ್ಸಿನಲ್ಲಿ ಹೋಗುವಾಗಿನ ಅವರ ಸಂತಸದ ಕೂಗು ಮುಗಿಲು ಮುಟ್ಟುತ್ತದೆ. ನಂತರ ಉದ್ಯಾನವನದಲ್ಲಿ ಆಡುವಾಗಲೂ ಅಷ್ಟೆ. ಎಲ್ಲವನ್ನೂ ಮುಟ್ಟಿ ಮುಟ್ಟಿ ಹೋಗುತ್ತಾರೆ. ಆದರೆ ಯಾವ ಆಟವನ್ನೂ ಸಂಪೂರ್ಣವಾಗಿ ಆಡುವುದಿಲ್ಲ, ಏಕೆಂದರೆ ಅಲ್ಲಿರುವ ಅಪಾರ ಆಟಗಳಲ್ಲಿ ಯಾವುದನ್ನು ಆಡುವುದು? ಯಾವುದನ್ನು ಬಿಡುವುದು

ಎಂಬ ಗೊಂದಲ ಬೇರೆ. ಬಹು ಆಯ್ಕೆಗೆ ಅವಕಾಶವಿದ್ದಾಗ ಆಯ್ಕೆಯ ಗೊಂದಲ ನಮಗೇ ಸಾಮಾನ್ಯ. ಇನ್ನು ಮಕ್ಕಳು?!

ಈ ಪ್ರವಾಸಗಳು ಮಕ್ಕಳ ಪಾಲಿಗೆ ಅತ್ಯಮೂಲ್ಯ ಜ್ಞಾನವನ್ನು ನೀಡುತ್ತವೆ. ಪುಸ್ತಕದ ಯಾವ ಪುಟವೂ ನೀಡದಷ್ಟು ಅನುಭವವನ್ನು ಟೂರು ಕೊಡುತ್ತದೆ. ಪ್ರವಾಸದ ದಿನ ನಿಗದಿಯಾದಾಗಿನಿಂದ ಹಿಡಿದು, ವಾಪಸ್ಸು ಮನೆಗೆ ಬರುವವರೆಗಿನ ಪ್ರತೀ ಕ್ಷಣವೂ ಮಗುವಿನ ಮೆದುಳಲ್ಲಿ ದಾಖಲಾಗಿರುತ್ತದೆ. ಪ್ರವಾಸದ ಹಿಂದಿನ ದಿನ ಯಾವ ಮಗುವೂ ಆರಾಮಾಗಿ ನಿದ್ರಿಸುವುದಿಲ್ಲ. ಬರೀ ಕನವರಿಕೆ, ಪ್ರತಿನಿತ್ಯ ಎಂಟು ಗಂಟೆಗೆ ಏಳುವ ಮಗು, ಆ ದಿನ ನಾಲ್ಕು ಗಂಟೆಗೇ ಎದ್ದು ಕೂತಿರುತ್ತದೆ. ತಣ್ಣೀರು ಸ್ನಾನಕ್ಕೂ ಅಂಜುವುದಿಲ್ಲ. ನೀಟಾಗಿ ತಲೆಬಾಚಿ, ಬಟ್ಟೆಯನ್ನು ಧರಿಸಿ, ಪೌಡರ್ ಹಚ್ಚಿಕೊಂಡು ಲಕಲಕ ಹೊಳೆಯುತ್ತಾ ಕುಣಿದುಕೊಂಡೇ ಬರುತ್ತದೆ. ಕಾಲುಗಳು ನೆಲದ ಮೇಲೆ ನಿಲ್ಲುವುದಿಲ್ಲ. ರೆಕ್ಕೆಗಳಿದ್ದಿದ್ದರೆ ಇನ್ನೆಷ್ಟು ಸಂಭ್ರಮವೋ. ಯಾವ ನೆಂಟರ ಮನೆಯ ತಿರುಗಾಟವೂ ಈ ಖುಷಿಯನ್ನು ರೀಪ್ಲೇಸ್ ಮಾಡುವುದಿಲ್ಲ. ಕೈಯಲ್ಲೊಂದು ನೀರು ಬಾಟಲ್, ಒಂದು ಪುಟ್ಟ ಪರ್ಸು, ಕರ್ಚೀಫ್.

ವರ್ಲ್ಡ್ ಟೂರ್ ಮಾಡುವವರಲ್ಲೂ ಈ ಎಕ್ಸೈಟ್ಮೆಂಟ್ ಇರುವುದಿಲ್ಲವೇನೋ! ಮಕ್ಕಳ ಬದುಕಿನ ಪ್ರತಿ ಪುಟವೂ ಈ ಸಂಭ್ರಮದಿಂದಲೇ ತುಂಬಿರಲಿ ಎಂಬುದು ನನ್ನ ಆಕಾಂಕ್ಷೆ.

26

ಬಣ್ಣದ ಪೆನ್ನು–ಅಲಿಖಿತ ನಿಯಮ

ಭಾರತದ ಪ್ರಧಾನ ಮಂತ್ರಿಗಳ ಹೆಸರು...

ರಾಷ್ಟ್ರಪತಿಗಳ ಹೆಸರು...

ಮೊದಲ ಪ್ರಧಾನಿ...

ಮೊದಲ ರಾಷ್ಟ್ರಪತಿ...

ಜನರಲ್ ನಾಲೆಡ್ಜಿಗೆ ಸಂಬಂಧಿಸಿದ ಪ್ರಶ್ನೋತ್ತರ ಬರೆಸುತ್ತಿದ್ದೆ. ಬರೆವಣಿಗೆ ಶುರುವಾದ ತಕ್ಷಣ, ಒಂದು ಪ್ರಶ್ನೆ, "ಪೆನ್ನಿನಲ್ಲಿ ಬರೆಯೋದಾ? ಪೆನ್ಸಿಲಿನಲ್ಲಾ?"

"ಪೆನ್ಸಿಲ್" ಎಂದರೆ, "ಮಿಸ್ ಪೆನ್ನಿನಲ್ಲಿ ಬರೀತೀವಿ" ಒಂದು ಗುಂಪಿನ ಬೇಡಿಕೆ,

"ಸರಿ, ಪೆನ್ನಲ್ಲಿ ಬರೆಯಿರಿ"

"ನೀಲಿ ಇಂಕ್ ಮಾತ್ರಾನಾ? ರೆಡ್ಡಿಂಕಲ್ಲೂ ಬರೀಬಹುದಾ ಮಿಸ್"

"ಹಾ, ಎರಡೂ ಬಳಸಿ, ಪ್ರಶ್ನೆ ರೆಡ್ ಪೆನ್ನಲ್ಲಿ ಬರೆದರೆ ಪೇಜ್ ತುಂಬಾ ರೆಡ್ಡಿಂಕೇ ಕಾಣತ್ತೆ. ಹಾಗಾಗಿ ಉತ್ತರವನ್ನು ಮಾತ್ರಾ ರೆಡ್ ಇಂಕಿನಲ್ಲಿ ಬರೆಯಿರಿ"

ಎರಡು ನಿಮಿಷಗಳ ನಂತರ, ಯಾಕೋ ಮನುಷ್ಯರ ಹೆಸರನ್ನು ಕೆಂಪು ಶಾಯಿಯಲ್ಲಿ ಬರೆಯುವ ಮನಸ್ಸಾಗಲಿಲ್ಲ ಅನಿಸುತ್ತದೆ, ಒಬ್ಬ ಎದ್ದು ನಿಂತು ಘೋಷಣೆ ಮಾಡಿದ. "ಲೇ ಹುಡ್ರಾ, ಜೀವಂತ ಇರೋವ್ರ ಹೆಸರನ್ನು ಕೆಂಪು ಬಣ್ಣದಲ್ಲಿ ಬರೆಯಬಾರ್ದು ಕಣ್ರೋ, ಹಾಗಾಗಿ ಪ್ರಶ್ನೆ ರೆಡ್, ಉತ್ರ ನೀಲಿ". ನಾನು ಸುಮ್ಮನಿದ್ದೆ. ನಾವು ಕೂಡಾ ಈ ಅಲಿಖಿತ ನಿಯಮವನ್ನು ಪಾಲಿಸಿದವರೇ ಅಲ್ಲವಾ?

ಎರಡ್ಮೂರು ಪ್ರಶ್ನೆ ಆಗಿತ್ತು.

"ಮಿಸ್, ಕೆಳಗಿನ ಪ್ರಶ್ನೆಯ ಉತ್ತರವನ್ನು ರೆಡ್ಡಿಂಕಲ್ಲಿ ಬರೀಲಾ?"

ಒಂದು ಸ್ವರ ಹೊರಟಿತು. ಬಗ್ಗಿದ ತಲೆ ಹಾಗೆಯೇ ಇತ್ತು.

"ಯಾಕಪ್ಪ, ತಂದೆ?" ನಾನಿವರನ್ನು ಅಪ್ಪ, ತಂದೆ, ಅಣ್ಣಾ, ಅಕ್ಕಾ, ಮಗಾ, ಮಗಳೆ, ಹುಡ್ಗ, ಹುಡುಗೀ, ಸಗಣಿ ಮಂಜ, ರಗಳೆ ಸುಬ್ಬ ಶುಂಟಿ, ಎಂದೆಲ್ಲ ಕರೆಯುತ್ತಿರುತ್ತೇನೆ. ಅವರಿಗೆ ನಾನು ಹೆಸರು ಹಿಡಿದು ಕರೆದಾಗ ಒಂದು ರೀತಿಯ ಕಸಿವಿಸಿ. "ಮಿಸ್ ನೀವು ನಂಗೆ ಶುಂಟಿ ಅಂತಿದ್ರಿ, ಇವತ್ಯಾಕೆ ಪಂಚಮಿ ಅಂತ ಕರೆದ್ರಿ?" ಎಂದು ಕೇಳುವ ಮಕ್ಕಳಿದ್ದಾರೆ. ಹೀಗೆ ಕರೆಯುವುದು ಅವರ ಪೋಷಕರಿಗೂ ಗೊತ್ತು. ಮಕ್ಕಳನ್ನು ಮುದ್ದಿನಿಂದ ಕರೆಯುವುದಷ್ಟೇ. ಹೆಸರನ್ನು ವಿಕಾರ ಮಾಡಿ ಕುಂಟ, ಕರಿಯ, ಕಪ್ಪೆರಾಯ ಎನ್ನುವುದಲ್ಲ.

"ಮೊದಲ ಪ್ರಧಾನಿ, ರಾಷ್ಟ್ರಪತಿ, ಸಂವಿಧಾನ ಬರೆದವರೆಲ್ಲ ಈಗ ಇಲ್ವಲ್ಲ ಮಿಸ್? ಬದುಕಿದ್ದೋರ ಹೆಸರನ್ನೇನೋ ನೀಲಿ ಇಂಕಲ್ಲಿ ಬರೆಯಬೇಕು, ಆದರೆ ಸತ್ತೋದವರ ಹೆಸರು ರೆಡ್ಡಿಂಕಲ್ಲಿ ಬರೆಯಬಹುದಲ್ವಾ ಮಿಸ್"

"ಮಹಾರಾಯ, ಅವರೆಲ್ಲ ಸತ್ತರೂ ಜೀವಂತ ಇದ್ದಾರೆ ಕಣೋ"

"ಭೂತ, ದೈಯ್ಯ ಆಗಿದಾರಾ?" ನನ್ನೊಡನೆ ಯಾವ ಪ್ರಶ್ನೆಯನ್ನು ಕೇಳುವುದಾದರೂ, ಏನೇ ಮಾತಾಡುವುದಾದರೂ ಭಯವೇ ಇಲ್ಲ. ತಲೆಮೇಲೆ ಹತ್ತಿಕೂತಿದ್ದಾರೆ.

"ಮಂಡೆ ನಿಂದು, ಕೆಲವು ವ್ಯಕ್ತಿಗಳು ಸದಾ ಜೀವಂತವಾಗಿರ್ತಾರೆ, ಅಂದ್ರೆ ಅವರು ಸತ್ತರೂ, ಅವರು ಮಾಡಿದ ಕೆಲಸಗಳ ಮೂಲಕ ಬದುಕಿರ್ತಾರೆ. ಅವರ ದೇಹ ಇರಲ್ಲ, ಆದರೆ ಅವರು ಮಾಡಿದ ಕೆಲಸಗಳು ಶಾಶ್ವತ. ಅಂಬೇಡ್ಕರ್ ಇಲ್ಲ, ಆದರೆ ಅವರು ಸಂವಿಧಾನ ರಚನೆಗೆ ಎಷ್ಟು ಸಹಾಯ ಮಾಡಿದಾರಲ್ವಾ? ಆ ಸಂವಿಧಾನದ ಮೂಲಕ ಅದಕ್ಕೆ ಕಷ್ಟಪಟ್ಟ ಎಲ್ಲರೂ ಜೀವಂತವಾಗಿಯೇ ಇರ್ತಾರೆ. ವಿಶ್ವೇಶ್ವರಯ್ಯ ಇಲ್ಲ, ಆದರೆ ಅವರು ಕಟ್ಟಿಸಿದ ಅಣೆಕಟ್ಟು ಇವತ್ತಿಗೂ ಅವರನ್ನು ನೆನಪು ಮಾಡಲ್ವಾ? ಅದೇ ರೀತಿ ಕೆಂಗಲ್ಲು ಹನುಮಂತಯ್ಯ ಇದ್ರು, ವಿಧಾನ ಸೌಧ ಕಟ್ಟಿಸಿದ್ರು. ಈಗ ಆ ಕಟ್ಟಡದ ಮೂಲಕ ಅವರು ನಮ್ ಜೊತೆ ಇದಾರೆ, ಹಾಗೆಯೇ ಸ್ವಾಮಿ ವಿವೇಕಾನಂದರು, ಎಲ್ಲಾ ಸ್ವಾತಂತ್ರ್ಯ ಹೋರಾಟಗಾರರು, ಒಳ್ಳೆಯ ಕೆಲಸ ಮಾಡಿದವರು– ಎಲ್ಲರೂ ಅಷ್ಟೆ! ಅವರ ದೇಹ ಇರಲ್ಲ. ಆದರೆ ಅವರ ಕೆಲಸಗಳ ಮೂಲಕ ಅವರು ಶಾಶ್ವತ"

"ಹೌದು ಮಿಸ್, ಪುನೀತ್ ರಾಜ್ಕುಮಾರ್..." ಎಂದು ಒಬ್ಬಳು ಎದ್ದುಬಂದಳು. "ಲೇ, ನೋಡ, ಗಾಂಧೀಜೀ ಸತ್ತೋದ್ರು. ಆದರೆ ನೋಟಿನ ಮೇಲೆ ಅವರು ಯಾವಾಗಲೂ ಇರ್ತಾರಲ... ಹಂಗೇಯ ಕಣಾ"

"ಮಿಸ್ ಗಾಂಧೀಜಿ ಯಾಕೆ ಯಾವಾಗ್ಲೂ ನೋಟಲ್ಲಿ ನಗ್ತಾ ಇರ್ತಾರೆ?" ಬಹಳ ದೊಡ್ಡ ಪ್ರಶ್ನೆ ಎಂದು ನನಗೆ ಕೇಳಲು ಒಬ್ಬ ಎದ್ದ.

"ಕೂತ್ಗಳ ಸಾಕು, ಕೇಳಿದ್ನೇ ಕೇಳ್ತಾನೆ. ಮಿಸ್ಸಿಗೇನು ಗೊತ್ತಿಲ್ಲನು? ಅವ್ರು ಅತ್ರೆ ನೋಟು ಒದ್ದೆ ಆತದೆ" ಇನ್ನೊಬ್ಬಳು ಅವನ ತಲೆಗೆ ಹೊಡೆದು ಕೂರಿಸಿದಳು. ನಾನು ನನ್ನಷ್ಟಕ್ಕೆ ನಗುತ್ತಾ ಮುಂದಿನದನ್ನು ಬರೆಯಲು ತಿಳಿಸಿದೆ.

ಹೌದು, "ಕೆಲವರು ಬದುಕಿದ್ದಾಗಲೇ ಸತ್ತಿರ್ತಾರೆ, ಕೆಲವರು ಸತ್ತಮೇಲೂ ಬದುಕಿರ್ತಾರಲ್ವಾ" ಎಂದು ನನಗೆ ಯೋಚನೆ ಬಂತು. ನಮ್ಮದೊಂದು ಹೈಯರ್ ಸ್ಟಡೀಸ್ ವಾಟ್ಸಪ್ ಗ್ರೂಪ್ ಇದೆ. ಅದರಲ್ಲಿ ಒಬ್ಬ ಪುಣ್ಯಾತ್ಮ ಯಾವಾಗಲೂ ಒಂದು ಡೈಲಾಗ್ ಹಾಕ್ತಿದ್ದ. ಯಾರೋ ಮಹನೀಯರ ಹೆಸರಿನಲ್ಲಿ. "ಕೆಲವರು ಇಪ್ಪತ್ತೈದಕ್ಕೇ ಸತ್ತಿರ್ತಾರೆ; ಎಪ್ಪತ್ತೈದಾದರೂ ಹೆಣ ಎತ್ತಿರಲ್ಲ ಅಷ್ಟೇ!" ಅದನ್ನು ಓದುವಾಗ ಒಂದು ರೀತಿಯ ಕಿರಿಕಿರಿ ಆಗುತ್ತಿತ್ತು. ಸತ್ತಿರುವವರು ಸದಾ ಕಾಲ ಜೀವಂತವಾಗಿ ಉಳಿಯುವುದಕ್ಕೂ, ಬದುಕಿರುವವರು ಸತ್ತು ಬಹಳ ಕಾಲವಾಗುವುದಕ್ಕೂ ಅದೆಷ್ಟು ಅಂತರ ಅಲ್ವಾ?

ಆಯ್ಕೆ ನಮ್ಮದು. ಅನುಸರಿಸುವ ಮಾರ್ಗವೂ ನಮ್ಮದೇ.

ಬೆಳಿಗ್ಗೆಯೇ ಒಬ್ಬಳು ಕಂಪ್ಲೆಂಟಿನೊಂದಿಗೆ ನೋಟ್ಬುಕ್ ಹಿಡಿದು ನಿಂತಿದ್ದಳು. "ಮಿಸ್ ಅವಳು ನನ್ನ ಹೆಸರನ್ನು ರೆಡ್ ಇಂಕಲ್ಲಿ ಬರೆದಿಟ್ಟಿದಾಳೆ, ಇಲ್ನೋಡಿ ಮಿಸ್... ನಾನು ಸತ್ತೋಗ್ತೀನಾ ಮಿಸ್?"

"ಅಮ್ಮಾ ತಾಯಿ, ರೆಡ್ ಇಂಕಲ್ಲಿ ಬರೆದ ಕೂಡಲೇ ಯಾರೂ ಸಾಯಲ್ಲ ಕಣೇ.. ಅದೂ ಕೂಡಾ ಒಂದು ಬಣ್ಣ ಅಷ್ಟೆ. ಏನಾಗಲ್ಲ ಹೋಗು, ನಾನು ಪ್ರತೀಬಾರಿ ಕೆಂಪು ಪೆನ್ನಲ್ಲಿ ನಿಮ್ಮ ನೋಟ್ಸಿಗೆ ಸೈನ್ ಹಾಕಲ್ವಾ? ನಾನು ಬದುಕಿಲ್ವಾ?"

ಗ್ರೀನ್ ಇಂಕಿನಲ್ಲಿ ಸಹಿ ಹಾಕುವ ಆಫೀಸರ್ ಆಗಬೇಕು ನಾನು ಎಂಬುದೊಂದು ಆಸೆಯಿತ್ತು ನನ್ನ ಮಾವನಿಗೆ. ಕೆಲಸಕ್ಕೆ ಸೇರಿದಾಗಿನಿಂದ ಅದೆಷ್ಟು ಟಾರ್ಚರ್ ಕೊಟ್ಟಿದ್ದರು ಎಂಬುದನ್ನು ಹೇಳಲಾಗದು. ನಾನೇಕೋ, ಕೆಎಎಸ್ ಅಥವಾ ಐಎಎಸ್ ಪರೀಕ್ಷೆ ಬರೆಯುವ ಮನಸ್ಸು ಮಾಡಲೇ ಇಲ್ಲ. ಬರೆದಿದ್ದರೂ ನಾನೇನೂ ಅಧಿಕಾರಿಯಾಗುತ್ತಿರಲಿಲ್ಲ ಬಿಡಿ. ಮುಂದೆ ಯಾವಾಗಲೋ ಒಮ್ಮೆ "ಕೆಇಎಸ್ ಆದರೂ ಬರೆಯೇ, ನೀ ಓದಿದ ಶಾಲೆಗೆ ಬಿಇಓ ಆಗಿ ಜೀಪಿನಲ್ಲಿ ಬಂದರೆ ನನಗೆ ಬಹಳ ಖುಷಿ ಆಗ್ತು" ಎಂದು ಅಪ್ಪ ಫೋನಿನಲ್ಲಿ ಹೇಳಿದಾಗ, ಇದ್ದಕ್ಕಿದ್ದಂತೆ ಕಣ್ಣು ತುಂಬಿತು. ಅದೇ ಉದ್ದೇಶಕ್ಕೆ ಬಿಇಡಿ ತರಬೇತಿಗೆ ಸೇರಿದೆ. ಹತ್ತು ವರ್ಷವಾಯಿತು, ಕೆಇಎಸ್ ಪರೀಕ್ಷೆಗೆ ಕರೆ ಮಾಡದೇ. ಅಪ್ಪನ ಆಸೆಯನ್ನು ಬಹುಶಃ ಈಡೇರಿಸಲಾರೆ.

ಅದೂ ಅಲ್ಲದೇ, ನನಗೆ ಆಡಳಿತದ ಕರ್ತವ್ಯ ಇಷ್ಟವಿಲ್ಲದ್ದು. ಸಣ್ಣ ಶಾಲೆಯಲ್ಲಿ, ಐದು ವರ್ಷ ಮುಖ್ಯಶಿಕ್ಷಕಿಯಾಗಿದ್ದಾಗಲೇ ವೈಯಕ್ತಿಕ ಬದುಕನ್ನು ಮರೆತುಹೋಗಿದ್ದೆ. ಅಸಿಸ್ಟೆಂಟುಗಳ ಸಮಸ್ಯೆಗಳು, ಅವರ ರಜೆಯ ಬೇಡಿಕೆಗಳು, ಪೋಷಕರ ದೂರುಗಳು, ಅಸಿಸ್ಟೆಂಟು ಹಾಗೂ ಪೋಷಕರ ನಡುವೆ ಸಂಬಾಳಿಸಲು ಹೋಗಿ ನಾನೇ ನಿಷ್ಠೂರವಾಗುವ ಸ್ಥಿತಿಯೂ ಎದುರಾಗಿತ್ತು. ನಂತರ ಅದು ಯಾವುದೋ ಮಾಯದಲ್ಲಿ ಅವರಿಬ್ಬರೂ ಒಂದಾಗಿ ನಾನೇ ಹೊರಗಿನವಳೂ ಆಗಿಬಿಟ್ಟೆ. ಇಂಥದ್ದೆಲ್ಲವನ್ನೂ ನಿಭಾಯಿಸಲು ಸಾಕಷ್ಟು ಶಕ್ತಿ ಬೇಕು. ಅಲ್ಲದೇ ಶಾಲೆಯ ಕುರಿತಾದ ಕನಸುಗಳ ನಡುವೆ ಸಂಸಾರ ಮರೆತೇ ಹೋಗಿತ್ತು. ಹೂಡುವ ಎತ್ತಿಗೆ ಹೊಡೆತ ಎನ್ನುವ ಹಾಗೆ, ಸಾಕಷ್ಟು ಕಿರಿಕಿರಿಗಳನ್ನು ಅನುಭವಿಸಿದ್ದೆ. ಇನ್ನು ಶಿಕ್ಷಣಾಧಿಕಾರಿಯಾದರೆ? ನಿಭಾಯಿಸಲು ಸಾಧ್ಯವೇ ಇಲ್ಲ. ನನಗೆ ಮಕ್ಕಳ ಜೊತೆ ಇದ್ದು ಕಲಿಸುತ್ತಾ, ಕಲಿಯುವುದೇ ನೆಮ್ಮದಿ. ಗ್ರೀನ್ ಇಂಕಿಗಿಂತಲೂ ರೆಡ್ ಇಂಕಿನಲ್ಲಿ ಸಹಿಮಾಡಿ "ಗುಡ್" ಹಾಕುವ ಕೆಲಸವೇ ಅಚ್ಚುಮೆಚ್ಚು.

27

ಶಿಕ್ಷೆ ಭಯ ಪ್ರೀತಿ

ಈ.ಆರ್.ಟಿ.ಇ. ಮಕ್ಕಳ ಹಕ್ಕು ಕಾಯ್ದೆ, ಹೊಸ ರಾಷ್ಟ್ರೀಯ ಶಿಕ್ಷಣ ನೀತಿ ಇತ್ಯಾದಿಗಳು ಜಾರಿಯಾದ ಮೇಲೆ ಶಾಲೆಯಲ್ಲಿ ಮಕ್ಕಳಿಗೆ ಶಿಕ್ಷೆ ಕೊಡುವಂತಿಲ್ಲ. ಶಾಲಾ ಮಕ್ಕಳಿಗೆ ಶಿಕ್ಷೆ ಕೊಡುವುದು ಶಿಕ್ಷಾರ್ಹ ಅಪರಾಧ! ಶಾಲೆಯಲ್ಲಿ ಮ್ಯಾಪ್, ಚಾರ್ಟು, ಬೋರ್ಡಿನ ಬರೆಹಗಳನ್ನು ಸೂಚಿಸಲು ಕೂಡಾ ಕೋಲನ್ನು ಇಟ್ಟುಕೊಳ್ಳುವಂತಿಲ್ಲ. ಟೇಬಲ್ಲಿನ ಮೇಲೆ ಕೋಲು ಕಾಣಿಸುವಂತಿಲ್ಲ. ಶಿಕ್ಷೆಯೆಂದರೆ ಕೇವಲ ಹೊಡೆತವಷ್ಟೇ ಅಲ್ಲ. ಮಕ್ಕಳಿಗೆ ಬೈಯುವಂತಿಲ್ಲ, ಗದರಿಸುವಂತಿಲ್ಲ, ದುರುಗುಟ್ಟಿ ನೋಡುವಂತೆಯೂ ಇಲ್ಲ. ಮಕ್ಕಳ ಮನಸ್ಸಿಗೆ ನೋವಾಗುವ ಯಾವುದೇ ಸಂಜ್ಞೆಯನ್ನು ಕೂಡಾ ಮಾಡುವಂತಿಲ್ಲ. ಅದೂ ಕೂಡಾ ಮಕ್ಕಳ ಶೋಷಣೆಯ ವ್ಯಾಪ್ತಿಯಲ್ಲೇ ಬರುತ್ತದೆ.

ಇದು ಒಂದು ರೀತಿಯಲ್ಲಿ ಒಳ್ಳೆಯದೇ ಆಯಿತು. ಯಾವುದೋ ಸಿಟ್ಟನ್ನು ಮಕ್ಕಳ ಮೇಲೆ ತೀರಿಸಿಕೊಳ್ಳುವ ಶಿಕ್ಷಕರು, ಹೊಡೆಯುವ ಭರದಲ್ಲಿ ಇನ್ನೇನೋ ಅನಾಹುತವಾಗುವ ಹಾಗೆ ಚಚ್ಚುವುದು ಕಡಿಮೆಯಾಗಬೇಕಿತ್ತು. ಶಿಕ್ಷಕರ ಹೊಡೆತ ತಾಳಲಾರದೆ, ಶಾಲೆ ಬಿಡುವವರು ಅಥವಾ ಜೀವಕ್ಕೆ ಅಪಾಯ ತಂದುಕೊಳ್ಳುವ ಮುಗ್ಧ ಮನಸ್ಸುಗಳಿಗೊಂದು ಆರಾಮಾಗಿರುವ ವಾತಾವರಣ ಬೇಕು. ಕೆಲವು ಶಿಕ್ಷಕರ ಹೊಲಸು ಮನಸ್ಸಿಗೆ ಸಿಕ್ಕಿ ತಾರತಮ್ಯ ಅನುಭವಿಸುವ, ಚುಚ್ಚುಮಾತುಗಳಿಗೆ ಬಲಿಯಾಗುವ ಕಂದಮ್ಮಗಳು ನೋವನ್ನು ಅನುಭವಿಸುವುದು ತಪ್ಪಬೇಕಿತ್ತು. ಈ ನಿಟ್ಟಿನಲ್ಲಿ ಶಿಕ್ಷೆಯನ್ನು ಕೊಡುವ ಹಾಗಿಲ್ಲ ಎಂಬ ನೀತಿ ಒಳ್ಳೆಯದೇ. ಹಾಗಂತ ಶಿಕ್ಷೆಯಿಲ್ಲದ ಶಿಕ್ಷಣವೂ ಶಿಕ್ಷಣವೇ? ಎಂಬುದೊಂದು ಪ್ರಶ್ನೆ ನನಗಂತೂ ಕಾಡುತ್ತದೆ.

ನಾವೆಲ್ಲ ಚಿಕ್ಕವರಿದ್ದಾಗ ಅದೆಷ್ಟು ಹೊಡೆತ ತಿಂದಿದ್ದೆವೊ... ನೆನಪಿಗೇ ಬರುವುದಿಲ್ಲ. ನಾನು ಮೊದಲ ಬಾರಿ ಹೊಡೆತ ತಿಂದಿದ್ದು ಒಂದನೇ ತರಗತಿಯಲ್ಲೇ. ಹಲ್ಲುಜ್ಜಿಲ್ಲ, ಉಗುರು ಕತ್ತರಿಸಿಲ್ಲ ಎಂಬ ಕಾರಣಕ್ಕೆ ಕೆನ್ನೆಗೆ ಹೊಡೆದಿದ್ದರು. ನನ್ನ ಮುಂದಿನ ಹಲ್ಲುಗಳು ಸಂಪೂರ್ಣ ಹುಳು ತಿಂದು ಅಕ್ಷರಶಃ ದಾಳಿಂಬೆ ಬೀಜದಂತೆಯೇ ಇತ್ತು, ಆದರೆ ಆ ದಾಳಿಂಬೆ ಬೀಜಗಳು ಕೊಳೆತು ಹೋಗಿತ್ತು ಅಷ್ಟೇ. ಆಗ ನನಗೆ ಜೋರು ಅಳು ಬಂದಿತ್ತು. ಬಹುಶಃ ಅತ್ತಿರಬಹುದು. ಅದು ನೆನಪಿಲ್ಲ. ಆ ನಂತರದ ಹೊಡೆತ ಅಷ್ಟಾಗಿ ನೆನಪಿಲ್ಲ...

ಆದರೆ ನಾಲ್ಕನೇ ತರಗತಿಯಲ್ಲಿ ಇದ್ದ ಮೇಷ್ಟ್ರು ಮಾತ್ರಾ ತರಗತಿಯಲ್ಲಿ ಸಿಕ್ಕಾಪಟ್ಟೆ ತಾರತಮ್ಯ ಮಾಡುತ್ತಿದ್ದರು ಎಂಬುದು ನನ್ನ ಅನಿಸಿಕೆ. ನನಗಿನ್ನೂ ನೆನಪಿದೆ, ಒಮ್ಮೆ ಗುಣಾಕಾರ ಲೆಕ್ಕದ ಪಾಠ. ತರಗತಿಯಲ್ಲಿ ಪಾಠ ಮಾಡಿ ಹೋಮ್ ವರ್ಕ್ ಕೊಟ್ಟಿದ್ದರು. ನನಗೆ ತರಗತಿಯಲ್ಲಿನ ಪಾಠ ಅರ್ಥವಾಗಿರಲಿಲ್ಲ. ಆದರೆ ನಾನು ಅವರನ್ನು ಕೇಳಲಿಲ್ಲ. ಸುಮ್ಮನೇ ಮನೆಗೆ ಬಂದೆ. ಮನೆಯಲ್ಲಿ ಅಮ್ಮನ ಬಳಿ ಹೇಳಿಸಿಕೊಂಡೆ. ಏಳನೇ ತರಗತಿಯನ್ನಷ್ಟೇ ಓದಿದ ನನ್ನಮ್ಮ ಗುಣಾಕಾರ ಲೆಕ್ಕವನ್ನು ಅರ್ಥಮಾಡಿಸಿದಳು. ಮಾರನೇ ದಿನ ಹೋಮ್ ವರ್ಕ್ ತೋರಿಸುವ ಸಮಯ. ತರಗತಿಯಲ್ಲಿ ನಾವಿದ್ದದ್ದೇ ಮೂರು ಜನ ಮಕ್ಕಳು. ಅವರಿಬ್ಬರದ್ದು ತಪ್ಪಾಗಿತ್ತು. ನಾನು ಸರಿಯಾಗಿ ಮಾಡಿಕೊಂಡು ಹೋಗಿದ್ದೆ. ಅಥವಾ ಅಮ್ಮ ಬರೆಸಿದ್ದರು. ಮೇಷ್ಟ್ರಿಗೆ ಏನಾಯಿತೋ ಗೊತ್ತಿಲ್ಲ. ತಪ್ಪು ಎಂದರು. ಮತ್ತೆ ಮಾಡಲು ಹೇಳಿದರು. ಮತ್ತೆ ತಪ್ಪು ಎಂದರು. ಹೀಗೆ ನಾಲ್ಕಾರು ಬಾರಿ ನಡೆಯಿತು. ಕೊನೆಗೂ ನನ್ನ ಗೆಳತಿಯ ಲೆಕ್ಕ ಸರಿಯಾಗುವ ತನಕವೂ ನಾನು ಮಾಡಿದ ಲೆಕ್ಕ ಸರಿಯಾಗಲೇ ಇಲ್ಲ. ಕಣ್ಣೀರು ಬರಲಿಲ್ಲ. ಮನಸ್ಸು ಮಾತ್ರಾ ಭರ್ತಿ ಅತ್ತಿತ್ತು. ಕಾರಣ ತಿಳಿಯದ ವಯಸ್ಸು. ಇದು ಕೇವಲ ಲೆಕ್ಕ, ಬರೆಹಗಳಿಗೆ ಮಾತ್ರವಲ್ಲದೇ, ಆಟೋಟಗಳಲ್ಲೂ ಮುಂದುವರೆದಿತ್ತು. ಆ ಶಿಕ್ಷಕರಿಗೆ ನಾಲ್ಕನೇ ತರಗತಿಯ ಪುಟ್ಟ ಹುಡುಗಿಯಾದ ನನ್ನ ಮೇಲೆ ಅದೇನು ಮುನಿಸೋ ಗೊತ್ತಿಲ್ಲ.

ಒಮ್ಮೆ, ಗೌಡರ ಮನೆಯಿಂದ ಮಧ್ಯಾಹ್ನ ಊಟ ಮುಗಿಸಿ ಶಾಲೆಗೆ ಬರುತ್ತಿದ್ದೆವು. ಶಾಲೆಯ ಭೂದಾನದ ಗದ್ದೆಯನ್ನು ಗೌಡರು ಅನುಭೋಗಿಸುತ್ತಿದ್ದರು. ಹಾಗಾಗಿ ನಮಗೆ ಅಲ್ಲಿ ಊಟ. ಆಗ ಬಿಸಿಯೂಟ ಬಂದಿರಲಿಲ್ಲ. ನಾವು ಮೇಷ್ಟ್ರು ಎಲ್ಲರೂ ಇದ್ದೆವು. ಅಲ್ಲಿ ಒಂದು ಎತ್ತು ಮೇಯುತ್ತಿತ್ತು. ಇದು ಯಾವ ಪ್ರಾಣಿ ಎಂದರು. ನಾವೆಲ್ಲರೂ ಎತ್ತು ಎಂದೆವು. ಮೇಷ್ಟ್ರು ಅಲ್ಲ, ಅದು ದನ/ಹಸು ಎಂದರು. ವಾದ ಶುರುವಾಯಿತು. ತುಸು ಸಮಯದ ನಂತರ ಕೆಲವು ಮಕ್ಕಳು ಅದನ್ನು ದನ ಎಂದು ಹೇಳುವ ಮೂಲಕ ಮೇಷ್ಟ್ರ ಪಾರ್ಟಿಗೆ ಸೇರಿದರು. ನಮ್ಮ ಟೀಮಿನಲ್ಲಿ ಜಾಸ್ತಿ ಮಕ್ಕಳಿದ್ದೆವು. ಇನ್ನೂ

ವಾದ ನಡೆದ ಬಳಿಕ ಇನ್ನಷ್ಟು ಮಕ್ಕಳು ದನ ಎಂದು ಹೇಳುವ ಮೂಲಕ ಮೇಷ್ಟ್ರ ಪರ ವಹಿಸಿದರು. ನಮ್ಮ ಟೀಮಿನಲ್ಲಿ ನಾವು ಕೆಲವರು ಮಾತ್ರ ಉಳಿದೆವು.

ವಾದ ಹೀಗೆಯೇ ಮುಂದುವರೆದು, ಕೊನೆಯಲ್ಲಿ ನಾನೊಬ್ಬಳೇ ಆ ಪ್ರಾಣಿ ಎತ್ತು ಎಂದು ಹೇಳುತ್ತಿದ್ದೆ. ಮೇಷ್ಟ್ರು ಮತ್ತು ಅವರ ಟೀಮಿನಲ್ಲಿ ವಾದಿಸುತ್ತಿದ್ದವರು ದನ ಎಂದೇ ಹೇಳುತ್ತಿದ್ದರು. ಅದು ಎತ್ತು ಎಂದು ಹೇಗೆ ಹೇಳುವೆ? ಎಂದು ನನಗೆ ಪ್ರಶ್ನೆ ಕೇಳುತ್ತಿದ್ದರು. ಅದಕ್ಕೆ ಉತ್ತರಿಸಲು ನನಗೆ ಮುಜುಗರ. ಪುಟ್ಟ ಹುಡುಗಿಯ ಬಾಯಲ್ಲಿ ಲಿಂಗ ನಿರ್ಧರಿಸುವ ವಿಚಾರವನ್ನು ಹೇಳಿಸುವಲ್ಲಿ ಅವರಿಗೇನು ಖುಷಿಯಿತ್ತೋ, ನನಗಂತೂ ಗೊತ್ತಿಲ್ಲ. ಕೊನೆಗೂ ಅವರು ಮಾಡಿದ್ದು ತಮಾಷೆಗಾಗಿ ಎಂದು ಹೇಳಲೂ ಇಲ್ಲ. ಅಂತಿಮ ತೀರ್ಮಾನ ಮಾಡಲೂ ಇಲ್ಲ. ಮೇಷ್ಟ್ರ ಮೇಲಿನ ಭಯಕ್ಕೋ ಅಥವಾ ಅವರು ಹೇಳಿದ್ದೇ ಸರಿ ಎಂಬ ಕಾರಣಕ್ಕೋ, ಎಲ್ಲಾ ಮಕ್ಕಳೂ ಅವರು ಹೇಳಿದ ಉತ್ತರವನ್ನೇ ಬಲವಾಗಿ ಒಪ್ಪಿಕೊಂಡರು. ಅದು ಆಕಳಾಗಿದ್ದರೂ ಎತ್ತು ಎಂದೇ ಸಾಧಿಸಿಬಿಟ್ಟರು. ಅದರಿಂದೇನು ದಕ್ಕಿರಬಹುದು? ಇಂದಿಗೂ ನಾನು ಯೋಚಿಸುತ್ತೇನೆ. ಅವರು ಈಗ ರಿಟೈರ್ ಆಗಿರಬಹುದು ಅಥವಾ ವೃತ್ತಿಯಲ್ಲೇ ಇರಬಹುದು. ಅವರಿಗದು ನೆನಪೂ ಇಲ್ಲವೇನೋ. ಆದರೆ ಆ ದಿನ ನಾನು ಅನುಭವಿಸಿದ ನೋವು, ಇಂದಿಗೂ ಹಾಗೆಯೇ ಇದೆ.

ಅಂದು ನಾನು ಒಂಟಿಯಾಗಿದ್ದೆ. ಆದರೆ ತಪ್ಪನ್ನು ಸರಿ ಎಂದು ಒಪ್ಪಿಕೊಳ್ಳಲಿಲ್ಲ. ಇದು ನಡೆದಿದ್ದು ನಾಲ್ಕನೇ ತರಗತಿಯಲ್ಲಿ. ಆ ದಿನ ಮನೆಗೆ ಬಂದಮೇಲೂ ತುಂಬಾ ನೋವಿತ್ತು. ಅಪ್ಪನ ಬಳಿ ಎಲ್ಲವನ್ನೂ ಹೇಳುವ ನಾನು ಇವರ ಬಗ್ಗೆ ಮಾತ್ರಾ ಮಾತಾಡುತ್ತಿರಲಿಲ್ಲ. ಕರ್ನಾಟಕ ರಾಜ್ಯದ ಹೆಸರು ಜಾರಿಗೆ ಬಂದ ದಿನಾಂಕವನ್ನು ತಪ್ಪಾಗಿ ಬರೆಸಿದ್ದ ಕಾರಣಕ್ಕೆ ನನ್ನ ತಂದೆ ನೋಟ್ಸಿನಲ್ಲಿ ಕೆಂಪು ಗೆರೆ ಎಳೆದು ಕಳಿಸಿದ್ದರು. ಅದು ಅವರಿಗೆ ಅವಮಾನವಾಗಿತ್ತೇನೋ, ಆದರೆ ಶಿಕ್ಷಕನಾದವನು ಮಗುವಿನಿಂದಲೂ ಕಲಿಯಬೇಕು, ಸದಾ ಕಲಿಯುತ್ತಲೇ ಇರಬೇಕು ಎಂದು ಶಿಕ್ಷಕ ತರಬೇತಿಯ ಮೊದಲ ದಿನ ಹೇಳಿಕೊಟ್ಟ ಮಾತು ಅವರ ತಲೆಗೆ ಎಂದೂ ಹೋಗಲೇ ಇಲ್ಲ ಅನಿಸುತ್ತದೆ.

ನನ್ನನ್ನು ಕಂಡರೆ ಅವರಿಗೆ ಯಾವ ಸಿಟ್ಟಿತ್ತೋ ಗೊತ್ತಿಲ್ಲ. ಬಹುಶಃ ನನ್ನ ವಿದ್ಯಾರ್ಥಿ ಜೀವನದ ಅಷ್ಟೂ ಶಿಕ್ಷರಗಳಲ್ಲಿ ಇದುವರೆಗೂ ಬೇಸರವನ್ನು ಹಾಗೆಯೇ ಉಳಿಸಿಕೊಂಡು ಬಂದವರೆಂದರೆ ಅವರೊಬ್ಬರೇ. ತೀರಾ ಚಿಕ್ಕ ವಯಸ್ಸಿನ, ಮುಗ್ಧ ಮನಸ್ಸಿನ ಮೇಲೆ ಅವರ ಮಾತುಗಳು, ನೋಟ, ಆ ತಾರತಮ್ಯ ಹಾಗೆಯೇ ಅಚ್ಚೊತ್ತಿದೆ.

ಆ ನಂತರವೂ ಶಾಲೆಗಳಲ್ಲಿ ತಾರತಮ್ಯ ಮಾಮೂಲಾಗಿತ್ತು. ಅದು ನನಗೆ ಅರ್ಥವಾಗುತ್ತಿತ್ತು ಕೂಡಾ. ಆದರೇನು ಮಾಡಲು ಸಾಧ್ಯ? ತಮ್ಮ ಇಷ್ಟದ

ವಿದ್ಯಾರ್ಥಿಗಳ ತಪ್ಪನ್ನು ಕಾಣದಂತೆ ನಡೆದುಬಿಡುವ ಶಿಕ್ಷಕರನ್ನು ನೋಡಿದ್ದೇನೆ. ಸಾಕಷ್ಟು ಹೊಡೆತವನ್ನೂ ತಿಂದಿದ್ದೆ. ನಾನೊಬ್ಬಳೇ ಅಲ್ಲ, ನನ್ನಂತಹ ಅನೇಕರು ಈ ಶಿಕ್ಷೆ ತಾರತಮ್ಯ ಅನುಭವಿಸಿದ್ದು ಹೌದು. ಕಾರಣವೇನೋ ಗೊತ್ತಿಲ್ಲ. ಆ ಕಾಲಘಟ್ಟವೇ ಹಾಗಿತ್ತೋ ಏನೋ. ಅತೀ ಕುತೂಹಲಿಯಾದ ನಾನು ಕೇಳುತ್ತಿದ್ದ ಪ್ರಶ್ನೆಗಳು ಅವರಿಗೆ ನನ್ನನ್ನು ಶತ್ರುವಂತೆ ಕಾಣಿಸುತ್ತಿತ್ತೋ ಏನೋ...

ಹೈಸ್ಕೂಲಿಗೆ ಬಂದಮೇಲೆ, ಅದರಲ್ಲೂ ಒಂಬತ್ತನೇ ತರಗತಿಗೆ ಬಂದ ನಂತರವೇ ಸಮಾನತೆ, ಸಮತೆ ಎಂಬುದೆಲ್ಲ ಅರ್ಥವಾದದ್ದು. ಹೊಸದಾಗಿ ಬಂದ ಮಹಾದೇವಪ್ಪ ಮೇಷ್ಟ್ರನ್ನು, ಅವರ ನಡತೆಯನ್ನು ನೋಡಿ ನಾವು ಪ್ರಭಾವಿತರಾದೆವು. ಅತಿ ದಡ್ಡ ವಿದ್ಯಾರ್ಥಿಗಳನ್ನೂ, ಬುದ್ಧಿವಂತರನ್ನೂ ಒಂದೇ ರೀತಿಯಲ್ಲಿ ಮಾತಾಡಿಸುತ್ತಿದ್ದ ಶಿಕ್ಷಕರನ್ನು ನೋಡಿ ಆಶ್ಚರ್ಯವಾಗುತ್ತಿತ್ತು. ಅವರ ಈ ನಡತೆಯೇ ಪುಸ್ತಕವನ್ನು ಪ್ರೀತಿಸುವಂತೆ ಮಾಡಿದ್ದು. ತಪ್ಪು ಮಾಡಿದ ಎಲ್ಲರಿಗೂ ಹೊಡೆತ ಬೀಳುತ್ತಿತ್ತು. ಬೈಗುಳ ಎಲ್ಲರಿಗೂ ಖಾಯಂ. ಹೋಮ್ ವರ್ಕ್, ಶಾಲಾ ಸ್ವಚ್ಛತೆ, ಟೆಸ್ಟ್, ತಲೆಹರಟೆ ಎಲ್ಲದರಲ್ಲೂ ಒಂದೇ ರೂಲ್. ಯಾರಿಗೂ ವಿನಾಯಿತಿ ಇಲ್ಲ. ಅವರು ಎಷ್ಟು ಪ್ರೀತಿಯ ಮಕ್ಕಳಾದರೂ ಅಷ್ಟೇ. ಶಿಕ್ಷೆ ಎಂದರೆ ಎಲ್ಲರಿಗೂ ಶಿಕ್ಷೆ. ವಿನಾಯಿತಿ ಕೊಟ್ಟರೆ ಎಲ್ಲರಿಗೂ ವಿನಾಯಿತಿ. ತಾರತಮ್ಯವೆಂಬುದು ಇಲ್ಲವೇ ಇಲ್ಲ. ಮನಸ್ಸಿಗೆ ಸಮಾಧಾನ ಸಿಕ್ಕಿದ್ದು ಆಗಲೇ. ಆ ವಾತಾವರಣ ಉಂಟುಮಾಡಿದ ಮೇಷ್ಟ್ರುಗಳನ್ನು ಸದಾ ಪೂಜಿಸಬೇಕು.

ಆಗ ನಮಗೆ ಸಿಗುತ್ತಿದ್ದ ಹೊಡೆತವಾದರೂ ಎಂಥದ್ದು? ಲಕ್ಕಿ ಬರಲು, ಬೆತ್ತದ ಕೋಲು, ದಾಸವಾಳದ ಕೋಲು ಹುಡಿಯಾಗುವವರೆಗೂ ಬಾರಿಸುವುದೇ. ಇಲ್ಲದಿದ್ದರೆ ಕ್ಲಾಸಿನಿಂದ ಹೊರಗೆ ಕಳಿಸುವುದು, ಬೆಂಚಿನಮೇಲೆ ನಿಲ್ಲಿಸುವುದು, ಚಾಕ್ ಪೀಸಿನಿಂದ ಹಣೆಗೆ ಮೂರು ನಾಮ ಹಾಕಿ ರಸ್ತೆ ಬದಿಯಲ್ಲಿ ನಿಲ್ಲಿಸುತ್ತೇನೆಂದು ಹೆದರಿಸುವುದು ಇತ್ಯಾದಿ. ಹೊಡೆತಕ್ಕಿಂತ ಅವರ ಬೈಗುಳ ಅಥವಾ ಕೆಕ್ಕರಿಸಿ ನೋಡುವುದು ಹೆಚ್ಚು ಅವಮಾನ ಎನಿಸುತ್ತಿತ್ತು. ಶಿಕ್ಷಕರೆಲ್ಲ ಸ್ನೇಹದ ವಾತಾವರಣ ಉಂಟುಮಾಡಿದ ಮೇಲೆ, ಅವರಿಂದ ಬೈಸಿಕೊಳ್ಳುವುದೂ ಹಿತವೆನಿಸುತ್ತಿತ್ತು.

ಅದನ್ನೇ ರೂಢಿಸಿಕೊಂಡ ನನಗೆ ಈಗಲೂ ಕೆಲವು ಮಕ್ಕಳು ಬೇಕೆಂದೇ ಕೈ ಒಡ್ಡಿ ನಿಲ್ಲುತ್ತಾರೆ. "ಸಮ್ಮ ಕೊಡ್ತೀನಿ ನೋಡಿ ಮತ್ತೆ" ಎನ್ನುತ್ತೇನೆ ನಾನು.

ಇದಕ್ಕಿಂತ ಹಿಂದೆ, ಮೂಗು ಹಿಡಿದು ಕೆನ್ನೆಗೆ ಹೊಡೆಯುವುದು (ಅದೂ ಹುಡುಗರಿಗೆ ಹುಡುಗಿಯರು ಹೊಡೆಯುವುದು) ಮಂಡಿಯ ಹಿಂದೆ ರೂಲು ದೊಣ್ಣೆ ಇಟ್ಟು ಕುಕ್ಕುರುಗಾಲಿನಲ್ಲಿ ಕೂರಿಸುವುದು, ಬಗ್ಗಿ ಕಿವಿ ಹಿಡಿಸುವುದು ಇತ್ಯಾದಿ ಶಿಕ್ಷೆ ಕೊಡುತ್ತಿದ್ದರಂತೆ. ಇದನ್ನು ಚೂರು ಪಾರು ತಮಾಷೆಗೆ ಅನುಭವಿಸಿದ ನೆನಪಿದೆ. ಹುಡುಗರಿಗೆ ಒಂದೆರಡು ಬಾರಿ ಮೂಗು ಹಿಡಿದು

ಹೊಡೆದಿದ್ದಿದೆ. ಹೊಡೆತ ತಿಂದವರು ಸುಮ್ಮನಿರುತ್ತಾರಾ? ಕಣ್ಣಲ್ಲೇ ಹೆದರಿಸುತ್ತಾರೆ. ಅದನ್ನು ಮೇಷ್ಟ್ರಿಗೆ ಹೇಳಿ ಮತ್ತೆರಡು ಹೊಡೆತ ಜಾಸ್ತಿ ಕೊಡಿಸುತ್ತಿದ್ದೆವು. ಒಮ್ಮೆ ನಮ್ಮ ತರಗತಿಯ ಹುಡುಗಿಯೊಬ್ಬಳು ಮೂಗು ಹಿಡಿದಾಗ ಅವನು ಜೋರಾಗಿ ಆಕ್ಷಿ ಎಂದು... ಬೇಡ ಕತೆ..

ಮೊನ್ನೆ ಒಂದು ದಿನ ಟೆಸ್ಟಿನಲ್ಲಿ ಕಡಿಮೆ ಅಂಕ ತೆಗೆದಾಗ ಮಕ್ಕಳು ಕೋಲು ಹಿಡಿದುಕೊಂಡು ಬಂದರು. “ಯಾಕೆ ಕೋಲು?” ಎಂದೆ. “ನೀವು ಕಡಿಮೆ ಮಾರ್ಕ್ ತೆಗೆದವರಿಗೆ ಹೊಡಿತೀನಿ ಅಂದಿದ್ರಲ್ಲ ಮಿಸ್...” ಎಂದರು. ಕೋಲು ಕೊಟ್ಟು ಪೆಟ್ಟು ತಿನ್ನುವ ಅಸಹಾಯ ಶೂರರು ಇವರು, ಆಹಾ! ಎಂಥಾ ಶಿಕ್ಷಕಿಯ ಎಂಥಾ ಮಕ್ಕಳು?! ಇಂಥವರನ್ನು ತಯಾರು ಮಾಡಿದ್ದಕ್ಕಾಗಿ ನನಗೆ ನಾನೇ ಶಾಲು ಹೊದೆಸಿಕೊಂಡು ಹಾರ ಹಾಕಿಕೊಳ್ಳಬೇಕು, ಎಂದುಕೊಂಡು,

“ಲೇಯ್.. ಏನ್ರೋ ನೀವು” ಎಂದೆ.

“ಢಿ ಢಿ ಢಿ” ಎಂದು,

“ನಂದು ಎರಡು ತಪ್ಪಾಗಿದೆ, ನಂಗೆ ಎರಡು ಹೊಡ್ತ”

“ಮಿಸ್, ನಂಗೆ ನಾಲ್ಕು ಹೊಡ್ತ, ನಾಲ್ಕು ತಪ್ಪಾಗಿದೆ.”

“ನಂದು ಒಂದೂವರೆ ತಪ್ಪಾಗಿದೆ, ಹಂಗಾಗಿ ನಂಗೆ ಒಂದು ಜೋರಾದ ಹೊಡ್ತ, ಒಂದು ನಿಧಾನದ ಹೊಡ್ತ.”

ಹೀಗೇ ಕವಕವ ಎನ್ನುತ್ತಿದ್ದರು.

ನನಗೆ ಹೊಡೆಯುವುದು ಬೇಕಿರಲಿಲ್ಲ. ಹಾಗಾಗಿ ಶಿಕ್ಷೆಯ ಸ್ವರೂಪವನ್ನು ಬದಲಾಯಿಸಿದೆ.

“ಏಯ್ ಹುಡ್ರಾ, ನೀವ್ ನೀವೇ ಹೊಡ್ಕಬೇಕು ಇವಾಗ. ಹುಡುಗಿಯರು ಹುಡುಗರಿಗೆ, ಹುಡುಗರು ಹುಡುಗಿಯರು, ನಿಮ್ಮ ಪಾಲಿನ ಹೊಡ್ತ ಹೊಡೀರಿ” ಎಂದೆ.

“ಮಿಸ್ ನೀವ್ ಬೇಕಾದ್ರೆ ಹತ್ತು ಹೊಡ್ತ ಹೊಡೀರಿ, ನಾವಂತೂ ಈ ಹುಡ್ಗೀರ ಹತ್ರ ಹೊಡ್ತ ತಿನ್ನಲ್ಲ, ಕೈ ಮುಗಿತೀವಿ.”

ಏನು ನಾಚಿಕೆ! ಸಿಟ್ಟು! ಅಬ್ಬಾ... ಅಂತೂ ಹೊಡೆದುಕೊಂಡರು. ನಾನು ಹುಡುಗ, ಈ ಹುಡುಗಿಯರಿಂದ ಪೆಟ್ಟು ತಿನ್ನಬೇಕಾ? ಎಂಬುದೊಂದು ಅಹಂಕಾರ ಈ ಗಂಡುಮಕ್ಕಳಿಗೆ ರಕ್ತದಲ್ಲಿಯೇ ಬಂದಿರುತ್ತದಾ? ಅಂತ.

ನಾನೇನೂ ಹೊಡೆಯುವುದೇ ಇಲ್ಲ, ಶಿಕ್ಷೆ ಕೊಡುವುದೇ ಇಲ್ಲ, ಬೈಯುವುದೇ ಇಲ್ಲ ಅಂತಲ್ಲ. ಕೊಡುವ ಸಮಯದಲ್ಲಿ ಸರಿಯಾಗಿಯೇ ಕೊಟ್ಟಿರುತ್ತೇನೆ. ಆದರೂ ಈ ಪೋಷಕರದ್ದು ದೂರು. “ನೀವು ಹೊಡೆಯಲ್ಲ, ಬೈಯಲ್ಲ, ಸ್ಟ್ರಿಕ್ಟಾಗಿ ಇಡುವುದಿಲ್ಲ. ನಮ್ಮನೆ ಹುಡ್ಗಿಗೆ ಸಮ್ಮ ಹಾಕ್ಕಂಡು ಬಾರ್ಸಿ, ಜಡೀರಿ, ಜಪ್ಪಿ, ನಾವೆಲ್ಲ ಶಾಲೆಗೆ ಹೋಬಕಿದ್ರೆ ಮೇಷ್ಟ್ರು ಅಂದ್ರೆ ಹೆದ್ರಿ

ಸಾಯ್ತಿದ್ದೆವು, ಜನಗಣತಿ ಮಾಡಕೆ ಮೇಷ್ಟ್ರು ಮನೆ ಹತ್ರ ಬಂದ್ರೆ, ಹಿಂದ್ಗಡೆ ಬಾಗ್ಲಲ್ಲಿ ಕಿತ್ಗಬಿದ್ದು ಓಡ್ತಿದ್ದಂವು, ಈ ಹುಡ್ರು ನಿಮ್ಮ ಭುಜದ ಮೇಲೆ ಕೈಯಿಟ್ಟು ಹಾರ್ತಾವೆ, ಅಷ್ಟು ಸಲುಗೆ ಕೊಟ್ಟೀರಿ ಮೇಡಮ್ಮರೇ..." ಇಂತಹ ಮಾತುಗಳು ಸಾಮಾನ್ಯ.

"ನಾನು ಹೊಡೀತೀನಿ ಕಣ್ರೀ.." ಎಂದರೂ ಅವರು ನಂಬುವುದಿಲ್ಲ.

ಶಿಕ್ಷೆಯ ಭಯವನ್ನು ಇಟ್ಟಿರಬೇಕೇ ಹೊರತೂ ಶಿಕ್ಷೆ ಕೊಡಬಾರದು ಎಂಬುದು ನನ್ನ ಅಭಿಪ್ರಾಯ.

ಅವರು ತಲೆಹರಟೆ ಮಾಡಿದರೆ, ತಪ್ಪು ವರ್ತನೆ ತೋರಿದರೆ, ಹೇಳಿದ ಕೆಲಸ ಮಾಡದಿದ್ದರೆ ಸಣ್ಣ ಪುಟ್ಟ ಹೊಡೆತ ಬೀಳುತ್ತದೆ. ಆ ಕ್ಷಣಕ್ಕಾದರೂ ತಾವು ಮಾಡಿದ ತಪ್ಪು ಅವರಿಗೆ ಅರಿವಾಗಬೇಕು. ಹಾಗಂತ ಕಲಿಯಲಿಲ್ಲ, ಬರೆಯಲಿಲ್ಲ ಎಂಬುದಕ್ಕಾಗಿ ಅವರ ತಲೆ ಹಿಡಿದು ಎಳೆದುಕೊಂಡು ಹೋಗಿ, ಗೋಡೆಗೆ ಜಪ್ಪಿ, ವಾಚಾಮಗೋಚರ ಬೈದು, ಅವರ ಮನಸ್ಸನ್ನು ಕುಗ್ಗಿಸುವಂತೆ ಮಾಡಿದರೆ ಅದು ಕ್ಷಮೆಯೇ ಇಲ್ಲದ ಅಪರಾಧ. ಅಥವಾ ಶಾಲೆಯ ಯಾವುದೋ ವಸ್ತು ಹಾಳುಮಾಡಿದರೆಂದು ಕೈ ಬೆರಳಿಗೆ ಊದುಬತ್ತಿ ಇಟ್ಟು ಸುಡುವುದು, ಮರ್ಮಾಘಾತವಾಗಿ ಬೈಯುವುದು ಇವೆಲ್ಲವೂ ತಪ್ಪು.

ತಾರತಮ್ಯ, ದುರುಗುಟ್ಟಿ ನೋಡುವುದು, ಸಂಜ್ಞೆಗಳಲ್ಲಿಯೇ ಅವಮಾನಿಸುವುದು, ತರಗತಿಯ ತಪ್ಪನ್ನು ಪದೇಪದೇ ನೆನಪಿಸಿಕೊಂಡು ಕಿಸಿಕಿಸಿ ಎನ್ನುವುದು ಇವೆಲ್ಲ ಮಾನಸಿಕ ಅಸ್ವಸ್ಥತೆಯ ಲಕ್ಷಣವೆಂದೇ ನನಗೆ ಅನಿಸುತ್ತದೆ. ಪ್ರತೀಬಾರಿ ಶಿಕ್ಷೆ ಕೊಡುವಾಗಲೂ ಈ ಮಕ್ಕಳ ಜಾಗದಲ್ಲಿ ನನ್ನ ಮಗಳನ್ನು ನಿಲ್ಲಿಸಿ ಯೋಚಿಸುತ್ತೇನೆ. ಮಗಳಿಗೆ ನಾನು ಹೀಗೆ ಹೊಡೆಯಬಲ್ಲೆನಾ? ಇಷ್ಟು ಕಠೋರವಾಗಿ ಬೈಯಬಲ್ಲೆನಾ? ಅಥವಾ ಅವಳ ಶಿಕ್ಷಕರು ಈ ರೀತಿಯ ಶಿಕ್ಷೆ ಕೊಟ್ಟರೆ ನನ್ನ ಮನಸ್ಸು ಎಷ್ಟು ನೋಯುತ್ತದೆ? ಅಂದ ಮೇಲೆ ನನ್ನೆದುರು ಇರುವ ಈ ಮಕ್ಕಳು ಕೂಡಾ ಒಂದು ತಾಯಿಯ ಮಕ್ಕಳೇ ಅಲ್ಲವೆ? ಅವರ ವಯಸ್ಸು, ಮಾಡಿದ ತಪ್ಪು ಇವುಗಳನ್ನು ನೋಡಿಕೊಂಡು ಶಿಕ್ಷೆ ಕೊಡಬೇಕು. ಅದಕ್ಕಿಂತಲೂ ಹೆಚ್ಚಿನ ಪ್ರೀತಿ ಕೊಡಬೇಕು. ಈ ಸಮಯದಲ್ಲಿ ನಾನು ಅತ್ಯಂತ ಗೌರವಿಸುವ ಶಿಕ್ಷಣ ಅಧಿಕಾರಿಗಳಾದ ದಿವಾಕರ ಸರ್ ಯಾವಾಗಲೂ ಹೇಳುವ "ಎವೆರಿ ಚೈಲ್ಡ್ ಶುಡ್ ಡಿಸರ್ವ್ ಲವ್ ಅಂಡ್ ಕೇರ್" ವಾಕ್ಯವೇ ನೆನಪಾಗುತ್ತದೆ. ಪ್ರೀತಿಸುವವರಿಗೆ ಮಾತ್ರಾ ಶಿಕ್ಷೆ ಕೊಡುವ ಅಧಿಕಾರ ಇರುತ್ತದೆ.

ಮೇಷ್ಟ್ರು ಪ್ರತೀದಿನ ಬೈದು, ಹೊಡೆದು ಅವಮಾನ ಮಾಡುತ್ತಿದ್ದರು ಎಂಬ ಕಾರಣಕ್ಕಾಗಿ ನಾಲ್ಕನೇ ತರಗತಿಯ ಹುಡುಗನೊಬ್ಬ ಕೀಟನಾಶಕ ಕುಡಿದು ಸತ್ತ ಉದಾಹರಣೆಯೊಂದನ್ನು ಓದಿದ್ದೆ. ಆ ತಾಯಿ ತಂದೆಯ ಗೋಳು ಹೇಳತೀರದು. ಆಗ ನಾನು ಡಿಇಡಿ ಓದುತ್ತಿದ್ದೆ. ಅಂದೇ ನಿರ್ಧರಿಸಿದ್ದೆ. ಮಕ್ಕಳಿಗೆ

ಶಿಕ್ಷೆಯೂ ಪ್ರೀತಿ ತರಬೇಕು, ಅದೇ ರೀತಿ ನಾನು ಬದುಕಬೇಕು ಎಂದು. ಎಲ್ಲರೂ ಬೇಕೆಂದೇ ಶಿಕ್ಷೆ ಕೊಟ್ಟಿರುವುದಿಲ್ಲ, ನಿಜ. ಕೆಲವೊಮ್ಮೆ ಮೋಸವಾಗಿಬಿಡುತ್ತದೆ ಯಾರಿಗೋ ಹೊಡೆಯುವ ಕೋಲಿನ ತುದಿ, ಪಕ್ಕದ ಅಮಾಯಕರ ಕಣ್ಣಿಗೆ ತಾಗಿ, ಕಣ್ಣೇ ಹೋದ ಪ್ರಸಂಗವಿದೆ. ಅದಕ್ಕಾಗಿ ಶಿಕ್ಷೆ ಅನುಭವಿಸಿದ ಶಿಕ್ಷಕರೂ ಇದ್ದಾರೆ. ಆದರೆ ಎಲ್ಲಾ ಪರಿಸ್ಥಿತಿಯೂ ಒಂದೇ ಅಗಿರುವುದಿಲ್ಲ. ಹೊಡೆತದ ನೋವು ತಾಳಲಾರದೆ ಮನಸ್ಸಿಗೆ ಒತ್ತಡವಾಗಿ ಫಿಟ್ಸ್ ಬಂದ ಸನ್ನಿವೇಶವೂ ಇದೆ. ಶಿಕ್ಷೆ ಕೊಡುವ ಶಿಕ್ಷಕರನ್ನು ದ್ವೇಷಿಸುವ ಮಕ್ಕಳಿಗೇನೂ ಕಡಿಮೆಯಿಲ್ಲ. ಹೊಡೆತಕ್ಕೆ ಹೆದರಿ ಶಾಲೆ ಬಿಟ್ಟ ಮಕ್ಕಳ ಸಂಖ್ಯೆಯಂತೂ ಹಳ್ಳಿಗಾಡಿನಲ್ಲಿ ಬಹಳಷ್ಟಿದೆ ಎಂದಮೇಲೆ, ಆ ಶಿಕ್ಷೆಯ ಪರಿಣಾಮ ಹೇಗಿದ್ದೀತು?

ಹಾಗಾಗಿ ಈ ಕಾನೂನು, ಹಕ್ಕುಗಳು, ಆಯೋಗಗಳು "ಶಿಕ್ಷೆ ಕೊಡುವುದು ಶಿಕ್ಷಾರ್ಹ ಅಪರಾಧ" ಎಂದು ಘೋಷಿಸಿದ್ದುದರಲ್ಲಿ ಯಾವುದೇ ತಪ್ಪಿಲ್ಲ, ಆದರೆ, ಶಿಕ್ಷೆಯ ಭಯ ಕಡಿಮೆಯಾದ ಮೇಲೆ ಶಿಕ್ಷಣದಲ್ಲಿ ಶಿಸ್ತು ಹೊರಟುಹೋಗಿದೆ. ಫೇಲಾಗುವುದು ಇಲ್ಲದ್ದರಿಂದ ಪರೀಕ್ಷೆಯ ಕುರಿತಾದ ಭಯವೂ ಇಲ್ಲವಾಗಿದೆ. ಇದೇ ಕಾರಣಕ್ಕಾಗಿ ಓದಿನ ಮೇಲಿನ ಶ್ರದ್ಧೆ ತಾನಾಗಿಯೇ ಕಡಿಮೆಯಾಗಿದೆ. ಕೆಲವು ನಡವಳಿಕೆಗಳಿಂದಾಗಿ ಶಿಕ್ಷಕರ ಮೇಲಿನ ಗೌರವದಲ್ಲಿ ಬದಲಾವಣೆಯಾಗಿದೆ. ಸಾಕಷ್ಟು ಮೌಲ್ಯಗಳು ಅನಿವಾರ್ಯವಾಗಿಯೇ ಕಣ್ಮರೆಯಾಗಿದೆ ಎಂಬಂತಹ ಮಾತುಗಳಿವೆ. ಇವು ಎಲ್ಲವೂ ನಿಜ.

ಈ ಬದಲಾವಣೆ ನಮಗೆ ಗೊತ್ತಾಗುತ್ತಿದೆ. ಇದನ್ನು ಹೀಗೆಯೇ ಬಿಡಬಾರದು ಎಂದು ನಾನು ಯೋಚಿಸುತ್ತೇನೆ. ಸ್ನೇಹದ ವಾತಾವರಣದಲ್ಲಿಯೇ, ಶಿಕ್ಷೆಯ ಭಯವನ್ನು ಇಟ್ಟು ಶಿಸ್ತು ಕಲಿಸಬಹುದು, ಶಿಕ್ಷಣ ಕೊಡಬಹುದು ಎಂಬುದನ್ನು ನಾವೀಗ ಸಾಬೀತುಪಡಿಸಬೇಕಿದೆ. ಭಯವೆಂದರೆ ಪ್ರಾಣಾಂತಿಕ ಭಯವಲ್ಲ, ಶ್ರದ್ಧೆ ಹಾಗೂ ಗೌರವವನ್ನು ಬೆರೆತ ಭಯ, ಅದು ಶಿಕ್ಷಣವನ್ನು ಪರಿಣಾಮಕಾರಿಯಾಗಿಸುತ್ತದೆ. ಶಿಕ್ಷಕರೊಂದಿಗೆ ಸಲುಗೆ, ಪ್ರೀತಿ ಇದ್ದಾಗ ಅವರು ಕೊಡುವ ಶಿಕ್ಷೆಯೂ ಅಷ್ಟೇ ಹಿತವಾಗಿರುತ್ತದೆ.

ನಾಳೆ ಇಂಗ್ಲೀಷ್ ಪರೀಕ್ಷೆಯಲ್ಲಿ ನಲವತ್ತಕ್ಕೆ ನಲವತ್ತು ಅಂಕ ತೆಗೆದವರಿಗೆ ಒಂದು ಗಿಫ್ಟು, ಮೂವತ್ತೊಂಬತ್ತೂವರೆ ತೆಗೆದವರಿಗೆ ಒಂದು ಬೆತ್ತದ ಕೋಲು ಫ್ರೀ ಎಂದು ಹೇಳಿ, ಮಕ್ಕಳನ್ನು ನಗಿಸಿ ಬಂದಿದ್ದೇನೆ. ನೋಡಬೇಕು. ಮತ್ತಿದು ಅಂಕಗಳನ್ನೇ ಮಾನದಂಡವಾಗಿಸಿಕೊಂಡಿದ್ದೇನೆ ಎಂದಲ್ಲ, ಕಿತಾಪತಿಯ, ತುಂಟರನ್ನು ಹಿಡಿದಿಟ್ಟುಕೊಳ್ಳಲಷ್ಟೇ. ಹೀಗಾದರೂ ಪುಸ್ತಕವನ್ನು ತೆರೆಯಲಿ ಎಂಬುದೊಂದು ನಿರೀಕ್ಷೆ ನನಗೆ.

28

ಟೋಟೋ ಎಂಬ ತುಂಟ ಬೆಕ್ಕು

ಎರಡನೇ ತರಗತಿಯ ಇಂಗ್ಲಿಷ್ ನಲಿಕಲಿಯಲ್ಲಿ ಒಂದು ಕತೆ ಇದೆ. "ಟೋಟೋ ದ ಪೋಸ್ಟ್‌ಮ್ಯಾನ್" ಎಂಬುದು ಅದರ ಹೆಸರು. ಈ ಟೋಟೋ ಎಂಬುದು ಒಂದು ಬೆಕ್ಕಿನ ಹೆಸರು. ಟೋಟೋ ಒಂದು ತರಲೆ, ತುಂಟ ಬೆಕ್ಕು. ಯಾವಾಗಲೂ ಬೇರೆಯವರನ್ನು ಅನುಕರಿಸುವ ಗುಣ ಅದರದ್ದು. ಅದರ ಕಿತಾಪತಿ, ಅದರಿಂದ ಉಂಟಾಗುವ ಗಲಿಬಿಲಿಯನ್ನು ಕತೆಯ ರೂಪದಲ್ಲಿ ಹೆಣೆಯಲಾಗಿದೆ. ಈ ಟೋಟೋನ ಅವಾಂತರಗಳನ್ನು ಕುರಿತಂತೆ ಐದಾರು ಕತೆಗಳಲ್ಲಿ, ಟೋಟೋ ಮೀನು ಹಿಡಿಯಲು ಹೋಗುವುದು, ಟೋಟೊ ಜಾತ್ರೆಗೆ ಹೋಗುವುದು, ಟೋಟೋ ಅದರ ಅಪ್ಪನ ಟೊಪ್ಪಿಯನ್ನು ಹಾಕಿಕೊಂಡು ರಸ್ತೆಯಲ್ಲಿ ನಡೆದುಕೊಂಡು ಹೋಗುವುದು ಇತ್ಯಾದಿಗಳಿವೆ. ಇದರೊಂದಿಗೆ ಟೋಟೋ ಪೋಸ್ಟ್ ಮ್ಯಾನ್ ಆದ ಕತೆಯೂ ಸೇರಿದೆ.

ಮಕ್ಕಳಿಗೆ ಈ ಟೋಟೋ ಬಹಳ ಇಷ್ಟ. ಶಾಲೆಯ ಗೋಡೆಯ ಮೇಲೆ ನನ್ನ ಸ್ನೇಹಿತನೊಬ್ಬ ಟೋಟೋನ ಚಿತ್ರವನ್ನು ಬಿಡಿಸಿಕೊಟ್ಟಿದ್ದಾನೆ. ನಾನು ದಪ್ಪ ರಟ್ಟಿನಮೇಲೆ ಟೋಟೋ, ಅವನ ಅಪ್ಪ, ಅಮ್ಮನ ಚಿತ್ರ ಬಿಡಿಸಿ ಅದನ್ನು ಹಿಡಿದುಕೊಂಡು ಅಭಿನಯಿಸಲು ಸುಲಭವಾಗುವಂತೆ ಸ್ಟಿಕ್ ಪೊಪೆಟ್ ಮಾಡಿಟ್ಟಿದ್ದೇನೆ. ಇದನ್ನು ಹಿಡಿದುಕೊಂಡು ಮಕ್ಕಳು ಅಭಿನಯಿಸುತ್ತಾ ಖುಷಿ ಪಡುತ್ತಾರೆ.

ಈ "ಟೋಟೋ ದ ಪೋಸ್ಟ್ ಮ್ಯಾನ್" ಕತೆಯಲ್ಲಿ, ಟೋಟೋಗೆ ಅಂಚೆಯಣ್ಣನಾಗುವ ಆಸೆ. ಪತ್ರಗಳನ್ನು ಹಂಚುವ ಬಯಕೆ. ಅಂಚೆಯಣ್ಣ

ಒಪ್ಪುವುದಿಲ್ಲ, ಬದಲಾಗಿ ಟೋಟೋಗೆ ಒಂದು ಪತ್ರ ಬರೆಯಲು ಹೇಳುತ್ತಾನೆ. ಆದರೆ ಪರಮ ಸೋಮಾರಿಯಾದ ಟೋಟೋ ಪತ್ರ ಬರೆಯುವುದಿಲ್ಲ. ಬದಲಾಗಿ ಅಂಚೆಯಣ್ಣನ ಗೋಣಿಯಲ್ಲಿ ಇದ್ದ ನಾಲ್ಕು ಪಾರ್ಸೆಲುಗಳನ್ನು ಯಾರಿಗೂ ಕಾಣದಂತೆ ಹೊತ್ತೊಯ್ಯುತ್ತಾನೆ. ನಂತರ ಅವುಗಳ ವಿಳಾಸವನ್ನು ಸರಿಯಾಗಿ ಗಮನಿಸದೆ, ಮೊಲಕ್ಕೆ ಸೇರಬೇಕಾದ ಕ್ಯಾರೇಟನ್ನು ಕೋಳಿಗೂ, ಗೂಬೆಗೆ ಸೇರಬೇಕಾದ ಕನ್ನಡಕವನ್ನು ನಾಯಿಗೂ, ಕೋಳಿಗೆ ಸೇರಬೇಕಿದ್ದ ಗರಿಯನ್ನು ಗೂಬೆಗೂ, ನಾಯಿಗೆ ಸೇರಬೇಕಿದ್ದ ಮೂಳೆಯನ್ನು ಮೊಲಕ್ಕೂ ಹಂಚಿಬಿಡುತ್ತದೆ.

ಅವರವರಿಗೆ ಬಂದ ಪೊಟ್ಟಣವನ್ನು ತೆರೆದು ನೋಡಿದ ಪ್ರಾಣಿಗಳಿಗೆ ಸಿಕ್ಕಾಪಟ್ಟೆ ಕೋಪ ಬಂದು ಟೋಟೋವನ್ನು ಹುಡುಕಿ, ಅದನ್ನು ಹಿಡಿಯಲು ಬರುತ್ತವೆ.

ಈಗ ಟೋಟೋ ಆ ಪ್ರಾಣಿಗಳ ಕೈಗೆ ಸಿಕ್ಕಿದನಾ? ಸಿಕ್ಕಿದರೆ ಮುಂದೆ ಏನಾಗಬಹುದು? ಇದು ಮಕ್ಕಳ ಕಲ್ಪನೆಗೆ ಬಿಟ್ಟದ್ದು.

ನಾನು ಕನ್ನಡದಲ್ಲೊಮ್ಮೆ, ಇಂಗ್ಲೀಷಿನಲ್ಲಿ ಒಮ್ಮೆ, ಕನ್ನಡ-ಇಂಗ್ಲೀಷಿನಲ್ಲಿ ಮತ್ತೊಮ್ಮೆ ಕತೆ ಹೇಳಿದೆ.

ನಂತರ ಪ್ರಶ್ನೆ ಕೇಳಿದೆ.

"ನೀವೇ ಪ್ರಾಣಿಗಳಾಗಿದ್ರೆ ಏನು ಮಾಡ್ತಿದ್ರಿ? ನಿಮಗೀಗ ಸಿಟ್ಟು ಬಂದಿದೆ, ಓಡ್ತಾ ಇದ್ದೀರ, ಸುಸ್ತು ಬೇರೆ..."

ಇನ್ನೊಂದು,

"ನೀವು ಟೋಟೋ ಆಗಿದ್ರೆ ಏನು ಮಾಡ್ತಿದ್ರಿ? ನಿಮ್ಮಿಂದ ತಪ್ಪಾಗಿದೆ. ನೀವು ತರಲೆ, ತುಂಟ, ಕಿತಾಪತಿಗಳು. ನಿಮ್ಮ ಹಾಗಿದ್ದವನೇ ಆ ಟೋಟೋ. ಈಗ ಹೇಳಿ", ಎಂದೆ.

ಮಕ್ಕಳ ಉತ್ತರ, ಅವರ ಮನಸ್ಸು ಎರಡೂ ಅತಿ ಸುಂದರ.

"ಮಿಸ್, ನಾವು ಪ್ರಾಣಿಗಳಾಗಿದ್ರೆ, ಟೋಟೋ ಹಿಂದೆ ಓಡಿ ಸುಸ್ತು ಮಾಡ್ಕ್ಯತಿರ್ಲ, ಆ ಗೂಬೆಗೆ ತುಂಬಾ ವಯಸ್ಸಾಗಿತ್ತು. ಅದ್ಕೆ ಓಡೋಕೆ, ಹಾರೋಕೆ ಆಗಲ್ವಲ್ಲ... ನಾವು ಸಿಟ್ಟು ಮಾಡ್ಕಂಡು ಓಡೋದ್ಕಿಂತ, ನಮ್ಮ ನಮ್ಮ ಪ್ಯಾಕೇಟನ್ನು ನಾವು ನಾವೇ ಬದಲಾಯಿಸಿಕೊಳ್ತಿದ್ವಿ, ಆ ಟೋಟೋ ಚಿಕ್ಕ ಬೆಕ್ಕಲ್ವಾ? ಅದು ಕಿತಾಪತಿ ಮಾಡತ್ತೆ. ಹಾಗಂತ ಅದ್ನ ಹಿಡಿದು ಚಚ್ಚಿದರೆ, ಅದರ ಅಪ್ಪ ಅಮ್ಮನಿಗೆ ಬೇಜಾರಾಗತ್ತಲ್ವಾ?" ಎಂದರು.

ನನ್ನ ನಿರೀಕ್ಷೆ ಖಂಡಿತಾ ಹೀಗಿರಲಿಲ್ಲ. ಈ ನನ್ನ ಕಿತಾಪತಿಯ ಮಕ್ಕಳು ಇಷ್ಟು ಚಂದದ ಯೋಚನೆ ಮಾಡುತ್ತಾರೆಂದು ನಾನಾದರೂ ಹೇಗೆ ಅಂದುಕೊಳ್ಳಲಿ? "ಆ ಪ್ರಾಣಿಗಳೆಲ್ಲ ಟೋಟೋನ ಹಿಡ್ಕಂಡು ಸಮ್ಮ ಬಡೀತಾವೆ... ಟೋಟೋ

ಕಾಲು ಮುರ್ದು ಹೋತಾವೆ.. ಇನ್ಮೇಲೆ ಟೋಟೋ ಹೆರ್ಗೆ ಬರಲ ಅಂತ ಮನೆಗೆ ಅಳ್ತಾ ಹೋತತೆ" ಹೀಗೆ ಹೇಳಬಹುದೆಂಬುದು ನನ್ನ ನಿರೀಕ್ಷೆಯಾಗಿತ್ತು.

ಈ ಉತ್ತರ ಆಶ್ಚರ್ಯ ಮತ್ತು ಖುಷಿಯನ್ನು ತಂದಿತು.

"ವಾಹ್, ಚಂದ ಉತ್ತರ ಕೊಟ್ರಿ. ಆದರೆ ಕೋಳಿ, ಬೆಕ್ಕು, ಗೂಬೆ, ಮೊಲ ಎಲ್ಲ ಒಟ್ಟಿಗಿರ್ತಾವಾ?" ಎಂದೆ. ನನಗೆ ಇನ್ನೂ ಉತ್ತರ ಬೇಕಿತ್ತು.

"ಮಿಸ್ ಅವರೆಲ್ಲ ನೇಬರ್ಸ್ ಅಲ್ವಾ? ಸೋ, ಎಲ್ಲರೂ ಚೆನ್ನಾಗಿ ಬದುಕ್ತಿರ್ತಾರೆ. ನೀವು ಹೇಳಿದ್ರಲ್ಲ ಮಿಸ್, ಡಾಕ್ಟರ್, ಪೋಸ್ಟ್ ಮ್ಯಾನ್, ಟೀಚರ್, ವೆಂಡರ್, ಟೇಲರ್, ಕಾರ್ಪೆಂಟರ್, ಬ್ಲಾಕ್ ಸ್ಮಿತ್ ಇವರೆಲ್ಲ ನಮ್ಮ ನೇಬರ್ಸ್. ನಾವು ಎಲ್ಲರ ಜೊತೆ ಚೆನ್ನಾಗಿ ಇರಬೇಕು. ಒಬ್ಬರಿಗೊಬ್ಬರು ಸಹಾಯ ಮಾಡಿಕೊಳ್ಳಬೇಕು ಅಂತ.. ಹಾಗಾಗಿ ಈ ಪ್ರಾಣಿಗಳೂ ಚನಾಗಿರ್ತಾವೇನ..."

ಇಷ್ಟಾದ ಮೇಲೆ ನನಗೆ ಇದಕ್ಕಿಂತ ಹೆಚ್ಚಿನ ಉತ್ತರ ಖಂಡಿತಾ ಬೇಕಿರಲಿಲ್ಲ. ಮಕ್ಕಳ ಕಲ್ಪನೆ ಇನ್ನೂ ಮುಂದಿರಬೇಕಿತ್ತು ಎಂದು ನಾನು ಅಂದುಕೊಳ್ಳಲೇ ಇಲ್ಲ. ಪಾಠ ಇದ್ದದ್ದು ನಮ್ಮ ನೆರೆಹೊರೆಯವರು, ಅವರ್ ನೇಬರ್ ಹುಡ್ ಎಂಬುದರ ಬಗ್ಗೆ. ಈ ವಿಷಯವನ್ನು ಕಲಿಸಲು ಕತೆ, ರೈಮ್, ಆಟ ಹೀಗೆ ಅನೇಕ ಚಟುವಟಿಕೆಗಳಿತ್ತು. ಈ ಥೀಮಿನ ಕಲಿಕೆ ಹೀಗೆ ಸಾಗಿದ್ದು ನನಗೆ ಖುಷಿಯಾಯಿತು.

ನಮ್ಮ ಬದುಕಿನಲ್ಲೂ ಹೀಗೆಯೇ, ಟೋಟೋನ ರೀತಿಯವರು ನಮಗೆ ಸಿಗಬೇಕಾದದ್ದನ್ನು ಬದಲಾಯಿಸಿ ಬಿಡುತ್ತಾರೆ. ಮನಸ್ಸು ಮಾಡಿದರೆ ಹೀಗೆ ಬದಲಾಯಿಸಿಕೊಂಡು ಬಿಡಬಹುದು. ಯಾವ ಸಮಸ್ಯೆಯಿಲ್ಲದೆ.

ನನಗೊಂದು ಘಟನೆ ನೆನಪಾಗುತ್ತದೆ.

ಅಪ್ಪನೊಬ್ಬ ತನ್ನ ಮಕ್ಕಳಿಗೆ ಆಸ್ತಿ ಹಂಚಿದ. ಸಮನಾಗಿಯೇ ಹಂಚಿದ. ಯಾರಿಗೂ ಭೇದ ಭಾವ ಮಾಡಲಿಲ್ಲ. ಆದರೆ ಮಕ್ಕಳಿಗೆ ಅದರಿಂದ ನೆಮ್ಮದಿಯಿಲ್ಲ. ಅವರ ಮನಸ್ಸಿನಲ್ಲಿ ಆಸ್ತಿಪಾಲು ಅಸಮಾನವಾಗಿದೆ ಎಂಬುದು ಬೇರೂರಿತ್ತು, ಜೊತೆಗೆ ನನಗೆ ಈ ಭಾಗ ಬೇಕಿತ್ತು. ನನಗೆ ಆ ಮನೆ ಬೇಕಿತ್ತು. ಅಲ್ಲಿರುವ ಸೈಟು ನನ್ನ ಪಾಲಿಗೆ ಬೇಕಿತ್ತು. ಅದರಿಂದ ನಿತ್ಯ ಕಿರಿಕಿರಿ. ಅಪ್ಪನ ಹತ್ತಿರ ಜಗಳ. ಮನೆಯಲ್ಲಿ ಶಾಂತಿ ಕದಡಿ ಹೋಯಿತು. ಅಪ್ಪ ಅಮ್ಮನಿಗೆ ನಿತ್ಯ ನರಕ. ಯಾರೋ ನಮ್ಮ ಶಾಲೆಯ ಮಕ್ಕಳಂತವರು ಬಂದು, ವಿಚಾರಿಸಿದರು. ಸಮಸ್ಯೆ ಗೊತ್ತಾಯಿತು. ಈ ಮಕ್ಕಳಂತವರು ಟೋಟೋನ ಕತೆಯಂತದ್ದನ್ನು ಹೇಳಿದರು, ಆ ಪ್ರಾಣಿಗಳು ಪರಸ್ಪರ ಹಂಚಿಕೊಂಡು ಸಮಾಧಾನವಾದುದನ್ನು ಕೇಳಿದ ಮೇಲೆ, ಅಪ್ಪನ ಆ ನಾಲ್ಕು ಮಕ್ಕಳಿಗೂ ಅರ್ಥವಾಯಿತು.

ಮುಂದೆ? ಕತೆ ಹೇಳುವುದು ಬೇಡ, ಅಲ್ಲವೆ? ಪರಸ್ಪರ ಬದಲಾಯಿಸಿಕೊಂಡು ನೆಮ್ಮದಿಯಾಗಿ ಬದುಕಿದರಂತೆ.

ಕತೆ ಕತೆಯಾಗಿಯೇ ಉಳಿಯಬೇಕಾ? ಎಂದು ನಾನು ಅಂದುಕೊಳ್ಳುತ್ತೇನೆ.

ಈ ರೀತಿಯಲ್ಲಿ ಪಾಸಿಟಿವ್ ಆಗಿ ಯೋಚಿಸೋದು ಮಕ್ಕಳಿಂದ ಮಾತ್ರಾ ಸಾಧ್ಯವಾ ಅಂತ?! ನನಗೆ ಬೇಕಾದುದನ್ನು ತೆಗೆದುಕೊಂಡು, ನನ್ನ ಬಳಿ ಇರುವುದನ್ನು ಕೊಟ್ಟು, ಸಹಜವಾಗಿ ಬದುಕುವುದು ಒಂದು ಅಸಾಧ್ಯ ಕಲೆ. ಅದು ವಸ್ತುವೇ ಆಗಿರಲಿ, ವಿದ್ಯೆಯೇ ಆಗಿರಲಿ. ಹಂಚಿಕೊಂಡಾಗಲೇ ಬದುಕಲ್ವಾ?

ಈ ಸಣ್ಣ ಸಂಗತಿಯಲ್ಲಿ ಅಗಾಧ ಮೌಲ್ಯವನ್ನು ಕಲಿಸುವ ಪುಟಾಣಿಗಳಿಗೆ ನನ್ನ ಧನ್ಯವಾದಗಳು.

29

ನಿಮ್ಮ ಪ್ರೇಮದ ಪರಿಯ

ಈ ಪ್ರೈಮರಿ ಶಾಲೆಯಲ್ಲಿ ಟೀಚರ್ ಆಗಿರುವುದು ಒಂಥರಾ ಸೌಭಾಗ್ಯ, ಜೊತೆಗೆ ಖುಷಿಯ ಸಂಗತಿ. ಬದುಕಿನ ಕಷ್ಟಗಳೊಂದೂ ತಿಳಿಯದ ವಯಸ್ಸಿನವರ ಜೊತೆಗಿನ ಒಡನಾಟವಿದು, ಚೇತೋಹಾರಿ. ಮನೆಯಲ್ಲಿ ಏನೇ ತಿಂಡಿ ಮಾಡಿದರೂ, ಟೀಚರ್‌ಗೆ ಅಂತ ಕದ್ದುಮುಚ್ಚಿ ತಂದು ನೈವೇದ್ಯ ಮಾಡುವುದು, ಗಿಡದಲ್ಲಿ ಬಿಡುವ ಹೂಗಳನ್ನು ಮಿಸ್ಸಿನ ತಲೆಗೆ ಅರ್ಪಿಸುವುದು, ಗದ್ದೆಯಲ್ಲಿ ಬಿಟ್ಟ ತರಕಾರಿಗಳನ್ನು ಟೀಚರ್‌ಗೆ ಸಮರ್ಪಿಸುವುದು ಇವೆಲ್ಲ ನಮ್ಮ ಶಾಲಾ ಕಾಲದಿಂದಲೂ ಇದ್ದದ್ದೇ.

ಮಕ್ಕಳಿಗೆ ಹೊತ್ತು ತರಲಾಗದು, ಭಾರ ಎಂದು ಅವರಪ್ಪ, ಅಮ್ಮ, ಅಜ್ಜ, ಅಜ್ಜಿ ಅಥವಾ ಮತ್ಯಾರೋ, ತಂದು ಟೀಚರ್ ಬರುವವರೆಗೆ ಕಾದು ಅದನ್ನು ಕೈಗೊಪ್ಪಿಸಿ ಹೋಗುವಲ್ಲಿ ಅವರಿಗೆ ಯಾವ ಖುಷಿ ಇದೆಯೋ, ಇಲ್ಲವೋ ಗೊತ್ತಿಲ್ಲ.

ನನಗೆ ಆ ಖುಷಿ, ಸಂಭ್ರಮ ಇತ್ತು. ಮನೆಯಲ್ಲಿ ತರಕಾರಿ ಇಲ್ಲದಿದ್ದರೆ, ಯಾರದ್ದೋ ಮನೆಯಿಂದಾದರೂ ತಂದು ಮೇಷ್ಟ್ರ ಮನೆಗೆ ಹೊರುತ್ತಿದ್ದೆ. ನವರಾತ್ರಿಯ ಸಮಯದಲ್ಲಿ ಬಿಡುತ್ತಿದ್ದ ವಿವಿಧ ಬಣ್ಣದ ಗೊರಟೆ ಹೂವಿನ ಮಾಲೆಕಟ್ಟಿಕೊಂಡು ಮೇಷ್ಟ್ರ ಹೆಂಡತಿಯರಿಗೆ ಕೊಡುತ್ತಿದ್ದೆವು. ಸದಾ ಕಾಲ ಮನೆಯಲ್ಲೇ ಇದ್ದು ಗಂಡನಿಗೆ ಅಡುಗೆ, ಪಾತ್ರೆ-ಬಟ್ಟೆ ಎಂದು ಕೆಲಸ ಮಾಡಿಕೊಂಡು ಬದುಕು ಮಾಡುತ್ತಿದ್ದ ಅವರು ಯಾವಾಗ ಹೂವಿನಮಾಲೆಯನ್ನು ಹೆರಳಿಗೇರಿಸಿಕೊಳ್ಳುತ್ತಿದ್ದರೋ, ದೇವರಿಗೇ ಗೊತ್ತು.

ನಾವು ಹಿಂದಿನ ದಿನ ಕೊಯ್ದು ಮಾಲೆಮಾಡಿ, ಮಾರನೆ ದಿನ ಬ್ಯಾಗಿನಲ್ಲಿ ಇಟ್ಟುಕೊಂಡು ತರುವ ಹೊತ್ತಿಗೆ ಅದು ಬಾಡಿ ಬಸವಳಿದು ಇನ್ಯಾವುದೋ ರೂಪ ಪಡೆಯುತ್ತಿದ್ದುದೂ ಇತ್ತು. ಅವರ ತಲೆಯಲ್ಲಿ ಅದು ವಿರಾಜಮಾನವಾದಾಗ ಅದನ್ನು ನೋಡಿ ಖುಷಿ ಪಟ್ಟು ಕುಣಿದದ್ದೂ ಇತ್ತು.

ಕೆಲವೊಮ್ಮೆ ಕೊಡಲು ಮರೆತು ಹೋಗಿ, ಇನ್ಯಾವುದೋ ದಿನ ಬ್ಯಾಗಿಗೆ ಕೈ ಹಾಕಿದಾಗ ಕೊಳೆತು ನಾರುವ ಒಂದು ಉಂಡೆ ಬೆರಳಿಗೆ ತಾಗಿ, ತೆಗೆದು ನೋಡಿದರೆ, ನಾಯಿಯ ಕಕ್ಕದಂತೆಯೂ ಆಗಿರುತ್ತಿತ್ತು. ಹಾಗಂತ ಕೊಂಡೊಯ್ಯುವುದನ್ನು ಮಾತ್ರಾ ಬಿಡುತ್ತಿರಲಿಲ್ಲ.

ಸತ್ಯನಾರಾಯಣ ಕತೆಯ ಪ್ರಸಾದದಿಂದ ಹಿಡಿದು, ಚೌತಿಯ ಪಂಚಕಜ್ಜಾಯದವರೆಗೆ ಯಾವುದನ್ನೂ ಬಿಡದೇ ಕೊಂಡೊಯ್ಯುತ್ತಿದ್ದೆವು. ಮಳೆಗಾಲದ ಡೇರೆ ಹೂವುಗಳಂತೂ, ಮೇಷ್ಟ್ರುಗಳ ಮನೆಯ ವರಮಹಾಲಕ್ಷ್ಮಿ, ವೈಭವಲಕ್ಷ್ಮಿಗಳಿಗೆ ಚೆನ್ನಾಗಿ ಒಪ್ಪುತ್ತಿತ್ತು. ಈ ಹೂಗಳನ್ನು ಕಿತ್ತು ಮೇಷ್ಟ್ರುಗಳ ಮನೆಗೆ ಕೊಡುವುದರಲ್ಲಿ ಇದ್ದ ಖುಷಿಗೆ ಬೆಲೆ ಕಟ್ಟಲು ಸಾಧ್ಯವೇ ಇಲ್ಲ.

ನಾನು ಹೈಸ್ಕೂಲಿಗೆ ಹೋಗುವಾಗ, ಸಮಾಜ ವಿಜ್ಞಾನ ಪಾಠ ಮಾಡಲು ಸರ್ ಒಬ್ಬರು ಬಂದರು. ಭೂಗೋಳವನ್ನು ಎಷ್ಟು ಚೆನ್ನಾಗಿ ಕಲಿಸುತ್ತಿದ್ದರೆಂದರೆ, ನಾವಂತೂ ಅವರ ಫ್ಯಾನು,ಎಸಿ ಎಲ್ಲ ಆಗಿಬಿಟ್ಟೆವು.

ವಿಷಯ ಪಾಠದ್ದಲ್ಲ. ಅವರ ಮನೆಯದ್ದು! ಅವರ ಹೆಂಡತಿಗೆ ದೇವರ ಬಗ್ಗೆ ಅಪಾರ ಭಕ್ತಿ. ಪ್ರತೀದಿನ ಪೂಜೆ, ಪುನಸ್ಕಾರ ಜೋರು. ಶಾಲೆಗೆ ಬಂದ ಮೊದಲ ದಿನದಲ್ಲೇ ನಾನು ಮತ್ತು ಗೆಳತಿ ಮೈತ್ರಿ ಮೇಷ್ಟ್ರನ್ನು ಪರಿಚಯ ಮಾಡಿಕೊಂಡಿದ್ದಲ್ಲದೆ, ಅವರ ಮನೆಗೆ ಹೋಗಿ ಅವರ ಹೆಂಡತಿಯೊಂದಿಗೆ ಸ್ನೇಹ ಸಂಪಾದಿಸಿಬಿಟ್ಟೆವು!

ಅವರಿಗೂ ಇನ್ನೂ ಯಾರದ್ದೂ ಪರಿಚಯ ಅಷ್ಟಾಗಿ ಇರಲಿಲ್ಲ. ಪೂಜೆಗೆ ಹೂವು ತಂದುಕೊಡುವಂತೆ ಬಹಳ ಮುಜುಗರದಿಂದಲೇ ನಮ್ಮಲ್ಲಿ ಬೇಡಿಕೆ ಇಟ್ಟರು. ನಮಗೋ ಇನ್ನಷ್ಟು ಖುಷಿ. ಮಾರನೆಯ ದಿನದಿಂದಲೇ ರಾಶಿ ಹೂವುಗಳು ಅವರ ಮನೆಯ ಬಾಗಿಲಿಗೆ!

ಮನೆಯಲ್ಲಿ ದೇವರ ಪೂಜೆಗೆ ಹೂವು ಕೊಯ್ದದ್ದು ಅಷ್ಟರಲ್ಲೇ ಇದ್ದರೂ, ಮೇಷ್ಟ್ರ ಮನೆಗೆ ಒಂದು ದಿನವೂ ತಪ್ಪಿಸಲಿಲ್ಲ. ಹತ್ತನೇ ತರಗತಿಯ ಕೊನೆಯ ಮೂರ್ನಾಲ್ಕು ತಿಂಗಳು ನಾನಂತೂ ಮಧ್ಯಾಹ್ನ ಊಟಕ್ಕೆ ಬಾಕ್ಸ್ ಕೊಂಡೊಯ್ಯಲಿಲ್ಲ. ಊಟ ಮೇಷ್ಟ್ರ ಮನೆಯಲ್ಲೇ ಆಗುತ್ತಿತ್ತು. ಮೇಷ್ಟ್ರು ಕ್ಲಾಸ್ ಬಿಟ್ಟು ಊಟಕ್ಕೆಂದು ಮನೆಗೆ ಬರುವಷ್ಟರಲ್ಲಿ ನಮ್ಮ ಊಟ ಅವರ ಮನೆಯಲ್ಲಿ ಮುಗಿದಿರುತ್ತಿತ್ತು. ಸಹೃದಯರು, ಮೇಷ್ಟ್ರು ಮತ್ತವರ ಹೆಂಡತಿ. ಈಗಲೂ ಅವರ ಮನೆಯ ಚಪಾತಿ-ಚಟ್ನಿ, ಬಿಸಿಬಿಸಿ ಬೇಳೆಸಾರು ಅನ್ನ ನೆನಪಾಗುತ್ತದೆ. ಹೆಸರಿಗೆ

ತಕ್ಕಂತೆ ಪ್ರೀತಿಯಿಂದ ಬಡಿಸುವ ಅನ್ನಪೂರ್ಣ ಆಂಟಿ ಮತ್ತು ರವೀಂದ್ರ ಸರ್ ನೆನಪಾಗುತ್ತಾರೆ. ಅವರ ಋಣ ತೀರಿಸಲು ಹೇಗೆ ಸಾಧ್ಯ?

ಟೀಚರ್‌ಗೆ ಏನಾದರೂ ತಂದುಕೊಟ್ಟರೆ ಹೊಡೆಯುವುದಿಲ್ಲ, ಬೈಯುವುದಿಲ್ಲ ಎಂದು ನಾವು ಆಗೀಗ ಏನಾದರೂ ಕೊಡುವುದಿತ್ತು. ಬೇಸರವೆಂದರೆ, ಹಾಗೆ ಕೊಟ್ಟ ದಿನವೇ ಸರಿಯಾಗಿ ಬಡಿಗೆ ಬೀಳುತ್ತಿತ್ತು! ಈಗ ನನ್ನ ಮಕ್ಕಳೂ ಏನಾದರೊಂದು ತರುತ್ತಾರೆ, ನನ್ನ ಶಿಷ್ಯನೊಬ್ಬ ಹೇಳುತ್ತಿರುತ್ತಾನೆ, "ಮೇದಿನಿ ಮಿಸ್ಸಿನ ಪ್ರಾಣ ಇರುವುದು ಉಪ್ಪಿನಕಾಯಿಯಲ್ಲಿ" ಎಂದು. ಹಾಗಾಗಿ ಉಪ್ಪಿನಕಾಯಿ ತಯಾರಿಸುವ ಮಿಡಿ, ಮಾವಿನಕಾಯಿ, ದೊಡ್ಲಿಕಾಯಿಗಳು ಶಾಲೆಗೆ ಬರುತ್ತವೆ. ಈಗೊಂದು ಮೂರ್ನಾಲ್ಕು ವರ್ಷಗಳ ಹಿಂದೆ ಭಾವನಾ ಎಂಬ ವಿದ್ಯಾರ್ಥಿನಿಯೊಬ್ಬಳು, ಮನೆಯಲ್ಲಿ ಹಟ ಮಾಡಿ ಮಿಡಿ ಉಪ್ಪಿನಕಾಯಿ ತರುತ್ತಿದ್ದಳು. ಅದೆಷ್ಟು ರುಚಿಯೆಂದರೆ, ನಾನಂತೂ ಅವರ ಮನೆಯ ಉಪ್ಪಿನಕಾಯಿಯನ್ನು ನಾಚಿಕೆ ಬಿಟ್ಟು ಕೇಳಿ ತರಿಸಿಕೊಳ್ಳುತ್ತಿದ್ದೆ. ಈಗ ಅವಳು ಮೊರಾರ್ಜಿ ಶಾಲೆಯಲ್ಲಿ ಇದ್ದಾಳೆ. ಆದರೂ ಮರೆತಿಲ್ಲ, ಉಪ್ಪಿನಕಾಯಿಯ ಸೀಸನ್ನಿನಲ್ಲಿ ಅವಳಪ್ಪ ಅಮ್ಮನಿಗೆ ಫೋನಿನಲ್ಲೇ ಟಾರ್ಚರ್ ಕೊಟ್ಟು ಒಂದು ಡಬ್ಬಿ ಉಪ್ಪಿನಕಾಯಿ ಕಳಿಸುತ್ತಾಳೆ. ಅವರಪ್ಪ ಹಲಸು, ಅರಿಶಿನದೊಂದಿಗೆ ಉಪ್ಪಿನಕಾಯಿ ತರುತ್ತಾರೆ. ಅವಳ ಪ್ರೇಮದ ಮುಂದೆ ನನ್ನ ಪಾಠ ಲೆಕ್ಕಕ್ಕೆ ಇಲ್ಲ. ಅವಳ ಲೆಕ್ಕದ ಗುರುವಿನ ಋಣ ಎಂದೋ ತೀರಿದೆ.

ಈ ಹೂವು, ತರಕಾರಿ, ಇತ್ಯಾದಿಗಳನ್ನು ಹೊರತು ಪಡಿಸಿ, ಈ ಹುಡುಗಿಯರದ್ದು ಇನ್ನೊಂದು ಮಜ, ತಾವು ಹಾಕಿಕೊಂಡು ಬಂದ ಸರ, ಕಿವಿ ಓಲೆಯನ್ನು ಬಿಚ್ಚಿಕೊಟ್ಟು, "ಹಾಕ್ಯಳಿ ಮಿಸ್..." ಎನ್ನುವುದು. ಕಳೆದ ಬಾರಿ ಸರಸ್ವತಿ ಪೂಜೆಯಲ್ಲಿ ಒಬ್ಬಳು ನೆಕ್ಲೇಸ್ ಹಾಕಿಕೊಂಡು ಬಂದವಳು ಏನೆಂದರೂ ಕೇಳದೆ ಬಿಚ್ಚಿಕೊಟ್ಟಿದ್ದಳು. ಇಡೀ ದಿನ ಹಾಕಿಕೊಂಡಿದ್ದೆ.

ನನ್ನ ಮದುವೆಯಲ್ಲೂ ಹೀಗೇ ಆಗಿತ್ತು. ಒಬ್ಬಳು ಹತ್ತು ರೂಪಾಯಿಯ ಸರ ತಂದುಕೊಟ್ಟು, ಮದುವೆಗೆ ಹಾಕಿಕೊಳ್ಳಲೇಬೇಕೆಂದು ತಾಕೀತು ಮಾಡಿದ್ದಳು. ಮದುವೆಗೆ ಬಂದವಳು ಫೊಟೊ ತೆಗೆಸಿಕೊಳ್ಳುವಾಗ ಸರವನ್ನು ಹಾಕಿದ್ದೇನಾ, ಇಲ್ಲವಾ ಅಂತ ಹುಡುಕಿದ್ದಳು. ನಾನು ಹಾಕಿಕೊಂಡಿದ್ದೆ.

ಆಲೆಮನೆಯ ಸಮಯದಲ್ಲಿ ಕಬ್ಬು, ಹಾಲು, ಬಿಸಿಬೆಲ್ಲ ಹೊತ್ತುಕೊಂಡು ತರುವ ನೀಲಜ್ಜಿ ಸದಾ ನನ್ನ ನೆನಪಿನಲ್ಲಿ ಇರುತ್ತಾಳೆ. ಇವರ ಪ್ರೀತಿಗೆ ನಾನು ಏನು ಕೊಡಲು ಸಾಧ್ಯ?

ಮೊನ್ನೆ ಹೀಗಾಯಿತು. ನಮ್ಮ ಶಾಲೆಯ ತರಲೆ, ತುಂಟ, ಕಿತಾಪತಿಯ ಚಕ್ರವರ್ತಿ–ರಾಹುಲ್ ಎಂಬಾತ ಅಮ್ಮನಘಟ್ಟ ಜಾತ್ರೆಗೆ ಹೋದವನು ಒಂದು ವಾಚು ತಂದ. ಅದನ್ನು ಕಟ್ಟಿಕೊಂಡು ಬಂದು ಫೋಸ್ ಬೇರೆ ಕೊಡುತ್ತಿದ್ದ.

"ಗಂಟೆ ನೋಡಕ್ ಬರ್ದಿದ್ರೂ, ಪೋಸಿಗೇನು ಕಮ್ಮಿ ಇಲ್ಲ" ಎಂದು ಹುಡುಗಿಯರು ಮೂತಿ ಮುರಿಯುತ್ತಿದ್ದರು. ಅದೇನೋ... ಈ ಜೆಂಡರ್ ಕಲ್ಪನೆ ಬೇಡವೆಂದರೂ ನಾಲ್ಕು-ಐದನೇ ತರಗತಿಯಲ್ಲೇ ಶುರುವಾಗಿಬಿಡುತ್ತದೆ.

"ಈ ಹೆಣ್ಣುಡ್ರು ಸಮ ಕಸ ಗುಡುಸ್ಲ ಮಿಸ್..."

"ಈ ಗಂಡುಡ್ರು ಹೇಳಿದ್ ಮಾತೇ ಕೇಳಲ ಮಿಸ್..."

"ಅವಳ ಇಲಿಬಾಲದ ತರ ಇರುವ ಜಡೆ ನೋಡ..."

"ಏಯ್ ಸುಂಬ್ಳುಸುರ್ಕ... ನಡಿಯ..."

ವಿಷಯಕ್ಕಿಂತಲೂ ಹುಡುಗರು, ಹುಡುಗಿಯರು ಪರಸ್ಪರ ದೂರುಹೇಳುವುದೇ ಮುಖ್ಯವಾಗಿಬಿಡುತ್ತದೆ.

ಪಾಪ ರಾಹುಲ, ವಾಚ್ ತಂದ ದಿನ ಮಾತ್ರಾ ಅವನು ಕಟ್ಟಿದ್ದು. ಮಾರನೆಯ ದಿನದಿಂದ, ಅವನ ಚಿಕ್ಕಪ್ಪ ಕಟ್ಟಿಕೊಂಡು ಹೋಗುತ್ತಿದ್ದರಂತೆ. ಹಾಗಾಗಿ ಇವನಿಗೆ ಅದನ್ನು ಬಿಚ್ಚಿ ರಿಪೇರಿ ಮಾಡಲು ಆಗಿರಲಿಲ್ಲ. ಅದೇ ಕಾರಣಕ್ಕೆ ಅದು ಸುಸ್ಥಿತಿಯಲ್ಲಿ ಇತ್ತು. ಪೋಷಣಾ ಅಭಿಯಾನ ಕಾರ್ಯಕ್ರಮದ ತಯಾರಿಯ ದಿನ. ಬೆಳಿಗ್ಗೆ ಬಂದವನೇ, ಕೈ ಹಿಡಿದು ಎಳೆದ.

"ಯಂತದಾ?" ಎಂದೆ.

"ವಾಚ್ ಕಟ್ಗ್ಯಳಿ ಮಿಸ್" ಎಂದ.

"ಬ್ಯಾಡ ಮರಾಯ" ಅಂದೆ. ಡಯಲ್ ಸಿಕ್ಕಾಪಟ್ಟೆ ದೊಡ್ಡ ಇದೆ. ನಾನು ಪುಟ್ಟ ವಾಚ್ ಕಟ್ಟಿದವಳು. ಯಾಕೋ ಮುಜುಗರ ಬೇರೆ. ಅವನು ಬಿಡಲೊಲ್ಲ.

"ಪ್ಲೀಸ್ ಮಿಸ್..." ಮುಖ ಸಣ್ಣವಾಯ್ತು. ಕಟ್ಟಿಕೊಂಡೆ. ಫುಲ್ ಖುಷಿ ಅವನಿಗೆ. ನನ್ನ ಕೈಯಲ್ಲಿ ಸುಮಾರಾಗಿ ಕಂಡಿತು.

ತನ್ನ ವಸ್ತುವನ್ನು ಇನ್ನೊಬ್ಬರ ಕೈಯಲ್ಲಿ ನೋಡುವಷ್ಟು ಸಹನೆ, ಪ್ರೀತಿ ಈ ಮಕ್ಕಳಾಗಿದ್ದಾಗ ಮಾತ್ರಾ ಇರುವುದೇನೋ... ದೊಡ್ಡವರಾದಮೇಲೆ, ಎಲ್ಲವೂ ನನಗೇ ಬೇಕು, ನನಗೆ ಮಾತ್ರಾಬೇಕು ಎಂಬಂತಹ ಸಂಕುಚಿತತೆಗೆ ನಾವು ಬಲಿಯಾಗಿಬಿಡುತ್ತೇವೆಯಾ? ಹೊಟ್ಟೆಕಿಚ್ಚು, ದ್ವೇಷ, ಅಸೂಯೆಯೇ ಮೈದುಂಬಿಕೊಳ್ಳುತ್ತದೆಯಾ? ಗೊತ್ತಿಲ್ಲ.

ಕೀರ್ತನಾ ಬಂದು, "ಇದು ರಾಹುಲಣ್ಣನ ವಾಚು ಅಲ್ವಾ ಮಿಸ್?" ಎಂದಳು. ನಾನು "ಹೂಂ" ಎನ್ನುವಷ್ಟರಲ್ಲಿ, ಅವನೇ ಹಾರಿಬಂದ,

"ಅಲ್ಲ ತಂಗಿ, ಮಿಸ್ ನಿನ್ನೆ ಶಿವಮೊಗ್ಗಕ್ಕೆ ಹೋದಾಗ ತಗುಬಂದಾರಂತೆ.. ನಿನ್ನೆನೇ ವಾಟ್ಸಾಪ್ ಸ್ಟೇಟಸ್ಸಿಗೆ ಹಾಕಿದ್ರು, ನೀ ನೋಡ್ಲನು?" ಆಹಾ! ಸತ್ಯವೆಂಬುದು ಕಲ್ಲುಕರ್ಚಿ ಬಿಟ್ಟು ಆಯನೂರಿಗೆ ಓಡಬೇಕು. ಶಾಲೆಯ ತುಂಬಾ ಮಿಸ್ಸಿನ ಹೊಸ ವಾಚಿನದ್ದೇ ಸುದ್ದಿ.

ರಾಹುಲನದೆಂದು ಗೊತ್ತಿದ್ದವರೂ ಸತ್ಯ ಹೇಳಲಿಲ್ಲ.

ನಾಲ್ಕು ದಿನ ನನ್ನ ಕೈಯಲ್ಲಿ ಅವನದ್ದೇ ವಾಚು. "ಹಾಳಾಗತ್ತೆ ಮರಾಯ, ತಗಂಡು ಕಟ್ಗ್ಯ ನೀನೆಯ" ಬಿಚ್ಚಿ ಅವನ ಕೈಗೆ ಕಟ್ಟುತ್ತಾ ಹೇಳಿದೆ. "ನಿನ್ ಕೈಯಲ್ಲಿ ಇರದ್ಕಿಂತ, ಮಿಸ್ ಕೈಯಲ್ಲಿ ಇದ್ರೆ ವಾಚ್ ಹಾಳಾಗಲ, ಸಮಾ ಇರ್ತತೆ, ಅಂತ ಅಮ್ಮ ಹೇಳಿದಾರೆ" ಎಂದ.

ಈ ಪ್ರೀತಿ, ಆತ್ಮೀಯತೆಯೇ ನನ್ನನ್ನು ಶಾಲೆಗೆ ಹೋಗುವಂತೆ ಮಾಡುತ್ತಿದೆ. ನಾನಿನ್ನೂ ಜೀವಂತಿಕೆಯಿಂದ ಇದ್ದೇನೆ.

30

ಮಿಸ್ಸು ಬುಗುರಿ ಬಿಡಲೇಬೇಕು

ಬೆಳಿಗ್ಗೆ ಶಾಲೆಗೆ ಬಂದು, ಬೀಗ ತೆಗೆದು, ಆಯಾಯ ದಿನದ ಕೆಲಸವನ್ನು ವಹಿಸಿದ ರೀತಿಯಲ್ಲಿ ಕಸ ಹೊಡೆದು, ಪ್ರಾರ್ಥನೆ ಮಾಡಿ, ಸುಭಾಷಿತ, ಗಾದೆ ಮಾತು, ವಾರ, ದಿನಾಂಕ ಇತ್ಯಾದಿ ಹೇಳಿ, ಹೊಸದೊಂದು ಪುಸ್ತಕ ಪರಿಚಯ ಮಾಡಿ, ಹಾಲು ಕುಡಿದು, ರೀಸೆಸ್ಸಿಗೆ ಹೋಗಿ ಯಾವುದೇ ಗಲಾಟೆ ಇಲ್ಲದೆ ತರಗತಿಗೆ ಬಂದು ಕುಳಿತುಕೊಳ್ಳುತ್ತಾರೆ,

ಎಂಬುದು ಕನಸು. ಈ ಕನಸು ಕೆಲವೊಮ್ಮೆ ನಿಜವಾಗುತ್ತದೆ. ಕೆಲವು ದಿನ ಬೆಳಿಗ್ಗೆಯೇ ಯಾವುದಾದರೊಂದು ಜಗಳ, ವಾದ, ಹೊಡೆದಾಟ ನಡೆದುಬಿಡುತ್ತದೆ. ಅದನ್ನು ಬಗೆಹರಿಸುವ ಹೊತ್ತಿಗೆ ಹನ್ನೊಂದು ಗಂಟೆ.

ಇವತ್ತು ಶಾಲೆಗೆ ಹೋಗುವಾಗ ಐದನೇ ತರಗತಿಯ ಗಂಡುಮಕ್ಕಳು ಕಾಣಲಿಲ್ಲ. ಊಟ ಹಾಕುವ ಕೊಠಡಿಯಲ್ಲಿ ಕುಣಿಯುತ್ತಿದ್ದಾರೆ ಎಂದು ಹುಡುಗಿಯರು ಹೇಳಿದರು. ನಾನಿನ್ನೂ ರೈನುಕೋಟು ಬಿಚ್ಚಿರಲಿಲ್ಲ. ಬ್ಯಾಗನ್ನು ಯಾರೋ ತೆಗೆದುಕೊಂಡರು. ಮತ್ತೊಬ್ಬಳು ಕೈಗೆ ಕೋಲು ತಂದುಕೊಟ್ಟಳು. ಅವಳಿಗೆ ಗೊತ್ತು, ನಾನು ಏನು ಮಾಡಲಿದ್ದೇನೆ, ಎಂಬುದು. ನಾನು ಕೋಲಿನೊಂದಿಗೆ ಧಾವಿಸಿದಾಗ ಈ ಹುಡುಗಿಯರು ಹಬ್ಬ ನೋಡಲು ಬಂದರು. ಹುಡುಗರು ಹುಡುಗಿಯರು ಶತ್ರುಗಳಂತಾಡುವುದು ಈ ಶಾಲೆಗಳು ಹುಟ್ಟಿದಾಗಿಂದಲೇ ಶುರುವಾಗಿರಬೇಕು. ನಾವೂ ಹಾಗೆಯೇ ಮಾಡುತ್ತಿದ್ದೆವು. ಮಿಸ್ ಹತ್ತಿರ ಹೇಳಿ ಬೈಯಿಸುವುದು, ಹೊಡೆಸುವುದು ಎಂದರೆ ಎರಡೂ ಪಾರ್ಟಿಯವರಿಗೂ ಖುಷಿ. ಹೊಡೆಯುವಾಗ, ಹಿಂದಿನಿಂದ ಕಣ್ಣು ಮಿಟುಕಿಸಿ, ಹೆಂಗೆ? ಎಂದು ಹುಬ್ಬು ಹಾರಿಸುವುದು ಬೇರೆ.

ಸೀದಾ ಆ ಕೊಠಡಿಗೆ ಹೋದೆ. ಇಬ್ಬರು ಕಿಟಕಿ ಹತ್ತಿ ನಿಂತು ಜೋರಾಗಿ ಹಾಡುತ್ತಾ ಡಾನ್ಸ್ ಮಾಡುತ್ತಿದ್ದರು. ಇನ್ನಿಬ್ಬರು ಬುಗುರಿ ಬಿಡುತ್ತಿದ್ದರು. "ಮಾಡುವ ಕೆಲಸಬಿಟ್ಟು ಇಲ್ಲಿ ಕುಣಿಯುತ್ತಾ ಇದ್ದೀರಾ" ಎಂದು ಎಲ್ಲರಿಗೂ ಒಂದೊಂದು ಕೊಟ್ಟೆ, ಕೈ ಉಜ್ಜುತ್ತಾ ಗುರಾಯಿಸಿದರು. "ಇನ್ನೊಂದು ಬೇಕಾ" ಅಂದೆ. "ಬ್ಯಾಡ ಮಿಸ್" ಎಂದು ಉರಿಯಲ್ಲೇ ನಕ್ಕರು.

"ಅಲ್ಲಕಣ್ರೋ, ಬೆಳ್ಬೆಳಿಗ್ಗೆ ಈ ಉದ್ಯೋಗ ಮಾಡ್ತಿದೀರಲ್ಲ.. ಡೈಲಿ ಪೇಜು, ಹೋಮ್ವರ್ಕು, ನೋಟ್ಸು ಎಲ್ಲಾ ಮುಗಿದಿದೆಯಾ? ಎಂದೆ. ತಲೆಕೆಳಗೆ ಹಾಕಿದರು. ಇವತ್ತು ಟೆಸ್ಟ್ ಕೊಡ್ತೀನಿ ಅಂದಿದ್ನಲ್ವಾ? ನೋಡ್ತೀನಿ ಇರಿ" ಎಂದೆ. ಒಬ್ಬನಿಗೆ ಟೆನ್ಷನ್ ಶುರುವಾಯ್ತು. "ಮಿಸ್, ಕೈ ಮುಗಿತೀನಿ, ಇವತ್ತು ಮಾತ್ರಾ ಟೆಸ್ಟ್ ಬ್ಯಾಡ. ನಿಮ್ ಕೈಯಲ್ಲಿ ಹೊಡ್ತ ಉರಿಯೇನೂ ಆಗಲ, ಆದ್ರೆ ನಮ್ಮನೆ ಅಮ್ಮ ಇವತ್ತು ನನ್ನ ಸಮ್ಮ ಹಾಕ್ಯ ಬಡೀತಾರೆ" ಎಂದ. ಅವನಮ್ಮನಿಗಿಂತ ನಾನೇ ಪರವಾಗಿಲ್ಲ ಅವನಿಗೆ.

"ಯಾಕೆ?" ಎಂದೆ. "ನಾನು ಇವತ್ತು ಓದ್ಲ. ನಿನ್ನೆ ಇಡೀ ಬುಗುರಿ ಬಿಡದ್ನೇ ಕಲಿಯದಾತು" ಎಂದ. "ಹೋಗ್ರಲೇ..." ಎನ್ನುತ್ತಲೇ ಒಳಗೆ ಬಂದೆ. ಅವನಿಗೆ ಗೊತ್ತಾಯಿತು. ನಾನಿವತ್ತು ಟೆಸ್ಟ್ ಕೊಡುವುದಿಲ್ಲ ಎಂದು. ಕುಣಿಯುತ್ತಲೇ ಒಳಗೆ ಬಂದ.

ಮಧ್ಯಾಹ್ನ ಎರಡು ಗಂಟೆಗೆ ಮತ್ತೆ ಶುರುವಾಯ್ತು ಹಾವಳಿ. "ಮಿಸ್ ನಿಮಗೆ ಬುಗುರಿ ಬಿಡೋಕೆ ಬರತ್ತಾ?"

"ಇಲ್ಲ"

"ಹಂಗಾರೆ, ನಾವ್ ಹೇಳಿಕೊಡ್ತೀವಿ, ಬನ್ನಿ ಮಿಸ್". "ಬ್ಯಾಡಪ... ನಂಗೆ ಆಟ ಇಷ್ಟ ಇಲ್ಲ..."

"ಮಿಸ್, ಬರೀ ಓದೋದು ಒಂದೇ ಅಲ್ಲ, ಆಟ ಪಾಠ ಎರಡೂ ಬೇಕು. ದೇಹ ಸ್ಟ್ರಾಂಗ್ ಆಗತ್ತೆ ಅಂತ ಪರಿಸರ ಅಧ್ಯಯನ ಪಾಠ ಮಾಡಬೇಕಿದ್ರೆ ಹೇಳಿದ್ರಲ್ಲ...ಮಿಸ್..." "ಅದು ನಿಮಗೆ ಕಣ್ರೋ, ನನ್ನ ದೇಹ ಬೆಳೆದು, ನಾನು ಸ್ಟ್ರಾಂಗ್ ಆಗಿದೀನಿ"

"ಹಾಗಾದ್ರೆ ನಮ್ಜೊತೆ ಬಂದು ನಿಂತ್ಕಳಿ ಮಿಸ್..."

"ನಮ್ಮ ಎದುರು ನೀವು ಬುಗುರಿ ಬಿಡಿ ಮಿಸ್..."

"ಥೋ ಹೋಗ್ರೋ ಮರಾಯ... ನಂಗೆ ಬುಗುರಿ ಬಿಡೋಕೆ ಬರಲ್ಲ".

"ಬನ್ನಿ ಮಿಸ್... ಬನ್ನಿ ಮಿಸ್... ನಾವ್ ಕಲಿಸ್ತೀವಿ ಮಿಸ್.."

ಇನ್ನು ಇವರು ಬಿಡುವುದಿಲ್ಲ. ಎದ್ದೆ. ಕೈ ಹಿಡಿದು ಎಳೆದುಕೊಂಡು ಹೋದರು.

ಅಲ್ಲಿ ಶುರುವಾಯ್ತು. ದಾರ ಸುತ್ತಿಕೊಡಲು ಒಬ್ಬ. ಬಿದ್ದ ಬುಗುರಿ ಎತ್ತಿಕೊಡಲು ಒಬ್ಬ. ನಾನು ಬುಗುರಿ ಬಿಡುವುದಷ್ಟೇ...

ಹತ್ತು ಬಾರಿ ಬಿಟ್ಟರೂ ಸರಿಯಾಗಲಿಲ್ಲ. ಬಣ್ಣದ ಬುಗರಿ ತಿರುಗಲಿಲ್ಲ.. ಪಾಪ ಮಕ್ಕಳು. ಪ್ರತೀಬಾರಿ, ದಾರಸುತ್ತಿ ಕೈಗೆ ಕೊಟ್ಟು, ಕಿರುಬೆರಳಿನ ನಡುವೆ ದಾರದ ತುದಿಯನ್ನು ಹಿಡಿದುಕೊಂಡು, ಬಿಡುವುದನ್ನು ಹೇಳಿಕೊಡುತ್ತಿದ್ದರು. ನನಗೋ, ಬಿಡಲು ಬರುತ್ತಿರಲಿಲ್ಲ... ದಡ್ಡ ಶಿಖಾಮಣಿ ನಾನು.

"ಇದೇ ಲಾಸ್ಟು ನೋಡ್ರ ಹುಡ್ರಾ..." ಎಂದು ಬಿಟ್ಟೆ.

"ಸದ್ಯ, ಮಾನ ಮರ್ಯಾದೆ ಉಳೀತು ಮಿಸ್ಸಿಂದು" ಎಂದ ಒಬ್ಬ. ಬುಗುರಿ ಚೆನ್ನಾಗಿ ತಿರುಗ್ತು.

ಈ ಭೂಮಿ ಬಣ್ಣದ ಬುಗುರಿ, ಆ ಶಿವನೇ ಚಾಟಿ ಕಣೊ.

ಇಲ್ಲಿ ನಾನು ಬುಗುರಿ. ನನಗೆ ತಿರುಗಿಸುವುದನ್ನು ಕಲಿಸುವ ಚಾಟಿಗಳು ಈ ಮಕ್ಕಳು. ಯಾವಾಗಲೂ ಟೀಚರ್ರೇ ಕಲಿಸಬೇಕಾ? ಮಕ್ಕಳು ಕಲಿಸುವುದಿಲ್ಲವಾ? ನಿಜ ಹೇಳಬೇಕೆಂದರೆ, ಬದುಕಿನಲ್ಲಿ ಬಂದುಹೋಗುವ ವ್ಯಕ್ತಿಗಳು ಕಲಿಸುವಷ್ಟು ಪಾಠವನ್ನು ಯಾವ ಪುಸ್ತಕವೂ ಕಲಿಸುವುದಿಲ್ಲ. ಬದುಕು ಒಡ್ಡುವಷ್ಟು ದೊಡ್ಡ ಪರೀಕ್ಷೆಯನ್ನು ಯಾವ ಪ್ರಾಧಿಕಾರವೂ ಒಡ್ಡುವುದಿಲ್ಲ.

ಅಂತೂ ಬುಗುರಿಯನ್ನು ತಿರುಗಿಸಿದೆ. ಮಕ್ಕಳು ಡಂಕಣಕ ಎಂದು ಡಾನ್ಸ್ ಮಾಡಿದರು. ಈ ಮಕ್ಕಳಿಗೆ ತಾವು ಕಲಿತಿದ್ದಕ್ಕಿಂತ, ಮಿಸ್ಸು ಬುಗುರಿ ಬಿಟ್ಟರು ಎಂಬುದೇ ಪರಮಾನಂದ.

31

ಮೈ ಸ್ವಚ್ಛ, ಮನಸ್ಸೂ ಸ್ವಚ್ಛ

ಈಗ ನಾಲ್ಕು ವರ್ಷಗಳ ಹಿಂದೆ ಇಲಾಖೆಯಿಂದ ಒಂದು ಸುತ್ತೋಲೆ ಬಂದಿತು. ಇದರಲ್ಲಿ ಅಕ್ಟೋಬರ್ ಹದಿನೈದರಂದು ಕೈತೊಳೆಯುವ ದಿನವೆಂದು ಆಚರಿಸಿ, ಮಕ್ಕಳಿಗೆ ಹಾಗೂ ಪೋಷಕರಿಗೆ ಕೈ ತೊಳೆಯುವ ಸರಿಯಾದ ವಿಧಾನವನ್ನು ಪ್ರಾಯೋಗಿಕವಾಗಿ ತೋರಿಸಿ, ಅವರಿಗೂ ಕೈತೊಳೆಯುವುದನ್ನು ಕಲಿಸಬೇಕು ಎಂಬುದಾಗಿತ್ತು. ಇದಕ್ಕಾಗಿ ಸಮೀಪದ ಸರ್ಕಾರಿ ಆಸ್ಪತ್ರೆಯಲ್ಲಿ ನಮಗೆ ತರಬೇತಿಯನ್ನೂ ಕೊಡಲಾಗಿತ್ತು. ಈ "ಕೈ ತೊಳೆಯುವ" ದಿನದ ಸುತ್ತೋಲೆ ನೋಡಿದೊಡೆ ನಾವೆಲ್ಲರೂ ನಕ್ಕಿದ್ದೆವು, ಇದೊಂದು ವಿಚಿತ್ರವಾಗಿದೆಯಲ್ಲ ಎಂಬಂತೆ.

ಆದರೆ, ನಂತರ ಕೂತು ಯೋಚಿಸಿದಾಗ ಅರ್ಥವಾಯಿತು. ನಮ್ಮ ದೇಹದ, ದೇಶದ ಸ್ವಚ್ಛತೆಯನ್ನು ನಾವೇ ಕಾಪಾಡಿಕೊಳ್ಳಬೇಕೆಂಬ ಎಚ್ಚರಿಕೆ ನಮಗಿನ್ನೂ ಬಂದಿಲ್ಲವೆಂಬುದು. ಈ ಕೈತೊಳೆಯುವ ಹಿಂದಿರುವ ಮಹದುದ್ದೇಶವನ್ನು ಅರಿಯುತ್ತಾ ಹೋದಂತೆ ಸಾಕಷ್ಟು ಅಂಶಗಳು ಕಣ್ಮುಂದೆ ಬಂದವು.

ಸಾಮಾನ್ಯವಾಗಿ ಶಾಲೆಗಳಲ್ಲಿ ಮಕ್ಕಳು ಊಟದ ಸಮಯದಲ್ಲಿ, ಶೌಚಾಲಯ ಬಳಸಿದ ನಂತರ ಕೈ ತೊಳೆಯುತ್ತಾರೆ. ಆದರೆ ಇದಕ್ಕೆ ಸಾಕಷ್ಟು ನೀರು, ಸೋಪು, ಹ್ಯಾಂಡ್ ವಾಷ್‌ಗಳು ಬೇಕಾಗುತ್ತವೆ. ಇವು ಇಲ್ಲದಿದ್ದರೆ ಮಕ್ಕಳಲ್ಲಿ ಸ್ವಚ್ಛತೆ ಕಾಣುವುದಿಲ್ಲ. ಗಲೀಜಾದ ಕೈ ಕಾಲುಗಳು, ಬೆವರಿದ ಮುಖ, ವಾಸನೆ ಹೊಡೆಯುವ ಶೌಚಾಲಯ, ಕರೆಗಟ್ಟಿದ ತಟ್ಟೆ-ಲೋಟಗಳು. ಇವುಗಳು ಹೋಗಬೇಕಾದರೆ ಮಕ್ಕಳಿಗೆ ಸ್ವಚ್ಛತೆಯ ಅರಿವು ಮೂಡಬೇಕಾಗುತ್ತದೆ.

ಮಕ್ಕಳು ಸ್ವಚ್ಛವಾಗಿರಲು ನೀರು ಹಾಗೂ ಇತರ ಮೂಲಸೌಲಭ್ಯಗಳು ಬೇಕು. ಇವುಗಳನ್ನು ಪೂರೈಸಬೇಕು. ಹಾಗೂ ಬಳಸಬೇಕು. ಇವು ಸಮರ್ಪಕವಾಗಿದ್ದರೆ ತಾನೇ "ಕೈ ತೊಳೆಯುವುದು"!

ನೀರು, ನೈರ್ಮಲ್ಯ, ಶುಚಿತ್ವ ಇವು ಪ್ರತಿಯೊಬ್ಬರ ಜೀವನದ ಭಾಗವಾಗಿರುತ್ತದೆ. "ಗಂಗಾಸ್ನಾನ, ತುಂಗಾಪಾನ" ಎಂಬುದು ಜನಪ್ರಿಯ ನಾಣ್ಣುಡಿಯಾಗಿದೆ. ಆದರೆ ಈಗ ನದಿಗಳ ನೀರನ್ನು ಬಳಕೆ ಮಾಡುವುದು ಎಷ್ಟು ಸೂಕ್ತ? ಅಥವಾ ಅವು ಎಷ್ಟು ಸ್ವಚ್ಛವಾಗಿ ಉಳಿದಿವೆ ಎಂಬುದು ಮಾತ್ರಾ ಊಹೆಗೆ ನಿಲುಕದ್ದು. ನೀರು ನಮಗೆ ಬೇಕೇಬೇಕು. ನೀರಿಲ್ಲದೆ ನಾವು ಬದುಕಲು ಸಾಧ್ಯವಿಲ್ಲ. "ಶಾಲೆಯಲ್ಲಿ ನೀರು ಏಕೆ ಬೇಕು?" ಎಂದು ನಾನು ಮಕ್ಕಳಿಗೆ ಕೇಳಿದೆ.

"ಅಡುಗೆ ಮಾಡಲು,ಕುಡಿಯಲು ಕಟ್ಟೆ ತೊಳೆಯಲು, ಗಿಡಕ್ಕೆ ಹಾಕಲು ನೀರು ಬೇಕು" ಎಂದು ಸೀರಿಯಸ್ಸಾಗಿ ಬುದ್ಧಿವಂತರು ಉತ್ತರಿಸಿದರು. "ಶೌಚಾಲಯಕ್ಕೆ ಬೇಕು ಮಿಸ್" ಎನ್ನುತ್ತಾ ಕೊನೆಯ ಸಾಲಿನ ಮೊದಲಿಗನೊಬ್ಬ ಎದ್ದು ನಿಂತ. ಸಮಾಧಾನವಾಯಿತು.

ಸ್ವಚ್ಛವಾದ ನೀರು ದೊರೆಯುವುದೇ ದುಸ್ತರವಾದ ಈ ಕಾಲದಲ್ಲಿ ಶಾಲೆಯಲ್ಲಿ ಮಕ್ಕಳಿಗೆ ಪ್ರತಿನಿತ್ಯ ಕುಡಿಯಲು, ಕೈ ತೊಳೆಯಲು,ಶೌಚಾಲಯಕ್ಕೆ ಅತ್ಯುತ್ತಮವಾದ ನೀರನ್ನೇ ಪೂರೈಕೆ ಮಾಡಬೇಕೆಂಬುದು ಸರ್ಕಾರದ ಆಶಯವಾಗಿದೆ. ಮಳೆಕೊಯ್ಲು ಮೂಲಕ ಅಂತರ್ಜಲ ಹೆಚ್ಚಿಸುವ, ಆವಶ್ಯಕತೆ ಇದ್ದಷ್ಟೇ ಬಳಕೆ ಮಾಡುವ ಶಿಸ್ತನ್ನು ಮಕ್ಕಳಲ್ಲಿ ಮೂಡಿಸಬೇಕೆಂಬುದು ಕೂಡಾ ಇದರಲ್ಲಿ ಅಡಕವಾಗಿದೆ.

ಹಿರಿಯ ಪ್ರಾಥಮಿಕ ಹಾಗೂ ಪ್ರೌಢಶಾಲೆಯಲ್ಲಿ ನೀರು ಸಮರ್ಪಕವಾಗಿ ಶೌಚಾಲಯಗಳಲ್ಲಿ ಸಿಗುವುದಿಲ್ಲ ಎಂಬ ಕಾರಣಕ್ಕೆ ಶಾಲೆ ಬಿಡುವ ಮಕ್ಕಳಿದ್ದಾರೆ. ಹಾಗಾಗಿ ಶಾಲೆಯಲ್ಲಿ ನೀರು ಸಾಕಷ್ಟು ಲಭ್ಯವಿರಲೇಬೇಕು.

ಲೆಡ್, ಫೆಸ್ಟಿಸೈಡ್ ಮುಂತಾದ ವಿಷಕಾರಿ ವಸ್ತುಗಳು ಆರೋಗ್ಯಕ್ಕೆ ಮಾರಕ ಎಂಬ ಅಂಶ ಎಲ್ಲರಿಗೂ ಗೊತ್ತಿದೆ. ಆದರೆ ಶುದ್ಧನೀರಿನ ಪೂರೈಕೆ ಮಾಡುವ ಅಥವಾ ನೀರಿನ ಮೂಲಗಳನ್ನು ಶುದ್ಧವಾಗಿಡುವ ಇಚ್ಛಾಶಕ್ತಿ ಮಾತ್ರಾ ಯಾರಿಗೂ ಇಲ್ಲವೆಂಬುದು ದುರಂತದ ವಿಚಾರ. ಈ ಕುರಿತು ಎಲ್ಲರಿಗೂ ಜಾಗೃತಿ ಬೇಕಿದೆ, ಎಂದು ಯೋಚಿಸುತ್ತಾ ಮಕ್ಕಳಿಗೆ ಹಂತಹಂತವಾಗಿ ಕೈ ತೊಳೆಯುವುದನ್ನು ಹೇಳಿಕೊಟ್ಟೆ. "ಇದಕ್ಕೆ ಇಡೀ ಟ್ಯಾಂಕ್ ನೀರು ಖಾಲಿ ಆಗತ್ತೆ ಮಿಸ್" ಎಂದು ಮಕ್ಕಳು ನಕ್ಕರು.

ಇಷ್ಟಕ್ಕೇ ಸುಮ್ಮನಾಗುವುದಾ?

ಮತ್ತೊಂದು ಅಂಶವನ್ನು ಹೇಳಬೇಕು, ಸ್ವಚ್ಛತೆ ಅಥವಾ ನೈರ್ಮಲ್ಯ. ಇಲ್ಲಿ ವೈಯಕ್ತಿಕ ಸ್ವಚ್ಛತೆ ಹಾಗೂ ಶಾಲೆ, ಪರಿಸರದ ಸ್ವಚ್ಛತೆಯ ಕುರಿತು ಗಮನ

ಹರಿಸಬೇಕಾಗುತ್ತದೆ. ಹದಿಹರೆಯದ ಮಕ್ಕಳು ಋತುಮತಿಯಾದ ಹೆಣ್ಣುಮಕ್ಕಳು ಅತಿಹೆಚ್ಚು ಶುಚಿಯಾಗಿ ಇರಬೇಕಾಗುತ್ತದೆ. ಮುಟ್ಟಿನ ದಿನಗಳಲ್ಲಿ ಅವರಿಗೆ ಸಾಕಷ್ಟು ಸಾಂತ್ವನ, ಕಾಳಜಿ, ಪ್ರೀತಿಯ ಆವಶ್ಯಕತೆ ಇರುತ್ತದೆ. ಮಾನಸಿಕವಾಗಿ ಬೆಂಬಲ ಬೇಕಿರುತ್ತದೆ. ಅದರೊಂದಿಗೆ ಶಾಲೆಯಲ್ಲಿ ಶೌಚಾಲಯ ಸಮರ್ಪಕವಾಗಿ ಇರದಿದ್ದರೆ ಅವರು ಕುಸಿದುಹೋಗುತ್ತಾರೆ. ಅನಿರೀಕ್ಷಿತವಾಗಿ ಎದುರಾಗುವ ದೈಹಿಕ ತೊಂದರೆಗಳಿಗೆ ಶಾಲೆ, ಶಿಕ್ಷಕರು ಸಾಂತ್ವನ ಹೇಳಬೇಕು. ಮುಜುಗರದ ವಾತಾವರಣವನ್ನು ಉಂಟುಮಾಡಬಾರದು. ಸ್ಯಾನಿಟರಿ ಪ್ಯಾಡ್, ಸೋಪು, ನೀರು, ಸುರಕ್ಷಿತವಾದ ಶೌಚಾಲಯಗಳು ಕಡ್ಡಾಯವಾಗಿ ಇರಲೇ ಬೇಕಾಗುತ್ತದೆ.

ಇಲ್ಲಿ ನನ್ನ ಬಾಲ್ಯದ ಅನುಭವವೊಂದು ಕಣ್ಣೆದುರು ಬರುತ್ತದೆ. ಎಂಟನೇ ತರಗತಿಗೆ ಸೇರಿದ ಹೊಸತು. ಸಹಪಾಠಿಯೊಬ್ಬಳು ಶಾಲೆಯಲ್ಲಿ ಮೊದಲ ಬಾರಿಗೆ ಮುಟ್ಟಾದಳು. ಅವಳಿಗೆ ಯಾವ ಅರಿವೂ ಇಲ್ಲ. ಶಿಕ್ಷಕರು ಗಮನ ಕೊಡಲೇ ಇಲ್ಲ. ಅವಳ ಮನೆ ತುಂಬಾ ದೂರ. ನಾವೇ ಹೇಗೋ ವ್ಯವಸ್ಥೆ ಮಾಡಿ ಮನೆಗೆ ಕಳಿಸುವ ಹೊತ್ತಿಗೆ ಶಾಲೆಗೆಲ್ಲಾ ಗೊತ್ತಾಗಿತ್ತು. ಅವಳು ಮುಜುಗರ, ಅವಮಾನದಿಂದ ಹಿಡಿಯಷ್ಟಾಗಿದ್ದಳು. ಅವಳ ಪಾಡು ನೋಡಲು ಆಗುತ್ತಿರಲಿಲ್ಲ. ಶಾಲೆಯಲ್ಲಿ ಶೌಚಾಲಯ ನೆಪಮಾತ್ರಕ್ಕೆ ಇತ್ತು. ನೀರಂತೂ ಇಲ್ಲವೇ ಇಲ್ಲ. ನಾವು ಶಾಲೆಯ ಪಕ್ಕದ ಮನೆಗೋ, ಅಕೇಶಿಯಾ ಕಾಡೊಳಗೋ ಹೋಗಬೇಕಾದ ಸ್ಥಿತಿ. ಅಂದು ಮನೆಗೆ ಹೋದ ಹುಡುಗಿ ಮತ್ತೆ ಶಾಲೆಗೆ ಬರಲೇ ಇಲ್ಲ. ಶಾಲೆಯಲ್ಲಿ ಸರಿಯಾದ ವ್ಯವಸ್ಥೆ ಇಲ್ಲವೆಂಬ ಕಾರಣಕ್ಕೋ, ಆದ ಅವಮಾನಕ್ಕೋ, ಸಾಂತ್ವನ ಸಿಗದ ಕಾರಣಕ್ಕೋ ಆಕೆ ಬರಲೇ ಇಲ್ಲ. ಈಗಲೂ ಅವಳ ಮುಖ ನೆನಪಾಗುತ್ತದೆ. ನಮಗೆ ಆ ವಯಸ್ಸಿನಲ್ಲಿ ಏನು ಮಾಡಬಹುದೆಂದು ಗೊತ್ತಿತ್ತೇ ಹೊರತೂ ಅವಳಿಗೆ ಸಮಾಧಾನ ಹೇಳುವಷ್ಟು ಪ್ರೌಢತೆ ಇರಲಿಲ್ಲ. ಸಮಾಧಾನ ಕೊಡಬೇಕಾದವರು ಯಾವುದೋ ಮುಜುಗರಕ್ಕೊಳಗಾಗಿ ಕೂತುಬಿಟ್ಟರು. ಗಂಡುಮಕ್ಕಳಂತೂ ಏನೊ ಆಗಿಹೋಗಿದೆಯೆಂಬಂತೆ ಮಾತನಾಡುತ್ತಿದ್ದರು. ಮಾರನೇ ವರ್ಷ ಶಾಲೆಯ ಸ್ಥಿತಿ ಬದಲಾಯಿತು. ಬೇರೆ ಶಿಕ್ಷಕರು ಬಂದರು. ಮೇಷ್ಟ್ರುಗಳು ಅವರು. ಆದರೂ ಅವರು ನಮ್ಮೊಡನೆ ಚರ್ಚಿಸುತ್ತಿದ್ದರು. ಸಮಾಧಾನಿಸುತ್ತಿದ್ದರು. ನಾವೂ ಬದಲಾದೆವು.

ಈಗ ಎಲ್ಲಾ ಶಾಲೆಗಳಲ್ಲಿ ನೀರು, ಶೌಚಾಲಯ ವ್ಯವಸ್ಥೆ ಇದೆ. ಮೀನಾ ತಂಡ ಇದೆ. ಅರಿವು ಹೊಂದಿದ ಶಿಕ್ಷಕರು ಇದ್ದಾರೆ. ಶುಚಿ ಪ್ಯಾಡ್ಸ್ ಲಭ್ಯವಿದೆ. ನರ್ಸ್ ಗಳು ಭೇಟಿ ಮಾಡಿ ಸಮಾಲೋಚನೆ ಮಾಡುತ್ತಾರೆ. ಆದರೂ ಮಕ್ಕಳಲ್ಲಿ ಜಾಗೃತಿ ಮೂಡಿಸುವ ಆವಶ್ಯಕತೆ ಇದೆ. ಗಂಡು ಮಕ್ಕಳಲ್ಲಿ ಅರಿವು

ಮೂಡಿಸಬೇಕು. ಕಾಲ ಬದಲಾದರೂ ಮನಸ್ಥಿತಿ, ಪರಿಸ್ಥಿತಿ ಎಲ್ಲೆಡೆಯಲ್ಲೂ ಬದಲಾಗಿಲ್ಲ. ಹಾಗಾಗಿ ಸೌಲಭ್ಯಗಳ ಜೊತೆಗೆ ಮಾಹಿತಿಯನ್ನು ನೀಡುವ ಕಾರ್ಯ ಹಾಗೂ ಜವಾಬ್ದಾರಿ ಶಿಕ್ಷಕರ ಮೇಲಿದೆ.

ಮಕ್ಕಳು ತಮ್ಮ ಬಾಲ್ಯ ಹಾಗೂ ತಾರುಣ್ಯದ ಬಹುಪಾಲು ಅವಧಿಯನ್ನು ಶಾಲೆಗಳಲ್ಲಿ ಕಳೆಯುತ್ತಾರೆ. ಇದರಿಂದಾಗಿ ಅವರ ಅಗತ್ಯತೆಗಳನ್ನು ಈಡೇರಿಸುವ, ಸಮಸ್ಯೆಗಳಿಗೆ ಸ್ಪಂದಿಸುವ ಜವಾಬ್ದಾರಿ ಶಿಕ್ಷಕರದ್ದೇ ಆಗಿರುತ್ತದೆ. ಮುಖ್ಯ ಶಿಕ್ಷಕರು ಸಹಶಿಕ್ಷಕರೊಂದಿಗೆ ಸಮನ್ವಯಗೊಳಿಸಿಕೊಂಡು ಮಕ್ಕಳಿಗೆ, ಪೋಷಕರಿಗೆ ಜಾಗೃತಿ ಮೂಡಿಸಬೇಕಾಗುತ್ತದೆ.

ಶಾಲೆಯು ಶೌಚಾಲಯದ ಸ್ವಚ್ಛತೆಯೊಂದಿಗೆ ಮಕ್ಕಳ ವೈಯಕ್ತಿಕ ಸ್ವಚ್ಛತೆಗೆ ಬಹಳ ಮಹತ್ವ ಕೊಡಬೇಕಾಗುತ್ತದೆ. ಹೆಣ್ಣುಮಕ್ಕಳಿಗೆ, ಗಂಡುಮಕ್ಕಳಿಗೆ ಪ್ರತ್ಯೇಕ ಶೌಚಾಲಯವು ಸುವ್ಯವಸ್ಥಿತವಾಗಿ ಇರಬೇಕು. ಅದರೊಂದಿಗೆ ವಿಶೇಷ ಅಗತ್ಯತೆಯುಳ್ಳ ಮಕ್ಕಳಿಗೆ ಇಳಿಜಾರು ಮಟ್ಟಿಲು, ವೀಲ್ ಚೇರ್, ಕನ್ನಡಕ, ಶ್ರವಣ ಸಾಧನಗಳನ್ನು ಹೇಗೆ ಪೂರೈಸುತ್ತೇವೆಯೋ ಅದೇ ರೀತಿಯಲ್ಲಿ ಶೌಚಾಲಯವನ್ನೂ ನಿರ್ಮಿಸಬೇಕಾಗುತ್ತದೆ. ಇಲ್ಲದಿದ್ದರೆ ಅವರು ಸಮಾಜದ ಹೊರಗೆ ಉಳಿದು ಬಿಡುತ್ತಾರೆ. ಇಂತಹ ಸ್ಥಿತಿಯಲ್ಲಿ ಅಂತರ್ಗತ ಶಿಕ್ಷಣವೆಂಬುದು ಕನಸೇ ಆಗುತ್ತದೆ. ಊಟ, ನಿದ್ರೆ ಎಷ್ಟು ಮುಖ್ಯವೋ ಶುಚಿತ್ವವೂ ಅಷ್ಟೇ ಮುಖ್ಯ.

ಹಾಗಾಗಿ ಶಾಲೆಯಲ್ಲಿ ಶುದ್ಧ ಕುಡಿಯುವ ನೀರು, ಸ್ವಚ್ಛ ಶೌಚಾಲಯ, ಮನಸ್ಸಿಗೆ ಆಹ್ಲಾದ ನೀಡುವ, ಸ್ವಾವಲಂಬಿಯಾಗುವುದನ್ನು ಕಲಿಸುವ ಕೈತೋಟ, ರುಚಿಯಾದ ದಾಸೋಹ ಇರಬೇಕು. ಹುಡುಗರು ಬಯಲಿಗೆ ಹೋಗುತ್ತಾರೆ, ಹುಡುಗಿಯರು ಪಕ್ಕದ ಮನೆಗೆ ಹೋಗುತ್ತಾರೆ ಎಂಬ ಉಡಾಫೆ ಶಾಲೆ ಹಾಗೂ ಭಾಗೀದಾರರಲ್ಲಿ ಇರಬಾರದು.

ಬಾಲ್ಯವೆಂಬ ಉದ್ಯಾನದಲ್ಲಿ ಸುಂದರ ಹೂಗಳು ಅರಳಿ ಸುಗಂಧವನ್ನು ಸೂಸಬೇಕೇ ಹೊರತೂ ಜಾಲಿ, ಕಳ್ಳಿಯಂತಹ ಗಿಡ ಬೆಳೆದು ಮನಸ್ಸನ್ನು ಮುಳ್ಳಾಗಿಸಬಾರದು. ಇದನ್ನು ಹೇಗೆ ನಿರ್ಮಿಸಬೇಕೆಂಬ ಅರಿವು ಶಿಕ್ಷಕರಲ್ಲಿ ಇರಬೇಕು. ಏಕೆಂದರೆ ಶಿಕ್ಷಕರು ಇಲಾಖೆ ಹಾಗೂ ಮಕ್ಕಳ ನಡುವಿನ ಸೇತುವೆಯಾಗಿರುತ್ತಾರೆ. ಸರ್ಕಾರ ನೀಡುವ ಸೌಲತ್ತುಗಳನ್ನು ಯಥಾವತ್ತಾಗಿ ಮಕ್ಕಳಿಗೆ ತಲುಪಿಸುವ ವಾಹಕರು-ಶಿಕ್ಷಕರು. ಹಾಗಾಗಿ ಎಲ್ಲಾ ವಿಷಯಗಳ ಸಾಧಕ-ಬಾಧಕಗಳ ಅರಿವು ಶಿಕ್ಷಕರಿಗೆ ಇರಬೇಕು.

ಪ್ರತಿ ಶಾಲೆಯಲ್ಲಿ ಶುದ್ಧ ಕುಡಿಯುವ ನೀರು, ನೈರ್ಮಲ್ಯ, ವೈಯಕ್ತಿಕ ಶುಚಿತ್ವ ಇವುಗಳಿಗೆ ಸಾಕಷ್ಟು ಮನ್ನಣೆ ನೀಡುವ ವಾತಾವರಣ ಸೃಷ್ಟಿಯಾಗಬೇಕು. "ನಾನು ಸ್ವಚ್ಛವಾಗಿದ್ದರೆ ಮಾತ್ರಾ ಸುಂದರವಾಗಿರುತ್ತೇನೆ" ಎಂಬ ಭಾವವನ್ನು ಮಕ್ಕಳಲ್ಲಿ ಬೆಳೆಸಬೇಕು. ನನ್ನ ವೈಯುಕ್ತಿಕ ಶುಚಿತ್ವದೊಂದಿಗೆ ನನ್ನ ಪರಿಸರವೂ

ಸ್ವಚ್ಛವಾಗಿ ಸುಂದರವಾಗಿ ಕಾಣಬೇಕೆಂಬ ಆಶಯ ಮಕ್ಕಳಲ್ಲಿ ಬರಬೇಕು. ಆ ಮೂಲಕ ಬದುಕನ್ನು ಸುಂದರವಾಗಿಸಿಕೊಳ್ಳುವ, ಅಚ್ಚುಕಟ್ಟಾಗಿಸಿಕೊಳ್ಳುವ ರೂಢಿಯನ್ನು ಬೆಳೆಸಬೇಕು. ಇಡೀ ದೇಶವೇ ಸ್ವಚ್ಛ ಹಾಗೂ ಸುಂದರವಾಗಲು ನಾವೂ ಕಾರಣಕರ್ತರಾಗಬಹುದು.

ಇಷ್ಟನ್ನು ಈ ಅಮ್ಮಂದಿರ ಎದುರು ಭಾಷಣ ಮಾಡಿದೆ. ತಲೆಯೊಳಗೆ ಎಷ್ಟು ಹೋಯಿತೋ ಏನೋ, ಮಕ್ಕಳು ಮುಟ್ಟಾದಾಗ, ಹೆಚ್ಚಿನ ಅಮ್ಮಂದಿರು ದುಃಖಿಸುತ್ತಾರಂತೆ. ಇರಬಹುದು, ಹೆಣ್ಣಿನ ಜನ್ಮ, ಕರ್ಮ ಕಳೆಯಬೇಕು ಎಂದೆಲ್ಲಾ ಹೇಳುವುದನ್ನು ನಾನು ಕೇಳಿದ್ದೇನೆ. ಅದನ್ನು ಅಸಹ್ಯ ಎಂದುಕೊಳ್ಳುವ ಬದಲು "ಪ್ರಕೃತಿ ತಾನು" ಎಂದು ಹೆಮ್ಮೆ ಪಡಲು ಆರಂಭಿಸಬೇಕು. ಸಿಟ್ಟು, ಬೇಜಾರು ಮಾಡಿಕೊಳ್ಳುವುದು ಅಥವಾ ಮದುವೆಯಷ್ಟು ವಿಜೃಂಭಣೆಯಿಂದ ಕಾರ್ಯಕ್ರಮ ಮಾಡುವ ಬದಲು ಮಕ್ಕಳಿಗೆ ತಿಳಿವಳಿಕೆ ಕೊಡುವುದು ಒಳಿತು ಎನ್ನುತ್ತಾ ಮಾತು ಮುಗಿಸಿದೆ.

ಸ್ವಚ್ಛತೆ ಇಲ್ಲದ ಮನೆಗೆ ಭಗವಂತ ಬರಲಾರ. ಈ ದಿನ ಶಾಲೆಯ ಶೌಚಾಲಯಕ್ಕೆ ಬಣ್ಣ ಬಳಿದೆ, ಸುಸ್ತಾಗಿ ಮನೆಗೆ ಬಂದಾಗ ಇಷ್ಟೆಲ್ಲಾ ಬರೆಯುವ ಮನಸ್ಸಾಯಿತು.

ಇದಿಷ್ಟನ್ನು ಹೇಳಲೇಬೇಕು

ವಿದ್ಯಾರ್ಥಿಯಾಗಿ, ಶಿಕ್ಷಕಿಯಾಗಿ ಶಾಲಾ ಜೀವನವನ್ನು ಪ್ರಾರಂಭಿಸಿದ್ದು ಜೂನ್ ಒಂದು. ಹದಿನಾಲ್ಕು ವರ್ಷಗಳ ಹಿಂದೆ ಸರ್ಕಾರಿ ಶಾಲೆಯ ಶಿಕ್ಷಕಿಯಾಗಿ ವೃತ್ತಿ ಜೀವನವನ್ನು ಪ್ರಾರಂಭಿಸಿದ್ದೆ. ಇದುವರೆಗೂ ಒಂದೇ ಶಾಲೆಯಲ್ಲಿ ಕೆಲಸ ಮಾಡಿದರೂ ಸಂಪಾದಿಸಿದ ಅನುಭವಗಳು ಮಾತ್ರಾ ಅಪಾರ. ಪ್ರತಿದಿನವೂ ಹೊಸ ವಿಷಯಗಳನ್ನು ಕಲಿಯುತ್ತಾ, ಹೊಸತನವನ್ನು ಬಯಸುತ್ತಾ ಕಳೆದ 'ಈ ದಿನಗಳು' ಕಲಿಸಿದ ಪಾಠವನ್ನು ಎಂದಿಗೂ ಮರೆಯುವಂತೆಯೇ ಇಲ್ಲ.

ಯಾವುದೇ ಮಗುವನ್ನು ದೊಡ್ಡವನಾದ ಮೇಲೆ ಏನಾಗುತ್ತೀಯೆ? ಎಂದು ಕೇಳಿ ನೋಡಿ, ಅದು ಖಂಡಿತಾ ಹೇಳುವುದು ಟೀಚರ್ ಆಗುತ್ತೇನೆ ಎಂದೇ. ಬಾಲ್ಯದಲ್ಲಿ ನನಗೂ ಇಂತಹ ಆಸೆಯೇ ಇತ್ತು. ಆದರೆ ಬೆಳೆದಂತೆಲ್ಲ ಶಿಕ್ಷಕಿಯಾಗುವ ಹಂಬಲ ಕಡಿಮೆಯಾಗಿತ್ತು. ಪೀಯೂಸಿಯಲ್ಲಿ ಜೇಸಿ ಚೇಂಬರ್ ನವರ ಒಡನಾಟದಿಂದಾಗಿ ಆದರ್ಶ, ತ್ಯಾಗ, ಸೇವೆ ಮುಂತಾದ ಕಲ್ಪನೆಗಳೇ ತಲೆಯಲ್ಲಿ ತುಂಬಿಕೊಂಡ ಪರಿಣಾಮವಾಗಿ ನಾನು ನರ್ಸ್ ಆಗಬೇಕೆಂದುಕೊಂಡಿದ್ದೆ. ಪೀಯೂಸಿ ಅತ್ಯುತ್ತಮ ಅಂಕಗಳು ಇದಕ್ಕೆ ಪೂರಕವೂ ಆಗಿತ್ತು. ಅದಕ್ಕೆ ಸರಿಯಾಗಿ ಒಂದು ನರ್ಸಿಂಗ್ ಕಾಲೇಜಿನಲ್ಲಿ ಸೀಟನ್ನು ಕೂಡಾ ದಕ್ಕಿಸಿಕೊಂಡಿದ್ದೆ.

ಆಗ ಶುರುವಾಯಿತು, ಮನೆಯಲ್ಲಿ ಅಮ್ಮನ ಗೋಳು, ಅಪ್ಪನ ಬೇಸರ. ಅವರಿಗೆ ಇದೆಲ್ಲ ಇಷ್ಟವೇ ಇರಲಿಲ್ಲ. ನಾನು ತೆಗೆದುಕೊಂಡ ಆ ಅಂಕಗಳಿಗೆ ಡಿ.ಎಡ್.ಗೆ ಉಚಿತ ಸೀಟ್ ಸಿಗುತ್ತಿತ್ತು. ಜೊತೆಗೆ ಅಪ್ಪನ ಮಹದಾಸೆ ನಾನು

ಶಿಕ್ಷಕಿಯಗುವುದಾಗಿತ್ತು. ಒಂದು ವಾರ ಇದೇ ಗಲಾಟೆಯಾಗಿ ನಾನು ಅವರ ಮಾತು ಕೇಳದೇ ಮಾವನ ಮನೆಗ ಹೋಗಿ ಕೂತಿದ್ದೆ. ಕೊನೆಗೂ ಎಲ್ಲರ ಬುದ್ಧಿಮಾತು, ಪಿರಿಪಿರಿ, ಬೈಗುಳ, ಹಿತವಚನ ಇತ್ಯಾದಿಗಳಿಗೆ ಸೋತು ಡಿ.ಇಡಿ.ಗೆ ಸೇರಿದೆ. ಅಂದುಕೊಂಡಂತೆ ಶಿವಮೊಗ್ಗ ಡಯಟ್ಟಿನಲ್ಲಿ ಸೀಟು ಕೂಡಾ ಸಿಕ್ಕಿತು. ಆ ಸಮಯದಲ್ಲಿ ಉಂಟಾದ ತಲ್ಲಣಗಳು ಹಾಗೂ ಅನಿರೀಕ್ಷಿತ ತಿರುವುಗಳು ನಾನು ಅತಿಹೆಚ್ಚು ಓದುವ ಹಾಗೂ ಅಂಕ ಗಳಿಸಿ ಕೆಲಸಕ್ಕೆ ಸೇರಲೇಬೇಕೆಂಬ ಹಟವನ್ನು ಹೆಚ್ಚುಮಾಡಿದವು.

ಆದರೆ ನಾನು ಕಾಲೇಜಿಗೆ ಸೇರಿ ಎರಡೇ ದಿನಕ್ಕೆ ಶಿವಮೊಗ್ಗದಿಂದ ಅಕ್ಷರಶಃ ವಾಪಸ್ ಊರಿಗೆ ಓಡಿ ಹೋಗಿದ್ದೆ. ನನಗೆ ಅಪ್ಪ ಅಮ್ಮನನ್ನು ಬಿಟ್ಟು ಇರಲು ಆಗಲೇ ಇಲ್ಲ. ಡಯಟ್ಟಿನ ನನ್ನ ನೆಚ್ಚಿನ ಉಪನ್ಯಾಸಕರು ಈಗಲೂ ನಾನು ಬಿಕ್ಕಿಬಿಕ್ಕಿ ಅಳುತ್ತಾ ನಿಂತಿದ್ದನ್ನು ಹೇಳಿ ನಗುತ್ತಾರೆ. ಆದರೆ ವಾಪಸ್ ಊರಿಂದ ಬರುವ ಹೊತ್ತಿಗೆ ದೃಢವಾಗಿದ್ದೆ.

ನಂತರ ಡಯಟ್ಟಿನಲ್ಲಿ ಎರಡೂ ವರ್ಷ ಟಾಪರ್ ಆಗಿದ್ದು, ಸಿಇಟಿಯಲ್ಲಿ ಇಪ್ಪತ್ತನೇ ಸ್ಥಾನ ಗಳಿಸಿ ಕೆಲಸಕ್ಕೆ ಸೇರಿದ್ದು ಎಲ್ಲವೂ ಹೋರಾಟದ ಫಲವೇ. ಈ ಹೋರಾಟ ಯಾರೊಂದಿಗಿನದಲ್ಲ. ನನ್ನೊಂದಿಗೇ ನನ್ನ ಹೋರಾಟ. ಇಂದಿಗೂ ನಾನು ಯಾವ ವಿಚಾರಕ್ಕೂ ಯಾರೊಂದಿಗೂ ಸ್ಪರ್ಧೆ ಮಾಡುವುದಿಲ್ಲ. ನಾನು ಸ್ಪರ್ಧಿಸುವುದು ನನ್ನೊಂದಿಗೆ ಮಾತ್ರಾ. ಯಾರು ಏನೋ ಮಾಡುತ್ತಾರೆಂದು ಮಾಡುವುದಾಗಲೀ, ಓದುತ್ತಾರೆಂದು ಹಟಕ್ಕೆ ಬಿದ್ದು ಅವರಿಗೆ ಸ್ಪರ್ಧೆ ಮಾಡುವುದಾಗಲೀ ಇಲ್ಲವೇ ಇಲ್ಲ.

ಕೆಲಸಕ್ಕೆ ಸೇರಿದ ನಂತರದ ಬದುಕು ತುಂಬಾ ಪಾಠ ಕಲಿಸಿದೆ. ಸವಾಲು ಸಮಸ್ಯೆಗಳಿಗೆ ನಾನೆಂದೂ ಹೆದರಿದ್ದೇ ಇಲ್ಲ. ಆದರೆ ಅನಿವಾರ್ಯವಾಗಿ ಆಡಳಿತಗಾರಳಾಗಿ ಎದುರಿಸಿದ ಸವಾಲುಗಳು ನನ್ನನ್ನು ಆ ಕ್ಷಣಕ್ಕೆ ಅಧೀರಳನ್ನಾಗಿ ಮಾಡುತ್ತಿತ್ತು. ಶಾಲೆಯಲ್ಲಿ ಜೊತೆಗಿರುವ ಮಕ್ಕಳು, ಸಹಶಿಕ್ಷಕರು, ಪೋಷಕರ ಜೊತೆಗೆ ಈಗಿನ ಕಾರ್ಯದೊತ್ತಡವನ್ನು ನಿಭಾಯಿಸುವುದು ಸುಲಭ ಎಂದೇನೂ ನನಗೆ ಅನಿಸುವುದಿಲ್ಲ. ಆದರೂ ನಾನು ನನ್ನ ಸಂಸಾರಕ್ಕೆ ಕೊಟ್ಟ ಸಮಯ ಹಾಗೂ ತೆಗೆದುಕೊಂಡ ಜವಾಬ್ದಾರಿಗಳಿಗಿಂತಲೂ ಹೆಚ್ಚಿನ ಪಾಲನ್ನು ನನ್ನ ಶಾಲೆಗೆ ನೀಡಿದ್ದೇನೆ ಎಂದು ನಾನು ಹೆಮ್ಮೆಯಿಂದ ಹೇಳಿಕೊಳ್ಳಬಲ್ಲೆ.

ನಾನು ಮಿಸ್ಸಾಗಿರುವುದು ಒಂದು ಹಳ್ಳಿಯ ಶಾಲೆಗೆ. ಹಳ್ಳಿಯೆಂದರೆ ತೀರಾ ಕುಗ್ರಾಮವೇನಲ್ಲ. ಶಿವಮೊಗ್ಗದಿಂದ ಮೂವತ್ತೈದು ಕಿಲೋಮೀಟರ್ ದೂರ. ಆಯನೂರಿನಿಂದ ತೀರ್ಥಹಳ್ಳಿಗೆ ಹೋಗುವ ರಸ್ತೆಯ ಎಡಭಾಗದಲ್ಲಿ ಕಲ್ಲುಕುರ್ಚಿ ಎಂಬುದೊಂದು ಊರು. ಅಲ್ಲಿ ರಸ್ತೆಗೆ ಹೊಂದಿಕೊಂಡ ಹಾಗೆಯೇ ಶಾಲೆ ಇದೆ. ವಿಶೇಷವೆಂದರೆ, ರಸ್ತೆಯ ಎಡ ಭಾಗ ಶಿವಮೊಗ್ಗ ತಾಲ್ಲೂಕಿಗೆ

ಸೇರಿದ ಕಲ್ಲುಕುರ್ಚಿ. ಬಲಭಾಗ ತೀರ್ಥಹಳ್ಳಿ ತಾಲ್ಲೂಕಿಗೆ ಸೇರಿದ ಕರಕುಚ್ಚಿ. ನಾನು ಶಿವಮೊಗ್ಗ ತಾಲ್ಲೂಕಿನ ಕಲ್ಲುಕುರ್ಚಿಯವಳು. ಎರಡೂ ತಾಲ್ಲೂಕುಗಳಿಂದ ಬರುವ ಮಕ್ಕಳು ಇದ್ದಾರೆ. ನರ್ಮದಾ ನದಿಯು ಉತ್ತರ ಹಾಗೂ ದಕ್ಷಿಣ ಭಾರತವನ್ನು ವಿಭಾಗಿಸಿದ ಹಾಗೆ ಕಪ್ಪನೆಯ ಟಾರು ರಸ್ತೆಯು ಶಿವಮೊಗ್ಗ ಹಾಗೂ ತೀರ್ಥಹಳ್ಳಿ ತಾಲ್ಲೂಕುಗಳನ್ನು ಎರಡು ಭಾಗ ಮಾಡಿದೆ.

ಎರಡೂ ತಾಲ್ಲೂಕಿನಲ್ಲಿ ಆಸ್ತಿ, ಜಮೀನು ಹೊಂದಿದವರಿದ್ದಾರೆ, ಎರಡೆರಡು ರೇಷನ್ ಕಾರ್ಡ್ ಹೊಂದಿದವರೂ ಇದ್ದಿರಬಹುದು. ಅಪ್ಪ ಅಮ್ಮನಿಗೊಂದು ಕಾರ್ಡು, ಮಕ್ಕಳಿಗೆ ಇನ್ನೊಂದು ಕಾರ್ಡು. ಹೀಗಾಗಿ ಮನೆಯೊಂದು, ಕಾರ್ಡ್ ಎರಡು. ಇರಲಿ, ಅದೇನೂ ವಿಶೇಷವಲ್ಲ. ಎರಡೂ ತಾಲ್ಲೂಕಿನಲ್ಲಿ ಏಕ ಕಾಲದಲ್ಲಿ ವಾಸಿಸುವ ಕುರಿತು ಉದಾಹರಣೆ ಕೊಟ್ಟೆ, ಅಷ್ಟೇ. ವಿಶೇಷವೆಂದರೆ, ಶಿವಮೊಗ್ಗ ತಾಲ್ಲೂಕಿನ ಶಾಲೆಗೆ ಶಿವಮೊಗ್ಗಕ್ಕಿಂತ ತೀರ್ಥಹಳ್ಳಿ ತಾಲೂಕಿನ ಮಕ್ಕಳೇ ಅಧಿಕ. ಏಕೆಂದರೆ ನಮ್ಮ ತಾಲ್ಲೂಕಿಗೆ ಸೇರಿದ ಮನೆಗಳ ಸಂಖ್ಯೆ ಕಡಿಮೆ. ತೀರ್ಥಹಳ್ಳಿಯವರೇ ಸಂಖ್ಯಾಶಿಖರಗಳು!

ಎರಡು ಸಾವಿರದ ಹತ್ತನೇ ಇಸವಿಯಲ್ಲಿ ನಾನು ಶಾಲೆಗೆ ಸೇರಿದಾಗ, ಈ ಲೆಕ್ಕಾಚಾರ ಮಾಡಿಕೊಂಡು ಶಾಲೆಯ ದಾಖಲಾತಿ ಬರೆಯುವಾಗ ತಲೆಬಿಸಿಯಾಗುತ್ತಿತ್ತು. ಪೋಷಕರು ಎಲ್ಲವನ್ನೂ ಕರ್ಕುಚ್ಚಿ ಎನ್ನುತ್ತಿದ್ದರು. ನಾನು ರೆವೆನ್ಯೂ ಹೆಸರನ್ನು ಸರಿಯಾಗಿ ನೋಡಿಕೊಂಡು ಕಲ್ಲುಕುರ್ಚಿಯೋ, ಕರಕುಚ್ಚಿಯೋ ಎಂದು ಬರೆಯಬೇಕಿತ್ತು. ಜಾಗ ಒಂದೇ ಆದರೂ, ಎರಡೂ ಹೆಸರಿನ ಗ್ರಾಮ ಹಾಗೂ ಪಂಚಾಯ್ತಿಗಳು ಬೇರೆ ಬೇರೆ, ವಿಧಾನ ಸಭಾ ಕ್ಷೇತ್ರಗಳು ಬೇರೆ, ಗ್ಯಾಸು, ಕರೆಂಟ್ ಬಿಲ್, ನ್ಯಾಯಬೆಲೆ ಅಂಗಡಿ, ಮತಗಟ್ಟೆ ಎಲ್ಲವೂ ಬೇರೆ.

ಹಾಗಂತ ನೀರು-ಗಾಳಿ-ಬೆಳಕು-ಮಣ್ಣು ಬೇರೆ ಇರುತ್ತದೆಯೆ? ಅದಕ್ಕೆ ತಾಲ್ಲೂಕು, ಜಿಲ್ಲೆ ಎಂಬ ಭೇದ ಇರಲು ಸಾಧ್ಯವೇ? ಅದೆಲ್ಲವೂ ಒಂದೇ ಇತ್ತು. ಈಗಲೂ ಹಾಗೆಯೇ ಇದೆ, ಅಂದರೆ ನಾನು ಹೇಳಹೊರಟಿದ್ದು, ಅಲ್ಲಿನ ಜನ ಜೀವನ ಹಾಗೂ ಅವರ ಸ್ವಭಾವದ ಬಗ್ಗೆ. ಇಲ್ಲಿಯ ಜನ ಇಲ್ಲಿಯದೇ ಮೂಲ ನಿವಾಸಿಗಳಲ್ಲ. ಶರಾವತಿ ನದಿಗೆ ಮೊದಲ ಬಾರಿ ಹಿರೇಭಾಸ್ಕರ ಡ್ಯಾಮ್ ಕಟ್ಟಿದಾಗ ಘನಸರ್ಕಾರ ಒಂದಷ್ಟು ಕಡೆ ಪುನರ್ವಸತಿ ಕಲ್ಪಿಸಿತು. ಆಗ ತುಮರಿ, ಮಳಲಿ, ಮೆಣಸುಗಾರು ಕರೂರು ಇತ್ಯಾದಿ ಸಾಗರ ಹೊಸನಗರ ಪ್ರಾಂತ್ಯದ ಕೆಲವಷ್ಟು ಜನರು ಈ ಕಲ್ಲುಕುರ್ಚಿ, ಪುರದಾಳು, ಶೆಟ್ಟಿಹಳ್ಳಿಯಲ್ಲಿ ನೆಲೆಕಂಡುಕೊಂಡರಂತೆ.

ಎಲ್ಲರೂ ಒಂದೇ ಸಮುದಾಯಕ್ಕೆ ಸೇರಿದ ಕಾರಣವೋ ಏನೋ, ಕೌಟುಂಬಿಕ ವಾತಾವರಣ ಸಹಜವಾಗಿಯೇ ಇತ್ತು. ಎಲ್ಲಿಯೂ ಮೇಲು-ಕೀಳು

ಎಂಬುದಿಲ್ಲ. ನಾನು ಶಿಕ್ಷಕಿಯಾಗಿ ಹೋದಾಗ, 'ಕಾಲೇಜಿಗೆ ಹೋಗುವಂತಹ ಹುಡುಗಿಯೊಬ್ಬಳು ಟೀಚರ್ರಾಗಿ ನಮ್ಮೂರ ಶಾಲೆಗೆ ಬಂದಾಳೆ' ಎಂದು ನನ್ನನ್ನು ಮಾತಾಡಿಸಲು ಬರುತ್ತಿದ್ದರು. ಸಿಕ್ಕಾಪಟ್ಟೆ ಮಾತುಗಾತಿ ನಾನು, ಅವರೊಂದಿಗೆ ಚೆನ್ನಾಗಿ ಮಾತಾಡಿ, ನೆಂಟಳಾಗಿಬಿಡುತ್ತಿದ್ದೆ. ಅದು ಅವರಿಗೆ ಸಂತಸ ತರುತ್ತಿತ್ತು. ನನ್ನ ಇಂಗ್ಲೀಷ್ ಪಾಠ, ಗೀತಾ ಟೀಚರ್ ಜೊತೆಗಿನ ಒಡನಾಟ ಅವರಿಗೆ ಖುಷಿ ತರಲಾರಂಭಿಸಿತ್ತು. ಅದೆಲ್ಲಕ್ಕಿಂತ ಖುಷಿಯ ವಿಚಾರವೆಂದರೆ, ನಾನು ಕೂಡಾ 'ಅವರ ಹಳೇ ಊರಿನ ಟೀಚರು'. ನನ್ನ ತವರಿನ ಅಕ್ಕಪಕ್ಕದ ಊರುಗಳು ಅಣೆಕಟ್ಟೆಯ ಕಾರಣಕ್ಕೆ ಮುಳುಗಡೆಯಾದಾಗ ಅನಿವಾರ್ಯವಾಗಿ, ಅಲ್ಲಿಯವರು ಇಲ್ಲಿ ಬಂದಿದ್ದಾರೆ. ನಾನು ಸರ್ಕಾರ ಕೊಟ್ಟ ಕೆಲಸದ ಕಾರಣಕ್ಕೆ ಇಲ್ಲಿ ಬಂದೆ. ಆದರೆ ಸ್ವಲ್ಪ ತಡವಾಗಿ ಆಗಮಿಸಿದೆ, ಅಷ್ಟೇ. ಇದು ಕಲ್ಲುರ್ಕಿಯ ಬಹುತೇಕರಿಗೆ ಆತ್ಮೀಯವೆನಿಸಿದ ವಿಚಾರ. 'ಟೀಚರ್ ನಮ್ಮ ನೆಂಟ್ರು, ಜಾತಿ ಮಾತ್ರಾ ಬೇರೆ' ಎಂದು ಕೆಲವರು ತಮಾಷೆ ಮಾಡುತ್ತಲೇ ಇರುತ್ತಾರೆ. ನನಗೂ ಈ ಊರಿನವರ್ಯಾರೂ ಹೊಸಬರು ಎನಿಸಲಿಲ್ಲ. ಅದಕ್ಕೆ ಕಾರಣ ಈ ಜನರೊಂದೇ ಅಲ್ಲ. ಸಣ್ಣ ವಯಸ್ಸಿನಲ್ಲಿ ಸಿಕ್ಕ ಉದ್ಯೋಗ ಮತ್ತು ನನಗಿಂತ ಕೆಲವೇ ವರ್ಷಗಳಷ್ಟು ಚಿಕ್ಕವರಾಗಿದ್ದ ಮಕ್ಕಳ ಒಡನಾಟ.

ಅದೆಲ್ಲದರ ಜೊತೆಗೆ ಈ ಊರಿನ ಪ್ರಕೃತಿ. ನನ್ನ ಕೆಸವಿನಮನೆಯಲ್ಲಿ ಇದ್ದಂಥದ್ದೇ. ಅದೇ ಅಡಕೆ ತೋಟ, ಭತ್ತದ ಗದ್ದೆ, ಜೋಳ, ಶುಂಠಿ ಬೆಳೆಯುವ ರೈತರು. ಅದೇ ಮಲ್ನಾಡಿನ ಭಾಷೆ. ಕಣ್ಣುಹಾಯಿಸಿದಷ್ಟು ದೂರದಲ್ಲೂ ಹಸಿರೇ ಹಸಿರು. ಮಧ್ಯದಲ್ಲಿ ಕಪ್ಪನೆಯ ಟಾರು ರಸ್ತೆ, ಶಾಲೆಯ ಒಂದು ಪಕ್ಕದಲ್ಲಿ ಆಚಾರರ ಎರಡು ಮನೆ, ಇನ್ನೊಂದು ಕಡೆ ಅರ್ಚಕರ ಮನೆಯೊಂದು, ಅದರ ಪಕ್ಕ ಸೊಸೈಟಿ, ಅದರ ಹಿಂಭಾಗದಲ್ಲಿ ಬಿಎಸ್ಸೆನ್ನೆಲ್ ಟವರ್. ರಸ್ತೆಯ ಇನ್ನೊಂದು ಬದಿಯಲ್ಲಿ ಹಂಸೆಯರ ಮನೆ ಎಂದು ಕರೆಸಿಕೊಳ್ಳುವ ಎರಡು ಮನೆ. ಇಷ್ಟೇ. ಉಳಿದ ಮನೆಗಳೆಲ್ಲಾ ಅವರವರ ಜಮೀನಿನ ಬಳಿಯಲ್ಲಿ. ಕಾಡಿನೊಳಗೆ ದಾರಿ. ಹಳ್ಳ, ಸಂಕ–ಕಿರು ಸೇತುವೆ, ಸ್ವಾಂಗೆ ಅಟ್ಟು.

ಹೀಗೆ ನನ್ನೂರಿನ ವಾತಾವರಣವೇ ಇಲ್ಲೂ ಇದ್ದುದರಿಂದ ಹೊಂದಿಕೊಳ್ಳುವುದು ಮನಸ್ಸಿಗೆ ಕಷ್ಟವಾಗಲಿಲ್ಲ. ಆದರೆ ಶಾಲೆಯ ಹಿಂಭಾಗವಿರುವ ಸಾಗುವಾನಿ ಕಾಡು ಜೊತೆಗೆ ಅಲ್ಲಿನ ವಿಪರೀತ ಮಳೆಯಿಂದಾಗಿ ಈ ಹದಿನಾಲ್ಕು ವರ್ಷಗಳಲ್ಲಿ ಅದೆಷ್ಟು ಬಾರಿ ಜ್ವರ ಬಂತೇನೋ, ಮೂರು ಬಾರಿ ಟೈಫಾಯ್ಡ್ ಕೂಡಾ ಆಯಿತು. ಕೆಲಸ ಸಿಕ್ಕಿದಾಗ ತೆಳ್ಳಗಾದವಳು ಯಾವ ಬಿಸಿಯೂಟದಿಂದಲೂ ದಪ್ಪವಾಗಲಿಲ್ಲ. ಬಾವನೊಬ್ಬ ಹೇಳಿ, ಹಂಗಿಸುತ್ತಾನೆ. 'ಸರ್ಕಾರದ ಬಿಸಿಯೂಟದ ಬೇಳೆ ತಿಂದರೂ ದಪ್ಪ ಆಗಲಿಲ್ಲ ಅಂತಾದ್ರೆ, ನಿಂಗೆ ಯಾವ ಊಟವೂ ಹಿಡಿಸಲ್ಲ, ಬಿಡು', ನಾನು ಕೂಡಾ ಹಾಗೆಯೇ ಇದ್ದೇನೆ.

ಹೊಸದಾಗಿ ಸಿಕ್ಕ ಕೆಲಸ ನಮ್ಮ ಕಷ್ಟಗಳನ್ನು ಕಳೆಯುತ್ತದೆ ಎಂಬ ಭರವಸೆ ಹಾಗೂ ಉತ್ಸಾಹದಲ್ಲಿದ್ದ ನನಗೆ 'ಹೊಸದರಲ್ಲಿ ಅಗಸ ಗೋಣಿ ಎತ್ತಿ ಒಗೆಯುತ್ತಿದ್ದನಂತೆ' ಎಂದು ಅಕ್ಕಪಕ್ಕದ ಶಾಲೆಯ ಸೀನಿಯರ್ ಟೀಚರ್ ಕಾಲೆಳೆಯುತ್ತಿದ್ದರು, ಕೆಲವೊಮ್ಮೆ ಹಂಗಿಸುತ್ತಿದ್ದರು. ಆ ವಯಸ್ಸಿನಲ್ಲಿ ಸಿಟ್ಟು, ಅಳು ಎರಡೂ ಬಹಳ ಬೇಗ. ಆದರೆ ಅದನ್ನು ಹೊರಹಾಕದೇ ಬದುಕುವುದನ್ನು ಆಗಿನಿಂದಲೇ ಕಲಿಯಲಾರಂಭಿಸಿದೆ. ಕರ್ತವ್ಯಕ್ಕೆ ಸೇರಿದ ದಿನದಿಂದ ಒಂದೇ ಶಾಲೆಯಲ್ಲಿ ಇದ್ದೇನೆ. ಮಕ್ಕಳು ಪಾಸಾಗಿ ಮುಂದೆ ಹೋಗುತ್ತಿದ್ದಾರೆ. ನಾನು ಮಾತ್ರಾ ಅಲ್ಲೇ ಇದ್ದೇನೆ. ನಾನೂ ಒಂದು ದಿನ ಪಾಸಾಗಿ ಹೋಗುತ್ತೇನೆ ಎಂಬ ನಂಬಿಕೆಯೊಂದಿದೆ.

ಯಾರನ್ನು, ಯಾವ ನಂಟು ಬೆಸೆಯುತ್ತದೋ? ಯಾವ ದಾರ ಯಾವ ಬಟ್ಟೆಯನ್ನು ಹೊಲಿದು ಸುಂದರ ಕಸೂತಿ ಮಾಡುತ್ತದೆಯೋ, ಯಾರಿಗೆ ಗೊತ್ತು? ಬೇಂದ್ರೆಯವರ ಸಾಲು–ನನಗೂ ನಿನಗೂ ಅಂಟಿದ ನಂಟಿನ ಕೊನೆ ಬಲ್ಲವರಾರು (ಕಾಮಾಕ್ಷಿಯೇ) ಕಲ್ಲುರ್ಚಿಯೇ? ಎಂದುಕೊಳ್ಳುತ್ತಲೇ ಕಲ್ಲುರ್ಚಿಯೊಂದಿಗೆ ಬೆಸೆದುಕೊಂಡೆ. ನನ್ನ ಕನಸುಗಳನ್ನು ಬಿತ್ತುವ ಜಾಗ ಇಲ್ಲಿತ್ತು. ಇಲ್ಲಿ ನಿಂತೆ, ತಕ್ಕಮಟ್ಟಿಗೆ ನನಸಾಗಿಸಿಕೊಂಡೆ. ಮಕ್ಕಳೊಂದಿಗಿನ ಒಡನಾಟದಲ್ಲಿ ನನ್ನ ಕಷ್ಟ, ಕಿರಿಕಿರಿಗಳನ್ನು ಮರೆಯಲಾರಂಭಿಸಿದೆ. ನಾನು ಮಕ್ಕಳಿಗೆ ಕಲಿಸಿದ್ದುದಕ್ಕಿಂತ ಅವರಿಂದ ಕಲಿತದ್ದೇ ಜಾಸ್ತಿ. ಎಲ್ಲಕಿಂತ ಹೆಚ್ಚಾಗಿ ಮಗುವಾಗಿಯೇ ಇರುವುದು ಈ ಮಕ್ಕಳಿಂದ ಸಾಧ್ಯವಾಯಿತು. ಬಾಲ್ಯದ ಯಾವ ಆಟವೂ, ಪಾಠವೂ ಮಿಸ್ಸಾಗಲಿಲ್ಲ. ಯಾವ ಖುಷಿಯ ಕ್ಷಣಗಳಿಂದಲೂ ವಂಚಿತಳಾಗದೇ ಜೀವಿಸಲು ಈ ವೃತ್ತಿ ನನಗೆ ದಾರಿಯಾಯಿತು. ಈಗಲೂ ನನ್ನ ಸ್ನೇಹಿತರು ತಮಾಷೆ ಮಾಡುತ್ತಾರೆ. 'ನಾವೆಲ್ಲಾ ಜಾಬು, ಬ್ಯುಸಿನೆಸ್, ಸಂಸಾರ ಅಂತ ಇದ್ರೆ, ಇವಳೊಬ್ಳು ಇನ್ನೂ ಪ್ರೈಮರಿ ಶಾಲೆಗೆ ಹೋಗ್ತಿದಾಳೆ.' ನಾನು ಮನಃಪೂರ್ವಕವಾಗಿ ನಗುತ್ತೇನೆ. ಶಾಲೆಯೆಂಬುದು ಉಸಿರಾಟದಷ್ಟೇ ಸಹಜ ಪ್ರಕ್ರಿಯೆಯಾಗಿ ಯಾವಾಗ ಮಾರ್ಪಾಟಾಯಿತೋ, ಗೊತ್ತಿಲ್ಲ. ಪಾಠವೆಂಬುದು ಪ್ರೀತಿಯಾಯಿತು. ಅಷ್ಟೇ. ನಂತರದ್ದೆಲ್ಲ ಮುಂದೆ..... ಇನ್ನೆಷ್ಟು ದಿನ ಇಲ್ಲಿಯ ನೀರು ಗಾಳಿಯ ಋಣವಿದೆಯೋ, ಮಕ್ಕಳ ಪ್ರೀತಿಯ ಬಂಧವಿದೆಯೋ ಗೊತ್ತಿಲ್ಲ.

ಈ ಹದಿನಾಲ್ಕು ವರ್ಷದ ಅವಧಿಯಲ್ಲಿ ಮಕ್ಕಳೊಂದಿಗೆ ಮಗುವಾಗಿ, ಗುರುವಾಗಿ, ಸ್ನೇಹಿತೆಯಾಗಿ ಕಳೆದಿದ್ದೇನೆ. ಅವರ ಉಗುರು, ಕೂದಲು ಕತ್ತರಿಸುವುದು, ಹೇನು ತೆಗೆಯುವುದು, ಶಾಲೆಯ ಸುಣ್ಣ ಬಣ್ಣ, ಕ್ಲೀನಿಂಗ್ ಇತ್ಯಾದಿ ಕೆಲಸಗಳನ್ನು ಯಾವ ಬೇಸರವಿಲ್ಲದೆ ಮಾಡುವ ಅನೇಕ ಶಿಕ್ಷಕರಂತೆ ನಾನೂ ಮಾಡಿದ್ದೇನೆ. ಅವರೊಂದಿಗೆ ಅಡುಗೆ ಮನೆ, ಕಬ್ಬಡ್ಡಿ, ಕ್ರಿಕೆಟ್

ಆಡುವಾಗ ಬದುಕು ಸಾರ್ಥಕವೆನಿಸಿದೆ. ಪ್ರತಿಭಾಕಾರಂಜಿಯಲ್ಲಿ ಬಹುಮಾನ ಪಡೆಯಲು ವೇದಿಕೆಗೆ ಹೋಗಿ ನಿಂತ ಮಕ್ಕಳನ್ನು ನೋಡುವಾಗ, ನಾನೇ ಅಲ್ಲಿ ನಿಂತ ಹಾಗೆ ಭಾವಿಸಿಕೊಂಡಿದ್ದೇನೆ.

ಜೊತೆಗೆ ಸಾಕಷ್ಟು ಕಿರಿಕಿರಿಯನ್ನು ಅನುಭವಿಸಿ ಕಣ್ಣೀರು ಹಾಕಿದ್ದಿದೆ. ಈ ಸಮಯದಲ್ಲಿ ನನ್ನ ಹಸುಗಂದನಿಗಿಂತ ಅವರ ಮಕ್ಕಳಿಗಾಗಿ ದುಡಿದಿದ್ದೂ ಇದೆ. ಎಷ್ಟೋ ಬಾರಿ ಇಂತಹ ನೋವನ್ನು ಅನುಭವಿಸಲಾಗದೇ ಕೆಲಸ ಬಿಡುವ ಯೋಚನೆ ಬಂದಾಗಲೆಲ್ಲಾ ಬೆನ್ನಿಗೆ ನಿಂತು ಮಗುವನ್ನು ಯಾವುದೇ ಕೊರತೆಗೆ ಎಡೆ ಮಾಡದೇ ಸಲಹಿ ಸಾಕಿದ ನನ್ನ ಬೆನ್ನೆಲುಬು ನನ್ನತ್ತೆ.

ಅನಿವಾರ್ಯವಾಗಿ ಮುಖ್ಯಶಿಕ್ಷಕಿಯಾಗಿ ಕರ್ತವ್ಯ ನಿಭಾಯಿಸಿ, ಸಹಶಿಕ್ಷಕರ ಕರ ಜೋಡಣೆಯೊಂದಿಗೆ ಶಾಲೆಗೊಂದು ಪ್ರಶಸ್ತಿಯನ್ನು ಕೂಡಾ ತಂದಿದ್ದಾಗಿದೆ. ಗಲಾಟೆ ಮಾಡಿದವರೇ ಶಾಲೆಯ ಮುಂಭಾಗದಲ್ಲಿ ಫ್ಲೆಕ್ಸ್ ಕೂಡಾ ಹಾಕಿ ಅಭಿನಂದಿಸಿದ್ದಾಗಿದೆ. ಕಳೆದುಕೊಂಡಲ್ಲೇ ಮತ್ತೆ ಪಡೆಯಬೇಕಲ್ಲವೇ?

ಈ ಹದಿನಾಲ್ಕು ವರ್ಷಗಳ ಅವಧಿಯಲ್ಲಿ ಸಾಕಷ್ಟು ಸ್ನೇಹವರ್ಗ ಲಭ್ಯವಾಗಿದೆ. ನನ್ನ ಪ್ರೀತಿಯ ಸಿರಿಗೆರೆ ಕ್ಲಸ್ಟರಿನ ಶಿಕ್ಷಕರು, ನನ್ನ ಶಾಲೆಯಲ್ಲಿ ನನ್ನೊಂದಿಗಿದ್ದ ಶಿಕ್ಷಕರು, ಅಧಿಕಾರಿಗಳು ಎಲ್ಲರೂ ತಮ್ಮ ಹಂತದಲ್ಲಿ ಸಹಕಾರ ನೀಡಿದ್ದಾರೆ. ಮೊದಲ ವರ್ಷಗಳಲ್ಲಿ ಜೊತೆಗಿದ್ದು ತಾಯಿಯ ಪ್ರೀತಿ ನೀಡಿದ ಗೀತಾ ಮೇಡಮ್ ರಂತಹವರನ್ನು ಹೇಗೆ ಮರೆಯಲಿ? ಸಹೋದ್ಯೋಗಿಗಳಾಗಿದ್ದ ಜಯಮ್ಮ ಟೀಚರ್, ರೇಖಾ ಟೀಚರ್ ಇವರಿಂದ ಸಾಕಷ್ಟು ಕಲಿತಿದ್ದೇನೆ.

ಮೊದಲೆಲ್ಲ ರಗಳೆ ತೆಗೆದರೂ ಈಗ ನನ್ನದೊಂದು ಫೋನ್ ಕರೆಗೆ ಬೈದುಕೊಂಡಾದರೂ ಬಂದು ಶಾಲೆಯ ಕೆಲಸ ಮಾಡಿಕೊಡುವ ಪೋಷಕವರ್ಗಕ್ಕೆ ನಾನು ಋಣಿಯಾಗಿದ್ದೇನೆ. ಏನು ಬೆಳೆದರೂ ಶಾಲೆಗೆ, ಮಕ್ಕಳಿಗೆ ಎಂದು ತಂದುಕೊಡುವ ತಾಯಿಯರಿಗೆ ಧನ್ಯಳಾಗಿದ್ದೇನೆ.

ಬಾಲ್ಯದಲ್ಲಿ ಶಿಕ್ಷಕಿಯಾದರೆ ಹೀಗಿರಬೇಕು ಎಂದು ಅನಿಸುವಂತೆ ಮಾಡಿದ ಗಾಯತ್ರಿ ಟೀಚರ್, ಉಷಾ ಟೀಚರ್, ಶಾಲೆಯಲ್ಲಿ ಮೊದಲ ಬಾರಿಗೆ ಕೈ ಹಿಡಿದು ಅಕ್ಷರ ತಿದ್ದಿಸಿದ ಶಂಕರಪ್ಪ ಮೇಷ್ಟ್ರು, ಕನ್ನಡದ ಬಗ್ಗೆ ಅಪಾರ ಆಸಕ್ತಿ ಮೂಡಿಸಿದ ಸುಧಾಕರ ಮೇಷ್ಟ್ರು, ಮಹದೇವಪ್ಪ ಸರ್, ರವೀಂದ್ರ ಸರ್, ನಂಜುಂಡ ಸರ್, ರೇಣುಕಾ ಮಿಸ್, ನಾಗೇಶ್ ಸರ್, ಇದೇ ಶಾಲೆಯನ್ನು ಆಯ್ಕೆ ಮಾಡಿಕೊಳ್ಳಬೇಕೆಂದು ಒತ್ತಾಯಿಸಿದ ನಿಂಗಪ್ಪ ಮೇಷ್ಟ್ರು ಇವರುಗಳಿಗೆ ಕೇವಲ ಧನ್ಯವಾದ ಎಂದು ಹೇಳಿದರೆ ಸಾಕಾಗುತ್ತದೆಯೇ?

ಒಂದು ಕ್ಷಣವೂ ಬೇಸರಿಸದೆ ಶಾಲೆಯ ಎಲ್ಲಾ ಕೆಲಸಗಳಿಗೆ ನೆರವಾಗುವ ನನ್ನ ಪತಿದೇವರಿಗೆ, ಪ್ರತೀವಾರ ತರಕಾರಿ ತಂದುಕೊಡುತ್ತಿದ್ದ ಅಪ್ಪನಂತಹ ಮಾವನಿಗೆ, ಮನೆಯ ಅಡುಗೆ ಸಾಮಾನುಗಳನ್ನೂ ಬಿಡದೆ ಶಾಲೆಗೆಂದು

ಕಿತ್ತುಕೊಂಡು ಹೋಗುವ ನನ್ನನ್ನು ನೋಡಿ ನಗುತ್ತಲೇ ಸಂಭಾಳಿಸುವ ಅಮ್ಮನಂತಹ ಅತ್ತೆಗೆ ನಾನೇನು ಕೊಡಬಲ್ಲೆ? ನನ್ನನ್ನು ಪ್ರೀತಿಸುವುದಕ್ಕಿಂತ ಶಾಲೆಯ ಮಕ್ಕಳನ್ನು ಪ್ರೀತಿಸ್ತೀಯ ಎಂದು ಹೇಳುವ ಮಗಳಿಗೆ ನಾನೇನು ಮಾಡಬಲ್ಲೆ?

ಇದಕ್ಕೆಲ್ಲ ಕಾರಣರಾದ ಅಮ್ಮ ಅಪ್ಪ ಹಾಗೂ ನನ್ನ ಶಾಲೆಯ ಪುಟಾಣಿ ದೇವರುಗಳಿಗೆ ನಾನು ಸದಾ ಕಾಲ ಆಭಾರಿಯಾಗಿದ್ದೇನೆ. ಅವರಿಬ್ಬರ ಕಾರಣವಿಲ್ಲದೆ ನಾನಿಲ್ಲಿ ಇಲ್ಲ. ಹಾಗಂತ ನಾನೇನೋ ಬಹಳ ದೊಡ್ಡ ಸಾಧನೆ ಮಾಡಿದ್ದೇನೆ ಎಂಬ ಅಹಂಕಾರವೂ ನನಗೆ ಇಲ್ಲ.

ಅಂದ ಹಾಗೆ ಇಲ್ಲಿನ ಭಾಷೆ ಮಲೆನಾಡಿನದ್ದು. ನನ್ನ ಹಾಗೂ ಮಕ್ಕಳ ಸಂಭಾಷಣೆಯನ್ನು ಯಥಾವತ್ತಾಗಿ ಅವರದೇ ಧಾಟಿಯಲ್ಲಿ ಬರೆದಿದ್ದೇನೆ. ಮಕ್ಕಳು ಕೊಟ್ಟ ಸಂತೋಷ, ಪ್ರೀತಿಯೊಂದಿಗೆ ಅವರ ಭಾಷೆಯೂ ಶಾಶ್ವತವಾಗಿರಲಿ ಎಂಬ ಆಶಯ ನನ್ನದು.

ಕೊನೆಯಲ್ಲಿ,

ಯಾವುದೇ ಸೋಲು ಗೆಲುವಿಗೆ ನನ್ನ ಆಲೋಚನೆ ಹಾಗೂ ಉತ್ತರ ಒಂದೇ–'ಈ ಕ್ಷಣ ಶಾಶ್ವತವಲ್ಲ' ಇದೊಂದು ಮಾತು ನನ್ನನ್ನು ಅದೆಷ್ಟೋ ನೋವು, ಹತಾಶೆಯಿಂದ ಕಾಪಾಡಿದೆ. ಅಹಂಕಾರವನ್ನು ಹೊಂದದಂತೆ ಮಾಡಿದೆ.

ಅಪ್ಪ, ನಿನ್ನ ಶಿಕ್ಷಕಿ ಮಗಳಿಗೆ ಇಂದು ಹದಿನಾಲ್ಕು ವರ್ಷಗಳ ಸಂಭ್ರಮ.

–ಮೇದಿನಿ ಕೆಸವಿನಮನೆ

ವೀರಲೋಕದ ಪ್ರಕಟಣೆಗಳು

1. ಕೈ ಹಿಡಿದು ನೀ ನಡೆಸು ತಂದೆ-ವಿಶ್ವೇಶ್ವರ ಭಟ್ 250/-
2. ವಿಶ್ವಸುಂದರಿ-ಕುಂ. ವೀರಭದ್ರಪ್ಪ....160/-
3. ನಿಮಗೆಷ್ಟು ಹಣ ಬೇಕು?-ಅನಂತ ಹುದೆಂಗಜೆ....250/-
4. ಆರ್ಟ್ ಆಫ್ ಸಕ್ಸಸ್-ರಮೇಶ್ ಅರವಿಂದ್....120/-
5. ಮನಿ ಮನಿ ಎಕಾನಮಿ-ರಂಗಸ್ವಾಮಿ ಮೂಕನಹಳ್ಳಿ....160/-
6. ಇವರು ಅವರು ದೇವರು-ಜೋಗಿ....200/-
7. ಲಾಸ್ಟ್ ಡೇಸ್ ಆಫ್ ಲೆಜೆಂಡ್ಸ್-ಗಣೇಶ್ ಕಾಸರಗೋಡು....225/-
8. ಒಳ್ಳೆಯ ಬದುಕಿನ ಸೂತ್ರಗಳು-ರವಿ ಕೃಷ್ಣಾರೆಡ್ಡಿ....150/-
9. ಸೋಲೆಂಬ ಗೆಲುವು-ದೀಪಾ ಹಿರೇಗುತ್ತಿ....150/-
10. ಬೆಳ್ಳಿತೆರೆಯ ಬಂಗಾರದ ಗೆರೆ-ಗಣೇಶ್ ಕಾಸರಗೋಡು....150/-
11. ನಟನ ಕಥೆ-ಮಂಡ್ಯ ರಮೇಶ್-ಎನ್. ಧನಂಜಯ....250/-
12. ತ್ಯಾಗಕ್ಕಿಲ್ಲ ನೂಕುನುಗ್ಗಲು-ಡಾ. ಗವಿಸ್ವಾಮಿ ಎನ್. 150/-
13. ಬದುಕೇ ಭಗವಂತ-ಡಾ. ಡಿ.ಎಸ್. ಶ್ರೀನಿವಾಸ ಪ್ರಸಾದ್....170/-
14. ಮಾದಕ ದೊರೆ-ಸಂತೋಷಕುಮಾರ ಮೆಹೆಂದಳೆ....375/-
15. ದ್ವೈತ-ರಾಘವ್....140/-
16. ಹೃದಯದ ಮಾತು ಕೇಳಿ-ಮಂಜುನಾಥ್ ಚಾಂದ್....160/-
17. ಹಿಂದಿನ ನಿಲ್ದಾಣ-ಶುಭಶ್ರೀ ಭಟ್ಟ....120/-
18. ಪ್ರೀತ್‌ಸು-ರಾಜೀವ ನಾರಾಯಣ ನಾಯಕ....170/-
19. ಕೃಷಿ ಯಾಕೆ ಖುಷಿ?-ನರೇಂದ್ರ ರೈ ದೇರ್ಲ....140/-
20. ಕ್ಷಯ-ಡಾ. ವಾಸುದೇವ ಶೆಟ್ಟಿ....120/-
21. ಅರ್ಧ ಬಿಸಿಲು ಅರ್ಧ ಮಳೆ...-ಸದಾಶಿವ ಸೊರಟೂರು....120/-
22. ಯಾರೂ ಹೇಳದ ಕಥೆಗಳು-(ಸಂ.) ಸುದರ್ಶನ ಚೆನ್ನಂಗಿಹಳ್ಳಿ....150/-
23. ಕಥಾ ಸಾಗರಿ-ನಾಗವೇಣಿ ವೆಂ. ಹೆಗಡೆ ಹೆಗ್ಗರ್ಸಿಮನೆ....125/-
24. ಮೆಮರೀಸ್ ಆಫ್ ಬಾರ್ಸಾ-ರಂಗಸ್ವಾಮಿ ಮೂಕನಹಳ್ಳಿ....160/-
25. ಮೇರುನಟ-ಡಾ. ಶರಣು ಹುಲ್ಲೂರು....240/-
26. ನಾ ಸೆರೆಹಿಡಿದ ಕನ್ಯಾಸ್ತ್ರೀ-ಶಶಿಧರ ಹಾಲಾಡಿ....200/-
27. ಟ್ರಾಯ್-ಗಾಯಿತ್ರಿ ರಾಜ್....200/-
28. ಫಾರೆಸ್ಟರ್ ಪೊನ್ನಪ್ಪ-ನೌಶಾದ್ ಜನ್ನತ್ತ್....300/-
29. ವಿಶ್ವಯಾನಕ್ಕೆ ಗಣಿತವಾಹನ-ಎಸ್.ವಿ. ಶ್ರೀನಿವಾಸಮೂರ್ತಿ....200/-
30. ಲೆಟ್ಸ್ ಮೇಕ್ ಎ ಶಾರ್ಟ್ ಫಿಲಂ-ಜಯರಾಮಾಚಾರಿ....120/-
31. ಕುಣಿಗಲ್ ಟು ಕಂದಹಾರ್-ಮಂಜುನಾಥ್ ಕುಣಿಗಲ್....260/-
32. ಗದಾಯುದ್ಧಂ-ಡಾ. ಎಂ.ಎ. ಜಯರಾಮ್ ರಾವ್....350/-
33. ಫೀನಿಕ್ಸ್-ದೀಪಾ ಹಿರೇಗುತ್ತಿ....120/-
34. ಹಿಟ್ಲರ್ ಲವ್ ಪಾಲಿಟಿಕ್ಸ್-ಸತೀಶ ಬಳೆಗಾರ....170/-
35. ಭಾನುಮತಿಯ ಪರಿವಾರ-ಕುಮಾರಸ್ವಾಮಿ ತೆಕ್ಕುಂಜ....140/-

36. ನೀ ದೂರ ಹೋದಾಗ–ಫೌಝಿಯ ಸಲೀಂ..........220/–
37. ವ್ಯಗ್ರ ಮತ್ತು ಇತರ ಕಾದಂಬರಿಗಳು–ಕುಮಾರ ಬೇಂದ್ರೆ..........180/–
38. ಸತ್ಯದ ಅನಾವರಣ–ಕೆ.ಎಸ್. ರಮಾಸುಂದರಿ..........100/–
39. ಅಂತಾರಾಷ್ಟ್ರೀಯ ಕುಂಬಳಕಾಯಿ ಮತ್ತು ಇತರ ಕಥೆಗಳು–ಅಬ್ದುಲ್ ರಶೀದ್..........120/–
40. ಅನಾಥ ಪ್ರೀತಿಯ ಅನುಬಂಧ–ಬಿ. ಮಂಜುನಾಥ್ ಕಾಮತ್ ಹಾಲಾಡಿ..........140/–
41. ಹಕ್ಕಿ ಮತ್ತು ಹುಡುಗಿ (ಕವನ ಸಂಕಲನ)–(ಸಂ.) ಪ್ರಜಾವಾಣಿ ಬಳಗ..........150/–
42. ಹಾವಿನ ಮನೆ–ಅನು ಬೆಳ್ಳೆ (ರಾಘವೇಂದ್ರ ಬಿ. ರಾವ್)..........250/–
43. ಈಗಲ್ಸ್ ಲೈನ್–ರಾಜೇಶ್ ಕುಮಾರ್ ಕಲ್ಯಾ..........220/–
44. ನಂಬಿಕೆಯೆಂಬ ಗಾಳಿಕೊಡೆ–ಡಾ. ಪ್ರೇಮಲತ ಬಿ...........180/–
45. 10 ಕುಟುಂಬ 18 ಗೋತ್ರದ ಗೌಡ ಪರಂಪರೆ–ಪುತ್ತೂರು ಅನಂತರಾಜ ಗೌಡ..........300/–
46. ಗಿಳಿಯು ಬಾರದೆ ಇರದು (ಕಥಾಸಂಕಲನ)–ಪಿ.ಎಸ್. ಶ್ರೀಧರನ್ ಪಿಳ್ಳ
(ಅನುವಾದ: ಮೇರಿ ಜೋಸೆಫ್)..........85/–
47. ಒಂದು ಆದಿಮ ಪ್ರೇಮ (ಕವನ ಸಂಕಲನ)–ನಂದಿನಿ ಹೆದ್ದುರ್ಗ..........150/–
48. ಮಣ್ಣೇ ಮೊದಲು... (ಕವನ ಸಂಕಲನ)–ಪಾಪುಗುರು..........120/–
49. ಬಿಂಜೆಮುಳ್ಳು (ಕವನ ಸಂಕಲನ)–ಫಾಲ್ಗುಣ ಗೌಡ ಅಚವೆ..........120/–
50. ಅಮೋಘವರ್ಷ–ಡಾ. ಲಕ್ಷ್ಮಣ ಕೌಂಟೆ..........420/–
51. ಗಾಯಗೊಂಡ ಸಾಲುಗಳು (ಕವನ ಸಂಕಲನ)–ಸದಾಶಿವ ಸೊರಟೂರು..........110/–
52. ನಿನ್ನ ಧ್ಯಾನದ ನೂರೊಂದು ಹಣತೆ (ಕವನ ಸಂಕಲನ)–ವಾಸುದೇವ ನಾಡಿಗ್..........170/–
53. ಕ್ರಿಕೆಟಾಯಣ–ಎಚ್. ಪ್ರೇಮಾನಂದ ಕಾಮತ್..........230/–
54. ಹೂವಿನಕೊಲ್ಲಿ–ಅಬ್ದುಲ್ ರಶೀದ್..........270/–
55. ಕನಸುಗಳ ಶ್ರಾದ್ಧ–(ಅನುವಾದ) ಡಾ. ಗೀತಾ ಸುನಿಲ್ ಕಶ್ಯಪ್..........200/–
56. ವೀರ ಸಿಂಧೂರ ಲಕ್ಷ್ಮಣ–ಕೌಂಡಿನ್ಯ..........190/–
57. ಸಹಭಾಷಿಕರ ಕನ್ನಡ ಪ್ರೇಮ–ಡಾ. ಡಿ.ಎಸ್. ಶ್ರೀನಿವಾಸ ಪ್ರಸಾದ್..........400/–
58. ಚಿತ್ರ–ವಿಚಿತ್ರ–ರವೀಂದ್ರ ವೆಂಶಿ..........220/–
59. ಜನಮಿತ್ರ ಅರಸು–ಡಾ. ಡಿ.ಎಸ್. ಚೌಗಲೆ..........80/–
60. ಹಂಸಾಕ್ಷರ–ಜಯರಾಮಾಚಾರಿ..........160/–
61. ನದಿಯೊಂದು ಕಡಲ ಹುಡುಕುತ್ತಾ–ಸಂತೆಬೆನ್ನೂರು ಫೈಜ್ನಟ್ರಾಜ್..........180/–
62. ನೀಲಿ ಮತ್ತು ಸೇಬು–ಸುಧಾ ಆಡುಕಳ..........180/–
63. ಕಾಗೆ ಮೇಷ್ಟ್ರು–ವಿಕ್ರಮ ಹತ್ವಾರ..........125/–
64. ಪರಿಮಳದ ಪಡಸಾಲೆ (ಎಸ್. ದಿವಾಕರ್ ಪ್ರಪಂಚಕ್ಕೊಂದು ಪ್ರವೇಶಿಕೆ)..........190/–
65. ಈ ಹೊತ್ತಿನ ಕಥೆಗಳು–(ಸಂ) ವಿಜಯ ಕರ್ನಾಟಕ..........250/–
66. ನಿಶ್ಚಲವ ಕಲಕಿದ ಹಕ್ಕಿ–ವಿಕ್ರಮ ಹತ್ವಾರ..........100/–
67. ಹರಿವ ಕನ್ನಡಿ–ಸ್ವಯಂಪ್ರಭಾ ಮಹೇಶ..........120/–
68. ನರಕದ ಕೆನ್ನಾಲಿಗೆಯಂಥ ನಿನ್ನ ಬೆನ್ನಹುರಿ–ಅಬ್ದುಲ್ ರಶೀದ್..........130/–
69. ಚಿಕ್ಕಮುಟ್ಟಮ್ಮನವರ ಗೃಹನ್ಯಾಯ–ಕೆ. ಸತ್ಯನಾರಾಯಣ..........140/–
70. ಹಕ್ಕಿ ಅಟೆಂಡೆನ್ಸ್–ಡಾ. ಲೀಲಾ ಅಪ್ಪಾಜಿ..........595/–
71. ದಡ ಸೇರದ ದೋಣಿಗಳು–ಬೇಲೂರು ರಾಮಮೂರ್ತಿ..........275/–

72. ನಿಷಿತೆ-ಪ್ರೀತಿನಿ ಧನಂಜಯ 250/-
73. ಮಲೆನಾಡ ಅಜ್ಜಿ-ಶೋಭಾ ರಾವ್ 175/-
74. ಮಲ್ಲಿಮಲ್ಲಿಗಿ-ಎಂ.ಎಲ್. ಪ್ರಸನ್ನ 210/-
75. ಬೆಳವಡಿ ಮಲ್ಲಮ್ಮ-ಕೌಂಡಿನ್ಯ 200/-
76. ಆರೋಹಣ-ವಿವೇಕಾನಂದ ಕಾಮತ್ 190/-
77. ಕಂದಕ-ಭಾರದ್ವಾಜ ಕೆ. ಆನಂದತೀರ್ಥ 265/-
78. ಕ್ರಮಣ-ಭಾರದ್ವಾಜ ಕೆ. ಆನಂದತೀರ್ಥ 375/-
79. ವ್ಯಾಘ್ರಹತ್ಯೆಯ ನಿಗೂಢಗಳು-ಡಾ. ಟಿ.ಎಸ್. ವಿವೇಕಾನಂದ 200/-
80. ಹಿಮಾಲಯದ ನರಭಕ್ಷಕಗಳು-ಡಾ. ಟಿ.ಎಸ್. ವಿವೇಕಾನಂದ 675/-
81. ಪರಿಸರ ನಿಘಂಟು-ಡಾ. ಟಿ.ಎಸ್. ವಿವೇಕಾನಂದ 625/-
82. ಪ್ರೀತಿಯೆನುವ ಮಾಯೆ-ಬಿ.ಆರ್. ಲಕ್ಷ್ಮಣರಾವ್ 320/-
83. ಸಹಜ ಜೀವನ-ರವಿ ಕೃಷ್ಣಾರೆಡ್ಡಿ 160/-
84. ಬಿಂಬ-ಬಿಂಬನ-ಗೋಪಾಲಕೃಷ್ಣ ಪೈ & ಗಿರೀಶ್ ಕಾಸರವಳ್ಳಿ 385/-
85. ಕಥಾ ಸಂಕ್ರಾಂತಿ (ಕನ್ನಡ)-(ಸಂ) ಕೇಶವ ಮಳಗಿ 185/-
86. ಕುಸುರೆಳ್ಳು-(ಸಂ) ಕೇಶವ ಮಳಗಿ 320/-
87. ಕಥಾ ಸಂಕ್ರಾಂತಿ (ತೆಲುಗು)-(ಸಂ) ಕೇಶವ ಮಳಗಿ 220/-
88. **Festive (English)-(Ed) Keshava Malagi** 249/-
89. ಕಥಾ ಸಂಕ್ರಾಂತಿ (ಮಲಯಾಳಂ)-(ಸಂ) ಕೇಶವ ಮಳಗಿ ....
90. ಕಗ್ಗಕ್ಕೊಂದು ನ್ಯಾನೋ ಕತೆ-ವಿ. ಗೋಪಕುಮಾರ್ 130/-
91. ಪುನರುತ್ಥಾನ-ಪಾರ್ವತಿ ಪಿಟಗಿ 200/-
92. ಮಹಾವಿನಾಶ-ಡಾ. ಲಕ್ಷ್ಮಣ ಕೌಂಟೆ 450/-
93. ಮಿಸ್ಸಿನ ಡೈರಿ-ಮೇದಿನಿ ಕೆಸವಿನಮನೆ 200/-
94. ನೀಲಿ ಶಾಯಿಯ ಕಡಲು-ಗೀತಾ ದೊಡ್ಮನೆ 120/-
95. ಬಹುತ್ವ ಭಾರತ ಕಟ್ಟಿದವರು-ರಾಘವೇಂದ್ರ ಪ್ರಭು ಎಂ. 350/-

www.ingramcontent.com/pod-product-compliance
Lightning Source LLC
LaVergne TN
LVHW090359051026
849518LV00006B/2177

* 9 7 8 8 1 9 7 2 0 0 6 1 8 *